आपल्या
स्नेहीजनांना
पुस्तके
भेट द्या

अस्मिता

सूर्यकांत जाधव

AF519708

मेहता पब्लिशिंग हाऊस

All rights reserved along with e-books & layout. No part of this publication may be reproduced, stored in a retrieval system or transmitted, in any form or by any means, without the prior written consent of the Publisher and the licence holder.
Please contact us at **Mehta Publishing House,** Pune 411030.
✆ +91 020-24476924 / 24460313 / Mob. No. 9545000513
Email : production@mehtapublishinghouse.com
Website : www.mehtapublishinghouse.com

◆ *या पुस्तकातील लेखकाची मते, घटना, वर्णने ही त्या लेखकाची असून त्याच्याशी प्रकाशक सहमत असतीलच असे नाही.*

ASMITA by SURYAKANT JADHAV

अस्मिता : सूर्यकांत जाधव / कादंबरी

Email : author@mehtapublishinghouse.com

© सूर्यकांत जाधव

प्रकाशक : सुनील अनिल मेहता, मेहता पब्लिशिंग हाऊस,
१९४१, सदाशिव पेठ, माडीवाले कॉलनी, पुणे - ४११ ०३०

मुद्रक : ट्रिनिटी अॅकॅडमी फॉर कॉर्पोरेट ट्रेनिंग लिमिटेड,
नऱ्हे इंडस्ट्रिअल एरिया, झील कॉलेज रोड, नऱ्हे, पुणे - ४१.

मुखपृष्ठ : चंद्रमोहन कुलकर्णी

प्रकाशनकाल : फेब्रुवारी, २०११ / पुनर्मुद्रण : मे, २०१८

किंमत : ₹ ३४०

P Book ISBN 9788184982084
E Book ISBN 9789387789852
E Books available on : amazonkindle Apple Books Google Play Books

---

* पायरेटेड पुस्तकांची खरेदी-विक्री हा कायद्याने गुन्हा आहे आणि अशा गुन्ह्याविरोधात कायदेशीर कारवाई होऊ शकते.

ती. आई आणि ती. दादा
यांच्या स्मृतीस अर्पण

मनोगत

सृष्टिचक्र, आकाशातले तारे, नक्षत्र, ग्रह यांचं कुतूहल आपल्याला वर्षानुवर्षं आहे. आपली शारीरिक, मानसिक शक्ती वाढवण्यासाठी, जीवन अधिक सुलभ करण्यासाठी खगोलशास्त्र, वैद्यकीय शास्त्र, धर्मशास्त्र, तत्त्वज्ञान यांचा विकास झाला. परंतु अजूनही आपलं कुतूहल संपलेलं नाही.

भविष्याचा वेध...

भविष्याचा वेध कसा घेता येईल याचं चिंतन, मनन, शोध चालूच आहे. खगोलशास्त्र, धर्मशास्त्र, तत्त्वज्ञान, योगशास्त्र, आयुर्वेद आणि ज्योतिर्विद्या यांचा पाया मजबूत केला गेला. विद्या विकसित झाली. परंतु दर्शनशास्त्राची ही साखळी मध्येच थांबली. पाश्चात्त्य संस्कृतीच्या पगड्याखाली ज्योतिर्विद्या पूर्णत्वास नेता आली नाही. विद्या वराहमिहीरच्या पंचासिद्धान्तिका आणि बृहत्संहितेपर्यंत थांबली. रिचर्ड डॉकिन्स आणि स्टिफन हॉकिंग या शास्त्रज्ञांनी ज्योतिर्विद्या शास्त्र नसल्याचा दावा केला, तर कार्ल सागन ते शास्त्र नाही, असे म्हणण्यास तयार झाला नाही. मात्र मानसशास्त्रज्ञ ज्योतिर्विद्या ही शास्त्रीय पायावर उभी असल्याचे मान्य करतात. फ्रेंच मानसशास्त्रज्ञ मायकेल गौकेलिन याचं संशोधन हे यांपैकीच आहे.

पौर्वात्य संस्कृतीत ज्योतिर्विद्या पाचवा वेद म्हणून पाहिली जाते. खगोलशास्त्र, योगविद्या, आयुर्वेद आणि ज्योतिर्विद्या हा एकमेकांवर अवलंबून असणारा जीवनाचा चौरंग आहे. आपल्या पूर्वजांनी मानवाच्या हितासाठी तो विकसित केला; फसवणूक, लबाडी किंवा दुःख देण्यासाठी नाही.

ज्योतिर्विद्येचा अभ्यास व्हावा, हीच इच्छा.

सूर्यकांत जाधव

दक्षिण मुंबईच्या नरिमन पॉईंट भागातील फ्री प्रेस मार्गावरील बे-व्ह्यू कोर्टच्या सातव्या माळ्यावरील ऑफिसमध्ये उच्च न्यायालयाचे वकील माणगावकर बसले होते. त्यांच्यासमोर दुसऱ्या दिवशीच्या न्यायालयातील कामकाजाच्या ब्रीफ्सचा ढीग पडला होता. माणगावकरांच्या डोक्यावरील टक्कल लाईटच्या प्रकाशात चमकत होते. वातानुकूलित खोली असूनही माणगावकरांच्या शरीरावरील घाम कमी होत नव्हता. माणगावकरांच्या टकलामागे त्यांनी आतापर्यंत घेतलेल्या मेहनतीचे कष्ट होते. माणगावकर हुशार किंवा कुशाग्र बुद्धिमत्तेची व्यक्ती नव्हती; परंतु त्यांच्या ढोर मेहनतीला तोड नव्हती. टकलामुळे त्यांचा चेहरा भारदस्त मात्र वाटत होता. त्याची छाप अशिलावर, इतर सहकाऱ्यांवर आणि न्यायमूर्तींवरही पडत होती! परंतु त्यांच्या बायको आणि मुलीवर मात्र अजिबात नाही. माणगावकर समोर टेबलवर ठेवलेल्या ब्रीफ एकएक पाहत बाजूला ठेवत होते. मधूनच खिडकीतून बाहेर नजर जात होती. संपूर्ण कुलाबा परिसर रात्रीच्या काळोखात बुडाला होता. मात्र बंदरातील धूसर पिवळसर प्रकाश आणि रात्रीच्या रस्त्यावरील आजूबाजूच्या इमारतीतून बाहेर येणाऱ्या प्रकाशात संपूर्ण मुंबई झगमगत होती. जागी होती. काम करत होती.

मोबाईलवर मेसेज आला. घरची मंडळी वाट पाहत होती. सर्व जण खरेदीला जाणार होते. रात्रीचे जेवण बाहेर ठरले होते. माणगावकर घाई करत होते.

शेवटचे ब्रीफ पाहावयाचे शिल्लक होते. पाहावे की नको या विचारात त्यांची नजर समोरच्या घड्याळाकडे जात होती. तेवढ्यात माणगावकरांचा साहाय्यक येऊन गेला. त्यांचे एक मन उठण्याबाबत आग्रह करत होते.

अखेर त्यांनी शेवटचे ब्रीफ वाचावयास घेतले. वाचण्याच्या ओघात किती वेळ गेला समजले नाही. खूप उशीर झाला, तेव्हा माणगावकरांनी आवराआवर सुरू केली. टेबल घाईघाईने साफ करत ते उभे राहिले. त्यांनी गळ्याभोवतीचा टाय ठीक केला.

“नमस्कार साहेब!”

माणगावकरांनी दरवाजाकडे पाहिले.

“चंदू!”

तेलकट चेहऱ्यावर खुरट्या मिश्या! डोक्यावर विरळ परंतु काळे केस. पूर्वीपेक्षा खूपच खप्पड दिसणारा चेहरा. अंगात पांढरा सदरा, पांढरा लेंगा. चंदू सपकाळ समोर उभा होता, खूप वर्षांनी – किती वर्षांनी? माणगावकर आठवत होते, परंतु वर्षे लक्षात येत नव्हती.

चंदू खूपच कृश दिसत होता. तो पुढे आला. माणगावकरांची परवानगी न घेताच खुर्चीत बसला. त्याला सरळ हुसकावून लावायचा विचार माणगावकरांच्या मनात आला. बायको-मुलगी वाट पाहत होते. मनात घालमेल होत होती. चंदूला पाहून त्यांना उगाचच त्या वेळी तरी तो नकोसा वाटला.

“साहेब, तुमचं ऑफिस खरोखरच छान आहे. तुम्ही मोठे झालात. टेबलवरचं ब्रीफ, लॉ रिपोर्टची ही कपाटं, वातानुकूलित थंड हवा; खरंच साहेब, मला अभिमान वाटतो. मला बरं वाटलं.” चंदू सगळीकडे नजर फिरवत म्हणाला.

“चंदू, याला थोडाफार तूही कारण आहेस.”

चंदू ऐसपेस बसला. तो बहुधा थरथरत होता. दोन्ही हातांनी त्याने खुर्ची घट्ट पकडली होती.

“साहेब, तुम्ही मेहनती आहात. त्याचं चीज आहे हे. ”

चंदूचे बोलणे माणगावकरांना सुखावत होते; परंतु त्याच वेळी ते अस्वस्थही करत होते. कोठेतरी हे सर्व नकोसे वाटत होते. चंदूच बोलणे, बसणे, त्याचे पाहणे माणगावकरांना विषारी वाटत होते. का ते त्यांना कळत नव्हते.

“खूप दिवसांनी भेटतो आहेस. सध्या कुठं आहेस? काय करतोस?”

चंदू माणगावकरांच्या डोक्याच्या पलीकडे पाहत होता.

“इकडे -तिकडे.. नक्की असं काहीच नाही.”

माणगावकरांना वाईट वाटले.

“तू कुठेतरी स्थिर व्हायला हवं होतंस.”

“खरं आहे. सर्वांच्या नशिबात नसतं.”

माणगावकरांना काय बोलावे ते सुचत नव्हते. बायकोला भेटायला एक मन घाई करत होते; परंतु समोर चंदू बसला होता. विचारांची घालमेल होत होती. माणगावकर पूर्वायुष्यात मागे गेले. मागे गेले. खूप मागे गेले. एकदम आयुष्याच्या सुरुवातीला.

चंदू त्यांना अनेक केसेस पुरवत होता. रिकव्हरीच्या, भुरट्या चोरीच्या, कामगारांच्या, सोसायटीच्या. हळूहळू माणगावकरांचे न्यायालयातील प्रत्यक्ष केसेस

चालविण्यापेक्षा इतर केसेसवर जास्त लक्ष केंद्रित झाले. न्यायाधीशांशी सलगी वाढली.

त्यांनी फौजदारी केसेस स्वीकारायला सुरुवात केली. तोपर्यंत चंदूसारखे अनेक 'सुपारीवाले' माणगावकरांनी गोळा केले होते. केसेसचा ओघ वाढू लागला. कोणता न्यायाधीश 'मॅनेज' करता येण्यासारखा आहे ते पाहून माणगावकर कोर्टकेसेस हाताळू लागले. फौजदारी केसेसमध्ये जास्त लक्ष देऊ लागले.

कैद्यांना सोडविण्यासाठी प्रत्यक्ष केस लढविण्यापेक्षा न्यायालयातील आणि न्यायालयाबाहेरील लोकांना 'मॅनेज' करणे महत्त्वाचे होते. माणगावकर त्यात तयार झाले. चंदू त्यांच्याबरोबर होताच.

माणगावकर उच्च न्यायालयात आले. उच्च न्यायालयात वकिली व्यवसाय करण्याची त्यांची महत्त्वाकांक्षा होती. माणगावकरांनी सिनियर गाठला; परंतु त्यांना शिरकाव मिळेना. तेथील पारशी लॉबी, पंजाबी लॉबी, गुजराथी लॉबी, सिंधी लॉबी, मराठी लॉबी! व्यवसायाला जात होती, हे माणगावकरांना पटत नव्हते.

माणगावकर मेहनती होते. शेवटी त्यांना त्यांचाच जातवालाच भेटला. एकदम लंबू; रायगडचा सोनकोळी! माणगावकरांनी मेहनत करायला सुरुवात केली. वाकड्या पाऊलवाटेनं त्यांना मदत करणारी, केसेस आणून देणारी सुपारी कंपनीही तशीच तयार झाली.

माणगावकर ठरावीक केसेस स्वीकारत होते. बाकी इतर सहकाऱ्यांमार्फत केसेस चालवत होते. कमिशन ठरवून, ब्लॅकमेल, बेकायदा धमकी या गोष्टी त्यांच्या अंगवळणी पडत गेल्या. समोर चंदू बसला होता.

"काय काम काढलं?"

"एक केस घेऊन आलोय."

माणगावकरांनी घड्याळाकडे पाहिले. बायको वाट पाहत होती; परंतु समोर चंदू होता. 'चंदूची केस. नक्कीच खास केस!' माणगावकर खुर्चीत बसले.

"बोल!"

'नानावटी ॲण्ड असोसिएट' ही लॉ-फर्म आपल्या अशिलांना, अनेक कंपन्यांना वेगवेगळ्या सहकारी संस्थांचे, नोंदणीकृत केलेल्या संस्थांचे, जमिनीचे विक्रि-व्यवहार तसेच इतर कायदेशीर कागदपत्रांची योग्य शहानिशा करून प्रमाणित अहवाल सादर करण्याची कामे करत होती.

सन १९८० च्या दशकात बांधकामाकरता शासनाने कमाल जमीन धारणा कायद्याखाली राज्यातील, विशेषतः मुंबईतील शासनाच्या काही जागा कायद्याच्या नियंत्रणातून काढून टाकल्या. त्यामुळे अशा जागांवर बांधकामे करण्यास बांधकाम-उद्योगांना अधिक सुलभ झाले. विकासहक्काचे हस्तातंरण मिळवताना आणि

त्यानंतर बांधकाम विकताना लागणारी मुख्य कागदपत्रे म्हणजे जमिनीच्या मालकी हक्काची कागदपत्रे तयार करण्यासाठी चाळीस वर्षांपर्यंतचे मालकी हक्क कसे प्राप्त झाले, कसे हस्तांतरित झाले, कोणाकडून कोणाकडे गेले या सर्व बाबींचा विक्रीच्या करारातही याचा अंतर्भाव करावा लागत होता.

'नानावटी असोसिएट'ने काही वकिलांना या कामाकरता नियुक्त केले होते. त्यात जुने होते; नवीन होते. चंदूही या कामाकरता मदतनीस म्हणून काम करत होता.

जमाबंदी आयुक्ताच्या कार्यालयात धुळीत पडलेले रेकॉर्ड बाहेर काढून 'सर्च रिपोर्ट' तयार केले जात होते. काम रूक्ष, कंटाळवाणे होते. चंदूचे दारू पिणे त्यामुळे जास्त वाढले होते.

त्या दिवशी कंपनीच्या वकिलाने नवीन काम सुरू केले. वकील नवीन होता. काम होते मालाडच्या 'जेरबाई ट्रस्ट'च्या मालकीच्या जमिनीचा 'सर्च रिपोर्ट' तयार करण्याबाबत. 'जेरबाई ट्रस्ट'कडे या भागातील जवळपास सातशे एकर जमिनीचे 'पझेशन' होते.

कागदपत्रांतून असे दिसून येत होते की, ब्रिटिश काळात या ट्रस्टला मालाडची नदी आणि जवळच्या खेकडा तलावाच्या भागातील लीज मिळाले होते. हा ट्रस्ट नदीमध्ये व तलावात मासेमारी करणाऱ्या कोळ्यांकडून महसूल गोळा करत होता. तसेच या भागातील झाडे व इतर खनिजे म्हणजे वाळू, माती, विटा यांच्या उत्पादनावरील महसूल गोळा करत होता. शासनाला त्याबाबत फीही मिळत होती.

नदीमध्ये गाळ साचून आणि जंगलतोड होऊन नदी जवळपास नाहिशी झाली. खेकडा तलावाची अवस्था मासेमारी करण्याइतपतही उरली नाही. या भागातील झाडे कमी झाली. वाळू, माती काढण्याचे काम जवळपास बंद झाले. सरकारी महसूल जवळजवळ बंद झाला; परंतु 'जेरबाई'चे या भागातील हक्क अबाधित राहिले.

स्वातंत्र्य मिळण्यापूर्वी 'जेरबाई ट्रस्ट'ने काही छोटे-मोठे उद्योग सुरू केले. सिमेंट पाईप, यंत्रमाग, कपड्यांना रंग देण्याचे, कागदावरील प्रक्रियेचे उद्योग आणि इतर छोट्या कंपन्यांमुळे या भागावर 'जेरबाई'चे कायदेशीर हक्क आणखीन दृढ झाले. 'जेरबाई'ने कुंपण घालून ट्रस्टच्या नावाखाली जमीन ठेवण्याचा प्रयत्न चालू ठेवला होता.

सरकारने जमिनीवर बांधकामांना परवाना देण्यास सुरुवात केली, तेव्हा 'जेरबाई ट्रस्ट'नेही बांधकाम करण्यासाठी हालचाल सुरू केली. त्यांनी सुरू केलेले अनेक कारखाने जवळपास योग्य प्रकारे चालत नव्हते.

सन १९४० पासून जमिनीवरील 'जेरबाई ट्रस्ट'चे अधिकार स्पष्ट दिसत होते;

परंतु मासेमारीचे हक्क सन १९४१ च्या आसपास वैतीच्या नावावर होते. त्याबाबत एकच ठिकाणी नोंद होती.

'जेरबाई ट्रस्ट!' चंदू विचार करत होता.

सर्च रिपोर्टमध्ये सर्व माहिती आली; परंतु वैतीच्या नावावर मासेमारीचे हक्क होते ही बाब चंदूने रिपोर्टमध्ये येऊ दिली नाही.

मालाडला जाऊन चंदूने वैतीला शोधून काढले. मालाड परिसरातील जेरबाई ट्रस्टच्या पझेशनमधील जागा पाहिली. व्यवहार दोन हजार कोटी रुपयांचा होता.

जेरबाई ट्रस्टने प्रत्येक कोळ्यांची वैयक्तिक परवानगी घेण्यास सुरुवात केली होती. कायदेशीररित्या ट्रस्टने प्रत्येकाला फ्लॅट देऊ केला होता. ट्रस्टच्या मागे खासदार हरिहर होता.

माणगावकरांनी चंदूचे बोलणे ऐकून घेतले. चंदूकडे प्रश्नार्थक नजरेने पाहिले. चंदू माणगावकरांकडे पाहत होता.

"वैतीच्या वतीने ट्रस्टविरुद्ध आपण दावा दाखल करू."

"यामध्ये काय फरक पडणार आहे? त्यांनी वैतीलाही फ्लॅट देऊ केला आहे."

"वैतीच्या नावावर मासेमारीचे हक्क आहेत, ही बाब रिपोर्टमध्ये नाही. न्यायालयात आपण ती उघड करू. जेरबाई ट्रस्ट तडजोडीला येईल तेव्हा वैतीची किंमत वाढवू."

"ते लोक वैतीला मॅनेज करतील."

"मी आणखीन चौकशी करत आहे."

माणगावकरांना जेरबाईविरुद्ध खटला दाखल करणे, पुन्हा खासदार हरिहरविरुद्ध दोन हात करणे या गोष्टी आवडल्या नाहीत; परंतु मामला मोठा होता. चंदू म्हणत होता, त्याप्रमाणे प्रकरण तडजोडीवर आले असते, तर मोठी रक्कम मिळणार होती.

"तू त्या वैतीला घेऊन ये. त्याच्याशी बोलून याबाबत पुढे काय करायचे ते ठरवू."

"हरकत नाही. मी कधी घेऊन येऊ?"

"कधीही."

उशीर झाला होता. माणगावकरांची बायको वाट पाहत होती.

दोन दिवसांनी चंदू वैतीला घेऊन आला.

म्हादू वैती! वडाळ्याच्या कारखान्यात सिक्युरिटी गार्ड म्हणून कामाला होता. चंदूने त्याला बहुधा बरेच पढवलेले होते. त्याच्याशी बोलताना आणखीन एक बाब माणगावकरांच्या नजरेला आली. वैती मासेमारीचे हक्क अजूनही घेत होता; दर वर्षी.

‘‘मग हे तर कायदेशीर आहे. हे ‘जेरबाई ट्रस्ट’ला माहीत असेल. त्यांच्या रेकॉर्डवरच असणार.’’

‘‘वैतीचे हक्क कायमस्वरूपी नाहीत. तो दर वर्षी नूतनीकरण करून घेतो. हे हक्क इतरही कोळी घेऊ शकतात; परंतु हे हक्क इतरांच्या वतीनेही आहेत. सर्व जण हे हक्क आम्हाला नको असं म्हणाले आणि ‘जेरबाई’च्या प्रस्तावाला हो म्हटले, तर वैतीच्या म्हणण्याला फारसा अधिकार राहत नाही. संख्याबळ वैतीच्या विरोधात आहे.’’

‘‘मग वैतीच्या अधिकाराला फारसा अर्थ राहत नाही.’’ माणगावकर.

‘‘बरोबर आहे.’’

माणगावकर चंदूकडे पाहत होते. त्याच्या नजरेला वेगळेच काही दिसत होते.

‘‘ठीक आहे चंदू. म्हादू तयार असेल तर आपण दावा दाखल करू या. काय?’’

म्हादू वैती तयार झाला.

मुंबई उच्च न्यायालयात ‘म्हादू वैती विरुद्ध जेरबाई ट्रस्ट’ केस सुरू झाली.

■

पहाटेच्या अंधाऱ्या वातावरणात अनेक लोक ‘शिवाजी पार्क’भोवती चालण्याचा व्यायाम करत होते. काही जण मैदानात व्यायाम करत होते. माणगावकरांनी खाली मान घालून तिसरी फेरी चालू केली होती. घामाने अंगातील पांढरा टी शर्ट शरीराला चिकटला होता. बर्मुडा पँट आणि पायात स्पोर्ट्‌स शूज. डोक्यात अनेक ब्रीफ्स उड्या मारत होत्या. नवीन-नवीन विचार येत होते.

‘जेरबाई’ प्रकरणात यश मिळालं तर केवढा हात मारता येईल!’ सिमेंटच्या कठड्याकडे पाहतपाहत माणगावकर वेगाने चालत होते. श्वासोच्छ्वास वेगाने होत होता. शिवाजीच्या पुतळ्याजवळ भेटणारा तो जाड्या आता तिसऱ्या राऊंडला गणपतीच्या मंदिरामागे भेटत होता. त्यांचा चालण्याचा वेग जास्त झाला होता का तो जाड्या फारच हळू चालत होता? की राऊंड मोजण्यात काही चूक झाली होती?

माणगावकर मागे-पुढे पाहत होते. गर्दी वाढली होती. एक जण कानाला वॉकमन लावून चालत पुढे जात होता. माणगावकरांना त्याच्याकडे पाहून राग आला. पाचवी फेरी सुरू झाली. ‘आता शेवटची का एक अजून फेरी मारायची?’ माणगावकर स्वत:लाच विचारत होते. त्यांचे राऊंड ठरलेले नव्हते. माणगावकर

कधी कठड्यावर थांबत आणि पुन्हा फेरी मारत. आज कठड्यावर न बसता ते गणपतीमंदिरात आले. त्यांनी गणपतीच्या मंदिरातील घंटा वाजवली. तो आवाज मन शांत करणारा वाटत होता. गणपतीला नमस्कार करून ते बाहेर आले.

"गुड मॉर्निंग सर!"

माणगावकरांनी पाहिलं. निळी स्पोर्ट्स पँट, निळा टी शर्ट, खुरटी दाढी, सोनेरी काड्यांचा चष्मा, ओरिजिनल साईडचा सरकारी वकील समोर उभा होता. माणगावकर त्याला शिवाजी पार्कमध्ये प्रथमच पाहत होते.

माणगावकरांनी पायातील शूज काढले. उघड्या पायांनी ते हिरवळीवर चालू लागले. दोघे पावले जपून टाकत होते.

"काल लंचच्या वेळी मला निरोप मिळाला." माणगावकर बोलत होते. "पण सरकारी वकील येईल असं वाटलं नव्हतं."

"तुम्ही आम्हालाही पार्टी केलेलं आहे."

पायाने खालच्या छोट्या छोट्या दगडांना लाथ मारत तो म्हणाला.

"तुम्ही त्यांच्या वतीने तडजोड करायला आलात की काय?"

"नाय नाय!"

"म्हणजे?"

"सर! 'जेरबाई ट्रस्ट'ने जवळजवळ पूर्ण प्रकरण शेवटापर्यंत संपवलं आहे. न्यायालयात केस टाकून त्या बिचाऱ्या वैतीचे हाल होतील. ट्रस्टने देऊ केलेला फ्लॅट ही खूपच मोठी देणगी आहे. त्यावरच त्यानं समाधान मानावं."

"नाहीतर?"

"तुम्ही अगदीच एकेरीवर येता बुवा."

"आम्ही तर पिटीशन दाखल केलं आहे. मागे येण्याचा प्रश्न येत नाही."

"दर वर्षी मिळणारे टेंडरचे राईट्स केस जिंकू देणार नाहीत. वैतींना कायदेशीर कागदोपत्री हक्कच नाहीत."

"पिटीशन ॲडमिशनला आल्यानंतर याबाबत वादविवाद होईलच."

"मी आलो आहे ते फक्त पिटीशनबाबत नाही. या प्रकरणात खासदार हरिहरांना खास रस आहे. काहीही होवो, त्यांना हा प्रोजेक्ट पूर्ण करायचाच आहे."

माणगावकरांच्या मनात प्रथमच शंकेची पाल चुकचुकली.

"मीही कोळी आहे. खासदारांना कोळ्यांचे सर्व हक्क बाजूला करून प्रोजेक्ट करावयाचा आहे का?"

"कोळ्यांच्या हक्कांची तजवीज आम्ही करतोच आहोत."

"वर्षानुवर्षांचे हक्क फक्त एका फ्लॅटवर ?"

"हे हक्क नावापुरतेच आहेत. ट्रस्ट सर्वांनाच याचा लाभ देणार आहे.

कोणाला नाही म्हणणार नाही.''

''खासदारांच्या प्रोजेक्टला आपला विरोध राहील.''

''तुम्हा एकट्याचा विरोध यशस्वी होणार नाही. बाकी सर्वांनी ट्रस्टला होकार दिला आहे. बहुमत ट्रस्टच्या बाजूला आहे.''

''पिटीशन मागे घेतले जाणार नाही.''

''तुम्ही अगदी ठाम दिसता.''

''नक्कीच''

''तर मग..''

''गुड बाय!''

माणगावकरांचा त्या भेटीने सकाळीसकाळी मूड गेला. 'हरिहर या प्रकरणात म्हणजे प्रकरण राजकीयच!' हरिहरची राजकीय शक्ती एक मोठी ताकद होती.

हरिहर खासदार होता; पण हरिहरच्या पाठीशी काही गुंडांच्या टोळ्याही असल्याचीही कुजबुज होती. माणगावकरांना त्याचीच थोडी काळजी वाटत होती.

वैतीला हे समजलं असतं, तर कारखान्यातील सिक्युरिटी गार्डला सरळ करायला त्यांना वेळ लागणार नव्हता. माणगावकरांना वैतीची बाजू कमजोर वाटत होती.

माणगावकर सकाळी ऑफिसमध्ये लवकर आले. त्यांनी 'जेरबाई'चे ब्रीफ पुन्हा पाहिले. काही नोंदी केल्या आणि पुन्हा कपाटात ठेवले.

दिवसभराची ब्रीफ्स पाहायला सुरुवात केली. दिवसाचा बोर्ड पाहिला. माणगावकरांची दोनच प्रकरणे होती; परंतु फार उशिरा होती. येण्याची शक्यता कमी.

साहाय्यकाला बोलावून त्यांनी 'जेरबाई'च्या पिटीशनबाबत चौकशी केली. रजिस्टारने पिटीशन 'ओके' केले होते.

माणगावकरांनी दोन ज्युनियरना फक्त याच पिटिशनवर लक्ष ठेवण्याची सूचना दिली.

माणगावकर त्या दिवशी स्वत: मालाडला गेले. त्यांनी 'जेरबाई ट्रस्ट'ची जागा पाहिली. मालाड नदी, खेकडा-तलाव फिरून पाहिला. त्यांनी वैतीच्या घरी जाऊन त्याची भेटही घेतली.

रात्री माणगावकरांना घरी येण्यास उशीर झाला.

रात्री झोपेत माणगावकरांच्या डोक्यात हायकोर्टाचा भेटलेला सरकारी वकील, खासदार हरिहर, म्हादू वैती पिंगा घालत होते. माणगावकरांना रात्री मध्येच जाग आली. घड्याळाचा टकटक आवाज. शेजारी त्यांची बायको शांतपणे झोपली होती. डोळे सताड उघडे टाकून माणगावकर समोरच्या भिंतीवर पाहत होते. आपण 'जेरबाई-वैती' प्रकरण उगाचच मनाला लावून घेतो आहोत, असे त्यांना वाटत

होते; परंतु यश मिळाले तर माणगावकरांना मोठे घबाड डोळ्यांसमोर दिसत होते. 'फार काळजीपूर्वक राहायला हवे' असे पुन:पुन्हा वाटत होते.

■

माणगावकर हायकोर्टात सकाळी लवकर आले होते. त्या दिवशी त्यांची बरीच प्रकरणे बोर्डवर होती. माणगावकरांची घाई होणार होती. कोणत्या प्रकरणाकडे कोणी लक्ष द्यावयाचे याच्या सूचना माणगावकरांनी आपल्या नऊ ज्युनियरांना दिल्या. तीन प्रकरणात ज्युनियरच वेळ मागून घेणार होते. सहा प्रकरणांत फक्त कागदपत्रे सादर करावयाची होती, तरीही सुनावणीची प्रकरणे जास्त होती. मात्र सगळे वेळापत्रक एका प्रकरणामुळे गोंधळून जात होते. त्या प्रकरणात शपथपत्र दाखल करण्यास उशीर झाला होता. कोर्टाने वेळ वाढवून दिला होता, तरीही शपथपत्र दाखल झाले नव्हते. असे पूर्वी कधी झाले नव्हते. त्या 'जेरबाई' प्रकरणामुळे इतर केसेसमधील लहानसहान आदेशाकडे माणगावकरांकडून बारकाईने लक्ष दिले जात नव्हते. कोर्टाने शपथपत्र दाखल करण्याची एकच आठवड्याची मुदतवाढ दिली होती; परंतु तीन हजारांचा दंड भरूनच!

माणगावकर पुन्हा फसले. ज्युनियरने ब्रीफमध्ये न्यायालयीन आदेश नीट लिहून घेतला नाही. त्यामुळे दंड कोठे भरावयाचा लक्षात येईना. सर्वसाधारणपणे दंड एकतर विरुद्ध पक्षाला देण्याचे किंवा न्यायालयात डिपॉझिट म्हणून जमा करण्याचे किंवा 'लोक अदालत'मध्ये जमा करण्याचे आदेश होते. 'लोक अदालत'मधील दंड धर्मादाय कारणाकरता होता. याचा वापर 'लोक अदालत'मधील कामकाजाकरता होत होता. माणगावकरांनी कारकुनाला कोर्टाचे कागदपत्र शोधण्यास पाठविले. वेळ जात होता. पेपर्स मिळत नव्हते. बारा वाजायला आले होते. शेवटी एकदाचे पेपर्स मिळाले. दंड 'लोक अदालत'मध्ये भरण्याबाबत आदेश होता. कारकून 'लोक अदालत'मध्ये पैसे भरण्यासाठी धावला. माणगावकर बाररूममध्ये थोडे स्थिरावले. त्यांनी चहा पिण्यास सुरुवात केली. निम्मा कप प्यायले असतील तेवढ्यात ज्युनियर धावत आला. कोर्ट रूम नंबर तेरा मध्ये 'जेरबाई' प्रकरण ॲडमिशनच्या सुनावणीसाठी चौदा क्रमांकावर येणार होते. कोर्टासमोर बाराव्या प्रकरणावर सुनावणी सुरू होती.

माणगावकर घाईघाईने कोर्टात आले. अंगावरील काळा झगा सावरत चेहऱ्यावरील घाम टिपत ते काळ्या बाकड्यावर बसले. समोर न्यायमूर्तींना पाहून त्यांनी हसून अभिवादन केले. वकिलाचा वेष काळा, झगा काळा, इमारतीचा दगड काळा, माणगावकरांच्या डोक्यावरील पंखा काळा! प्रत्येकाच्या डोक्यात एकच विचार –

शह-काटशह.

मायो रोडवरील वाहनांचा अधूनमधून आवाज येत होता. रस्त्यापलीकडील मुंबईच्या प्रसिद्ध ओव्हल मैदानावरील थंड हवा दगडी इमारतीमधील क्लिष्ट वातावरणाला थंडावा देत होती. इमारतींचा वास्तुविशारद ब्रिटिशांचा दरबारी वास्तुविशारद होता. कर्नल जॉन फुल्लर! जर्मनीमध्ये फिरता फिरता त्याने अनेक सरदारांच्या गढी, किल्ले पाहिले होते. जर्मन सरदारांची गढी, किल्ले हे त्या-त्या भागावरील त्यांची हुकुमत, जरब आणि दरारा यांची निशाणी होती. सर्वसामान्यांनी लांबूनच पाहण्याची; जवळ न जाण्याची! काळ्या पाषाणातील युरोपमधल्या त्या इमारतींच्या धर्तीवरच मुंबई उच्च न्यायालयाची इमारत उभारली होती. गढीप्रमाणे बाहेरून पाहणाऱ्या सर्वसामान्यांना त्या इमारतीच्या काळ्या भव्यतेपेक्षा गूढ भव्यतेचे आकर्षण जास्त वाटत होते. ब्रिटिश पद्धतीवर आधारित न्यायदानाची प्रक्रियाही सामान्य लोकांसाठी गूढ आणि भीतिदायक होती. या न्यायप्रक्रियेत किती कुटुंबे उद्‌ध्वस्त झाली, किती देशोधडीला लागली, कोणास ठाऊक? इमारत मात्र तशीच उभी होती. खोलीतील थंड हवेचा परिणाम काही वकिलांवर होत होता. झोप येत होती. माणगावकर न्यायाधीशांच्या पाठीमागील दरवाजाबाहेरील झगझगीत प्रकाशाकडे पाहत होते. माणगावकर तणावाखाली येत होते.

'जेरबाई ट्रस्ट'चे प्रकरण पुकारले.

माणगावकर उभे राहिले. 'जेरबाई ट्रस्ट'चे वकील देसाईही उभे राहिले. माणगावकरांशी देसाईंनीही याप्रकरणी चर्चा केली होती. देसाईंनीही प्रकरण मागे घेण्याबाबत सांगितले होते; परंतु माणगावकरांनी त्याला नकार दिला होता.

न्यायाधीशांनी मानेने होकार दिला. माणगावकर बोलू लागले. मालाड नदी आणि खेकडा तलाव या परिसरातील जमिनीच्या हक्कांबाबत कोळ्यांच्या रूढीने प्राप्त हक्काबाबत माणगावकर बोलत होते. त्यांनी मालाडच्या वैतींचे मासेमारीचे परंपरागत हक्क, कोळी लोक अनेक वर्षे करत असलेली मासेमारी हा परंपरागत हक्क आहे, हे सांगताना वैती दर वर्षी मासेमारीचे हक्क कायदेशीररित्या प्राप्त करून घेतात हेही सांगितले. 'जेरबाई ट्रस्ट'ला मालाडच्या नदीभोवतालचे आणि खेकडा तलावाभोवतालचे हक्क हे लीजवर कायदेशीर मिळालेले असले, तरी कोळ्यांचे मासेमारीचे हक्क अनेक वर्षांचे आणि परंपरागत होते. रूढीनुसार मिळालेले हक्क सिद्ध करता येत नसले, तरी ते चिरभोग आहेत. सुविधाधिकार कायद्याखाली (Easement Act) ते एका पिढीकडून दुसऱ्या पिढीकडे वारसा हक्काने आलेले आहेत. हे हक्क सर्व कोळी बांधवांचे आहेत. वैतीचा अर्ज सर्व कोळी बांधवांकरता आहे. माणगावकरांनी आपली बाजू मांडली.

ॲडव्होकेट देसाईंनी जेरबाई ट्रस्टची बाजू मांडताना सांगितले की, मालाड नदी

आणि खेकडा तलावाचे सर्व हक्क कायदेशीररित्या लीज हक्काचे असून कोळी लोकांना त्यांचे मासेमारीचे हक्क उपभोगण्याकरता नदी वा खेकडा तलाव योग्य नाही. वैती सर्व कोळ्यांचे हक्क सांगत नसून ते फक्त वैयक्तिक हक्क सांगत आहेत. सर्व कोळ्यांनी 'जेरबाई ट्रस्ट'च्या मालकी हक्काला संमती दिली आहे. त्यांनी त्याबाबत सर्व कोळ्यांचे अधिकारपत्रही न्यायालयाला सादर केले.

न्यायालयाने दोन्ही बाजूंनी सादर केलेले आधारभूत न्यायालयीन निर्णय पाहिले. 'जेरबाई ट्रस्ट'चे लीजवरचे मालकी हक्क पाहता कोळ्यांचे मासेमारीचे हक्क मान्य करणे म्हणजे 'जेरबाई ट्रस्ट'ला त्यांच्या संपत्तीचा उपभोग घेण्याच्या अधिकाराला नकार देण्यासारखे होते. न्यायालयाने हा प्रश्न उपस्थित केला.

माणगावकरांनी मासेमारीच्या हक्काबाबत पुन्हा ठोस प्रतिपादन केले. कोळ्यांची आर्थिक, सामाजिक परिस्थिती याबाबतही विवेचन दिले; परंतु न्यायालयाचा कल 'जेरबाई ट्रस्ट'च्या मालकी हक्काबाबत दिसून येत होता.

याच वेळी न्यायालयात घाईघाईने एक व्यक्ती आली. माणगावकर आणि देसाई न्यायाधीशांकडे पाहत होते. त्यामुळे त्या दोघांचे लक्ष तिच्याकडे नव्हते. दोघे न्यायाधीश मात्र तिच्याकडे पाहत होते.

ॲडव्होकेट मदान पुढे आले.

'जेरबाई ट्रस्ट'च्या न्यायालयीन प्रकरणात पर्यावरण कृतिसमितीमार्फत संलग्न होण्याकरता मदान उभे राहिले. मदान डॉक्टर कटियार यांचे वकील म्हणून उभे होते. डॉक्टर कटियार पर्यावरणामधील एक दादा व्यक्ती होती. त्यांनी ज्या-ज्या प्रकरणात भाग घेतला होता, त्या प्रकरणाला किती महत्त्व आहे किंवा त्यात कायदेशीर मुद्दा कितपत आहे याला महत्त्वच राहत नव्हते. निव्वळ डॉक्टर त्या प्रकरणात आहेत म्हणून प्रकरण सुनावणीसाठी दाखल केले जात होते. न्यायाधीश फारसे आढेवेढे घेत नसत. बऱ्याच वेळा इतर वकील नाराजी व्यक्त करत; परंतु पर्यावरणाच्या विषयावरून वृत्तपत्रात उलटसुलट अभिप्राय येऊ नयेत, पर्यावरणाकडे शासन, न्यायसंस्था लक्ष देत नाहीत असे चित्र तयार होऊ नये या निव्वळ एका कारणापायी कधीकधी कायद्याशी संबंध नसतानाही प्रकरणे सुनावणीसाठी ठेवली जात होती.

ॲडव्होकेट मदान समोर उभे होते. प्रकरण गंभीर होत होते.

मदान यांनी काही दिवस उच्च न्यायालयाचे न्यायमूर्ती म्हणून काम पाहिले होते. कायदेशीर मुदत संपण्यापूर्वीच त्यांनी राजीनामा दिला होता. अन्यथा त्यांना मुंबई उच्च न्यायालयात वकिलीचा व्यवसाय करता आला नसता. मदान आता ॲडव्होकेटच्या भूमिकेत आपल्या सहकाऱ्यांसमोर उभे होते.

मदान यांनी पर्यावरण कृतिसमितीच्या वतीने सुनावणीत भाग घेताना खुलासा

केला. मालाड नदी आणि खेकडा तलाव या दोन्हींचे पर्यावरणातील महत्त्व सांगताना दोन्ही ठिकाणे कवचधारी मत्स्य आणि समुद्रातील मासे यांचे बीजस्थान होती, हा मुद्दा पुढे आला. या गोष्टीमुळे तसेच समुद्राच्या काठावरील खारफुटीमुळे समुद्रजीवांना मिळणारा ऑक्सिजन महत्त्वाचा होता. परंतु खारफुटीचे नष्ट होणारे जंगल आणि 'जेरबाई ट्रस्ट'च्या औद्योगिक वसाहती यांमुळे मालाड व त्याभोवतालच्या समुद्राच्या परिसराच्या पर्यावरणाचे संतुलन बिघडत होते. औद्योगिक वसाहतीमुळे समुद्रजीवन बिघडले होतेच; परंतु पाण्यात सोडण्यात येणाऱ्या कारखान्याच्या दूषित मळीमुळे (इफ्फ्युलंट) लोकांना मिळणारे पाणीही दूषित झाले होते. अनेक विहिरींतील पाणी दूषित झाले होते. लोकांच्या आरोग्यावरही त्याचा विपरीत परिणाम झाला होता. काही वर्षांपूर्वी आलेल्या मालाड-तापाच्या साथीचे विस्तृत वर्णन मदान यांनी केले. पर्यावरणामुळे फक्त कोळीच नव्हे, तर मालाड परिसरातील सर्वच जीवनमान धोक्यात आल्याचे त्यांनी ठासून सांगितले.

'जेरबाई ट्रस्ट' आणि कोळ्यांच्या मालकी हक्काबाबत चाललेल्या या वादातील प्रकरणात मदान यांच्या पर्यावरणाच्या याचिकेमुळे न्यायालयीन चर्चेला वेगळे वळण लागले.

दोन्ही न्यायमूर्ती 'जेरबाई ट्रस्ट'चा मालकी हक्क मान्य करून कोळ्यांच्या मासेमारीच्या हक्कास नकार देण्याच्या निर्णयाप्रत आले होते, परंतु मदान यांच्या प्रतिपादनामुळे प्रश्नांची गुंतागुंत वाढली. प्रश्न संपूर्णपणे सार्वजनिक जीवनाशी निगडित झाला. दोघा न्यायाधीशांनी एकमेकांशी चर्चा केली. त्यांना या प्रकरणात जास्त पुढे जावयाचे नव्हते. प्रकरण दाखल करण्यात आले. सुनावणीकरता न्यायालयाच्या कारकुनाला आदेश देण्यात आले.

कारकुनाने पुढचे प्रकरण सुनावणीकरता पुकारले.

मदान यांचे आभार मानून माणगावकर बाहेर आले. देसाईंच्या चेहऱ्यावर नाराजी दिसून येत होती. पाठीमागे उभे असलेले 'जेरबाई'चे काही लोक घाईघाईने बाहेर पडत होते.

■

पाली हिलवरील बँड स्टॅण्ड. भोवताली काळा खडक-कपारी होती. पाली हिलवरून खाली आल्यानंतर मोठे वळण घेत खारदांड्याकडे जाणाऱ्या रस्त्याला लागून काळी खडक-कपारी होती. समुद्राच्या खाऱ्या पाण्याच्या वासाबरोबर मासळीचा विशिष्ट वास किनाऱ्याला होता. काळ्या कपारीवरती समुद्राच्या खाऱ्या पाण्याच्या लाटा ओहोटी-भरतीचा अविष्कार दाखवत आदळत होत्या; फेसाळत होत्या.

पांढऱ्या शुभ्र पाण्याच्या कारंज्या काळ्या-कपारीवर मनोहरी दिसत होत्या.

परंतु कपारीवर फक्त पांढऱ्या शुभ्र लाटाच येत नव्हत्या. शहरातील अनेक रंगीबेरंगी पाखरे इतस्ततः येत होती; अनेक तारुण्यसुलभ मने एकत्र येत होती. वचनबद्ध होत होती; अनेक मने फुटत होती, तुकडे होत होते; आजन्म वैरी होत होती. काळ्या कपारीवर त्याचा काही परिणाम होत नव्हता. ना वाईट ना चांगला. लाटा आपटत होत्या, फुटत होत्या, तुषार उडत होते.

माणगावकरांनी आपली गाडी हिल रोडवरून बँड स्टॅण्डकडे घेतली. संध्याकाळ व्हायला आली होती. बँड स्टॅण्डवर माणगावकर खूप दिवसांनी येत होते. माणगावकर एकटेच होते. गाडी पार्क करून ते समुद्राच्या दिशेने चालू लागले. सूर्य मावळतीला जात होता. लालभडक होत होता. समुद्राचे पाणी सोनेरी लाटांमध्ये चमकत होते. अजून अंधार पडायला सुरुवात झाली नव्हती; परंतु काही प्रेमी युगले हातात हात घालून, काही कमरेभोवती हात ठेवत काळ्या कपारीवर जात होते. खेकड्याप्रमाणे दबकत-दबकत, आपली ओळख पटू न देण्याची काळजी घेत कपारीच्या खोबणीत आडोसा पकडून, समुद्राकडे तोंड करून ठाण मांडून बसत. संध्याकाळच्या त्या हवेत काहींचे दुपट्टे फडफडत होते, काहींच्या साड्यांचे पदर! एकमेकांना सांभाळत ते कपारीवर बसत होते. चणावाला, भेळपुरीवाला, खाद्यपदार्थ–विक्रते आपल्या टोपल्या सांभाळत फिरत होते. आंबटशौकीन लोक प्रेमीयुगुलांकडे चोरट्या नजरेने, तर काही वासनेखोर नजरेने, निर्लज्जपणे पाहत फिरत होते. फिरायला येणारे अनेक लोक होते. तरुण होते, मध्यम वयातील होते, म्हातारे होते, लहान मुले होती. बँड स्टॅण्ड लोकांच्या गर्दीने फुलून गेला होता. माणगावकरांनाही प्रेमिकांकडे असेच चोरून पाहावे वाटले. माणगावकर स्वतःशीच हसले. बरोबर बायको नव्हती. मुलगीही नव्हती. माणगावकरांनी घड्याळाकडे पाहिले. त्यांनी हॉटेल ते समुद्रावरच्या पायऱ्यांपर्यंत दोन फेऱ्या मारल्या. थोडा वेळ ते दगडी पायऱ्यांवर बसले. त्यांनी पुन्हा घड्याळाकडे पाहिले. एक मन म्हणत होते, नको जायला; परंतु जाण्याचा ओढा वाढत होता.

'माणगावकर गाडीत बसले. भविष्यातील घटनांचा थोडा जरी वेध घेता आला असता, तर आयुष्याची एवढी घालमेल झाली नसती. आयुष्य खूप सोपे झाले असते; तणावमुक्त! परंतु नशिबाचा खेळ काही चुकवता येत नाही.' माणगावकरांना पुनःपुन्हा पूर्वीचे दिवस आठवत होते. संध्याकाळच्या त्या शांत वातावरणात त्यांनी आयुष्यात बरीच प्रगती केली. स्थिरस्थावर झाले होते. त्यांच्या मनात विचार येत होते.

'परंतु हे 'जेरबाई' प्रकरण! छे!' कधीकधी उगाचच डोक्यात भीती साचत होती. माणगावकरांना पूर्वी कधी असे झाले नव्हते. अनेक खुनाची प्रकरणे, गुंतागुंतीची प्रकरणे हाताळतानाही त्यांनी कधी भीड बाळगली नव्हती. माणगावकरांनी

निर्भीडपणे वकिलीची हुकमत दाखवली होती; परंतु आता त्यांना मनावर तणावच वाटत होता.

कोठेतरी याचा चटकन विराम व्हावा, असे त्यांना वाटत होते.

कारण कळत नव्हतं.

माणगावकरांची गाडी 'पाली हिल'वरून खाली येत होती.

अंधार पडत होता. रस्त्यावरील आणि आजूबाजूच्या इमारतींमधील दिवे प्रखर होत होते. थंडगार हवा माणगावकरांच्या चेहऱ्यावर आणि डोक्यावरील टकलावर येऊन आदळत होती.

खारदांड्याच्या अलीकडे समुद्राला लागूनच ती इमारत होती. इमारतीच्या बांधकामाने सागरी किनाऱ्यावरील बांधकामाबाबतचे, 'सीआरझेड'चे सर्व नियम धाब्यावर बसविले होते. इमारत वरून दिसायला खास नव्हती. रस्त्यावरील भल्या मोठ्या कंपाऊंडमुळे आतील इमारतीचा अंदाज येत नव्हता.

त्या इमारतीमध्ये पंचतारांकित हॉटेलमधील सर्व सुविधा होत्या, परंतु ते पंचतारांकित हॉटेल नव्हते. त्या इमारतीत हेल्थ क्लबच्या सर्व सुविधा होत्या, परंतु तो हेल्थ क्लब नव्हता. त्या इमारतीत स्पोर्ट्स क्लबच्या सर्व सुविधा होत्या, परंतु तो स्पोर्ट्स क्लब नव्हता. त्या इमारतीत बॉलीवुडच्या स्टुडिओमधील सुविधा होत्या, परंतु तो स्टुडिओ नव्हता. त्या इमारतीचे वैशिष्ट्य म्हणजे बाहेरून कोणत्याही गोष्टी नीट किंवा स्पष्टपणे पाहता येत नव्हत्या.

माणगावकरांची गाडी फाटकापाशी आली; फाटक उघडले. त्यांची गाडी कोणीही अडवली नाही. कोणीही पुढे येऊन चौकशी केली नाही. एकच वॉचमन उभा होता. त्याने मूकपणे गाडी कोठे न्यायची ते बोटाने दाखविले.

मोठ्या हिरव्यागार लॉनला वळसा घालून गाडी इमारतीच्या दारात घेतली. पांढऱ्या शुभ्र खास वेषातील एक व्यक्ती पुढे आली. ती माणगावकरांची वाटच पाहत होती. तिने दरवाजा उघडून माणगावकरांना बाहेर येण्यास मदत केली.

माणगावकर आत आले. त्यांना एका बाजूच्या जिन्याने वर नेण्यात आले. लालभडक गालिचा कॉरिडॉरमध्ये होता. माणगावकरांना गालिच्यावरून चालताना अडखळल्यागत होत होते. दोन्ही बाजूला पिवळसर तपकिरी रंगाच्या वॉल-टू-वॉल महोगनी फर्निचरच्या भिंती होत्या. दोन्ही बाजूला खोल्या दिसून येत होत्या. शेवटच्या खोलीसमोर माणगावकर उभे राहिले. बरोबरच्या व्यक्तीने बेल वाजवली आणि दरवाजाला आडवा असलेला चंदेरी दांडा हळूवारपणे ढकलून उघडला. ती व्यक्ती आत गेली नाही. माणगावकर आत गेले. ती खास डायनिंग रूम होती.

'जेरबाई ट्रस्ट'चे वकील देसाई होते. दोन 'जेरबाई ट्रस्ट'चे प्रतिनिधी होते. आणखीन एक व्यक्ती होती. हायकोर्टात त्या व्यक्तीला खूप वेळा माणगावकरांनी

पाहिले होते; परंतु हायकोर्टातील कोणत्याही प्रकरणात वकिलीकरता ती कधी उभी राहिली नव्हती.

देसाई वकील उभे राहिले.

"या मि. माणगावकर, वेलकम!"

माणगावकरांनी पुढे होऊन देसाई यांचे हात हातात घेतले.

"गुड इव्हिनिंग!"

माणगावकरांनी खाली बसण्यापूर्वी देसाईंनी त्यांची इतरांशी ओळख करून दिली.

"हे 'जेरबाई ट्रस्ट'चे मि.मल्कानी! हे मि. टोपीवाला."

दोघेही 'जेरबाई'चे प्रतिनिधी होते. त्यांची ओळख फक्त नावानेच करून दिली. त्यांचा ट्रस्टमधील दर्जा स्पष्ट झाला नाही. माणगावकरांना घाई नव्हती. मल्कानी सडपातळ शरीराची व्यक्ती होती. हसताना सोन्याचा एक दात चमकून जात होता. अर्धवट पांढरे केस कितीही विंचरण्याचा प्रयत्न केला, तरी नीट बसणारे नव्हते. काही केस कपाळावर येत होते. मल्कानींचा हात केस मागे करण्याकरता पुन:पुन्हा डोक्यावर जात होता. टोपीवाला वयाने बरेच वयस्कर वाटत होते. जुन्या वळणाची व्यक्ती वाटत होती. डोक्यावर खास पारशी टोपी, चेहऱ्यावर डाग होते. माणगावकरांना प्रथमदर्शनी ती व्यक्ती आवडली नाही. खूपच पाताळयंत्री वाटत होती.

"हे मि.जेटवा. यांना तुम्ही बऱ्याच वेळा हायकोर्टात पाहिले असेल."

माणगावकरांनी मानेनेच होय म्हटले आणि एक स्मितहास्य करून ओळख दिली.

जेटवा थुलथुलीत शरीराचा होता. शरीरावरील चरबी दिसेल तिकडे जाण्याचा प्रयत्न करत होती. अंगातील कपडे घट्ट आणि वेडेवाकडे दिसत होते. मात्र जेटवा एकच व्यक्ती त्या रूममध्ये होती, जिने टाय बांधला होता. टाय नीटनेटका आणि व्यवस्थित होता. परंतु गळ्याभोवती इतकी चरबी होती की, फक्त छातीवरील टायच दिसत होता. जेटवाचा चेहरा गुबगुबीत होता. केस बारीक होते.

एकंदर बोलण्याची सूत्रे देसाईच सांभाळत होते.

माणगावकर आता त्यांचे मुख्य आकर्षण होते. माणगावकर त्यांच्या गुहेत होते.

"आमचे चीफ एक्झिक्युटिव्ह अजूनही आलेले नाहीत. थोड्या वेळापूर्वी त्यांचा निरोप आला होता. थोड्या वेळातच ते येतायत. आपण तोपर्यंत थोडे रिलॅक्स होऊया." देसाईंनी माणगावकरांकडे होकाराकरता पाहिले.

माणगावकरांनी मानेनेच होकार दिला.

त्या खोलीतील जेवणाचे टेबल मोठे होते. त्या चौघांकरता चार खुर्च्या होत्या.

त्याशिवाय एक खुर्ची जादा होती. रूममध्ये वातानुकूलित यंत्रणा होती; परंतु त्यापेक्षा गमतीचा भाग म्हणजे अरेबियन समुद्राच्या लाटा अगदी जेवणाच्या टेबलापर्यंत येत होत्या. मध्ये फक्त एक जाडजूड पारदर्शक काच होती. नजर दूरवर समुद्रावर जात होती. लाल रंगात कोळ्यांच्या काही होड्यांचे दिवे लुकलुकत होते. समोर फेसाळणारा समुद्र; दोन्ही बाजूला लालसर काच होती; अगदी जमिनीपासून छतापर्यंत. एका बाजूला लंबगोलाकारात स्विमिंग पूल होता. पाण्यात काही तरुण मुली पोहत होत्या. काही काठावर बसल्या होत्या. त्या सर्व जणी फक्त एक चिंचोळी निकर घालून होत्या. टॉपलेस होत्या. त्यांचे उरोज पाहणाऱ्याच्या मनाची चलबिचल वाढवणाऱ्या होत्या. काही बी ग्रेड सिनेमामध्ये काम करणाऱ्या होत्या. काही फॅशन शोमधील मॉडेल होत्या. समोर समुद्र, एका बाजूला स्विमिंग पूल, दुसऱ्या बाजूला रिकामी बेडरुम.

संपूर्ण खोली गुलाबी होती.

माणगावकरांची छाती धडधडू लागली.

सर्व जण खुर्चीत बसले.

ती आत आली. फक्त चिंचोळी निकर. हातात विदेशी मद्याची बाटली. माणगावकरांना अवघडल्यासारखे झाले.

युरोपियन देशातील टॉपलेस बारमधील सुविधा होती. भारतात असा प्रकार बहुधा कोठेच नव्हता. तिच्या चेहऱ्यावरून ती कोणत्या भागातील आहे याचा अंदाज येत नव्हता.

''बी रिलॅक्स, मि.माणगावकर.''

देसाईंनी त्यांचा हात दाबत म्हटले. माणगावकर चूप बसले.

मद्याचे ग्लास भरण्यात येत होते. त्याच वेळी आणखीन एक टॉपलेस आत आली. भरगच्च शरीराची; पुष्ट मांड्या-नितंब-उरोज! माणगावकरांची नजर सैरभैर होऊ लागली. खाद्यपदार्थ ठेवण्यात येत होते. ड्रायफूट्स, खारवलेले काजू, शेंगदाणे, चणे, रेशमी कबाब, चिकनचे ड्राय रोस्टेड पदार्थ! टेबल आत्तापर्यंत मोठे वाटत होते. पदार्थ जसजसे येऊ लागले, तसतसे टेबल लहान दिसू लागले.

चेहऱ्यावर स्मितहास्य आणि मद्याचे राऊंड वाढू लागले. माणगावकर ड्रिंकच्या बाबत अत्यंत काटेकोर होते. तिसऱ्या राऊंडला त्यांनी आवरते घेतले. त्यांना आग्रह करण्यात आला नाही. आता टेबलावर वेगवेगळ्या फिशचे आयटम येऊ लागले होते. माणगावकर कोळी असूनही लॉबस्टर आणि प्रॉन्सचे मोठाले आकार पाहून खूश झाले.

मद्याचे राऊंड संपत असतानाच जेरबाई ट्रस्टचे एक्झिक्युटिव्ह आत आले. तो खरोखरच एक्झिक्युटिव्हप्रमाणे होता. पूर्ण पार्टी सूटमध्ये! एकदम तरुण; सिनेमातील

हिरोप्रमाणे. त्याने हसून अभिवादन केले. माणगावकरांनी खुर्चीत थोडेसे उठत त्याला अभिवादन केले.

''आमचं हे जेवण तुम्हाला पसंत पडलं असावं. काही कमी-जास्त नाही ना?'' त्याचा आवाज एकदम मृदू होता.

''नो! जेवण छान आहे. आय लाईक इट.''

''थँक्स.''

त्या हिरोने आपल्याकरता मद्य मागितले आणि नाजूकपणे पिऊ लागला.

शेवटचा आयटम खास लखनौ पद्धतीची, मसालेदार बनवलेली मटण बिर्याणी होती.

माणगावकरांचे पोट गच्च भरले. शेवटी बोर-आईस्क्रीम माणगावकरांना अतिच झाले.

टेबल साफ करण्यात आले. सर्व जण रिलॅक्स झाले.

तो चिकना हिरो आता खास क्युबन चिरुट ओढत होता. सर्व जण सुस्तावल्यासारखे झाले होते. शेजारी बसलेल्या टॉपलेसची घसट जास्तच वाढू लागली होती. मद्याचा कैफ आणि मदिराक्षीचा झटका माणगावकरांना स्वत:ला सांभाळणे कठीण होत होते.

पाठीमागून कोणीतरी बोलत होते. देसाई उठले होते. बरोबरच्या मुलीच्या कमरेभोवती हात घालत ते माणगावकरांना म्हणत होते, ''बरोबरच्या बटरफ्लायला घेऊन हवं तर शेजारी खोलीत जाता येईल.'' असं सांगून देसाई निघून गेले.

माणगावकरांनी उत्तर दिले नाही.

शेजारी बसलेली मुलगी माणगावकरांकडून प्रतिसादाची अपेक्षा करत होती. माणगावकरांनी प्रतिसाद दिला नाही. ती नाराजीने निघून गेली.

खोलीत प्रकाश प्रखर झाला. खोलीत फक्त तो हिरो आणि माणगावकर होते. पन्नालाल बोलणी करण्यास सज्ज होता.

धंद्याची गोष्ट सुरू झाली.

दोघे कॉन्फरन्स रूममध्ये आले.

''मि.माणगावकर, मी नशीबवान आहे म्हणून मला सर्व काही मिळालं. आमच्या पूर्वजांनी अनेक ठिकाणी जमिनी घेऊन ठेवल्या. अनेक कंपन्यामध्ये गुंतवणूक करून ठेवली. आज आम्ही फक्त सांभाळतो आहोत. आम्ही आमच्या घराण्यात जन्माला आलो, हा एक अपघात होता. म्हणून आम्हाला हे वैभव मिळालं. आमचे स्वत:चे कष्ट, मेहनत काहीच नाही.

''या इमारतीचं वैशिष्ट्य म्हणजे काही मोजक्या लोकांनाच इथे सुविधा दिली जाते. इथले भाडे प्रतिताशी आकारले जाते. भाडे लाखाच्या वर आहे. ही इमारत

आठवड्यातले दोन दिवस बुधवार आणि शुक्रवार या दिवशीच भाड्याने घेता येते.''

''कारण?''

''सुरक्षितता आणि गुप्तता. एका आठवड्यात दोन व्यक्तींना भाड्याने घेता येत नाही.''

''इमारत कुणा एकाच्या मालकीची आहे?''

''नाही.''

पन्नालाल अधिक बोलू इच्छित नव्हता. त्याचा चिरुटाचा धूर वाढत होता. त्याने माणगावकरांकडे रोखून पाहिले.

''तुम्ही अत्यंत मेहनत घेऊन प्रॅक्टिस वाढवलीत. कोळी लोकांमधील क्वचित आढळणारी व्यक्ती मोठ्या ठिकाणी आहे. तुमचे संबंध अनेक ठिकाणी आहेत; परंतु आमच्या या प्रकरणात तुमचा हस्तक्षेप जास्त होतो आहे.''

''मी माझ्या अशिलाचे आणि आमच्या समाजाचेही हित सांभाळतो आहे. आणि आमच्या समाजाचेही.''

''तुमचा समाज?'' पन्नालाल रोखून म्हणाला. ''कोणता समाज? सर्व जण आमच्याच बाजूला आहेत. त्यांनी होकारही दिला आहे.''

''त्यांना त्यांचं हित समजत नाही.''

''मि. माणगावकर, हा सर्व पैशाचा खेळ आहे. समाजाचं हित बाजूला ठेवा. तुमची किंमत?''

''ही धमकी समजायची का?''

''नाही. ऑफर!''

''तुम्ही संपूर्ण समाजाची किंमत ठरवणार आहात का?''

''मी मघाशीच म्हटलं, समाजाचं हित बाजूला ठेवा. तुमची किंमत सांगा?''

''समाजाचं हित बाजूला ठेवून किंमत करता येणार नाही.''

''मला वाटतं, आपली चर्चा थोडी बाजूला जाते आहे. आपलं याबाबत मत स्पष्ट करावं. तुम्ही आमच्या ऑफरवर चर्चा करावयाला तयार असाल तर पुढचं बोलू.'' मद्य आणि मदिराक्षीचा कैफ माणगावकरांच्या डोक्यातून खाली उतरू लागला होता. माणगावकर शुद्धीवर येत होते.

''तुमच्या प्रोजेक्टच्या ५ टक्के रक्कम.'' माणगावकरांनी आपला होकार कळविला.

''५ टक्के हे तर अतिच आहे. एक व्यक्तीने एवढी किंमत मागणं व्यवहार्य नाही.''

''तुमचा प्रोजेक्ट, आमचं कोर्ट-प्रकरण हे सर्व अव्यवहार्य आहे. यावर तुम्हीच विचार करा.''

''ठीक आहे. आम्ही विचार करू. तुम्हाला जरूर कळवू. या सर्व प्रकरणातल्या

आमच्याबरोबरच्या महत्त्वाच्या व्यक्ती, त्यांची ताकद विचारात घेऊन पुढच्या वेळी योग्य किमतीत योग्य तडजोड होईल अशी अपेक्षा ठेवतो.''

त्यांनी माणगावकरांना एकटेच जाऊ दिले नाही. माणगावकरांना खास वेगळ्या गाडीतून घरी नेण्यात आले. माणगावकरांची गाडी पन्नालालचा माणूस घेऊन आला.

माणगावकर घरी आले, तेव्हा रात्र बरीच झाली होती.

माणगावकर झोपी गेले नाहीत. त्यांनी बाथरूम गाठली. मोबाईलवरून डॉ. कटियार यांच्याशी संपर्क साधला. मोबाईलवर इंटरनेट सुविधा होती. डॉ.कटियार यांच्याशी ते इंटरनेटवरून संपर्क साधत होते.

सन १९८१च्या सुप्रीम कोर्टाचे डायजेस्ट माणगावकरांनी जवळ ठेवले होते. फक्त पान क्रमांक आणि पानावरील ओळ आणि सांगण्यात येणारा शब्द माणगावकर टिश्यू पेपरवर लिहून घेत होते. काम वेळखाऊ होते; परंतु परिस्थिती तशीच होती. त्या सर्वांनी माणगावकर, कटियार आणि त्यांचे सर्व लोक यांच्यावर पाळत ठेवली होती. म्हणून सर्वांनी एकमेंकांशी संपर्क साधण्याकरता इंटरनेट आणि डायजेस्टची गुप्त भाषा वापरण्याचे ठरवले होते.

डॉक्टर कटियार यांच्याशी पन्नालालने बोलणी केली होती. दोघांनीही ५ टक्के रक्कम सांगितली होती. म्हणजे दोघांना १० टक्के रक्कम द्यावी लागणार होती. रक्कम २०० कोटीच्या आसपास जात होती.

जेरबाईच्या लोकांची माथी भडकली होती.

माणगावकर तणावाखाली होते; परंतु चेहरा कोरडा ठेवण्यात त्यांना यश आले होते. माणगावकर झोपी गेले, तेव्हा त्यांनी थोडा मनाशी विचार करूनच ठेवला होता.

दोन दिवसांनी पुन्हा बैठक झाली. या वेळी पन्नालालबरोबर खासदार हरिहरचे लोक होते. इतर कोणीही नव्हते. बैठक गोरेगावच्या खास हॉटेलमध्ये ठेवण्यात आली होती. नो टॉपलेस, नो लॉबस्टर!

माणगावकरांनी ५० कोटीपर्यंत पन्नालालशी तडजोड केली.

माणगावकरांना जास्त ताणून धरावयाचे नव्हते. गाठ हरिहरशी होती. वैतीलाही सांभाळणे आवश्यक होते; परंतु कराराप्रमाणे सर्व काही होईल का याबाबत माणगावकर साशंक होते. सर्व बोलणी माणगावकर स्वतःच करत होते. हा एक चांगला भाग होता. परंतु डॉ.कटियार?

डॉ.कटियार यात तडजोडीला अजिबात तयार झाला नाही. त्याने सांगितलेली रक्कम ही अंतिम होती. त्यात अजिबात कमी-जास्त करण्यात येणार नव्हते. जेरबाईचे लोक अस्वस्थ झाले. खासदार हरिहर आणि डॉ.कटियार यांचे यापूर्वीही

अनेक प्रकरणात खटकले होते. ते जेरबाईमध्ये पुन्हा एकमेकांसमोर उभे होते. हरिहरला हा डॉक्टरचा काटा खूपच सलत होता; ठसठसत होता.

■

ठाणे सत्र न्यायालय.

बाळू पाटील मर्डर केस. माणगावकर वकील स्वत: मैदानात उतरले होते. माणगावकर अलीकडे हायकोर्ट सोडून सहसा बाहेर आले नव्हते; परंतु ही मर्डर केस आव्हानात्मक होती. दोन्ही बाजू आगरी होत्या. घबाड मोठे होते. खून जमिनीच्या वादावरून झाला होता. जमीन कोट्यवधी रुपयांची होती.

बाळू पाटील मुंब्र्याचा आगरी. तो बेकायदेशीर बांधकामात वस्ताद होता. रघू पाटील आणि बाळूचा चिंचपाड्यातील जागेबाबत वाद झाला. तडजोडीची बोलणी फिसकटली. रघू पाटीलने काठ्या आणि तलवारीचा मॉब घेऊन हल्ला केला. वेळ संध्याकाळची. मुंब्र्याच्या वडारवाडीत गोंधळ उडाला. बाळू पाटीलला अक्षरश: लाथा घालून अर्धमेला केला. कोणीतरी चाकू खुपसला आणि बाळू पाटील रक्ताच्या थारोळ्यात मरण पावला. पोलीसांना बाळू पाटीलाचा त्रासच होत होता; परंतु रघू पाटील आणि इतर १२ जणांविरुद्ध सत्र न्यायालयात केस उभी राहिली.

केस माणगावकरांकडे आली. सरकारी वकील होते नासीर खान. ते मुस्लीम होते. अत्यंत आदर्शवादी. निर्व्यसनी. कोणत्याही प्रलोभनाला बळी न पडणारे.

माणगावकरांनी केसचा बारकाईने अभ्यास केला होता.

सरकारी वकिलांनी प्रत्यक्ष गुन्हा पाहणारी एक साक्षीदार रखमा पाटील हिला मुख्य साक्षीदार केले होते. पन्नाशी ओलांडलेली रखमा कृश शरीराची होती. तिच्या संपूर्ण शरीरावर कोड होते. डोक्यावरचे पाढुंरके केस होते. रखमा शांत होती.

नासीर खानने मुख्य तपासणी केली. माणगावकर उलटतपासणीला उभे राहिले. माणगावकरांनी रखमाला पुन्हा गुन्हा घडलेली हकिकत सांगण्यास सांगितले. सुरुवातीला एकही सूचक प्रश्न विचारला नाही. मात्र गुन्ह्याचे वर्णन केल्यानंतर काठ्यांची लांबी, जाडी याबाबत खोचक प्रश्न विचारले. न्यायाधीशांनी मध्येच माणगावकरांना अडविले. माणगावकरांनी रखमाला पुन्हा खुनामध्ये किती लोक होते? कोठून आले होते? तसेच इतर साहाय्य करणाऱ्या लोकांबाबत प्रश्न विचारले. स्थळ आणि वेळेबाबत प्रश्न विचारले. माणगावकरांचे रखमाच्या चेहऱ्याकडे प्रश्न विचारताना बारकाईने लक्ष होते. खूप वेळ झाला. रखमाच्या उत्तरांमध्ये काटेकोरपणा कमी येत होता.

माणगावकर उलटतपासणी आटोपती घेणार होते. शेवटी-शेवटी त्यांनी काही

प्रश्न विचारले,

"रखमाबाई, तुमच्या घरी इतर कोण लोक आहेत?"

"दोन मुलगे, तीन मुली आणि नवरा. नवऱ्याची एक बहीणही घरी असते."

"मुलं काय करतात?"

"दोन्ही मुलं नोकरी करतात. मुंबईला भेंडी बाजारात जातात. दोघी मुली शिकतात. एकीचं लग्न झालं, पण घरीच आहे."

"नवरा, नवऱ्याची बहीण?"

"शिलाईचं दुकान चालवतो. नणंद घरकाम करते. घरी शिलाईचंही काम करते."

"तुम्ही शिलाईचं काम करत असाल?"

"नाही."

"का?"

"माझी नजर पूर्वीसारखी राहिली नाही."

"सुईमध्ये धागा घालता येत नाही?"

"नाही जमत."

"समोरच्या भिंतीवर कोणतं चित्र आहे सांगू शकाल?"

सरकारी वकील नासीर खान एकदम गडबडून गेले. ते पटकन उभे राहून बोलण्याकरता तोंड उघडणार होते, परंतु माणगावकरांनी हाताचा पंजा दाखवत त्यांना खाली बसण्यास सांगितले.

रखमाने उठलेल्या नासीर खानकडे पाहिले; परंतु त्यामुळे रखमाचा जास्त गोंधळ झाला. तिने भिंतीवर चित्र कोणते आहे, ते बरोबर दिसत नसल्याचे सांगितले.

रखमाला बारा फुटांवरचे चित्र ओळखता येत नव्हते. रखमाची साक्ष पूर्णत: अयशस्वी झाली. कारण रखमाने ऐंशी फुटावरून रस्त्याच्या पलीकडील खुनाच्या घटनेचे वर्णन केले होते. रखमाची साक्ष खोटी पडली होती. मुख्य साक्षीदार अयशस्वी झाला होता.

दुपारच्या सत्रात पोलीस, वैद्यकीय अधिकाऱ्यांसह इतर काही साक्षीदारांची साक्ष झाली. वैद्यकीय अधिकाऱ्यांची साक्ष महत्त्वाची होती. माणगावकर वैद्यकीय अधिकाऱ्याला फितवण्यात यशस्वी झाले होते. सकाळी रखमा पाटीलने साक्ष देताना घातलेल्या घोळामुळे नासीर खानचा मूड गेला होता. महत्त्वाचा साक्षीदार ढेपाळल्याने वैद्यकीय अधिकाऱ्यांची तपासणी करताना त्यांचे लक्ष नव्हते.

खुनामध्ये काठ्या आणि तलवारीचा वापर झाल्याचे नमूद केले होते; परंतु प्रत्यक्षात बाळू पाटील चाकूमुळे मरण पावल्याचे दिसत होते. तलवार की चाकू

याबाबत निष्कर्षाला पोहचून दोहोंतील तफावत दूर करणे आवश्यक होते. वैद्यकीय अहवालात चाकूचा उल्लेख नव्हता; तलवारीचा होता. वैद्यकीय अहवाल लिहिणाऱ्याचे चाकूच्या वापराकडे साफ दुर्लक्ष झाल्याचे दिसत होते. योग्य काळजी घेतली गेली नव्हती. तलवारीच्या घावाने खून झाला या गृहीतावरच सर्व जण अवलंबून होते. मोठी चूक होती. ती सरकारी वकिलांच्या नजरेसही आणली गेली नव्हती.

नासीर खानने वैद्यकीय अधिकारी डॉ.रमेश जवळकरांची साक्ष थोडक्यात घेतली.

माणगावकर उभे राहिले. उलटतपासणी सुरू झाली.

''नाव?''

''डॉ. रमेश जवळकर''

''शिक्षण?''

''एम.बी.बी.एस; मुंबई''

''नोकरी किती वर्षे करताय?''

''वीस वर्षे.''

''पदोन्नती मिळण्याची शक्यता?''

न्यायाधीशांनी प्रश्न असंबंधित म्हणून हस्तक्षेप केला.

माणगावकरांनी पुढील प्रश्न विचारला.

''बाळू पाटील यांची शवचिकित्सा तुम्ही केली?''

''होय.''

''तुम्हाला बोलावण्यात आलं, तेव्हा तुम्ही कोठे होता?''

''हॉस्पिटलमध्ये.''

''तुम्ही लगेच तपासणी केली?''

''होय.''

''तपासणीत काय पाहिलं?''

''नाडीपरीक्षा आणि हृदयाचे ठोके आणि इतर बाबींची तपासणी केली. ती व्यक्ती हॉस्पिटलमध्ये येण्यापूर्वीच मृत्यू पावली होती.''

''मृत्यूचे कारण?''

डॉक्टरांनी यावर थोडा वेळ घेतला.

''मृतदेहावर अनेक ठिकाणी काठीसारख्या वस्तूने मार लागण्याच्या खुणा होत्या. काही ठिकाणी तीक्ष्ण धारधार वस्तू खुपसल्याच्याही खुणा होत्या. अतिरक्तस्राव होऊन व्यक्ती मृत्यू पावली होती.''

''लाठीचे किती वार झाले असतील?''

''नक्की सांगता येत नाही.''

"धारधार वस्तूचे किती वार झाले असतील?"

"नक्की सांगता येत नाही."

"तरीही खोलवर ज़खमा दाखविणारे वार किती असतील?"

"मांडीवर, हातावर तीन-चार वार आहेत."

"नक्की किती वार?"

"सांगता येत नाही."

"छाती व पोट यांच्यामधील भागावर झालेल्या वारामुळे मृत्यू झाल्याचे म्हटले आहे. हा वार किती खोल होता?"

"जखम सुमारे चार इंच खोल होती."

"चाकूसारख्या अरूंद पाते असलेल्या हत्याराचा वापर झाला असावा?"

"शक्यता आहे."

नासीर खान पाहतच राहिला. वैद्यकीय अहवालात चाकूचा उल्लेख कोठेच नव्हता. वैद्यकीय अधिकारी शक्यता सांगत होता.

"तलवारीच्या वापरामुळे मृत्यू झाला आहे का ?"

डॉ.जवळकरांनी अशी शक्यता कमी असल्याचे सांगितले. निव्वळ काठ्यांच्या वापरामुळेही मृत्यू होण्याची शक्यता कमी असल्याचे सांगितले. विरोधाभास वाढत गेला. वैद्यकीय अहवालात त्रुटी वाढत गेल्या.

नासीर खानला त्रुटी काढणे जमले नाही.

माणगावकर बाहेर आले. ते न्यायाधीशांशी नंतर मोबाईलवरून बोलले. न्यायाधीश खूश झाले होते. माणगावकरांनी त्यांचे बरेचसे काम हलके केले होते. तुमचे समाधान पूर्णत: करू असे त्यांनी न्यायाधीशांना सांगितले. बाळू पाटील मर्डर-केसमध्ये माणगावकर निश्चिन्त होते.

गाडीत बसताना मोबाईलचा आवाज आला. ॲडव्होकेट मदान बोलत होते.

"तुम्हाला वेळ आहे का?"

"हो. नुकताच ठाणे सेशन्स कोर्टामधून बाहेर पडतोय. काही विशेष?"

"कोठे भेटू शकाल?"

"तुम्ही ठरवा."

बैठक घेण्याचे ठरले. दोघांनी एकमेकांचे घर न सुचविता माहिमला हॉटेलमध्ये भेटण्याचे ठरले. ते हॉटेल लहान होते; परंतु खाजगी होते. ते कबाबकरता प्रसिद्ध होते. त्याहीपेक्षा तिथे मिळणारे मद्य अस्सल होते. आयत्या वेळी तिथे प्रवेश नव्हता. म्हणून मदानने अगोदरच आरक्षण केले होते.

माणगावकरांनी घरी उशिरा येत असल्याचे कळविले होते. ते कोर्टातून सरळ घरी जाणार होते; परंतु मदानने मध्येच अडविले. माणगावकरांनी हॉटेलमध्येच फ्रेश

होऊन मदानच्या पुढे बैठक मारली.

“हायकोर्टातून सेशन्समध्ये? महत्त्वाची केस ?”

“नाही, मला आग्रह झाला म्हणून गेलो. खूप दिवसांत सेशन्स कोर्टही पाहिले नव्हते.”

“पुन्हा उजळणी. ठीक आहे.”

ड्रिंकची ऑर्डर देण्यात आली. तोपर्यंत कबाब आले. माणगावकरांनी ओनियन रिंग तोंडात टाकत कबाबला हात घातला. बरोबर चीज-चेरीची स्टीक धरली.

व्हिस्कीचा एक घोट घेतला आणि माणगावकरांना रिलॅक्स वाटले.

दिवसभराचा तणाव हलका झाला. माणगावकर मनमोकळे झाले. मदान त्यांच्याकडे पाहू लागले. मदानने मद्याचा मोठा घोट घेतला. त्यांचे पिणे अगदी पद्धतशीर होते.

“त्यांची तुमच्यावर पाळत आहे?”

“माझ्यावर आणि डॉक्टरांवरही आहे.”

“होय.”

“तुम्ही त्यांच्या प्रस्तावाला तयार झाला आहात?”

“बोलणी सुरू आहेत.”

“त्यांनी दोघांशी एकत्र बोलणी केली असती, तर बरं झालं असतं.”

“ते माझ्याशीही बोलण्यास तयार नव्हते. परंतु तुमच्यामुळे केस दाखल करण्यात आली. अजूनही तुमच्याबाबत त्यांना विश्वास वाटत नसावा.”

“आता विश्वासाचा प्रश्न येत नाही. डॉक्टर काय चीज आहे जगाला माहीत आहे. न्यायालयही त्यांच्या नादी लागत नाही. आम्ही ५ टक्के वर सौद्याचा आग्रह धरला आहे. निश्चितपणे आम्ही त्यालाच आग्रही राहू.”

“खाली येणार नाही?”

“नाही. आमची ही पद्धत आहे.”

“पण कुठेतरी तडजोड करावयाची झाल्यास?”

“डॉक्टर अशा वेळी तडजोड करत नाहीत. ते चोर लोक आहेत. त्यांनी आमच्या प्रस्तावाला मंजुरी देणे योग्य होईल.”

“खासदार हरिहर आहेत. थोडं जपून राहावं लागेल.” माणगावकरांनी सबुरीने घेण्याची सूचना केली.

“नो, वुई आर फर्म ॲट ५ पर्सेंट .”

माणगावकरांचा दुसरा राऊंड होता, तरीही मदानने म्हटलेल्या वाक्याने मानसिक तणाव वाढला.

“पुढच्या वेळी एकत्र बोलणी करण्याबाबत आग्रह धरू काय?” मदान

विचारत होते.

माणगावकर खाली मान घालून 'यस' म्हणाले.

तिसऱ्या राऊंडला माणगावकरांनी ड्रिंक स्टॉप केले. मदानने त्याचे पिणे चालूच ठेवले होते.

मदानच्या बोलण्यातून त्यांचा डॉक्टर कटियारबाबतचा आत्मविश्वास दिसून येत होता. काम होणार याची चेहऱ्यावर खात्री होती. मात्र माणगावकरांनी जेरबाईबरोबर झालेल्या चर्चेबाबत काहीही विचारले नाही. माणगावकर सावध होते.

शेवटचा राऊंड जेवणाबरोबर होता. माणगावकरांनी प्रॉन्स बिर्याणी घेतली. मदान यांनी फक्त खिचडी. जेवणानंतर इच्छा असूनही आइसक्रीम घेतले नाही.

संपर्कात राहण्याची एकमेकांना सूचना देऊन माणगावकर घरी परतले.

घरी येईपर्यंत माणगावकरांच्या मनावर सतत तणाव होता. नजर सतत आजूबाजूला फिरत होती. आजकाल त्यांना उगाचच तणावपूर्ण वाटत होते. घराबाहेर पडणे त्यांच्या जीवावर येत होते. त्यांनी सकाळचे शिवाजी पार्कमध्ये फिरायला जाणे बंद केल होते. घरच्यांनाही त्याचे आश्चर्य वाटत होते, परंतु माणगावकरांनी त्याबाबत जास्त स्पष्टीकरण दिले नव्हते.

■

दुपारचे जेवण झाल्यानंतर माणगावकर हायकोर्टाच्या तिसऱ्या माळ्यावरील लायब्ररीत थोडा वेळ बसले. आज बोर्डवर त्यांच्या फारश्या केसेस नव्हत्या. माणगावकर तसे मोकळे होते. आठवड्यातील येणाऱ्या केसेसबाबत उजळणी सुरू होती.

माणगावकर खाली आले. बाररूममध्ये आपल्या जागेवर बसले. शेजारी ज्युनियर लॉयरचा ग्रुप हॉलीवूडच्या सिनेमावर चर्चा करत होता. माणगावकर जेवायला गेलेल्या ज्युनियरची वाट पाहत एकटेच बसले होते.

ते दोघे आले. दरवाजावरील हवालदार त्यांना अडवत होता; परंतु ते माणगावकरांकडे बोट दाखवत होते. प्रथमतः माणगावकरांच्या लक्षात आले नाही. तो म्हादू वैती होता. त्याच्याबरोबर आणखीन कोणीतरी तरुण मुलगा होता. म्हादू वैतीला पाहताच माणगावकर ताठ झाले. ते आजूबाजूला पाहू लागले. माणगावकरांना उगाचच तणावाखाली आल्यासारखे वाटले.

"नमस्कार साहेब."

"काय वैती?"

"तुम्हाला भेटायला आलो होतो."

माणगावकर आजूबाजूला नजर फिरवत वैती ज्या दरवाजातून आला, त्या वाटेकडे पाहत होते.

"काही विशेष?"

"माझ्या केसबाबत यांना घेऊन आलोय."

माणगावकरांनी वैतीबरोबरच्या तरुणाकडे पाहिले. तो तरुण कॉलेजमध्ये जाणारा मध्यम उंचीचा आणि गोरापान होता. वैती आणि तो विजोड वाटत होते. तो कोळ्यांचा किंवा वैतीच्या सग्यासोयऱ्यांपैकी वाटत नव्हता. माणगावकरांनी त्याच्याकडे दुर्लक्ष करून वैतीकडे पाहत विचारले.

"कशासाठी?"

"थोडं अधिक बोलायचंय खाजगीत."

माणगावकर विचारात पडले. एकतर जेरबाईच्या लोकांची सतत पाठराखण होती आणि त्यात पुन्हा वैतीला खाजगी बोलायचं होतं. अजून ज्युनियर किंवा कारकुनांपैकी कोणी आले नव्हते.

शेजारच्या ज्युनियरच्या ग्रुपमधील एकाकडे निरोप ठेवून माणगावकर उठले. तिघे जण बाहेर आले. माणगावकरांची गाडी आज युनिव्हर्सिटी-शेजारच्या रस्त्यावर होती.

माणगावकर गाडीत बसले. वैती पुढे तर माणगावकर आणि तो तरुण मागे बसले.

माणगावकरांनी त्या तरुणाकडे पाहिले.

"साहेब, याचं नाव जहागीरदार. हे चेंबूरला एका इन्स्टिट्यूटमध्ये आहेत. खूप दिवसांपासून ते माझ्याकडे येतात. यांनी मालाड आणि भोवतालच्या भागाबाबत संशोधन केलं आहे."

कैलास जहागीरदाराने वैतीला मध्येच थांबवत म्हटले,

"सर, मी फिशरीज इन्स्टिट्यूटमध्ये रिसर्च करतो आहे. अनेक दिवस मी मालाड, सातपाटी, धरमतरमधलं समुद्रजीवन आणि पर्यावरणाचा अभ्यास करतो आहे. वैतींनी मला खूप मदत केली आहे. प्रत्यक्षात त्या संपूर्ण परिसराची माहिती दिली. मी जळगावचा; राहायला चेंबूरला असतो. माझं संशोधन म्हणण्यापेक्षा या भागातल्या सागरी जीवनाबाबतचा प्रबंध पूर्ण झाला आहे. मुख्यतः सातपाटी, मालाड आणि धरमतर हे कवचधारी प्राण्यांचं बीजस्थान आहे."

"कवचधारी म्हणजे?"

माणगावकर कोळी असूनही त्यांना या शब्दाचा अर्थ कळला नाही.

"प्रॉन्स, लॉबस्टर या वर्गातील समुद्र मासे."

"तर सर, मालाड परिसरातल्या पर्यावरणाच्या असमतोलामुळे, तसंच खारफुटीच्या

जंगलतोडीमुळे हा कवचधारी वर्ग नष्ट होण्याच्या मार्गावर आहे. त्यामुळे त्याचा परिणाम सातपाटीपासून धरमतरपर्यंतच नव्हे, तर गुजरातपासून गोव्यापर्यंतच्या प्राणीजीवनावर होणार आहे. जंगलतोडीमुळे हवेतला, पाण्यातला ऑक्सिजन कमी होऊन मासेमारीवरही विपरीत परिणाम होणार आहे. याशिवाय पर्यावरणाविरुद्धच्या हालचालीमुळे आरोग्याच्या दृष्टीनेही हा परिसर खराब होतो आहे.''

माणगावकरांना आता तो काय सांगतो याची जास्त उत्सुकता लागली.

''परंतु हे मला सांगण्याचं कारण काय ?''

''तुमच्यासमोर या वैतीची जी केस आहे, त्यामध्ये हा मासेमारीचा मुद्दा आहे. जेरबाई ट्रस्टने पर्यावरणाविरुद्ध केलेल्या अनेक उद्योगांमुळे मासेमारीवर विपरीत परिणाम होतो आहे. माझा अहवाल पूर्णतः शास्त्रीय पुराव्यांवर आधारित आहे. त्याचा उपयोग वैतीच्या केसमध्ये होईल.''

''या गोष्टी न्यायालयापुढे मांडण्यात आल्या होत्या. यांच्या केसमध्ये दुसरे एक म्हणजे डॉ. कटियार यांनीही याचिका दाखल केली आहे. सुरुवातीच्या सुनावणीच्यावेळी तुम्ही सांगितलेले मुद्दे सांगण्यात आले होते.''

''सर, माझ्याकडचा हा पुरावा शास्त्रीय पुरावा आहे. तो डॉ.कटियारांकडे असणं शक्य नाही.''

''म्हणजे?''

''मी गोळा केलेली माहिती गुजरात-गोवा या टापूमधल्या संपूर्ण समुद्री जीवनाची आहे. मी यामध्ये समुद्रातल्या पाण्याचे प्रवाह, माश्यांचे भ्रमणमार्ग, मान्सून, समुद्रातल्या निरनिराळ्या वायूंचे त्यांच्यावर होणारे परिणाम, खारफुटी जंगलाचा, मासेमारीचा सर्वांबाबत शास्त्रीय आकडेवारीसह विचार केला आहे. हा अहवाल फक्त सादर केला, तरी जेरबाई ट्रस्टच्या लोकांना कोणताच प्रकल्प तिथे आणता येणार नाही.''

''पण...'' माणगावकर अस्वस्थ झाले.

''सर, माझ्या अहवालात त्यांना काहीच करता येणार नाही.''

''ठीक आहे. तुमचा अहवाल मला दाखवा. त्यानंतर आपण त्यावर विचार करू.''

''सर, मी तुम्हाला तो आणून देईन.''

माणगावकरांना ही अहवालाची भानगड आवडली नाही. जेरबाई ट्रस्टवर फक्त दबाव आणण्यासाठी त्यांनी वैतीला हाताशी धरले होते.

चंदूचे व माणगावकरांचे उद्दिष्ट जेरबाईची पूर्णतः नाकेबंदी करणे नव्हते.

■

आकाश निरभ्र आणि स्वच्छ होते. वातावरण तापलेले होते. हवा नव्हतीच. दुतर्फा झाडांच्या सावल्या वेड्यावाकड्या होत लांबवर पसरत होत्या. रस्ता सुस्तावल्यासारखा वाटत होता; तरीही रस्त्यातून गाड्या-मोटारी धावत होत्या. माणसांची धावपळ रस्त्यावरून, फूटपाथवरून, वाहनातून होत होती.

रस्त्याच्या दोन्ही बाजूला जुन्या-नव्या इमारती अगदी खेटून उभ्या होत्या. विक्रेत्यांच्या मालाचा पसारा होता. त्यांनी जागा शिल्लक ठेवली नव्हती. त्यामध्ये जुनी-नवी पुस्तके, मासिके, डॉकमधून चोरून आणलेला माल, फळे, मसाल्याचे पदार्थ, चप्पल, शूज, कपडे, लहान मुलांची खेळणी, टॉयलेटरीज, सुगंधी सौंदर्य-प्रसाधने होती.

लहानापासून म्हाताऱ्यापर्यंत सर्व लोक आपापला माल, बाडबिस्तारा घेऊन बसले होते. प्रत्येकाने दिसेल तिथे ठाण मांडले होते. फूटपाथ आहे की रस्ता आहे की गटार आहे याचा पत्ता लागत नव्हता.

इमारतीमधील दुकानदारांचा माल रस्त्यापर्यंत आला होता. माल खपवण्यासाठी लोक ओरडत होते, हातवारे करत होते, एकमेकांशी हुज्जत घालत होते; कोणी स्वस्थ दिसत नव्हते.

लोकांच्या, गाड्यांच्या आवाजाने इमारतीही थरथरत होत्या. दक्षिण मुंबईतील पलटण रोडची अशी अवस्था होती.

या सर्व भाऊगर्दीत जे.जे. महाविद्यालयाची इमारत स्तब्ध उभी होती. ब्रिटिशकालीन दगडी इमारत आणि आतला परिसर शांत होता. रस्त्यावरील गडबड-गोंधळ, मोकाटपणा आतमध्ये अजिबात नव्हता.

कॉलेज असूनही आरडा-ओरड, गोंधळ अजिबात नव्हता. विद्यार्थी कमीच होते, तेही ओळखत नव्हते. काही घोळका करून उभे होते. काही आत-बाहेर करत होते, गुपचूप चालत होते, बोलत होते. गुपचूप धावपळ करत होते. सर्वकाही चूपचाप! कॉलेजची इमारत पूर्ण झाडाखाली झाकली होती.

कधीकधी कावळ्यांची झुंड येऊन आख्खा परिसर दणाणून सोडत असे, परंतु आता पक्षीही शांत बसून होते. मान वळवून वळवून पाहत होते. मध्येच चोच झाडांच्या फांदीवर घासत होते. झाडांची हालचाल नाही, पानांची सळसळ नाही, फांद्यांचे हेलकावे नाहीत; सर्वकाही शांत.

विद्यार्थ्यांच्या एका घोळक्यातून ती पुढे आली. आज तिने कुर्ता आणि पायघोळ गुलाबी रंगाची विजार घातली होती. आपल्या पायानुरूपच फिकट गुलाबी रंगाच्या चपला तिने घातल्या होत्या. दुपट्टा अंग झाकून मागे खांद्यावरून ओढून घेतलेला होता. वेणी घट्ट बांधलेली होती. एकही केस सुटलेला नव्हता. नाकीडोळी तरतरीत होती. गोऱ्यापान कपाळावर काळी टिकली होती. पण दिसण्यात उठावदार असूनही

नजरेत मात्र भरत नव्हती. मध्यम उंचीची असून, चालण्यात शालीनता असूनही उठून दिसत नव्हती.

तिने गळ्यात गारुड्याच्या पोतडीप्रमाणे भलीमोठी पेंटिंगची बॅग अडकवलेली होती. तिच्या चेहऱ्याकडे लक्ष न जाण्याचे कारण हेच होते – पेंटिंगची भलीमोठी बॅग. अस्मिता फुरसुंगीकर. पेटिंगची बॅग सांभाळत-सांभाळत आणि मित्र-मैत्रिणींना मध्येच हात करत ती महाविद्यालयातून बाहेर पडत होती.

अस्मिताचा सकाळपासूनचा सगळा वेळ धावपळीतच गेला होता. तिला थोडे मलूल झाल्यासारखे वाटत होते. दोन-तीन तास तिने हायकोर्टाच्या रेखाकृती काढण्यात खर्ची घातले होते. तिला रेखाकृती पूर्ण केल्याचे समाधान होते. मनात उत्साह होता. आज तिचा वाढदिवस होता. त्यामुळे सकाळपासून कॉलेजमध्ये तिचे लक्षच लागत नव्हतं.

सकाळी दोघी-तिघी मिळून ओव्हल मैदानात ठाण मांडून बसल्या होत्या. रेखाकृतीच्या स्केचेस काढण्यास तिने सुरुवात केली. मात्र मैदानावरील क्रिकेटच्या खेळाकडे तिचे पुन:पुन्हा लक्ष जात होते. उन्हे पडली होती. त्या सर्व जणी नारळाच्या झाडाच्या सावलीत बसल्या होत्या. ती कधी समोर चाललेल्या आरडाओरड आणि क्रिकेटकडे लक्ष देत होती, तर कधी-कधी बसल्या जागेवरील गवतामध्ये शोधक नजरेने हात फिरवत होती. तिच्या मैत्रिणी स्केच काढण्यात दंग होत्या. मध्येच कोणीतरी येऊन त्यांच्या रेखाकृती पाहत होते. अस्मिताची तरीही सुरुवात झाली नव्हती. बऱ्याच वेळाने तिने सुरुवात केली. रडतखडत सुरुवातीनंतर तिने हळूहळू स्केचेस काढण्यास सुरुवात केली. तिच्या मनाची एकाग्रता वाढली, तसे-तसे तिचे हात वेगाने फिरू लागले. दोन तासांत तिचे स्केच पूर्ण झाले. शेवटी-शेवटी वाढदिवस तिच्या डोळ्यांसमोर आला, तसे तिने चित्र पूर्ण करण्याची घाई केली; तरीही तिचे शिक्षक तिच्यावर खूश झाले. काही दुरुस्ती सुचविल्यानंतर तिचे चित्र पूर्ण झाले.

पुढच्या आठवड्यात ती चर्चगेटच्या इमारतीचे रेखाचित्र काढणार होती. त्याच्यानंतर राजाबाई टॉवर. तिच्या डोळ्यांसमोर हळूहळू आणखीन इमारती दिसू लागल्या.

आता मात्र अस्मिताला घरी जायची घाई झाली. ती बाहेर आली. चालत चालतच तिने आईला मोबाईलवरून येत असल्याचे कळविले. संध्याकाळचे साडेचार वाजायला आले होते.

अस्मिताचा तो शेवटचा फोन होता.

■

सायनजवळ पुलाखालून त्यांनी दोन-तीन वेळा पार्किंगसाठी फेऱ्या मारल्या; पण त्यांना गाडी पार्क करण्याची जागा मिळेना. त्यांनी पुन्हा एक फेरी मारली आणि गाडी एका गल्लीत घेतली. एका बाजूला गाड्यांच्या रांगेत छोटी जागा पाहून त्यांनी गाडी घुसविली आणि ते दोघे बाहेर आले.

"कॉलेजमध्ये लेक्चर अटेंड करतो की नाही?"

"हो तर."

दोघे चालत चालत हायवेपर्यंत आले आणि 'क्रिस्टल' बारमध्ये घुसले. वेटर त्यांना पाहून पुढे आला. पाठोपाठ मॅनेजरही आला. दोघेही मुख्य हॉलमधून आतल्या खोलीत घुसले. छोटेसे स्टेज आणि भोवताली काही खुर्च्या-टेबले मांडलेली होती. सगळीकडे रंगीबेरंगी प्रकाश फिरत होता. वातावरणात पिवळसर धूसर प्रकाश दाटून राहिला होता. इंग्रजी गाण्याची पार्श्वभूमी असल्यामुळे वातावरणात एक मादकपणा होता. हॉल संपूर्ण रिकामा होता.

झिपऱ्या खूश होता. एका खुर्चीत त्याने आपला काळासावळा देह पसरला. समोरच संजय बसला. तसे वेटरने टेबलवर एक-एक आयटम ठेवण्यास सुरुवात केली. वेटरने पाणी, शेंगदाणे, वेफर्स भराभर आणून ठेवले. संजय आणि झिपऱ्याने वेफर्स खाण्यास सुरुवात केली.

तेवढ्यात गरम-गरम छोटे बटाटावडे प्लेटमध्ये आले. संजयने ड्रिंकची ऑर्डर दिली आणि गरमा गरम वडा हातात घेतला.

संजयने वेटरला बोलवले आणि डान्स कधी सुरू होणार विचारले; पण आज जरा घोटाळा झाला. त्यांची नेहमीची डान्सर मधू आली नव्हती. संजय आणि झिपऱ्या नाराज झाले. झिपऱ्या जरा जास्तच! कारण तो फक्त मधूसाठी येत होता आणि संजय झिपऱ्यासाठी!

क्रिस्टल बारमधील पाठीमागचा तो हॉल मिनि डान्सिंग बार होता. छोट्याशा डान्सिंग फ्लोअरवर अनेक मुली नाचत; परंतु संजय आणि झिपऱ्या आल्यानंतर त्या ठिकाणी फक्त एक मुलगी डान्स करायची – मधू! झिपऱ्याची एकच आवड होती– मधू! आत्तापर्यंत मधूवर झिपऱ्याने चाळीस-पंचेचाळीस हजार रुपये उधळले होते. सर्व पैसे संजयचे! झिपऱ्याला पाच-दहा रुपयांच्या नोटा मधूच्या अंगावर फेकताना एक विलक्षण आनंद व्हायचा. संजयला त्याच्या डोळ्यांत ती विलक्षण चमक दिसायची. कधीकधी त्याला वाटायचे, 'हा तिच्यासाठी पागल का झाला?' ही मधू झिपऱ्याबरोबर कोठेही येण्यास तयार होती. ती आपले शरीरही अर्पण करण्यास तयार होती; पण नाही; झिपऱ्याला फक्त तिचा डान्सच हवा होता. झिपऱ्याला ती फक्त नर्तकी म्हणून हवी होती. शरीर नको होते.

झिपऱ्या नाराजीनेच वेटरवर ओरडला आणि ऑर्डर दिली, डबल प्लेट कलेजी. जादा सुरमा मारके. बारमध्ये संजय दारू पिण्यासाठी येत होता, तर झिपऱ्या डान्ससाठी. झिपऱ्याला दारू आवडत नव्हती, तर संजयला डान्स आणि तो पैसे फेकण्याचा प्रकार आवडत नव्हता; परंतु दोघांनीही एकमेकांच्या आवडीत नाक खुपसले नव्हते.

झिपऱ्याने खुर्ची पुढे केली. हाताचे कोपरे टेबलवर ठेवले आणि तळहातावर हनुवट ठेवली. झिपऱ्या गंभीर झाला. दुसऱ्या हाताने कलेजीचा सुरमा हलवू लागला आणि बोलू लागला.

झिपऱ्या दोनच दिवसांपूर्वी क्रिकेटची मॅच पाहायला मदनपुऱ्यात गेला होता. अंडरआर्म बोलिंगची मॅच रात्री एक वाजेपर्यंत चालली होती. उस्मानभाई, चिरूट, सुरेश, वाजू सगळेच होते. प्रत्येकाशी झिपऱ्याची ओळख होती. बऱ्याच दिवसांनी झिपऱ्या या एरियात आल्याने 'गप्पांना' रंग आला होता. मॅच पाहत पाहत सगळे जण खास हैद्राबादी बिर्याणी खात बसले होते. कोवळ्या बोकडाची अख्खी तंगडी टेबलवर ठेवली होती. सोबत स्पेशल जिलेबीही होती. नो ड्रिंक्स! खाणे-पिणे संपले. मॅचही संपली. सर्व जण परत जाण्यासाठी निघाले. रात्र खूप झाल्याने झिपऱ्याने सुरेशच्या खोलीवरच थांबण्याचे ठरविले होते. सर्वांचा निरोप घेऊन झिपऱ्या सुरेशसह जाण्यास निघाला. वाटेत बेकरीवाला भेटला आणि झिपऱ्याने ओळखले. आज काहीतरी नवीन ऐकायला मिळणार होते; पण तो थांबण्याच्या मूडमध्ये नव्हता. तरीही जाता जाता त्याने झिपऱ्याला बातमी दिली – "दोन नवीन बॅट तयार होत आहेत. सॉलिड आहेत. अगदी सेंच्युरी!" झिपऱ्याने कान टवकारले.

"झिपऱ्या, एकदम परफेक्ट तयार आहेत. सातपाटीला तयार झाल्या आहेत. सहा महिने तयारी करत होते."

"उस्मानभाईची वट वाढणार निश्चित. एकदम डेअरिंगबाज! फक्त सोळा-सतरा वर्षांची पोरं आहेत. कोणतंही काम सांग."

बेकरीवाला सटकला आणि झिपऱ्याची मान एकदम कडक झाली. उस्मानभाईला दोन नवीन पोरे मिळाल्याने मदनपुऱ्यातील ताकद आता वरळीपर्यंत जाणार होती. सुरेशही चूप होता. दोघे रूमवर आले. झिपऱ्याला खूप झोप येत होती. कधी एकदा झोपतो, असे त्याला झाले होते. रात्रीचे तीन वाजायला आले होते. दहा-पंधरा मिनिटांतच दोघे घोरू लागले.

कोणीतरी जोरजोरात दरवाजावर थापा मारत होते. झिपऱ्याला प्रथम आपण कोठे आहोत कळेना. जाग आल्यावर मात्र बाजूला त्याने पाहिले. तो सुरेशच्या खोलीवरच होता. सुरेश अजूनही घोरतच होता. दरवाजावर अजूनही कोणीतरी खटखटत होते. स्वत:शीच चडफडत झिपऱ्याने अंथरुणातून, आतूनच विचारले.

"कोण आहे?"

आणि खिडकीकडे पाहिले. ती बंदच होती. नाव ऐकताच झिपऱ्याने हळूच दार उघडले.

उस्मानभाई आत आला. त्याच्याकडे पाहिल्यावर त्याच्या चेहऱ्यावर प्रश्नार्थक भाव तरळून गेले.

"मला तुझ्याशी बोलायंच."

"बाहेर जायचं?"

उस्मानभाईने दरवाजावर हात ठेवत झोपलेल्या सुरेशकडे पाहिले. नंतर झिपऱ्याकडे पाहत म्हणाला.

"इथंच."

त्याने एकमेकांत घट्ट बसलेल्या प्लॅस्टिकच्या खुर्च्या वेगळ्या केल्या. झिपऱ्या एका खुर्चीवर बसला. उस्मानभाई दुसऱ्या खुर्चीवर बसला. त्याने दोन्ही पाय टिपॉयवर सोडले. पाणी हवे का विचारताच त्याने हातानेच नको सांगितले.

थोडा वेळ उस्मानभाई बंद खिडकीकडे पाहत राहिला आणि झिपऱ्या ऐकू लागला.

काही महिन्यापूर्वी कुकरीशी मांडवली झाल्यानंतर नागपाडा सोडून उस्मानभाईने मदनपुऱ्यावर आपले लक्ष केंद्रित केले. त्याची ही चाल यशस्वी झाली आणि उस्मानभाईला मदनपुऱ्यात चांगली वट मिळाली. त्याने ड्रगमधून हात काढून घेतला. मोठा फटका बसला; परंतु त्यामुळे पोलीसांचेही लक्ष कमी झाले होते. प्रोटेक्शन मनी गोळा करायला त्याला चांगला स्कोप मिळाला. केबल नेटवर्कही त्याच्या हाताखाली आले. हॉटेल, कापड दुकान, हिऱ्यांच्या दागिन्यांच्या शोरूम, डिपार्टमेंटल स्टोअर्स यांच्यावर त्याचा हात बसला. फिरोज सुपारीवाला या नगरसेवकामुळे मात्र त्याला अजूनही बांधकाम-धंद्यात हात घालता येत नव्हता. जोपर्यंत बांधकाम प्रभावाखाली येणार नाही, तोपर्यंत आपले स्थान निश्चित होणार नाही, याची त्याला खात्री होती. त्या दृष्टीने त्याने तयारीही केली होती. म्हणून त्याने गावठी दारूवर लक्ष केंद्रित केले. मात्र यात आतापर्यंत त्याचे तीन पत्ते खलास झाले होते.

आणि ती घटना घडली.

नेहमीप्रमाणे उस्मानभाई सकाळी सकाळी सितारा मंझीलच्या गच्चीवर आला. या इमारतीतूनच तो सगळी सूत्रे हलवत होता. ही इमारतही मोक्याच्या ठिकाणी होती. तेथून महालक्ष्मी रेसकोर्स दिसत होता. संपूर्ण गच्ची वातानुकूलित होती. बिल्डिंगमध्येही त्याचीच माणसे होती. ऑफिसमध्ये खिमापाव खाता खाता उस्मानभाई मोबाईलवरून सगळीकडे सूचना देऊ लागला. खाता खाता गोरेगावहून बातमी आली. त्याची दोन माणसे संपवली होती.

बरेच दिवस उस्मानभाईला मारेकऱ्यांचा पत्ता लागला नाही. त्याचा संशय जुहूच्या बळीराजावर होता. त्याने खास माणूस पाठवून, हा गेम केला नाही म्हणून सांगितले; परंतु उस्मानभाई विश्वास ठेवण्यास तयार झाला नाही.

मात्र थोड्याच दिवसांत दोन नावे त्याला समजली. एक इस्माईल आणि दुसरे भालेराव. इस्माईल हे नाव नवीन होते; पूर्वी न ऐकलेले; परंतु गेम त्यांनीच केला होता आणि तो ही भालेरावच्या सूचनेनुसार. आता उस्मानभाईचा लढा कुकरी गँगशी सुरू झाला होता.

संजयच्या मोबाईलचा आवाज आला, तसा तो उठला आणि टॉयलेटच्या बाजूला आला. तेथे उभा राहून ऐकू लागला. संजयशी स्वत: पोलीस कमिशनरच बोलत होते. हेडक्वॉर्टरला येण्यास किती वेळ लागेल असे विचारल्यावर संजयने घड्याळाकडे पाहिले. अर्ध्या-पाऊण तासात येऊ असे सांगितल्यावर पलीकडून लगेच निघण्यास सांगितले. संजय 'सर-सर' म्हणत असतानाच त्याने मोबाईल बंद केला.

टेबलाजवळ येऊन झिपऱ्याला सांगितले, "तू खाऊन घे. मी हेडक्वॉर्टरला चाललो." झिपऱ्याला या प्रकाराची सवय होती.

"पण साहेब...."

"आल्यावर, पुन्हा कधीतरी...."

"साहेब मोठा गेम आहे. मोठी ऑफर ?"

"उद्या भेट."

संजय बाहेर पडला. एसीतून बाहेर आल्यावर त्याला एकदम गरम वाफारा अंगावर आल्यासारखे झाले. कमिशनरने का बोलविले असावे याचा विचार करतच त्याने गाडी बाहेर काढली. आता त्याला डोळ्यांसमोर कमिशनर दिसत होते.

माटुंग्याच्या थोडे अगोदर ब्रीजवर त्याने गाडी घेतली आणि गाडीचा वेग वाढविला. मुंबईच्या दिशेला गाड्यांची गर्दी कमी होती. सायनकडे जाणाऱ्या गाड्यांची गर्दी मात्र बंपर ते बंपर होती. रस्त्यावरील झगझगीत प्रकाशातून त्याची गाडी चालली होती. आजूबाजूला दूरवर मुंबईच्या झगमगाटाचा धूसर प्रकाश पसरला होता. समोर लक्ष ठेवून तो गाडी चालवत होता, तरी मनात एकच विचार घोळत होता. 'हेडक्वॉर्टरला का बोलवलं?' त्याच्यासमोर महत्त्वाची किंवा तातडीची केस कोणतीही नव्हती, तरीही तो आठवण्याचा प्रयत्न करत होता. स्टेशनमध्ये काही गडबड झाली होती का? परंतु निघताना त्याने तिथेही चौकशी केली होती. काहीही नाही. कोणाची खास तक्रार नव्हती. दादर, परळ, लालबागवरून नवीन फ्लायओव्हरवरून त्याची गाडी सुसाट जात होती. एरवी तास-दीड तास लागणाऱ्या प्रवासाला फ्लायओव्हरमुळे निव्वळ ४० मिनिटे लागली होती. अगदी जवळजवळ

फास्ट लोकलच्या वेगाने! रात्रीचे ८ वाजून गेले होते. कमिशनर या वेळी हेडक्वॉर्टरला उपस्थित म्हणजे मामला गडबडीचा. गाडी पार्क करून तो ऑफिसमध्ये आला. दारातील शिपायांना बहुधा संजयच्या येण्याची पूर्वकल्पना असावी. एरव्ही कमिशनरला भेटण्यासाठी ताटकळत वाट पाहावी लागे. आज त्याला लगेच बोलावण्यात आले.

कमिशनरांचे ऑफिस नेहमीच त्याला आवडे. बहुधा सगळीच पोलीस स्टेशन्स रूक्ष पाहिल्यामुळे असावे, पण इथले वातावरण त्याला रिलॅक्स करणारे वाटे. त्याच्यावर दडपण येत नसे. बाकीच्यांना मात्र तेथे येणे म्हणजे एक शिक्षा वाटे. कारण नेहमीच काहीतर अनर्थ असे. अर्थात, कमिशनर आणि संजय यांच्या दरम्यान वेगवेगळ्या ऑफिसर्सच्या अनेक भिंती होत्या. त्यामुळेही कदाचित संजयला मनावर दडपण घ्यायचे कारण नव्हते. संजयचे लक्ष नेहमी एका वस्तूकडे जायचे – मुंबईच्या सॅटेलाईट मॅपकडे. तसे संजयला मुंबईचा कानाकोपरा, रस्ता, गल्ली पूर्ण डोळ्यांसमोर होती; परंतु त्या लालसर फिल्मसारख्या मॅपकडे पाहताना त्याला वेगळेच वाटायचे. अनेक वेळा कमिशनर नसताना त्याने तो मॅप न्याहाळून पाहिला होता, परंतु त्याचे समाधान होत नव्हते. ऑफिस स्वच्छ आणि सुंदर होते. नेहमीप्रमाणे राजकीय नेत्यांचे फोटो होतेच भिंतीवर; परंतु राजा शिवाजीचे तैलचित्र जास्त उठून दिसत होते. खाजगी कंपनीच्या चेअरमनच्या ऑफिसप्रमाणे कोपऱ्यात एका छोट्या टेबलवर शिवकालीन किल्ल्याची लढाईची छोटी प्रतिकृती होती. तोफा, मावळे, घोडी, तलवारी, डोंगरमाथा सर्व काही लक्ष वेधणारे!

संजय आता आला, तेव्हा त्याच्यासमोर एकच व्यक्ती बसली होती.

"संजय, ये. हॅव अ सीट!"

सहसा संजय कधी बसत नसे, पण आज कमिशनरानींच बसण्यास सांगितल्यावर सॅल्यूट करून संजय पुढे न बसता एक ओळ पाठीमागे बसला; परंतु कमिशनरांनी त्याला पुढे बसण्यास सांगितले.

"संजय, हे कर्नल फुरसुंगीकर !"

संजयने कर्नलकडे पाहिले. कर्नलप्रमाणे त्यांची शरीरयष्टी नव्हती, परंतु डोळ्यांतील चमक मात्र समोर दिसेल त्याची चिरफाड करणारी होती. झुबकेदार काळ्या मिश्या होत्या, पण चेहरा हाडकुळा होता. मात्र त्यांची शरीरयष्टी उंच असावी, कारण त्यांना खुर्चीत नीटसे बसता येत नसल्याचे दिसत होते.

कर्नल फुरसुंगीकरांच्या चेहऱ्यावर निर्विकार भाव. चेहरा लष्करी अधिकाऱ्याचा होता; परंतु डोळ्यांतील भाव परिस्थिती अत्यंत तणावाची असल्याचे सांगत होते. प्रकरण कौटुंबिक होते. कर्नलनी आपले दोन्ही हात एकामेकांत घट्ट धरलेले होते.

कर्नलची एकुलती एक मुलगी. संध्याकाळी चार वाजल्यापासून ती बेपत्ता होती. अगदी काटेकोरपणे सांगावयाचे झाल्यास चार वाजून चोवीस मिनिटांपासून.

तिचा अखेरचा फोन मोबाईलवर चार वाजून पंचवीस मिनिटांनी आला होता.

संध्याकाळी कर्नल पलटण रोड पोलीस स्टेशनला आले होते. परंतु जी गोष्ट घडायला नको होती ती झाली होती. कर्नलना तक्रार नोंदवायची होती. परंतु तक्रार दाखल करण्यात आली नव्हती. सहसा बेपत्ता व्यक्तीबाबत पोलीस स्टेशनमध्ये तत्काळ तक्रार नोंदविली जात नाही. बेपत्ता व्यक्तीची थोडा वेळ वाट पाहा, असा सबुरीचा सल्ला देण्यात येतो. नातेवाइकांकडे, मित्र-मैत्रिणी किंवा इतरत्र चौकशी करावी, असे सांगितले जाते. लगेच कारवाई केल्याने काही वेळा विपरीत परिणाम होतो.

विशेषतः मुलींच्या किंवा स्त्रियांच्या बाबतीत असा सारासार विचार करावाच लागतो. अन्यथा मुली पुढे येणाऱ्या बदनामीला, सामाजिक कुचेष्टेला बळी पडण्याची शक्यता असते. हे प्रकरण संवेदनशील व बाब नाजूक. सिनियर पोलीस-निरीक्षक पाटील यांचा हाच दृष्टिकोन असावा. परंतु समोर कर्नल फुरसुंगीकर होते. त्यांच्या अंतर्मनाला वेगळाच संशय आला होता. त्यांना ठाम विश्वास होता, त्यांची मुलगी बेपत्ता झालेली नाही, तिचे अपहरण झाले आहे.

कर्नल तडक उठले आणि त्यांनी कमिशनरचे ऑफिस गाठले.

कर्नलच्या आग्रहानुसार अस्मिताची केस सुरू करण्यात आली. परंतु पोलीस स्टेशनला तिची नोंद करण्यात आली नाही. पोलीसयंत्रणा कामाला लागली.

रेड अलर्ट!

संजय येईपर्यंत शहरात नाकेबंदीच्या ऑर्डर्स गेल्या होत्या. पूर्णतः गुप्तता पाळण्याच्या कडक सूचनांसह फक्त निवडक ठिकाणीच अस्मिताचे फोटो संगणकावरून ई-मेलद्वारे पाठविण्यात आले होते. संगणकावरूनच शहरातील अपघाताच्या जागा, ठिकाण, वेळ, अपघातातील व्यक्ती, हॉस्पिटलमध्ये भरती केलेल्या व्यक्ती, पोलीस स्टेशनला आलेल्या तक्रारी यांची छाननी सुरू झाली होती. संगणक-कक्षातील १० ऑपरेटर्सना संध्याकाळपासून घरी जाऊ दिले नव्हते.

कमिशनरांनी प्रथम शहरातील नाकेबंदी विचारात घेऊन दीडशे कि.मी.चे तपासाचे सर्कल तयार केले. कर्नलही याला तयार झाले.

संजयला या प्रकरणात विशेष लक्ष घालण्याबाबत कमिशनरांनी आदेश दिले. त्याचबरोबर त्याला स्वतःची टीम करण्याचीही मोकळीक होती.

कमिशनर उठले, तेव्हा बराच उशीर झाला होता. कमिशनरांना इस्त्रायल कन्सुलेटने आमंत्रित केलेल्या पार्टीला जायचे होते. ते परत कधी येणार माहीत नव्हते; परंतु रात्री पुन्हा बैठक घ्यावयाचे ठरले. वेळ कमिशनर ठरवणार होते.

कमिशनर निघून गेले.

कर्नल आणि संजय बाहेर आले. संजय आता जेवण विसरला. ड्रिंक विसरला.

नवीन काम, नवीन जबाबदारी!

कर्नलनी विचारले, "पुढे काय?"

संजयने प्रथम पलटण रोड पोलीस स्टेशनला चौकशी करून त्यांच्या घरी येत असल्याबद्दल सांगितले. परंतु कर्नलनी त्यांच्याबरोबर त्यांच्या घरी जाण्याचा आग्रह धरला.

संजय कर्नलच्या गाडीत बसला. संजयची गाडी कर्नलचा ड्रायव्हर घेऊन पाठोपाठ आला.

पलटण रोड पोलीस स्टेशनला रात्रीची धावपळ सुरू होती. संजयला पाहताच सिनियर पोलीस-निरीक्षक पाटील याच्या कपाळावर आठी आली, परंतु संजयने त्याकडे दुर्लक्ष केले. तो एकटाच स्टेशनमध्ये आला होता. प्रकरणाची सद्य:स्थिती आणि एकंदर शक्यता याबाबत त्याने पाटील यांच्याशी थोडी चर्चा केली. सर्व जण काही मेसेज येतो का याची वाट पाहत होते. मात्र परिस्थिती जैसे थे होती. तपासाला पूर्णत: वेग आला होता.

■

'आर्देशिर टॉवर' – कर्नल फुरसुंगीकरांचा ब्लॉक.

खिडकीसमोरील भिंतीवर अस्मिताचा मोठा कृष्णधवल फोटो होता. खाली, खोलीच्या कोपऱ्यात एका बाजूला सोनेरी रंगाचा कलश होता. बाजूला छोट्या टीपॉयसारख्या टेबलवर मोठा टी.व्ही. होता. एक बेड, टेबल लॅम्पसह एक टेबल. शेजारी पुस्तकांचे लाकडी कपाट. बाजूला कॉम्प्युटर टेबल. लागूनच वॉर्ड रोब. भिंतींना फिकट हिरवा रंग. खिडक्यांचे पडदे पारदर्शी निळ्या रंगाचे होते. खोलीत सर्व वस्तू जिथल्या तिथे नीटनेटक्या होत्या. ती खोली अस्मिताची होती.

बाल्कनीतून हवेचा झोत आत आला. पडद्यांची सळसळ झाली. हवेचा झोत सैरभैरपणे खोलीत फिरू लागला. त्याने अस्मिताच्या कृष्णधवल फोटोवरही झेप घेतली. हवेचा झोत बेफामपणे इतस्त: फिरू लागला; जणू छोटे वावटळ! ते छोटे वावटळ घों घों घुमू लागले. खोलीतील प्रत्येक वस्तूवर झेप घेऊ लागले. त्याला सर्व चेतनांचे शोषण करावयाचे होते. त्या वावटळीला वेग आला; उद्दामपणा आला; पण आवाज नाही.

कोंडी झाल्यासारखी वावटळ सर्व खोलीभर फिरू लागली. सर्व वस्तूंवर ते कडाडून चवताळून झेप घेऊ लागले. वातावरणात एक प्रकारचा कोलाहल वाढू

लागला. ताप वाढू लागला.

वेळ संध्याकाळची. कातरवेळ होती. प्रकाशाचे साम्राज्य कळाहीन होऊन रात्रीचा अंधकार वाढत होता. संधिप्रकाश; ना दिवस ना रात्र! संपूर्ण चराचरातील सृष्टी स्तब्ध होती; परंतु ती वावटळ? तिने गती घेतली होती. ती मुक्त होती. सर्वशक्तिमान होती. तिला अजूनही काहीतरी हवे होते. ती घोंघावत होती. तिने आता अस्मिताच्या खोलीतून दिवाणखान्यात प्रवेश केला. ती प्रत्येक वस्तू आपल्या गतीमध्ये आपल्या कवेमध्ये घेण्याचा प्रयत्न करत होती. ती शक्तिमान होती. वावटळ आता अधिक वेगाने फिरू लागली. तिने स्वयंपाकगृहात प्रवेश केला. प्रत्येक वस्तूचा वास, चव आणि चेतना गिळंकृत करून ती पुढे जात होती. पण आवाज नाही!

वावटळ आता अधिक शक्तिमान झाली. सर्वत्र शांतता होती. नीरव शांतता! जणूकाही प्रलयापूर्वीची शांतता. दूरवरून रस्त्यावरून मोटारगाड्या, वाहनांचा, रहदारीचा आवाज येत होता. मध्येच मोठ्याने हॉर्न वाजवण्याचा आवाज येई; परंतु सर्व कोलाहल त्या वातावरणापासून दूर जात असल्यासारखे वाटत होते.

वावटळ एक खोलीतून दुसऱ्या खोलीत गेली. दुसऱ्या खोलीतून तिसऱ्या खोलीत मुक्तपणे फिरू लागली. वावटळ एका शयनगृहातून दुसऱ्या शयनगृहात फिरू लागली. कर्नल फुरसुंगीकरांच्या अभ्यासिकेतून फुरसुंगीकरांच्या शयनगृहात दबल्या पावलांनी आली. ती ज्या त्वेषाने आली; त्याच त्वेषाने पुढे जात होती. वावटळ विजयोत्सवाने पुढे जात होती. वावटळ खदखदत होती, चीत्कारत होती. कर्नल फुरसुंगीकरांच्या शयनगृहात कर्नलची पत्नी राधाबाई दिसताच मात्र वावटळ क्षणभर स्तब्ध झाल्यासारखी झाली. राधाबाईच्या भोवताली फेर धरू लागली. वावटळ फिरत होती. भोवताली गरगर! गरगर!! प्रचंड जलाशयावर छोटा तरंग उमटावा, त्याप्रमाणे वावटळीचा एक-एक तरंग राधाबाईंजवळ फेर धरत जात होता. एक-एक तरंग जवळ जात होता. मैलोन्‌मैलचा प्रवास करून आलेला तो तरंग राधाबाईच्या चेतना-शक्तीकडे हळू, दबकत्या पावलांनी जात होता.

तरंगाने विशिष्ट लय धारण केली. वातावरणात एक प्रकारची धुंदी आली. तरंग हळूहळू राधाबाईकडे जात होता. पण आवाज नाही. काही क्षणात तरंग राधाबाईंच्या शरीरापासून काही क्षणाच्या अंतरावर उभा ठाकला. तरंग लयबद्ध होत होता. राधाबाईंच्या नासिकेतून आत जाऊ लागला. तरंग राधाबाईंच्या कानातून, शरीराच्या त्वचेवरील छोट्या छोट्या रोममय छिद्रांतून फेर धरून जाऊ लागला. तो तरंग संपूर्ण शरीराच्या छिद्रमय खिडीतून लांडग्याच्या टोळधाडीप्रमाणे जात होता. राधाबाईंच्या संपूर्ण शरीरावरील छिद्रमय खिडीतील रोम नी रोम थरथरत होते. प्रचंड वादळासमोर वृक्षवेलींनी भुईसपाट व्हावे, त्याप्रमाणे पालापाचोळ्यागत स्थिती

झाली होती. संपूर्ण शरीरातील चेतापेशींनी त्या वादळाची चाहूल घेतली.

शरीरावरील चेतापेशीतील मुक्त चेतापेशी शरीराच्या कातडीच्या आवरणाखाली काही उघड्या नलिकांनी जोडलेल्या होत्या, तर काही बंदिस्त नलिकांनी जोडलेल्या होत्या. शरीराला होणारा स्पर्श, वेदना, संवेदना, संमोहना, विकार, आघात यांच्या विद्युत् कंपतरंग-लहरी तयार झाल्या. चेतापेशीच्या केंद्रिकेतील अनुभवी नियंत्रकांनी रासायनिक प्रक्रिया सुरू केली. मज्जासंस्थांच्या महामार्गातून संदेश मेंदूच्या मुख्य द्वारापर्यंत आणि अंतिम मेंदूच्या मध्यवर्ती भागात येऊन थडकला. पिनल ग्रंथी आणि पिट्युटरी ग्रंथी कार्यरत झाल्या. मेंदूमधील मेलेटोनिन - सेरेटोनिन यांची जुगलबंदी सुरू झाली. रासायनिक प्रक्रिया वाढू लागली. रक्तपुरवठ्याने परिसीमा गाठली. संपूर्ण शरीरभर विद्युत् कंपलहरींतून संदेशरूपाने आदेश देण्यात आले. चेतनापेशींची यंत्रणा तडफडू लागली. कातडी थरथरू लागली - वेदना वेदना वेदना - दुःख दुःख दुःख!

त्याच वेळी कर्नलच्या पत्नी राधाबाईंना क्षणात संपूर्ण शरीराला खाज सुटल्यासारखे वाटू लागले. क्षणात संपूर्ण अंगही ठणकायला लागले. काही क्षण पुन्हा शांतता. वावटळीने पुन्हा त्वेषाने चढाई केली. वेदना - वेदना - वेदना. संपूर्ण अंग थरथरू लागले. राधाबाईंना संपूर्ण शरीरावरील नियंत्रण गेल्यासारखे वाटू लागले. त्या डोके गच्च धरून बसल्या. घणाचे घाव घातल्यागत त्यांचे डोके ठणकू लागले. कोणीतरी विजेचा शॉक दिल्यासारखे त्यांना वाटू लागले.

राधाबाईंना जोरजोरात किंचाळावसे वाटले. त्यांना काहीच आठवेना. काय करावे काहीच सुचेना. संपूर्ण अंगातून शक्ती निघून जात असल्यासारखे त्यांना वाटू लागले.

स्वत:ला सावरण्यासाठी त्या धडपडत उठल्या. त्यांच्या तोंडातून आवाजच बाहेर येईना. संपूर्ण शरीर हेलकावे खाऊ लागले. कोणीतरी संपूर्ण शरीर गदागदा हलवत आहे, असे त्यांना वाटू लागले. राधाबाई गलितगात्र झाल्या. त्यांच्या शरीरातून भीतीची एक लहर थरथरत गेली. त्यांच्या संपूर्ण शरीरातील कण नि कण - चेतापेशी नि चेतापेशी प्रतिकार करत होत्या; धडपडत होत्या. राधाबाई पुन:पुन्हा किंचाळू लागल्या.

ते ऐकून घरातील नोकर धावत आला; परंतु राधाबाईंचा तो अविर्भाव पाहून दातखीळ बसल्यागत नोकर तिथेच उभा राहिला. राधाबाईंची मोलकरीण पाठोपाठ आली. तिने प्रसंगावधान राखून राधाबाईंना घट्ट पकडले आणि पलंगावर बसविले. राधाबाईंची नजर शून्यात होती. मोलकरीण त्यांना शुद्धीवर आणण्याचा प्रयत्न करत होती. परंतु राधाबाई सताड डोळे उघडून सैरभैर पाहत होत्या. राधाबाई जाग्याच होत्या; परंतु चेतनाहीन! बुद्धिभ्रष्ट!

नोकर घाईघाईने बाहेर आला. त्याने डॉक्टर झाग्रोसना फोन करून राधाबाईंची अवस्था सांगितली. पुन्हा बाहेर आला. खालच्या मजल्यावरील मिसेस डेबोरा नुकत्याच बाहेरून आल्या होत्या. राधाबाईंच्या नोकराचा भीतियुक्त चेहरा पाहताच त्या धावत घरी आल्या. राधाबाईंना पाहून डेबोरा हादरल्या. एखाद्या झपाटलेल्या स्त्रीप्रमाणे राधाबाईंचा चेहरा पाहून क्षणभर मिसेस डेबोरा तर जागीच खिळल्या. भानावर येताच पुढे झाल्या आणि त्यांनी राधाबाईंना दंडाला पकडले. राधाबाई कोणत्यातरी मगरमिठीतून सुटण्याचा प्रयत्न करत होत्या. त्यांच्या अंगातील ती शक्ती पाहून मोलकरीण आणि मिसेस डेबोरा दोघीही गोंधळून गेल्या. परंतु दोघींनी सर्व शक्तिनिशी राधाबाईंना घट्ट धरून पलंगावर झोपविले.

तो काही क्षणाचा कालावधी होता, परंतु मोलकरीण आणि मिसेस डेबोरा घामाघूम झाल्या. राधाबाई शांत झाल्या. त्यांची नजर स्थिर झाली.

परंतु काही वेळानंतर राधाबाईंचा श्वासोच्छ्वास पुन्हा गतिमान होऊ लागला. संपूर्ण शरीर थरथरू लागले. राधाबाईंनी डोके गच्च धरले. पुन्हा तेच किंचाळणे! आता मात्र राधाबाईंची ती अवस्था पाहून तिघेही चरकले. काय करावे कोणालाही सुचेना.

डॉ. झाग्रोस घाईघाईने पुढे होऊन राधाबाईंना दोन्ही दंडांना धरून, हलवून शुद्धीवर आणण्याचे प्रयत्न करू लागल्या; परंतु त्या बेशुद्ध नव्हत्याच. हा उन्मादाचा झटका आला होता? का पॅनिकचा? का वेदनेचा आत्यंतिक झटका?

डॉ. झाग्रोसनी राधाबाईंच्या हृदयाचे ठोके पाहिले – साधारण गती. नाडीचे ठोके पाहिले– साधारण गती. डोळ्यांची बुबुळे पाहिली – साधारण अवस्था. त्यांच्या हालचाली एकदम नॉर्मल होत्या. फक्त चेहऱ्यावरील हिंस्र भाव आणि त्यांच्या किंचाळ्या!

राधाबाई स्वत: काहीच बोलू शकत नव्हत्या. त्यांची नजर शून्यात होती.

डॉ. झाग्रोसनी त्यांना मॉर्फिनचा हेवी डोस दिला. त्याचा परिणाम हळूहळू होऊ लागला आणि राधाबाई पलंगावर शांतपणे निपचित पडल्या; परंतु त्यांच्या त्या अवस्थेवर कोणाचाच विश्वास बसला नव्हता. राधाबाई कधी जाग्या होतील आणि किंचाळू लागतील याची खात्री नव्हती.

नोकराने कर्नल फुरसुंगीकरांना फोनवरून तातडीने बोलविण्याचे ठरविले; परंतु डॉ. झाग्रोसनी त्याला थांबविले. कर्नल पोलीस स्टेशनला गेले होते. डॉ. झाग्रोसना घरातील परिस्थिती माहीत होती. त्यामुळे राधाबाईंना शांत झोपू द्यावे आणि कर्नल आल्यानंतर सर्व परिस्थिती त्यांना सांगावी, असे ठरले.

■

रात्र खूप झाली होती. संजय आणि कर्नल दोघे आर्देशिर टॉवरजवळ आले. वॉचमनने फाटक उघडले. त्यांची गाडी आत आली. इमारत वीस माळ्यांची होती. अत्यंत आलिशान इमारतीच्या दारातील सर्व भाग प्रकाशमान झाला होता. तळमजला रिकामा होता. ते निवासी क्षेत्र नव्हते.

दोघेही घरात आले. वातावरणात विलक्षण शांतता होती. संजयने एकवार सगळीकडे नजर फिरवली. लालभडक गालिचा वॉल टू वॉल होता. बाल्कनी बंद होती. बाल्कनीच्या काचांवरील घरातील प्रतिबिंब ठळकपणे दिसत होते. कोपऱ्यात मोठा टी.व्ही. शोकेसमध्ये होता. शेजारीच टिपॉयवर मोठा पुष्पगुच्छ होता. त्याची मांडणी आकर्षक होती. भिंतीवर कर्नल फुरसुंगीकरांचा लष्करी पेहरावातील फोटो होता. टी.व्ही.वर एका तरुणीचा हसरा फोटो होता. बहुधा तो अस्मिताचा असावा. एका बाजूला संपूर्ण भिंतीवर बर्फाळ डोंगराचे वॉल पेपर होते. जणूकाय संपूर्ण दृश्य समोर असल्याचा भास होत होता. ते चित्र स्वित्झर्लंडमधील 'मॅटर हॉर्न' या मोठ्या शिंगाप्रमाणे दिसणाऱ्या बर्फाळ डोंगराचे होते. त्या चित्रात प्रत्येक गोष्ट स्पष्ट होती. कोठेही धूसर किंवा अस्पष्टपणा दिसत नव्हता. एका कोपऱ्यात फेंगशुईची पेटी आणि धातूची नळकांडी जाणा-येणाऱ्यांच्यामुळे आवाज करत होती.

कर्नलनी संजयला सोफ्यावर बसण्यास सांगितले. घरातील नोकर मध्यम वयाचा, घाटावरील वळणाचा दिसत होता. संजय सोफ्यावर बसताच त्याने पाण्याचा थंडगार पेला आणून ठेवला. वातावरण तणावाचे होते. फुरसुंगीकर आत गेले.

पाणी पिऊन संजय वाट बघत बसला.

थोड्याच वेळात कर्नल बाहेर आले. त्यांनी अजूनही अंगावरील कपडे बदलल्याचे किंवा फ्रेश झाल्याचे दिसत नव्हते. त्यांच्या चेहऱ्यावरून काहीतरी विपरीत झाल्याचे दिसत होते. त्यांच्या मागोमाग एक मुलगी बाहेर आली. तिला ओळखण्यात पूर्णत: ओळखण्यात संजय पूर्णत: अपयशी ठरला.

''इन्स्पेक्टर, या डॉक्टर झाग्रोस, पिपा झाग्रोस! हृदयरोगतज्ज्ञ. आमच्याच इमारतीत राहतात.''

आपण एका हृदयरोगतज्ज्ञाला पाहतो आहोत, यावर प्रथम संजयला गोंधळल्यासारखे झाले. पिपा झाग्रोस एक डॉक्टर होती. हृदयरोगतज्ज्ञ; परंतु ती दिसण्यात एकदम लहान मुलीसारखी. साधारण पाच फुटांच्या आसपास उंची. एकदम पांढरी सफेद अंगकांती. सरळ बाकदार नाक. पाणीदार डोळे. लहान जिवणी. काळे केस, तेही बॉयकट केलेले. अंगात छोटा शर्ट आणि जीनची पॅन्ट; एकदम आधुनिक! चेहऱ्यावर उत्साह ओतप्रोत भरलेला. एकदम लाईव्ह वायर!

''डॉक्टर, हे इन्स्पेक्टर संजय!''

''नमस्ते!''

पिपा शुद्ध मराठीत बोलत होती. एकदम अस्खलित पुणेरी मराठी.

पिपा अस्मिताच्या आईला पाहायला आली होती.

कर्नल जेव्हा कमिशनर-कार्यालयात होते, त्या वेळी त्यांच्या घरी कोलाहल माजला होता.

संध्याकाळी दिवेलागणीनंतर अस्मिताच्या आईला मुलीच्या बेपत्ता होण्याचा एकदम जबर धक्का बसला होता. म्हणून घरातील लोकांनी त्यांना झोपून राहण्यास सांगितले. परंतु त्यांना तो धक्का बहुधा सहन झाला नसावा. काही वेळानंतर अस्मिताची आई एकदम ओरडू लागली. जोरजोरात श्वासोच्छ्वास करू लागली. दातखीळ बसल्यागत त्यांची अवस्था झाली होती. घरातील मोलकरीण आणि खालच्या मजल्यावरील मिसेस डेबोरा नुकत्याच बाहेरून आल्या होत्या. त्यांनी त्यांना घट्ट पकडून धरले. या एकंदर नवीन प्रकारामुळे सर्व जण गोंधळून गेले. कोणाला काय करावे सुचेना. झाग्रोस यांना बोलविले गेले.

कर्नल फुरसुंगीकरांना कोणी फोनच केला नव्हता म्हणून ते संतापले होते. त्यांचा चेहऱ्यावरील हावभाव पाहून घरातील नोकर-चाकरही सर्व जण घाबरले होते; परंतु डॉक्टरांनी सर्व परिस्थिती व्यवस्थित हाताळून शांत केली.

डॉक्टरांनी तपासून काही वेदनाशामक गोळ्या दिल्या आणि विश्रांती घेण्यास सांगितले.

अस्मिताच्या आईचे डोके भयंकर दुखत होते. वेदना सहन न झाल्याने त्या ओरडत होत्या. डॉक्टरांचे म्हणणे होते तीव्र मानसिक तणावामुळे अशी स्थिती होते. मेंदूला होणारा रक्तपुरवठा योग्य प्रकारे होत नाही. त्यामुळे डोके दुखू लागले; मात्र त्यांचा रक्तदाब व्यवस्थित असल्याचे डॉक्टरांनी सांगितले. काही औषधे सांगितली होती. तीही त्यांना दिली होती.

डॉक्टर झाग्रोस त्याच इमारतीत राहत होती. संजयला तिथे अधिक काळ थांबणे योग्य वाटले नाही. अशा परिस्थितीत त्याला कोणालाच प्रश्न विचारणे योग्य वाटले नाही. सकाळी येऊन पुढील चौकशी करू असे सांगत तो उठला. कर्नलने दिलगिरी व्यक्त केली. संजयला अस्मिताबाबत डॉक्टर झाग्रोसना भेटायचे होते.

डॉक्टर पिपा झाग्रोस आणि संजय दोघेही बाहेर आले. रात्रीचे अकरा वाजून गेले होते. संजयने डॉक्टरांना थोडा वेळ भेट हवी असल्याचे सांगितले.

“अस्मिता?”

“होय. जास्त वेळ घेणार नाही. मलाही घाई आहे. मी आलो होतो कर्नलच्या घरातील इतर व्यक्ती आणि तिच्या आईशी बोलता यावं, काही धागा मिळतो का हे पाहण्यासाठी. मला आता पुन्हा उद्या यावं लागेल.”

डॉक्टरांनी स्वत:च्या घड्याळाकडे पाहिले.

"फक्त पंधरा मिनिटं मी देऊ शकेन."

"हरकत नाही."

दोघेही डॉक्टरच्या फ्लॅटवर आले. घरी कोणीही नव्हते. एक वृद्ध स्त्री होती; परंतु ती कोणाकडेही न पाहता दुसऱ्या खोलीत निघून गेली.

डॉक्टरांनी संजयला सोफ्यावर बसण्यास सांगितले आणि त्या आत गेल्या. संजय सोफ्यावर बसला होता. समोर जाडजूड पडदा होता. बहुधा पलीकडे बाल्कनी असावी. पायाशीच थोडे पुढे निरनिराळ्या छोट्याछोट्या बोन्सायच्या कुंड्या होत्या. रूममधील फर्निचर अस्सल शिसवी होते. कलाकुसरीचे होते. एक बाजूला भलामोठा आरसा होता. सभोवार वेली सोडलेल्या होत्या. कोठेही टी.व्ही. किंवा करमणुकीचे साधन दिसत नव्हते. एका बाजूला झरतु राष्ट्रचे तैलचित्र होते. चित्रातील डोक्याभोवतीचे वलय आकर्षून घेत होते.

झाग्रोस हे नाव कशाचे, याचा काही बोध होत नव्हता. पारशी म्हटले की, दवावाला, पानवाला, लकडावाला, पाकीटवाला अशी सगळी वालाची नावे. जोहरबाई, राजाबाई अशी नावही दिसत नव्हते. पिपा झाग्रोस हे नाव वेगळे वाटत होते.

डॉक्टर बाहेर आल्या त्या वेळी एकदम फ्रेश होत्या.

त्यांनी काय घेणार विचारले. 'पाणी हवं का?' विचारले, परंतु संजयने मानेनेच 'नको?' म्हटले. डॉक्टर बोलता बोलता पुढे आल्या आणि त्यांनी संजयच्या समोरचा जाडजूड पडदा एका बाजूस ओढला.

संजयने समोर पाहिले आणि संजय एकदम दचकून उभा राहिला.

"अविस्मरणीय! विस्मयकारक!! होय ना?"

पिपा बोलत होती. संजयच्या तोंडून फक्त एकच शब्द बाहेर आला.

"फॅन्टॅस्टिक!"

समोर संपूर्ण मुंबईवर काळोखी रात्र पसरली होती; परंतु एक बाजूला मलबार हिल आणि एक बाजूला कुलाब्यापर्यंतचा पट्टा. मरीन लाईन्स क्विन्स नेकलेसच्या झगमगाटात चमचमत होता. लखलखत होता. आकाशातील चांदणे पायाशी सडा पडल्यागत पसरले होते. संजय कितीतरी वेळ ते दृश्य पाहत होता.

"सर्व जणांच्या तोंडून असेच शब्द ऐकायला मिळतात. कोणी पुढे जाऊ नये याकरता या सर्व कुंड्या अशा ठेवाव्या लागल्या आहेत"

डॉक्टर बोलत होत्या.

"माणूस वर येतो स्वर्ग पाहण्यासाठी, सुख शोधण्यासाठी; परंतु वर आल्यानंतर जाणवतं, सुख खालीच आहे. पायथ्याशी. वय वाढत माणूस सुखाचा शोध घ्यायला धावतो; परंतु नंतर लक्षात येतं – सुख लहानपणीच होतं."

''हं, तुम्ही डॉक्टर असूनही तत्त्वज्ञानही बरंच जाणता.''

''शेवटी सर्व जणांमध्ये काही ना काही तात्त्विक भाव असतोच. नाही का?''

''तुमच्या नावात झाग्रोस? त्याचा काही अर्थ? पारशी म्हटलं की वाला किंवा गुजराथमधल्या एखाद्या गावाचं नाव येतं?

''तुमचं बरोबर आहे. पण मला वाटतं आपल्याला अस्मिताबाबत विचारायचं आहे.''

''ओह! आय ॲम सॉरी.''

पिपाने अस्मिताबाबत जी माहिती दिली त्यावरून अस्मिता एक चांगल्या घराण्यातील मुलगी, चांगल्या संस्कारातील मुलगी असल्याचे त्याच्या लक्षात आले. फुरसुंगीकरांच्या घरातील वातावरण एकदम खानदानी. अस्सल महाराष्ट्रीय आई-वडिलांची अस्मिता ही एकुलती एक मुलगी. तिचे कोणाशीही प्रेम वगैरे काही कधी नजरेस आलेले नव्हते. तिच्याकडे इमारतीमधील सर्वांचाच पाहण्याचा दृष्टिकोन आदरयुक्त आणि प्रेमळ होता. कर्नलही स्वभावाने सभ्य गृहस्थ होते. श्रीलंकेतील शांतिसेनेच्या कारवाईत अविस्मरणीय कामगिरी बजावलेला हा एक नावाजलेला लष्करी अधिकारी होता. उत्तर श्रीलंकेतील एलिफंटा पासजवळील त्यांच्या कामगिरीने त्यांना देशाच्या आजपर्यंत होऊन गेलेल्या आणि आता कार्यरत असलेल्या सर्व लष्करी अधिकाऱ्यांमधील एक ठळक ठसा उमटवणारा अधिकारी म्हणून नावलौकिक मिळवला होता.

अस्मिताची आई शांत, सुशील आणि धार्मिक वृत्तीची होती. कर्नल आणि मिसेस फुरसुंगीकर एक शांत जीवन जगणारे कुटुंबीय होते.

संजयला जास्त चौकशीला काही खास बाब दिसून आली नाही.

तो डॉक्टरचे आभार मानून उठला.

दरवाजाजवळ जाता जाता पिपाने संजयला छेडले, ''तुम्हाला माझ्या नावाबाबत बरीच उत्सुकता दिसते. तुम्ही कधी इराणच्या इतिहासाबाबत ऐकलं आहे ?''

''फारसं नाही !''

''या इमारतीला जे नाव दिलं आहे तो आर्देशियर इराणच्या साम्राज्याचा संस्थापक होता. सासानियन साम्राज्याचा. इराणचा इतिहास वाचायला मिळाला तर पाहा. इराणला पूर्वी 'पर्शिया' म्हणत, परंतु इराण हा शब्द 'आर्य' लोकांना जवळचा आहे. आर्य लोक शुद्ध रक्ताचे. त्यांनी जसं भारतातल्या द्रविड लोकांना पराभूत केलं, तसंच इराणमधल्या मूळ लोकांना बाजूला करून आपली संस्कृती वाढवली. इराणीयन संस्कृती. इराण म्हणजे रॉयल ओरिजीन. सासानियन साम्राज्याने रोमन साम्राज्याला पराभूत केलं. रोमन सम्राट व्हॅलरी याला मुसक्या बांधून कैद केलं. इराणमधल्या पेरिसपॉलामध्ये त्याबाबतच्या जुन्या आठवणी आहेत. नवव्या, दहाव्या

शतकांत अरबांनी मुस्लीम धर्माच्या प्रचारार्थ हल्ले केले. आमच्यापैकी काही लोक त्या वेळी सिल्क रूटमार्गे भारतात आले, काही समुद्रमार्गे भारतात आले. बहुतेक गुजराथमध्ये स्थायिक झाले. गुजराथमधील भडोच बंदर भारतीय संस्कृती आणि पर्शियन इजिप्तकालीन संस्कृती यांमधील संपर्काचा एक मोठा दुवा होता. पारशी लोकांचे भारतात येईपर्यंत खूप हाल झाले. याची गाथा आम्हाला सांगितलेल्या कथा, काव्यातून समजली; परंतु सासानियन साम्राज्याच्या दरबारी लोकांनी आपले मूळ स्रोत सोडून दिलेले नाही. अजूनही वांशिक शुद्धता आम्ही जपून ठेवली आहे''

पिपा बोलत होती, संजय ऐकत होता.

''इन्स्पेक्टर, मी सासानियन आहे. आम्ही आमचं साम्राज्य विसरलेलो नाही. पारशी लोकांचे कर्तृत्व भारतीय आर्थिक, सामाजिक आणि राजकीय प्रगतीतही आहे.''

संजय बाहेर आला.

जाता जाता पिपा संजयला म्हणाली, ''डॉ.पिपा झाग्रोसमधलं झाग्रोस हे नाव इराणमधल्या सर्वात मोठ्या पर्वताचं आहे!''

संजयने गाडी वळवली आणि गिरगावच्या दिशेने पिटाळली. रात्रीचे बारा वाजायला आले होते. गिरगावातून खोतवाडी, केनेडी ब्रीज बाजूला करत त्याने गाडी दादासाहेब भडकमकर मार्गाने पुढे घेतली. ग्रांट रोड ब्रीजजवळ उजवीकडे अप्सरा टॉकीजकडे वळवली. रस्त्यावरील वाहतूक कमी झाली होती. अत्यंत धकाधकीचे व्यापारी केंद्राचे काठोकाठ भरलेले रस्ते एकदम थंड पडले होते. रस्त्यावर सार्वजनिक दिव्यांच्या प्रकाशाचे धूसर वातावरण पसरले होते.

पट्ठे बापूराव मार्गाच्या अलीकडील चौकात मात्र बऱ्यापैकी गर्दी होती. एकाच ठिकाणी अनेक थिएटर्स असल्याने चहाच्या गाड्या, सँडविच, वडा-पाव, आमलेट पाव विकणारे, फळ-विक्रेते यांच्याबरोबर इतर मालाच्या गाड्या एकमेकांना चिकटून उभ्या होत्या. सिनेमा सुटण्यास वेळ होता; परंतु टॅक्सीवाले एका बाजूला तयारीत होते. अनेक वेश्या बीभत्स वेषात फिरत होत्या. त्यांचा दिवस सुरू झाला होता. चोरटे, संभावित, सराईत सर्व प्रकारची आशाळभूत गिऱ्हाइकेही अवती-भवती फिरत होती. सर्व ठिकाणी एक प्रकारचा कुबट वास भरलेला होता. खास महानगराचा!

हा भाग मुंबईच्या प्रसिद्ध वेश्यावस्तीचा होता. रेड लाईट एरिया!

संजयने गाडी एका गल्लीत घेतली. तो गाडीतून बाहेर आला. तेवढ्यात फूटपाथवरच्या काळोखातून साध्या वेषातील एक वयस्कर व्यक्ती पुढे आली.

''हणमंता, जास्त वेळ वाट पाहावी लागली नाही ना?''

''तुमचा फोन आल्यावर मला निरोप मिळाला. बिटवरून घरी जाण्याच्या

विचारातच होतो.''

दोघे बोलत-बोलत फूटपाथवरून चालत होते. मध्येच एखादी वेश्या त्यांच्या समोर येई. मध्येच पान खाऊन माखलेले लालभडक तोंड घेऊन पायघोळ शेरवानी घातलेला, डोक्यावर काळी टोपी घातलेला भडवा पुढे येई. मात्र त्या दोघांची नजर पाहून बाजूला होत.

''मी हत्यार आणलेलं नाही.''

''काही हरकत नाही.''

आता ते कामाठीपुऱ्याची एक एक गल्ली पार करत निमकर मार्गावरून अलेक्झांड्रिया थिएटरच्या बाजूला येत होते. मात्र संजयच्या बरोबरची व्यक्ती डोळे रोखून आजूबाजूच्या घराच्या चौकटीवरील नंबर पाहत होती. या रेड लाईट एरियात आल्यानंतर घरे, गल्ली, जिना, रस्ता, खोली, त्यांचे रंग सर्व काही सारखेच वाटते. फक्त वर आकाशदिव्यासारख्या चिकटवलेल्या नंबरवरून तो आपले ठिकाण ओळखायचा. ७५, १०१, ९०, ... संजय त्याच्याबरोबर जात होता.

काही वेळानंतर ते एक-दोन घरांच्या वळचणीला आले. फूटपाथ सोडून आत सरकले. ते दोघे जिन्याच्या पायरीवर पाऊल ठेवणार इतक्यात सभोवताली चौघे जण उभे असल्याचे दोघांना जाणवले. वेळ आणीबाणीची होती. संजयने पटकन स्वत:ला सावरत एकाच्या पायावर लाथ मारली आणि दुसऱ्याच्या हाताला झटका देत त्याचा हात पिरगळला. दुसऱ्या बाजूच्या दोघांना पुढे येता आले नाही. कारण संजयने ज्याच्या पायावर लाथ हाणली होती, तो थोडा वर होताच हणमंताने त्याचा शर्ट पकडला आणि त्याचा ढालीसारखा वापर करून पुढे पकडले. दुसऱ्या बाजूने येणारे ते दोघे तिथेच थबकले. त्यांचे हात खिशाकडे जात होते. सगळीकडे शांतता होती. त्यांची झटापट जंगली श्वापदाप्रमाणे चालली होती; परंतु ते सगळे बहुधा तयारीत असावेत. त्यांनी खिशातून छोटीछोटी हत्यारे बाहेर काढली. खास ठेवणीतील लखलखते चाकू!

''अब्दुल्ला, बबन्या, पिछे हटो.''

जिन्यात वरच्या बाजूला एक बाई उभी होती. फिक्कट भगव्या साडीतील. ती गुजराथी पद्धतीने साडी नेसली होती. तिचा एक हात जिन्याच्या कठड्यावर होता, तर दुसरा हात कमरेवर. गोरा चेहरा जिन्यावरील मिणमिणत्या प्रकाशात दिसत होता. सोनाबाईचा आवाज ऐकताच ते चौघेही सावध झाले.

संजय आणि हणमंताने स्वत:ला सावरून घेतले आणि दोघांना ढकलून आपले कपडे झटकू लागले.

सोनाबाईने हातानेच खूणावून त्या चौघांना बाजूला होण्यास सांगितले. संजय

आणि हणमंता दोघेही जिने चढून वर आले. चौकटीवरील नंबराच्या दिव्याच्या प्रकाशात पायऱ्या आणखीन स्पष्ट दिसत होत्या. दोघेही सोनाबाईच्या पाठोपाठ आत आले.

खोली मोठी होती. एक लाकडी बाकडे रिकामेच होते. सोफ्यावर दोघे-तिघे बसले होते. संजय आणि हणमंताला पाहताच ते चेहरे लपवू लागले. संजयने त्यांच्याकडे दुर्लक्ष केले. जमिनीवर चटई टाकून काही मुली बसल्या होत्या. संजयकडे पाहताच काही मुली त्याला नजरेनेच खुणावू लागल्या, तर काही शरीराच्या कामुक हालचालींनी लक्ष वेधण्याचा प्रयत्न करू लागल्या.

सोनाबाईने दोघांना आत यायला सांगताच सगळ्या मुली गुपचूप बसल्या. आतील खोली साधीच होती. एका कोपऱ्यात छोटी शोकेस होती. त्यामध्ये टी.व्ही. टेपरेकॉर्डर होते. बाजूलाच काही कॅसेट्स होत्या. सोनाबाईने दोघांना सोफ्यावर बसण्यास सांगितले. एका मुलीला हाक मारून पाणी देण्यास सांगितले. सोनाबाई पाय एका बाजूला मुडपून स्वत: कोपऱ्यात बसली.

"आपल्याला त्रास झाल्याबाबत माफ करा; पण आपण आता येत नाही असे वाटल्यामुळे मीच थोडी बेसावध राहिले."

"आम्ही लवकरच येणार होतो; परंतु उशीर झाला खरा!"

पाणी पितापिता हणमंता म्हणाला.

"काय सेवा करू?"

हणमंता संजयकडे पाहत होता. तेवढ्यात सोनाबाई पुढे म्हणाली,

"आपण प्रथम काहीतरी खाऊन घ्या. मग पुढच्या गोष्टी पाहू."

"नाही, आम्हाला काही खायला नको."

"असं कसं साहेब, आपण खायला हवं काहीतरी. अन्नाला नाही म्हणू नये. आम्ही सर्व तयारी केली आहे."

संजयने हणमंताकडे पाहिले.

"हे पाहा सोनाबाई, आम्हाला खरंच नको खायला."

हणमंताला पाहत आणि संजयकडे नजर टाकून सोनाबाई म्हणाली.

"साहेब आमची नजर बाईची नजर आहे. तुम्ही खाऊन घ्या."

हातानेच दोघांना गप्प बसण्यास सांगून ती बाहेर गेली. बाहेरच्या खोलीतून दोन मुली आत आल्या. एकीने संजय व हणमंतासमोर टिपॉय ठेवले आणि पाण्याचे ग्लास ठेवले. दुसऱ्या मुलीने बाजूच्या खोलीतून छोट्याछोट्या प्लेट आणून ठेवल्या. कांदा, लोणचे, खास बिर्याणी - मटण बिर्याणी आणून ठेवली. ड्रिंक्स हवे का म्हणून विचारले, तेव्हा मात्र हणमंताने निक्षून नकार दिला. संजयला समोर पाहून ड्रिंक्सची इच्छा झाली होती; परंतु आता वेळ आणि परिस्थिती वेगळी होती.

जेवण संपले. सर्व आवराआवर झाली. विड्याचे खास तबक ठेवण्यात आले.

पान खाताखाता हणमंताने सोनाबाईला येण्याचे कारण सांगितले. सोनाबाई थोडी विचारात पडली. एकवार दोघांकडे पाहून ती बाजूच्या खोलीत गेली. बराच वेळ झाल्यानंतर सोनाबाई बाहेर आली. तिच्याबरोबर एक मुलगी होती. साधारण १७-१८ वर्षांची; दिसायला सोबर.

"साहेब, हिच्याबरोबर जा. ही तुम्हाला घेऊन जाईल. पुढच्या गोष्टी तुम्हाला नंतर समजतील."

"परंतु ही रात्रीची वेळ आहे."

"साहेब, तिची काळजी करू नका. तिला एकटी जायची सवय आहे. आमचा एरिया तिला चांगला माहिती आहे."

पुन्हा पायपीट; पण पोट थोडं भरलेलं असल्यामुळे उत्साह. पुन्हा जिने, फुटपाथ, एका इमारतीतून दुसऱ्या इमारतीत. वर-खाली बराच वेळ फिरल्यानंतर ते एका इमारतीत आले. डिपार्टमेंटचे असूनही भुलभुलैया झाल्यासारखे संजयला झाले. इमारतीत येताना दोन ठिकाणी इतका प्रखर सर्च लाईट सोडले होते की, त्याला डोळ्यांभोवती अंधारी आल्यासारखे वाटत होते. त्यातून सावरता-सावरता ते कधी इमारतीत आले, ते त्यांना समजले नाही.

त्यांची माणिकलालशी पूर्वनियोजित भेट ठरलेली होती.

माणिकलाल, त्याचे खरे नाव कोणालाच माहीत नव्हते. तो फक्त गुजराथी आहे, एवढेच माहीत होते. त्याचे पूर्वायुष्यही गूढ होते. तो नवसारीच्या चाळीतील उडाणटप्पू होता. फक्त विहिरीवरील पाणी आणण्याचे काम करणारा पाणक्या! चाळीतील लोकांना त्याचा भयंकर उपद्रव होत असे. नंतर माणिकलाललाही उपद्रव वाटू लागला म्हणून तो वापीला आला. दमणला गेला. तावर्नमध्ये दारूचे ग्लास भरण्याचे काम करू लागला. वापी-दमण, दमण-वापी असे करता करता काही खास धंदेवाईक लोकांच्या सान्निध्यात आला. पुन्हा सुरतला गेला. हिरे-व्यापाऱ्याकडे तो काम करत होता. काही दिवस ठीक चालले. ज्या व्यापाऱ्याकडे काम करत होता तो व्यापारी धंद्यात बुडाला; दिवाळखोर झाला आणि त्याने आत्महत्या केली. मग माणिकलाल रस्त्यावर आला. तोपर्यंत माणिकलाल बराच सुधारला होता. माणिकलालने काही जणांच्या ओळखीने सरळ मुंबई गाठली. कांदिवली - बोरीवली - मालाडच्या चाळीत फिरत-फिरत तो गिरगावातील पंचरतन बिल्डिंगच्या दारात हिऱ्यांचे लहान खडे घेऊन उभा राहिला. माणिकलालला बऱ्यापैकी दिवस आले. त्याला मोठी-मोठी स्वप्ने पडू लागली. तो मेहनती होता; परंतु कुठेतरी चुकले. धंदा करता करता दुसऱ्या अनोळखी धंद्यात ओढला गेला. एका-दोघांना किमती घड्याळे विकण्याच्या व्यवहारात सामील झाला. त्याला धंद्यात चिक्कार पैसा दिसू लागला आणि मग त्याचा संबंध नको त्या लोकांशी आला. वाईट संगत मिळाली की, माणूस कसाही

असला तरी वाहवत जातो. पंचरतनच्या दारात उभे राहणे त्याला कमीपणाचे वाटू लागले, म्हणून त्या धंद्याकडे त्याचे दुर्लक्ष झाले आणि घड्याळाच्या धंद्यात काही ठिकाणी जबरदस्त आर्थिक फटका बसला. माणिकलाल पुन्हा एकदा रस्त्यावर आला. परंतु त्याचे आता वेगवेगळ्या धंद्यात लक्ष जाऊ लागले. असे करता करता त्याला कोणताच धंदा जमेनासा झाला आणि इच्छाही राहिली नाही.

माणिकलाल मुली पुरवण्याच्या धंद्यात आला. घड्याळे विकण्याच्या धंद्यात त्याला काही लोक भेटले. तेच यासाठी कारणीभूत होते. हा माणिकलाल दिसायला अगदी निरुपद्रवी. गुजराथी तर कोणी म्हणणारच नाही. त्याला गुजराथी भाषेशिवाय हिंदी, मराठी, इंग्रजी, तमिळ या भाषाही चांगल्या येत होत्या. पंजाबी आणि सिंधी भाषाही तो कधी शिकला हे त्यालाही सांगता यायचे नाही; परंतु त्याचे भाषाप्रभुत्व खरोखरच चांगले होते. असा हा माणिकलाल बोली बच्चनवाला अस्सल गुजराथी होता; काळासावळा आखूड नाकाचा. ढेरपोट्या आणि मध्यम उंचीचा. बोलताना मान वाकून खाली पाहतच बोलेल. खाली मुंडी पाताळ धुंडी!

काही गुजराथी पैसेवाल्यांना एक-दोन मुली देता देता माणिकलाल या धंद्यात इतका खोलवर घुसला की, त्याचे त्यालाच भान राहिले नाही. मुंबईतील दहा मुलींपैकी चार मुलींचे व्यवहार माणिकलालमार्फत होत होते. वट होती. सगळीकडे त्याचे हात पसरलेले होते; संबंध होते.

मुंबईला मुलींचा पुरवठा, हा ब्रिटिश जमान्यापासून प्रसिद्ध! गोऱ्या टोपीवाल्यांना भारतीय काळ्या बायका फार आवडत. त्या काळी कुलाब्याची दांडी प्रसिद्ध होती. टोपीवाले गेले. कुलाब्याचे महत्त्व कमी झाले आणि ग्रांट रोड, फोरस रोड, गोलपीठा, कामाठीपुरा ही नावे प्रसिद्ध होऊ लागली.

माणिकलाल बोलायला मिठास होता.

संजयला घेऊन आलेली ती मुलगी बाहेरच्या दिवाणखान्यात थांबली. संजय आणि हणमंता दोघे आत गेले. आतली खोली ऑफिसप्रमाणे होती. एक टेबल आणि त्यावर लालभडक कारपेट होते. काचेवर एक शो पीस होता. एक फोटोची फ्रेम होती. पाठीमागून फोटोतील चित्राबाबत कल्पना करणे अवघड होते. संपूर्ण रूमला फिकट पांढरा रंग देण्यात आला होता.

माणिकलाल कोणाशीतरी फोनवरून बोलत होता. दोघांना पाहताच त्याने बोलणे चटकन आवरते घेतले.

"बोला साहेब, काय सेवा?"

संजयने दिलेला अस्मिताचा फोटो हणमंताने माणिकलालसमोर ठेवला.

"ही मुलगी संध्याकाळी चार वाजल्यापासून बेपत्ता आहे."

त्याने फोटो पाहिला.

"साहेब, माझ्याकडे हिच्याबद्दल काही माहिती नाही." त्याने पटकन सांगितले. "परंतु मी तुम्हाला माझ्याबद्दल खात्री वाटावी म्हणून दिवसभर माझ्याकडे आलेल्या मुली तुम्हाला दाखवतो."

तो स्वत: उठला. त्याने पाठीमागील दरवाजा उघडला. सर्व जण एका चिंचोळ्या जिन्याने खाली उतरले. पहिल्या मजल्यावर छोट्याछोट्या खोल्या बाहेरील गिऱ्हाइकाकरिता होत्या. त्या ओलांडून ते एका खोलीतून पुन्हा एका जिन्याने दुसऱ्या खोलीत गेले. एक म्हातारी त्या रूममध्ये बसली होती. माणिकलालने तिला बाहेर जाण्यास सांगितले.

"साहेब, त्या मुलींना मी समोर आणणार नाही, परंतु त्यांना संपूर्णपणे पाहता येईल अशी व्यवस्था करतो. सर्व जण भिंतीकडेला तीन खुर्च्यांवर बसले. गाड्यांना जशी काळी काच बसविण्यात येते, तशा काचेचा एक मोठा पडदा त्यांच्यासमोर तयार करण्यात आला. रूममध्ये संपूर्ण अंधार होता. काळोख होता. शेजारचा दरवाजा उघडण्यात आला. एका वेळी चार मुली उभ्या करण्यात आल्या. मोठ्या पॉवरचे बल्ब त्यांच्या डोक्यावरील छतातून सोडण्यात आले. नाट्यगृहातील स्पॉट लाईटप्रमाणे प्रत्येक मुलीच्या डोक्यावरील लाईटमुळे फक्त ती मुलगी स्पष्टपणे दिसत होती.

साधारण पंधरा ते पंचवीस वयोमर्यादेमधील त्या मुली होत्या. एक मुलगी काळीसावळी होती. दुसरी जास्त उंच होती. एक अत्यंत सुंदर होती; परंतु जाड होती. चौथी फारच लहान वाटत होती. तिच्या चेहऱ्यावरील डागाकडे पाहताच संजय अस्वस्थ झाला. माणिकलालच्या नजरेला त्याची अस्वस्थता जाणवली नाही. बऱ्याच मुली पाहिल्या; परंतु त्यामध्ये अस्मिता नव्हती. एक वेळा मात्र अस्मितासारखा एक चेहरा दिसला; परंतु ती नेपाळहून आलेली होती.

सर्व जण बाहेर आले.

माणिकलालचा चेहरा दगडासारखा होता. याशिवाय इतर ठिकाणी कोठे शोध घ्यावा यावर विचार झाला. माणिकलालने संध्याकाळच्या घटनेबाबत माहिती मिळाली, तर जरूर कळवतो असे सांगितले. संजयला त्याच्यावर विश्वास ठेवावाच लागला.

दोघेही बोलण्याच्या मन:स्थितीत नव्हते. सोनाबाईच्या इमारतीजवळच तिने पाठविलेल्या मुलीला त्यांनी सोडले आणि दोघे गाडीजवळ आले. हणमंताने आणखीन दोन-तीन ठिकाणी फिरवले; परंतु अस्मिताचा पत्ता लागला नाही.

रात्र बरीच झाली. संजयचे डोके भणभणत होते. रात्री झोप येईल, असे त्याला वाटत नव्हते.

हणमंताला स्टेशनला सोडून संजय पुन्हा हेडक्वॉर्टरला आला. रात्रीचे दोन वाजून गेले होते. तीन-चार ऑपरेटर्स अजूनही संगणकावर बसून होते. सगळीकडे

अस्मिताबाबत नकाराच्या बातम्या येत होत्या.

पलटण रोड पोलीस स्टेशनने धडपड चालू ठेवली होती. जे.जे.च्या प्रिन्सिपॉलला घरातून उठवून अस्मिताच्या इतर सहकाऱ्यांचे, मित्र-मैत्रिणींचे पत्ते गोळा करण्यात आले आणि खास लोक डोंबिवली, बोरीवली, अंधेरी इकडे पाठविण्यात आले. अजूनही रिपोर्ट आला नव्हता.

कर्नलांच्या विचारानुसार अस्मिताचे ज्यांनी अपहरण केले होते त्यांनी अजूनही कर्नलच्या घरी किंवा पोलीस स्टेशन किंवा इतर कोठेही कॉन्टॅक्ट केला नव्हता. हॉस्पिटल, रेल्वे, बस स्टँड सगळीकडून बातमी अजूनही 'निल' येत होती.

कमिशनर हेडक्वॉर्टरला रात्री तीन वाजता आले. त्यांचा वकिलातीतील पार्टीचा फिअॅस्को झालेला दिसत होता. पार्टीत वेस्टर्न नाव्हल कमांडचे अधिकारी होते. ते कर्नल फुरसुंगीकरांचे जवळचे सहकारी होते. संजयने सर्व रिपोर्ट दिला. त्यांनी सर्व ऐकून घेतले. पलटण रोड पोलीस स्टेशनच्या सिनियर पोलीस इन्स्पेक्टर पाटलांशीही ते बोलले.

प्रकरण आता गंभीर झाले होते. अस्मिता-अपहरण केस पूर्णत: सुरू करण्याचा निर्णय झाला.

■

सात रस्ता सिग्नलजवळ संजयने गाडी गोलाकार फिरवत मराठा मंदिर चित्रपटगृहाच्या दिशेने सोडली. रस्त्यावर वाहतूक तुरळक होती. जास्त करून दूध, भाजीपाला नेणाऱ्या मालगाड्याच होत्या. वातावरणात गारवा होता. आकाशात पांढऱ्या ढगांचे पुंजके मधूनमधून दिसत होते. फूटपाथवर अजूनही जाग आलेली नव्हती. गेटच्या आतमध्ये गाडी घेऊन पार्किंग एरियात त्याने गाडी पार्क केली. कंपाऊंड वॉलच्या कडेच्या झाडाकडे पाहत पाहत तो आत गेला. आत स्वागतकक्षाजवळ एक मुलगा बसला होता. शेजारीच एक गार्ड बसला होता. एकदम तगडा. संजयने कोणाला भेटावयाचे आहे त्याचे नाव दिले आणि आपली ओळखही दिली. त्या मुलावर किंवा गार्डवर त्याचा काही परिणाम झाल्याचे दिसले नाही. स्वागतकक्षाच्या दोन्ही बाजूला आत जाण्यासाठी व्हरांडे होते, परंतु दोन्ही व्हरांडे बंद होते. कुलूप लावले होते. आतून नाव पुकारल्याशिवाय कोणालाही सोडले जात नव्हते. संजय हॉस्पिटलमध्ये आला होता. परंतु हे हॉस्पिटल मनोविकार रुग्णांकरता होते. रुग्णांना भेटावयास येणाऱ्यांकरता नियम अत्यंत कडक होते. भेटण्याच्या वेळाही निश्चित होत्या.

थोड्या वेळातच कुलूप उघडून संजयला आत घेण्यात आले. त्याला खोली

क्रमांक आणि मजला सांगण्यात आला. संजयला पहिल्या मजल्यावरच जायचे होते. त्यामुळे त्याने चालत जाणे पसंत केले.

संजयने खोलीत पाय ठेवला ती बाहेरची खोली होती. कर्नल फुरसुंगीकर, कर्नलच्या घरातील नोकर, डॉ. पिपा झाग्रोस सर्व हजर होते. आणखीन दोन व्यक्ती होत्या. एक काळीसावळी, साधारण दाक्षिणात्य ठेवणीची, पांढरा शर्ट, काळी पॅन्ट घातलेली होती. मांडीवर मांडी ठेवून ती व्यक्ती कर्नलशी बोलत होती. डॉ.झाग्रोस आणि ती धिप्पाड महिला एका कोचवर बसले होते. त्या धिप्पाड महिलेने निळ्या रंगाचा पायघोळ स्कर्ट घातला होता. तिच्या पायात शूज होते. तिने सफेद पायमोजे घातले होते. तिचा चेहरा गोलाकार होता. तिचे नाक छोटे, पण सरळ होते. डोळे छोटे होते. सगळीकडे चौकस नजरेने फिरत होते. केस आखूड होते आणि मागे बो बांधला होता. कर्नलनी संजयला बसण्यास सांगितले. त्यांनी ओळख करून दिली. काळ्यासावळ्या दाक्षिणात्य ठेवणीची ती व्यक्ती मेजर डॉ. शर्मा होती, तर धिप्पाड महिला त्यांची साहाय्यक होती. दोघेही पुण्याहून मिलिटरी हॉस्पिटलमधून आले होते.

कर्नलनी झालेली घटना सांगितली आणि संजय जरा चक्रावून गेला. रात्री संजय कर्नलच्या घरातून बाहेर पडला. त्यानंतर अस्मिताची आई म्हणजे राधाबाईंना डॉ.झाग्रोसने दिलेली औषधे घेऊन त्या झोपल्या तशी त्यांना शांत झोप लागली. परंतु रात्री दोन वाजल्यानंतर त्यांना कधीतरी जाग आली. राधाबाई पुन्हा श्वासोच्छ्वास जोरजोरात घेऊ लागल्या. त्यांना आता दरदरून घाम आला. राधाबाई पुन्हा जोरजोरात किंचाळू लागल्या. त्यांच्याकडे पाहून कर्नलना काय करावे सुचेना. त्यांनी राधाबाईंना घट्ट पकडून धरले. नोकराला डॉ.झाग्रोसना बोलावून आणण्यास सांगितले. डॉ.झाग्रोस येईपर्यंत कर्नलना राधाबाईंना सांभाळता-सांभाळता नाकी नऊ आले. त्यांच्या आयुष्यात हा प्रकार प्रथमच घडत होता.

डॉ.झाग्रोस येईपर्यंत कर्नलना तो कालावधी मरणप्राय वाटला. डॉ. झाग्रोस राधाबाईंना पाहून गोंधळून गेल्या. डॉक्टर झाग्रोस या मेडिसीनमधील डॉक्टर होत्या. त्या हृदयविकारतज्ज्ञ होत्या. मनोविकारतज्ज्ञ नव्हत्या. पण समोरचा रुग्ण मनोविकार होता. स्किझोफ्रेनिक होता. डॉ.झाग्रोसनी तात्पुरती उपाययोजना म्हणून बेन्झोडायझेपाईनचा डोस दिला. डॉक्टरांना याबाबत खात्री नव्हती. तथापि थोड्या वेळाने राधाबाई शांत झाल्या. डॉक्टरांनी त्यांना श्वासोच्छ्वास नियंत्रित करण्यासाठी खोलवर श्वास घेण्यास सांगितले. श्वासोच्छ्वास लांबवर घेण्याकरता मदत केली. डॉक्टरांना या वेळी त्यांची मैत्रीण मनाली आठवली; ती मनोविकारतज्ज्ञ होती. परंतु ती मुंबईच्या बाहेर होती. राधाबाईंकडे लक्ष देत-देत डॉ.झाग्रोसनी मनोविकार हॉस्पिटलशी संपर्क साधला. रात्रपाळीच्या डॉक्टरांशी चर्चा केली आणि त्या थोड्या स्थिरावल्या.

राधाबाईंची पुढील लक्षणे कोणती पाहावयास मिळतील याची त्या वाट पाहू लागल्या. राधाबाई डोळे मिटून शांतपणे पडल्या होत्या. डॉ.झाग्रोस यांची झोप निघून गेली.

बरोबर एक तासाने राधाबाईंच्या श्वासोच्छ्वासात पुन्हा फरक पडून लागला. त्या जोरजोरात श्वास घेऊ लागल्या. एकदम घाबरल्या. आपल्याला कोणीतरी मारून टाकत आहे असे त्यांना वाटू लागले. 'मला वाचवा, मला वाचवा' म्हणून त्या पुन्हा रडू लागल्या. त्यांचे रडणे आणि शोकाकूल अवस्था पाहून कर्नलही अस्वस्थ झाले. तथापि, डॉक्टर झाग्रोसनी कर्नलना दुसऱ्या खोलीत बसण्यास सांगितले. त्यांनी राधाबाईंना खुर्चीत बसविले आणि पाठीवरून हात फिरवत पुन्हा खोलत्तर श्वास घेण्यास सांगितले. पुन:पुन्हा श्वास घेण्यास सांगितले. राधाबाईंना थोड्या वेळाने त्यांनी खूर्चीतून उठविले. हाताला धरून त्यांनी बाहेरच्या खोलीत आणले. समोरच्या भिंतीवरील बर्फाळ प्रदेशाच्या भल्या मोठ्या चित्राकडे पाहण्यास सांगितले. 'मॅटर हॉर्नच्या' त्या चित्रातील सुंदर-सुंदर शिखरे, सफेद बर्फ, निळसर पाणी यांचे वर्णन करून त्यांनी राधाबाईंना चित्राकडे टक लावून पाहण्यास सांगितले. त्यांनी राधाबाईंना स्वित्झर्लंडमध्ये पाहिलेल्या चांगल्या चांगल्या स्थळांची आठवण करून ती डोळ्यांसमोर आणण्यास सांगितले.

राधाबाईंना थोडे बरे वाटू लागले; परंतु डॉ.झाग्रोसना अजून खात्री वाटत नव्हती. दोघीही बाहेरच्या खोलीतील सोफ्यावर बराच वेळ बसून होत्या. थोड्या वेळानंतर कर्नलना बाहेर बोलवण्यात आले. डॉ.झाग्रोसनी कर्नलना त्यांच्या शेजारी बसून राहण्यास सांगितले. पहाटेचे चार वाजून गेले होते. राधाबाईंना थोड्या वेळाने झोप आली तर झोपू द्या, असे सांगून त्या घरी गेल्या.

डॉ.झाग्रोसना जेमतेम दोन तास झोपता आले असेल. सकाळी त्यांना पुन्हा बोलावण्यात आले. राधाबाईंची तब्येत आणखीन खराब झाली होती. त्यांच्या चेहऱ्यावर, पाठीवर, छातीवर, ओटीपोटावर एक प्रकारचे पुरळ आले होते. इंग्रजीमध्ये ज्याला ACNE म्हणजे तारुण्यपीटीकासारखी पुरळ होती. डॉ.झाग्रोस या वेळी एकट्या नव्हत्या. त्यांच्याबरोबर एक कोरियन व्यक्तीही होती.

डॉ.चुंग त्याच इमारतीत त्यांच्या एका नातेवाइकाकडे आले होते. झाग्रोस बोलता-बोलता राधाबाईच्या प्रकृतीबाबत नातेवाईकांना सांगत होत्या. डॉ.चुंगनी राधाबाईंची तब्येत पाहण्यास घेऊन जाण्याबाबत इच्छा व्यक्त केली. डॉ.चुंग हे वैद्यकीय व्यवसायातील डॉक्टर नव्हते. ते ॲक्युपंक्चरमधील डॉक्टर होते. कमी उंचीचे मात्र जाडजूड, बसक्या, चपट्या नाकाचे डॉक्टर दिसण्यास खेळकर स्वभावाचे होते. स्पोर्ट्स शर्ट आणि तशीच पायघोळ स्पोर्ट्स पॅन्ट त्यांनी घातली होती.

त्यांनी राधाबाईंना पाहिले. स्वतः सुखासनात बसले. त्यांनी उजवा हात

अर्धनमस्काराच्या पवित्र्यात छातीजवळ धरला. थोडा वेळ ते डोळे मिटून त्यांनी शांतपणे बसले. त्यांनी ध्यान केले. त्यांनी बरोबर आणलेल्या बॅगेतून सुया बाहेर काढल्या. त्या तीन प्रकारच्या सुया होत्या – छोट्या, मध्यम आणि मोठ्या त्यातील काही लाकडी होत्या, काही हाडाच्या तर काही धातूच्या होत्या. सर्व सुया त्यांनी टिपॉयवर ठेवल्या. राधाबाईंना त्यांनी कोचावर झोपण्यास सांगितले आणि त्यांनी त्या छोट्याछोट्या सुया कपाळावर, मानेवर, छातीवर, ओटीपोटावर, दंडावर विशिष्ट भागावर टोचण्यास सुरुवात केली. काही सुया त्यांनी घड्याळाच्या काट्याच्या दिशेने तर काही विरुद्ध दिशेने फिरवल्या. साधारणतः दर वीस मिनिटांनी काही सुया काढून घेतल्या, काही पुन्हा फिरवल्या. डॉक्टरांची ही थेरपी जवळजवळ एक तास सुरू होती. त्याच्यानंतर त्यांनी काही सुया काढल्या, काही पुन्हा दाबून बसविल्या.

कर्नलला हा प्रकार काही आवडला नाही; परंतु डॉ.झाग्रोसनी आग्रह धरल्याने त्यांचा नाइलाज झाला. तथापि आता त्यांना डॉ. झाग्रोसचाही राग आला. त्यांनी पुण्याच्या आर्मी मेडिकल कॉलेजमधील डॉ.शर्माशी संपर्क साधला आणि त्यांना राधाबाईंच्या तब्येतीबाबत कळविले. डॉ.शर्मा आणि त्यांची साहाय्यक म्हस्कारेन्स खास आर्मी हेलिकॉप्टरने मुंबईला आले. डॉ.शर्मा मुंबईला येईपर्यंत राधाबाईंना हॉस्पिटलमध्ये हलविण्यात आले होते. त्यांना अतिदक्षतागृहात ठेवण्यात आले होते. त्यांचे हृदयाचे ठोके कमी-जास्त होत होते.

संजयने राधाबाईंना अजूनही पाहिले नव्हते; परंतु फुरसुंगीकर कुटुंबाची होत असलेली परवड पाहून संजयलाही वाईट वाटले. अस्मिताच्या बेपत्ता होण्याचा राधाबाईंवर खूपच विपरीत परिणाम झाला होता.

डॉ.शर्मांकडे पाहत कर्नल म्हणाले, ‘‘अॅक्युपंक्चरमुळे काही फायदा होतो का? मी खरंतर थेरपीला तयार नव्हतो. मला त्यात धोका वाटत होता; परंतु डॉ.झाग्रोसनी आग्रह केला, म्हणून तयार झालो. अगदी स्पष्ट सांगायचं, तर मी या थेरपीबाबत ऐकून होतो. मात्र प्रत्यक्ष अनुभव कधी घेतला नव्हता.’’

‘‘मनोरुग्णांबाबत ही थेरपी चांगली आहे. राधाबाईंना यामुळेच जास्त सुसह्यपणे पॅनिकला फेस करता आलं.’’

‘‘पण त्यांना वेदनाशामक गोळ्या दिल्या होत्या. मग या थेरपीतून वेदना देऊन त्यांना रिलिफ मिळाला कसं म्हणायचं?’’

‘‘वेदना किंवा संवेदना ही जिवंतपणाची किंवा शरीराची अत्यावश्यक स्थिती आहे. शरीराच्या अंतर्गत भागात म्हणजे चेतापेशींत याच पद्धतीने संवेदनाची देवाण-घेवाण चेतनासंस्थेमार्फत मेंदूपर्यंत आणि मेंदूपासून शरीराच्या बाह्य भागापर्यंत होते. यात रासायनिक क्रियांचाही भाग आहे. मुख्यतः सोडियम आणि पोटॅशियममधील बदलाबदल, परंतु इतकी चिकित्सा जाण्याची गरज नाही.’’

''वेदनाशामक गोळ्यांनी ही संवेदना ब्लॉक केली असेल तर?''

''आपले संपूर्ण शरीर हे सतत ऊर्जा तयार करत असते. संपूर्ण शरीरातून बाहेर पडणारी ऊर्जा हा एक मोठा चालताबोलता गोळा आहे.

''त्यामध्ये काही अडचणी आल्या की, ऊर्जेचा स्रोत योग्य प्रकारे तयार होत नाही. एक प्रकारची असमानता तयार होते. असमानता बराच काळ तशीच राहिल्यास त्याचा विकृत परिणाम दिसू लागतो. शरीरावर त्याच्या खुणा दिसू लागतात.

''चिनी वैद्यकीय शास्त्राला शरीरावरच्या या खुणांवरून शरीर कोणत्या आजारातून जात आहे याचा अंदाज येतो. हा प्रकार मनोरुग्णांबाबत जास्त स्पष्ट पाहायला मिळतो. कारण ऊर्जेच्या बदलाचा संबंध मेंदूत घडणाऱ्या क्रिया आणि चलनवलनाशी संबंधित आहे.

''चिनी तत्त्वज्ञानानुसार शरीर, मन आणि चैतन्य यांनी व्यक्ती बनलेली आहे. या तिन्ही गोष्टी एकमेकांशी निगडित आहेत. आकाशातील स्वयंभू ताऱ्याप्रमाणे शरीर हे या तीन गोष्टींनी स्वयंभू बनले आहे. या स्वयंभू व्यक्तीचे चलन-वलन, सर्व व्यवहार 'जीवनशक्तीने' किंवा 'जीवनऊर्जेने' होतात. त्यालाच 'ची' किंवा 'कि' म्हटले जाते. ऊर्जा म्हणजे ची. ती दोन तत्त्वांनी बनली आहे. 'यीन' किंवा 'यांग' ही दोन्ही तत्त्वे एकमेकांना पूरक आहेत; परंतु विजातीय आहेत. ऊर्जा शरीरातून निरनिराळ्या चोवीस आवर्तनांतून फिरते. या आवर्तनात कोणताही अडथळा येणे म्हणजे आजार उत्पन्न होणे. हा अडथळा खूप काळाकरता झाल्यास आजाराची लक्षणे दिसू लागतात. सर्वसाधारणपणे हा अडथळा दोन प्रकारे तयार होतो. एक प्रकार म्हणजे या ऊर्जास्रोतावर शरीराच्या किंवा मनाच्या आतून होणारा आघात. हा आघात आनंद, भीती, तणाव किंवा अशाच भावनिक स्वरूपात होतो, तर दुसऱ्या प्रकारे म्हणजे शरीरावर किंवा मनावर बाहेरून होणाऱ्या धक्क्याचा आघात.

''शरीरावर कोणत्या भागावर आघात झाला आहे, कोणत्या प्रकारचा आघात आहे यावरून आजाराचे निदान करता येते. तसेच चिनी वैद्य आजारी शरीराचे नियंत्रण, शरीरस्पर्श, भास, शरीराचा बदलणारा रंग यावरूनही आजाराचे निदान करतात.

''राधाबाईंच्या हृदयाचे ठोके, नाडीची स्पंदने पाहिल्यानंतर त्यांना बसलेला धक्का ॲक्युपंक्चर थेरपीमुळे सावरणे खूपसे सुसह्य झाले. नाहीतर त्यांना मोठा धक्का बसला असता.''

''मानसिक धक्का बसल्यानंतर ताणतणाव, भीती वाटणं, घाम येणं या बाबी समजू शकतात; पण त्यांच्या चेहऱ्यावर पुरळ कशी काय?''

''हेच आजाराचं अंतिम लक्षण; परंतु राधाबाईंच्या बाबत हे मी तुम्हाला

आणखीन दुसऱ्या प्रकारे सांगतो. मानसशास्त्रामध्ये एक प्रकार आहे. एखादी घटना किंवा क्रिया पुन:पुन्हा घडते. मानवी शरीराबाबत जशा झोप, जेवण, या विशिष्ट कृती विशिष्ट वेळेला या पुन:पुन्हा घडतात. यातून जी क्रिया तयार होते तिला 'प्रतिक्षिप्त क्रिया' (Reflex Action) म्हणतात. थोडक्यात, आपल्या शरीराच्या एखाद्या भागावर म्हणजे पायावर, हातावर एखादी अपरिचित छोटी वस्तू म्हणजे एखादा किडा किंवा कचरा पडला, तर त्याची संवेदना मेंदूपर्यंत जाऊन त्याच्याविरुद्ध संपूर्ण शरीराची कृती करण्यापूर्वीच हाताकडून ती वस्तू झटकली जाते. या बाह्य प्रतिक्षिप्त क्रिया आहेत. शरीराची जशी सुधारणा होते, उत्क्रांती होते, तसतसे प्रत्यक्ष मेंदूच्या आज्ञा न घेता हृदय, फुप्फुस, मूत्राशय यांचे प्रतिक्षिप्त क्रियांमुळे चलनवलन होते. हा प्रकार आपण प्रत्यक्ष शारीरिक अवयवांबाबत अनुभवतो. मनामध्येही अशाच प्रतिक्षिप्त क्रिया होतात. प्रत्यक्ष विचार करणारे मन आणि अप्रत्यक्ष विचार करणारे मन यांची सतत उत्क्रांती होत असते. लहानपणी झालेल्या संस्कारांच्या पायावर मनाची उभारणी होते. लहानपणापासून घेतलेले अनुभव, शिक्षण यांचा उपयोग पुढे व्यक्ती विचारात सतत करते. या सर्व गोष्टींचा वापर आपले मन आपल्या नकळत सतत करते. राधाबाईंना मुलीच्या अपहरणाचा जो मानसिक धक्का बसला त्याला त्यांनी तोंड दिले ते या लहानपणापासूनच्या अनुभव, शिक्षण आणि संस्काराच्या आधारे; परंतु हा धक्का या मानसिक ताकदीच्या बाहेर गेल्यानंतर काय?''

कर्नल प्रश्नार्थक नजरेने पाहत होते.

''एक गोष्ट सांगतो. 'स्टॉकहोम सिंड्रोम'ची. काही वर्षांपूर्वी स्वीडनमधील स्टॉकहोममध्ये एका बँकेवर दरोडा पडला. लुटारूंनी बँकेतील लोकांना ओलीस म्हणून ठेवले होते. बँकेतील लोक बराच काळ लुटारूंच्या ताब्यात होते. जेव्हा त्यांची सुटका झाली तेव्हा त्यांना लुटारूंपेक्षा पोलिसांचीच भीती जास्त वाटू लागली. आणि लुटारूंची सहानुभूती आणि समर्थन योग्य वाटू लागले. मनातील हा होणारा पूर्ण बदल मानसशास्त्रज्ञांना कोड्यात टाकणारा झाला. याला कारण म्हणजे शरीरातील ऊर्जेची दोन तत्त्वे असतात – 'यिन' आणि 'यांग'. सजातीय-विजातीय. मेल-फिमेल. सकारात्मक-नकारात्मक. एखाद्या तत्त्वाचा सकारात्मक प्रभाव होणे हे वास्तवाशी निगडित असते; परंतु नकारात्मक प्रभाव हाही वास्तवाशी निगडित असतो. त्याचा आत्यंतिक प्रभाव हा वेडाचे झटके, शरीराचा असंबद्धपणा, स्किझोफ्रेनिया यांसारखे विकार जडवतो; परंतु कधीकधी व्यक्ती त्या नकारात्मक प्रभावाच्या अधीनच जाते.

''राधाबाईंना अपहरणाचा धक्का हा नकारात्मक भाग होता. त्याच्यामुळे तयार झालेल्या पॅनिकला त्यांनी तोंड दिले. परंतु एका मर्यादेबाहेर गेल्यानंतर त्यांच्या

शरीराला तो धक्का सहन झाला नाही. या धक्क्यातूनच संपूर्ण शरीरावर विशेषत: चेहऱ्यावर तारुण्यपीटिका तयार झाल्या. डॉ.झाग्रोसनी त्यांना दिलेल्या गोळ्या, श्वासोच्छ्वास नियंत्रित करण्यात केलेली मदत, सकाळी देण्यात आलेली ॲक्युपंक्चर थेरपी यामुळे राधाबाईंना पॅनिकला तोंड देणे खूप सुसह्य झाले. अन्यथा त्याचा विपरित परिणाम हृदयावर झाला असता. या थेरपीमुळे त्यांना स्वत:ला नियंत्रित करणे शक्य झाले.''

''पण मग आता हा धक्का असाच राहिला तर?''

''जोपर्यंत त्यांच्या मुलीचा शोध लागत नाही तोपर्यंत त्यांना हा धक्का त्रासदायक होईलच. परंतु याला कसे तोंड द्यावयाचे याची सुरुवात डॉ.झाग्रोसनीच केली आहे. त्यामुळे हा धक्का त्यांना हळूहळू सुसह्य होत जाईल. राधाबाईंनी परिस्थितीला तोंड देण्याकरता त्यांची इच्छाशक्ती वाढविण्याची गरज आहे. आहे त्या वस्तुस्थितीला तोंड देणे आवश्यक आहे. तुमच्या मुलीचा शोध लागणेही महत्त्वाचे आहे.''

सर्व जण आता संजयकडे पाहत होते.

''आम्ही प्रयत्न करत आहोत. अजून कोणी आमच्याशी संपर्क साधलेला नाही.''

''अपहरणकर्ते संपर्क साधतातच असं काही नाही. त्याचा कालावधीही निश्चित नसतो.''

''बरोबर आहे; परंतु त्यांची काही मागणी असेल तर संपर्क व्हायला हवा.''

''एक बोलायचं राहून गेलं.'' डॉ.झाग्रोस मध्येच म्हणाल्या. कर्नल त्यांच्याकडे प्रश्नार्थक मुद्रेने पाहत होते.

''राधाबाई एक-दोन वेळा गुरुमणींना बोलवा असं काहीतरी म्हणत होत्या. गुरुमणी की असंच काहीतरी नाव होतं. ते नाव आहे की, दुसरं काही हे मला समजलं नाही.''

अरेच्या! कर्नल एकदम ताडकन उभे राहिले. सर्व जण त्यांच्याकेडे उत्सुकतेने पाहू लागले.

''हे माझ्या लक्षात आलं नाही.''

''कोण आहेत हे?''

''आमचे एक स्नेही.'' असे म्हणत कर्नलनी मोबाईल बाहेर काढला आणि मोबाईलचे नंबर दाबू लागले. ते पुन्हा खाली बसले.

मोबाईलवरून कर्नल ज्यांच्याशी बोलत होते त्या व्यक्तीबाबत अंदाज येत नव्हता; परंतु एकंदर बोलण्यावरून ती व्यक्ती फुरसुंगीकर कुटुंबीयांना खूप जवळची होती असे दिसत होते.

सकाळी सकाळी संजयला हॉस्पिटलची फेरी फुकट गेल्यासारखे वाटत होते. पलटण रोड पोलीस स्टेशनमध्ये काय प्रगती झाली असावी, याचा विचार करत त्याने कमिशनरांना भेटावयास जाण्याचे ठरविले.

थोड्याच वेळात कर्नलनी मोबाईलवरचे बोलणे संपवले. संजय उठून उभा राहिला आणि निरोप घेण्यासाठी बोलू लागला; परंतु कर्नलनी त्याला थांबविले. त्यांचे स्नेही आल्यानंतर कमिशनरला भेटण्यास जाऊ असे सुचविले.

संजयला कर्नलना या परिस्थितीत तोडून बोलणे योग्य वाटले नाही. त्याला नाइलाजाने पुन्हा बसावे लागले. गुरुमणी यायला बराच उशीर लागत होता. संजयला आता खूप भूक लागली होती. सकाळचे वृत्तपत्र मिळते का ते पाहून येतो, असे सांगत संजय उठला. हॉस्पिटलच्या बाहेर संजय आला आणि सरळ जवळच्या हॉटेलमध्ये घुसला. येता येता घेतलेले वृत्तपत्र त्याने टेबलवर पसरले. नाष्टा करत करत तो वृत्तपत्रावरून नजर फिरवू लागला. त्याच्या पोलिसी नजरेला विशेष काही दिसले नाही.

संजयने चहाचा कप बाजूला ठेवला आणि टेबलावरील वृत्तपत्राकडे पाहत पाहत मोबाईल बाहेर काढला.

त्या वेळी भेंडी बाजारातील मस्तान तलाव एरियातील पानाच्या गादीवर रफिक पाय सोडून बसला होता. समोर रस्त्यावर महापालिकेचे कर्मचारी ड्रेनेज उघडून काम करीत होते. रफिक मन लावून त्यांच्या कामाकडे पाहत होता. रस्त्यावर वर्दळ तुरळक होती.

"रफिक?"

"जी साब"

"अरे भाई, सुबह हो गयी की नही?"

"साब, धंदा तो शुरू हुआ है साब. इतक्या सकाळी माझी आठवण?"

"धंदा कसा काय?"

"साब, धंदा तेजीत असला तरी स्लॅक, मंदीत असला तरी स्लॅक. आमच्या तोंडून समाधान कधी ऐकायला मिळणार नाही."

"मामूची तब्येत कशी आहे?"

"बुढा अजूनही हॉस्पिटलमध्येच आहे. जास्त दिवस काढील असं वाटत नाही. जेवण कमी होत चाललंय. पाहू या किती दिवस काढतोय."

"चमेलीची पोरं येतात की नाही ?"

"हो तर."

"दुपारी स्टेशनवर ये. मी नसेल, तर किशोरला भेट. ठीक आहे."

"जी साब."

संजयला अजून बोलायचं होतं; परंतु तातडीचा मेसेज येत होता. स्टेशनवरूनच फोन आला होता. वडाळ्याजवळ अपघात झाला होता. दोन व्यक्ती मरण पावल्या होत्या. संजय घाईघाईने बाहेर पडला आणि हॉस्पिटलच्या दिशेने चालू लागला.

संजय हॉस्पिटलमध्ये आला तेव्हा कर्नलचे स्नेही गुरुमणी अजूनही आले नव्हते. संजयने कर्नलना अपघाताची बातमी सांगितली आणि स्टेशनला जाऊन आल्यावर भेटू असे सांगून तो बाहेर पडणार, एवढ्यात कर्नलनी हातानेच त्याला थांबण्यास सांगितले.

दरवाजातून श्री गुरुमणी आत येत होते.

डोक्यावर गांधी टोपी. जाडजूड शरीरयष्टी. पूर्वी कधीतरी तालमीत जाऊन पहेलवानकी केल्याचे दिसत होते.

चेहरा गुबगुबीत, मोठे नाक, ओठ घट्ट दाबून धरलेले. डोळे पाणीदार, कपाळावर पांढरं गंध, निमगोरा चेहरा. अंगात सदरा, पांढरा शुभ्र पंचा नेसलेला. पायात पंपशूज.

कर्नलनी गुरुमणींची सर्वांची ओळख करून दिली. गुरुमणी बोलण्यात शांत दिसून येत होते; परंतु त्यांच्या डोळ्यात एक वेगळीच चमक जाणवत होती. सर्व जण आत गेले.

राधाबाई शांतपणे कॉटवर पडून होत्या. डोळे कोठेतरी पाहत होते. छताकडे. गुरुमणींनी त्यांना हाक मारली; परंतु राधाबाईंनी त्यांना प्रतिसाद दिला नाही. कर्नलनी पुढे होऊन राधाबाईंना खांद्याला धरून जागे केले. राधाबाईंनी गुरुमणींना पाहिले आणि त्या क्षीणपणे हसल्या.

त्या वेळी संजय राधाबाईंना प्रथमच पाहत होता.

गुरुमणी पुढे झाले. एव्हाना राधाबाई उठून बसण्याचा प्रयत्न करू लागल्या. परंतु गुरुमणींनी त्यांना उठण्यास मनाई केली. गुरुमणी यांनी राधाबाईंचे थोडा वेळ निरीक्षण केले आणि त्यांच्या कपाळावर हाताची बोटे ठेवली.

गुरुमणी मंत्र म्हणत होते की काय करत होते हे कळत नव्हते; परंतु राधाबाईंनी डोळे मिटून घेतले आणि त्या शांतपणे पडून राहिल्या. काही वेळात त्यांना झोप आली असावी. गुरुमणी यांनी राधाबाईंना संमोहनाखाली आणले.

"यांना थोडा वेळ झोपू दे. त्यानंतर पाहू या पुढे काय करावयाचे." असे सांगून गुरुमणी राधाबाईंकडे पाहत पाहत बाहेरच्या खोलीत यावयास निघाले. सर्व जण त्यांच्याबरोबर बाहेर आले.

गुरुमणी यांच्या चेहऱ्यावर कोणतेही भाव दिसून येत नव्हते; परंतु संजयच्या अंतर्मनात गुरुमणी थोडे तणावाखाली असल्यासारखे वाटत होते.

ते सोफ्यावर बसले. कर्नलही शेजारी बसले. गुरुमणींनी कर्नलना सुरुवातीपासून

झालेली घटना कथन करण्यास सांगितले. संजयला पुन्हा सर्व कहाणी ऐकावयाची इच्छा नव्हती; डोळ्यांसमोर वडाळ्याचा अपघात दिसत होता.

कर्नलना पुन्हा दुपारपर्यंत भेटू असे सांगून संजयने सर्वांचा निरोप घेतला आणि बाहेर पडला.

संजयच्या डोळ्यांसमोर राधाबाई येत होत्या. मुलीच्या अपहरणाचा खरोखरचा मानसिक धक्का गंभीररित्या त्यांच्या मनावर बसला होता. त्या एकदम मानसिक विकारावर गेल्या होत्या. निव्वळ मनावर दबाव आल्यामुळे त्या इतक्या खचून गेल्या होत्या की, सभोवतालच्या कोणत्याच गोष्टींबाबत त्यांचे मन प्रतिसाद देत नव्हते. अशा मनोरुग्णाला गुरुमणी कसे काय बरे करणार होते?

संजयला ते पटत नव्हते. डॉ.शर्मांच्याच मानसोपचारांची गरज आहे, असे त्याला वाटत होते. संजयला जास्त विचार करावयाची आवश्यकता वाटत नव्हती; परंतु राधाबाईंशी त्याला कधी बोलता येणार होते? ती संधी लवकरात लवकर मिळाली, तर अस्मिताबाबत अधिक तपासाचा मार्ग खुलेल असे त्याला वाटत होते.

■

दुपारची वेळ. माणगावकर आपल्या ऑफिसमध्येच बसून स्टेनोला डिक्टेशन देत होते. माणगावकरांची स्टेनो गुबगुबीत होती. गोरी होती. डिक्टेशन देताना तिच्या छातीच्या खोबणीत पाहत तिला डिक्टेशन देण्यात माणगावकरांना आनंद वाटत असे. स्टेनोलाही त्याची जाणीव होती. म्हाताऱ्याला आणखीन बावचळवण्यासाठी कधीकधी ती लो-कट कपडे घालून यायची आणि मैत्रिणीत फिदीफिदी गप्पा करायची.

माणगावकर तंगड्या सोडून केस वाचून ड्राफ्ट करण्याच्या मागे होते. शेजारी ज्युनियर बसला होता. दोघे जण कोर्टात होते. एक क्लार्क टेलिफोनवर बोलत होता. नुकतेच जेवण झाले होते. एवढा एक ड्राफ्ट करून माणगावकरांनी घरी जाण्याचे ठरविले होते. त्यांना तसा कंटाळाच आला होता. बरेच दिवस ते कोठे बाहेर गेले नव्हते. सहकुटुंब कोठेतरी हिलस्टेशनवर जावे असे त्यांच्या मनात येत होते.

माणगावकर खुर्चीत बसूनच आपल्या टायवरील धूळ झटकल्यासारखे करत होते.

स्टेनो त्यांच्याकडे पुढील डिक्टेशनसाठी पाहत होती.

क्लार्कने टेलिफोन हातात दिला. पलीकडून कोणीतरी अनोळखी व्यक्ती होती. म्हादू वैतीच्या घरून फोन आला होता.

म्हादू वैती वडाळ्याच्या कारखान्यात अपघातामध्ये मृत्यू पावल्याचे सांगितले होते.

माणगावकर एकदम हादरले.

"अपघात? नक्की अपघात?"

कारखान्यातील तुळई पडून मृत्यू पावल्याचे सांगण्यात आले. माणगावकर थोडे रिलॅक्स झाले. तुळई पडून म्हणजे खरोखरच अपघात. मनातल्या मनात उगाचच घाबरलो असे त्यांना वाटले. भित्यापोटी ब्रह्मराक्षस!

माणगावकरांनी डिक्टेशन संपविले; परंतु अधिक माहिती घ्यावी असे त्यांना वाटले. त्यांनी आपल्या एका ज्युनियरला मालाडला पाठविले. माणगावकर घरी आले. डोळ्यांपुढे म्हादू वैती होता; परंतु हातचे घबाड जाता कामा नये, असे ते मनालाच समजावत होते. वारसदाराला पकडून केस पुढे चालविणे आवश्यक होते.

पुन्हा कोर्टाला अर्ज करावा लागणार होता.

संध्याकाळी ज्युनियरने फोनवरून कळविले. म्हादू वैती अपघातात मृत्यू पावला. पोलीस चौकशी सुरू झाली. दोघे जण मेले होते. दुसऱ्याची ओळख पटलेली नव्हती. मृतदेह वैतीच्या घरच्यांना ताब्यात दिले होते. ज्युनियरने दोन-तीन दिवसांनी परत जाऊन वैतीच्या भावाला केस पुढे चालविण्याबाबत विचारायचे ठरले.

माणगावकरांना हा एक तापच वाटला; परंतु वैतीचा भाऊ केस पुढे चालविण्यास तयार होईल याची त्यांना खात्री वाटत होती. माणगावकर आशावादी होते.

■

संजय ड्रेसमध्ये स्टेशनला आला तेव्हा पोलीस-टीम अगोदर अपघातस्थळी गेली होती. ऑफिसमध्ये अर्जंट टपाल, निरोप काही आहे का याची चौकशी केली आणि संजय वडाळ्याकडे निघाला.

दादरजवळचा वडाळा विभाग तसा जवळपास झोपडपट्टीने भरलेला. चुनाभट्टीनंतर वडाळा स्टेशन हा भाग गुन्हेगारांचे सुरक्षित ठिकाण. अलीकडे टोलेजंग इमारती उभ्या राहू लागल्याने गुन्हेगारांचे प्रमाण कमी होऊ लागले होते. या भागातील उद्योग, कारखाने, व्यवसायही बरेचसे स्थलांतरित झाल्याने एके काळी गजबजलेल्या परिसरात आता शुकशुकाट झाल्यासारखा होता.

संजय कारखान्याजवळ आला. तो कारखाना आर्थिक मंदीमुळे बंद पडण्याच्या मार्गावर होता. जवळपास फक्त गोडाऊन, काही अवजड यंत्रे चालविण्यापुरता तो चालू होता. 'अरकॉन इंजिनियर्स' नावाच्या ह्या कारखान्याच्या गेटवर संजयला

पाहताच सुरक्षारक्षकाने गेट उघडले. तेथील लोक त्याची बहुधा वाटच पाहत असावेत. मोठ्या वर्कशॉपवजा एरियातून त्याला आतमध्ये नेण्यात आले. पाठीमागे काही लेथ मशिन्स वापरात नसल्यामुळे बंद पडलेली होती. बाजूला एका मोकळ्या जागेत दोन कामगार खाली पडलेले होते. वरून मोठी लोखंडी तुळई पडल्यामुळे दोघांचा मृत्यू झाला होता. लोखंडी तुळई बाजूला केली होती. फोटोग्राफर्स फोटो काढण्याचे काम करत होते. हाताचे ठसे घेणारे त्यांच्या कामात गुंतले होते. सर्व काम नेहमीच्या पद्धतीने सुरू होते.

हवालदार शिंदे आणि बोडके बाजूला उभे होते. कारखान्याचे मालक, व्यवस्थापक आणि काही कर्मचारी बाजूला उभे होते. उपनिरीक्षक राजन सरफरे मधूनमधून सूचना देत होते. संजयला पाहताच सरफरे पुढे आले आणि त्यांनी अपघाताबाबत माहिती देण्यास सुरुवात केली. संजय अगदी वेळेवर आला होता. दोन्ही मृतदेह ॲम्ब्युलन्समध्ये हलविण्याची तयारी सुरू होती. पोलिसांचे पंचनाम्याचे काम जवळजवळ झाले होते. संजयने पुढे होऊन दोन्ही मृतदेह पाहिले. अंगावरील चादर काढल्यानंतर दोघेही जवळजवळ चिरडले असल्याचे लक्षात येत होते. पूर्ण जागेवर रक्ताचं थारोळे झाले होते. बराच वेळ झाल्याने रक्त काळसर मातकट झाले होते. दोन्ही व्यक्तींपैकी एक जण साधारण तिशीच्या आतला होता. दुसरा वयस्क होता; परंतु ५० पेक्षा जास्त नक्कीच नव्हता. त्यांच्या कमरेजवळचा भाग पूर्ण चिपाड झाल्यासारखा दिसत होता. मात्र चेहरे स्पष्ट दिसत होते. त्यातील एका तरुणाचे वय लहान होते. ती व्यक्ती कारखान्यातील वाटत नव्हती.

संजयने त्याचे आणखीन जवळ जाऊन निरीक्षण केले. ती व्यक्ती निश्चितच कारखान्यातील नव्हती. चेहरा जरी राकट वाटत होता, तरी त्याच्या हाताची बोटे कारखान्यातील कामगाराची वाटत नव्हती. डोक्यावरील केसांचे वळणही आधुनिक सुशिक्षित व्यक्तीचे वाटत होते.

कारखान्यातील त्या अपघाताची घटना कळविणारे दोघेच होते. त्या दोघांनाही मॅनेजरच्या खोलीत नेण्यात आले. संजयने पोलीसचौकशी केली. स्टेशनवरचा कर्मचारी त्याचा प्रत्येक शब्द लिहून घेत होता. काम संपल्यावर बाकीची चौकशी, इतर लोकांचे जाब-जबाब घेण्याचे काम शिल्लक होते. संजयने मृत व्यक्तीच्या प्रत्येक वस्तूचे निरीक्षण करण्यास सुरुवात केली.

दोघांपैकी एक जण महादेव वैती उर्फ म्हादू. हा मालाडचा राहणारा होता. पहारेकरी होता. हा म्हादू स्टार सिक्युरिटीमार्फत त्या कारखान्यात कामाला होता. तो कारखान्याचा कामगार नव्हता. सिक्युरिटी कंपनीच्या युनिफॉर्ममध्ये तो होता. चौकशी प्राथमिक अवस्थेत होती. जोपर्यंत अधिक माहिती मिळत नव्हती तोपर्यंत मृत्यूचे कारण स्पष्ट होणार नव्हते. संजयने पुन्हा एकवार नजर फिरवली आणि

ठाण्यावर आला.

तो येईपर्यंत म्हादूचे घरचे नातेवाईक आले होते. त्यांना कारखान्यात नेण्यात आले. त्यांनी म्हादूबरोबरच्या व्यक्तीला ओळखले नाही. संजयसमोर त्यांना उभे करण्यात आले. संजय थोडा वेळ त्यांच्याशी बोलला; परंतु म्हादूच्या मृत्यूबाबत फारशी काही माहिती मिळाली नाही. फक्त म्हादू तुळईखाली मृत पावला असता तर प्रकरण अपघाती म्हणून बंद करणे सोपे गेले असते; परंतु दुसऱ्या अनोळखी व्यक्तीमुळे घटनेला फाटे फुटल्यासारखे होत होते. जोपर्यंत त्याची ओळख पटत नव्हती, तोपर्यंत तपासात प्रगती होणार नव्हती.

थोडा वेळ विचार करून संजय पुन्हा कारखान्यात आला होता. एव्हाना मृतदेह हलविले होते; परंतु बाकीच्या लोकांची चौकशी सुरू होती. संजयने दोघांच्या जवळच्या साहित्याकडे पुन्हा एकवार नजर फिरवली. संजयच्या हातात ग्लोव्हज होते. साहित्यावरील ठसे पुसले जाऊ नयेत याकरता काही वस्तू तो चिमट्याने उचलत होता. दोघांच्या वस्तू वेगवेगळ्या प्लॅस्टिकच्या पिशव्यांत पंचासमोर ठेवण्यात आल्या होत्या. संजयची नजर सहज त्या पिशवीतील छोट्या चिठ्ठीकडे गेली. ते बसचे तिकीट होते.

संजयने बराच वेळ विचार केला. ते तिकीट हातात घेतले आणि सरफरेंना घेऊन तो वडाळ्याच्या बेस्ट डेपोत गेला. तिकीट पुढे केले. चेंबूर-वडाळा रूटचा टी.सी. त्यांना आयता भेटल्याने तिकीट कोणत्या ठिकाणाहून काढले गेले याची माहिती त्यांना लगेच मिळाली. चेंबूरला जाऊन तिकिटावरून कशी चौकशी करावयाची याची काळजी सरफरेंना पडली होती; परंतु संजयने सरफरेंना अपघाताची पुढील चौकशी पूर्ण करण्यास सांगितले आणि संजयने स्वत: चेंबूरला जाण्याचे ठरविले. मेलेल्या तरुणाचा पोलाराईडवरील फोटो खिशात ठेवला.

चेंबूरच्या आंबेडकर उद्यानापासून बहुतेक बसेस दक्षिण मुंबईकडे जात होत्या. संजयने चेंबूर पोलीस स्थानकातील काही साध्या वेषातील हवालदारांना सोबत घेतले. त्यांना प्रथम मृत तरुणाचा फोटो दाखविला आणि निरीक्षण करण्यास सांगितले. सर्वांनी जवळपास अर्धा तास त्यासाठी खर्च केला.

दुपारची वेळ होती. जवळच्या हॉटेलमधून जेवण मागविण्यात आले. कोणालाही बाहेर जाऊ दिले नाही. समोर संजय आहे म्हटल्याबरोबर सर्व गुपचूप होते. त्याने जेवणानंतर प्रत्येकाला फोटोच्या झेरॉक्स कॉपी दिल्या आणि हॉटेल, पानाचे ठेले, किराणा-भुसारमालाची दुकाने, शाळा, कॉलेज, सोशल क्लब, प्रत्येक नाक्यावर कोणीकोणी कुठेकुठे तपास करावयाचा याच्या सूचना दिल्या.

जेवणानंतर अर्ध्या तासाने सर्व जण बाहेर पडले. संजय स्वत:ही बाहेर पडला. संजयला कोठेतरी धागा मिळेल याची खात्री होती. दोन तासांच्या खटपटीनंतर

बहुतेक सर्वांचे मोबाईलवर मेसेज 'निल' आले होते. झेरॉक्स फोटोमुळेही तपासाला अडचणी येत होत्या. चौकशी सुरू होती. संध्याकाळ झाली तरीही काही पत्ता लागला नाही. संजय चेंबूर स्टेशनमध्ये आला. त्याने चहा मागविला आणि त्या पोस्टसाईज फोटोतील व्यक्तीचा चेहरा पाहू लागला. 'ही व्यक्ती नक्की चेंबूरमधील आहे का की तिने चेंबूरला दुसरीकडून येऊन बस पकडली? मुंबईबाहेरून येऊन बस पकडली असेल, तर चेंबूरला शोध घेणे मूर्खपणाचे आहे; परंतु त्याच्याजवळ मोठे सामान काहीच नव्हते. त्यामुळे ती मुंबईबाहेरून आली असावी असे वाटत नाही.' आता संध्याकाळनंतर पुन्हा दुसऱ्या मार्गाने विचार करावा लागणार होता. तो म्हणजे प्रत्येक बारमध्ये जाऊन चौकशी करणे. चेंबूर एरियात जवळपास हजारभर बियरबार व परमिट रूम होत्या. त्यामध्ये पुन्हा त्याच्याबाबत माहिती मिळवणे म्हणजे वेळेचा अपव्यय होता.

संजयने सर्वांना स्टेशनवर बोलविले. पुन्हा एकवार सर्वांचे मत आजमावले आणि सर्वांना सूचना दिल्या. काही ठरावीक, विशेषत: कॉलेजजवळचे किंवा हॉस्टेलजवळचे बार प्रथम शोधण्यास सांगितले. संजयला आता रस उरला नव्हता. टी.व्ही किंवा वृत्तपत्रातील बातमी वाचून कोण पाहायला आले असते, तर शोध लागला असता. अन्यथा बेवारस म्हणून मृतदेहाची विल्हेवाट लावावी लागणार होती. काही दिवस तर याची वाट पाहावी लागणार होती. मृतदेह शवागारात काही दिवस प्रतीक्षाधीन ठेवावा लागणार होता.

संजयला एवढा विचार करण्याची गरज पडली नाही. रात्री आठच्या सुमारास सोशल सायन्सच्या इन्स्टिट्यूटमधील काही मुलांना एक हवालदार घेऊन आला आणि संजयच्या चेहऱ्यावर समाधान झळकले.

तो कैलास जहागीरदार होता.

फिशरीज ॲण्ड मरीन लाइफचे विशेष संशोधन करणारा कैलास जहागीरदार हा इन्स्टिट्यूटचा विद्यार्थी होता. आदल्या दिवशी दुपारपासून तो कोणालाही दिसला नव्हता. रात्रीही तो हॉस्टेलवर आला नव्हता. दिवसभर वाट पाहून इतर मुलांनी पोलिसांत जाण्याचे ठरविले होते. कैलास बुद्धिमान होता. सर्वांशी मिळून-मिसळून राहणारा होता. त्याचा अशा प्रकारे शेवट व्हावा हे सर्व मुलांना धक्कादायक होते. कैलासच्या घरी जळगावला निरोप पाठविण्यात आला.

संजयने चौकशी सुरू केली. कैलासला जवळचे कोण, त्याचे मित्र कोण, त्याचे रूम पार्टनर कोण याची चौकशी करून त्याने सर्वांना स्टेशनवर बोलवले. इतरांना सोडून दिले. सर्वांशी संजयने चर्चा केली. माहिती घेतली. कैलास दोन दिवसांपूर्वी मनमाडला जाऊन आला होता. आल्यापासून तो अस्वस्थ होता. 'जळगावचा कैलास चेंबूरमध्ये फिशरीजचं संशोधन करत होता. म्हादू वैती मालाडचा.

दोघांचा मृत्यू वडाळ्याच्या कारखान्यात एका तुळईखाली. याचा संबंध आहे का नाही? का निव्वळ योगायोग - अपघाताने ते एकत्र आले?' संजयला उगाचच आणखीन थोडी खोलवर चौकशी करावी असे वाटत होते. 'मनमाडला का गेला असेल? कोणाला भेटला असेल?' संजयने कैलासच्या मित्रांना या दृष्टीने अधिक प्रश्न केले. मिळालेल्या माहितीच्या आधारे त्याने मनमाडला जाण्याचे ठरविले.

रात्रीची हावडा एक्सप्रेस जाण्याच्या तयारीत होती. प्रवास फक्त चार तासांचा होता. संजय घाईघाईने आला; परंतु तयारीनिशी आला होता. झिपऱ्याला बरोबर घ्यावे असे त्याच्या मनात आले होते; परंतु पुन्हा उशीर झाला असता. टी.सी.ने ए.सी.डब्यात सीट दाखविली आणि संजय आरामात पेपरबॅक वाचत बसला. वरणभात आणि जाडजूड चपात्यांच्या राईस प्लेटचे जेवणही त्याने काही वेळाने घेतले. मनमाड येईपर्यंत रात्रीचे बारा वाजले होते.

मनमाड स्टेशनमध्ये संजय उतरला तेव्हा स्टेशन बरेचसे झोपलेले होते. एखादादुसरा चहावाला पेंगुळलेल्या अवस्थेत चहाची किटली घेऊन फिरत होता. गर्दी तुरळक होती. घाईघाईने गाडीत चढणारे एक दोघे उतारू सोडले, तर गडबड कोठेही नव्हती. पुसट विजेच्या प्रकाशात फलाट निर्मनुष्य दिसत होते. एक मालगाडी मधूनच इंजिनमधून डिझेलचा धूर भकभक करत सोडत होती आणि शांतता भंग करत होती. बहुतेक स्टॉल बंद होते. खाद्यपदार्थांच्या काही स्टॉलवर धावपळ होती. संजय भला मोठा जिना असलेला पूल चालत चालत ओलांडून स्टेशनच्या बाहेर आला. संजयने त्यांना पाहिले. त्या दोघांपैकी एक जण लाल नाकाचा होता. त्याने केस मागे वळवलेले होते आणि तो जाडजूड होता. दुसरा किडकिडीत शरीराचा, कानात डूल घातलेला होता. दोघांनीही साधारण कपडे घातलेले होते. त्यांना पाहताच संजय स्वत:वरच चडफडला. झिपऱ्याला आणले असते तर बरे झाले असते असे त्याला वाटू लागले; पण आता काही उपयोग नव्हता. ते दोघेही कुकरी गँगचे लोक होते. एकतर त्यातील शार्प शुटर होता. मोठी गेम असावी याबद्दल संजयला खात्री होती; परंतु आता त्यांच्या मागे जावयाचे का आपल्या कामाकडे जायचे याबद्दल संजयला निर्णय घेणे अवघड गेले.

रिक्षांची लांबलचक लाईन होती. संजयने रिक्षा पकडली आणि पत्ता सांगितला. रिक्षा गावातून जात होती. पानाचे ठेले काही ठिकाणी उघडे होते. काही ठिकाणी लोकांचे घोळके उभे होते. रात्रीच्या शेवटच्या गप्पा रंगात आल्या होत्या. रिक्षा मधूनमधून धूर ओकत रात्रीच्या अंधारातून चालली होती. रिक्षा गावाबाहेर आली. ती हायवेला समांतर जात होती. हवा थंडगार होती. आजूबाजूला शेती आहे की बोडका माळ आहे, हे समजत नव्हते. रिक्षावाल्याने रस्त्याच्या वळणावर रिक्षा थांबविली.

संजय रिक्षा नजरेआड होईपर्यंत तिथेच उभा राहिला. हातातील छोट्या बॅटरीचा

उजेड सोडीत तो खाचखळग्यातून चालू लागला. साधारण १०-१५ मिनिटांनंतर टेकडी ओलांडल्यावर तो पुढे चालत आला. तेवढ्यात कुत्र्यांचे जोरजोरात भुंकणे सुरू झाले. कुत्र्यांचे भुंकणे सुरू झाले, तसा समोरून एकदम बॅटरीचा झोत संजयच्या अंगावर आला.

"कोण आहे?" दरडावल्याच्या स्वरातील आवाज आला.

"मुंबईहून आलो आहे!"

संजयला एकटाच पाहून त्याने बॅटरीचा उजेड खाली जमिनीवर टाकला. संजय द्राक्षाच्या मळ्याजवळ आला होता. शेताच्या बाजूला फार्म हाऊस होते. अंधार असल्यामुळे घराचा अंदाज येत नव्हता. चौकशी करणाऱ्याने कंदिल पेटवला, तसा उजेड सगळीकडे पडला. संजय घरासमोरच्या पडवीत उभा होता. दोन कुत्री जीभ बाहेर काढून मोठमोठ्यांनी श्वास घेत होती. त्यातील काळ्या रंगाचे कुत्रे भेदक नजरेने संजयकडे पाहत होते. संजयला त्याला पाहून राग आला.

"कैलास दोन दिवसांपूर्वी येऊन गेला ?"

"होय, परंतु तुम्ही का चौकशी करता ?"

"आज सकाळी त्याचा मृत्यू झाला. मी इन्स्पेक्टर संजय." संजयने खिशातील ओळखपत्र दाखवत सांगितले.

कैलासचा भाऊ एकदम दचकला.

कैलासचा मृत्यू झाल्याचे ऐकून तो एकदम तोंडावर हात ठेवून मुसमुसून रडू लागला. संजयने त्याला आवरले नाही. त्याच्याकडे बराच वेळ पाहत राहिला. तो थोडा शांत झाल्यासारखे वाटल्यावरून संजयने त्याला पाणी पिण्यास सांगितले. डोळे पुसत त्याने कपडे सरळ केले. बराच वेळ त्याला बोलता येईना.

"कैलास दोन दिवसांपूर्वी तुम्हाला भेटून गेला होता. तो इकडे कशासाठी आला होता ?"

"साहेब, कैलास माझा आतेभाऊ. मी इथल्या राजकारणात आहे. कैलासला काही दिवसांपूर्वी येऊन जायला सांगितले होतं. मला काही लोकांनी धमकी दिली होती – ग्रामपंचायतीच्या निवडणुकीला उभा राहू नको, नाहीतर ठार मारण्यात येईल. साहेब मीही काही कच्चा नाही. मीही तयारीत राहिलो. कैलासच्या सरकारी दरबारी ओळखी आहेत म्हणून समझोता होत असेल तर पाहावं म्हणून त्याला बोलवलं होतं."

"मग काय झालं?"

"कैलासने इथल्या लोकांना भेटून प्रकरण वाढणार नाही यासाठी प्रयत्न केला. नाशिकला आम्ही गेलो. मी आज सकाळीच इकडे आलो."

"मग तुमचं प्रकरण मिटलं की नाही?"

"हो. आता इथल्या निवडणुका वाद न वाढवता बिनविरोधी करण्यासाठी आम्ही प्रयत्न करत आहोत. साहेब कैलासला घातपातात मारलं असावं असं तुम्हांला वाटतं?"

"मला आताच काही सांगता येत नाही; परंतु कैलास ज्या अवस्थेत आम्हाला मिळाला त्यावरून परिस्थितीचा अर्थ लागत नाही. खरोखर अपघात आहे का घातपात आहे याची फक्त चौकशी आम्ही करत आहोत."

"साहेब, तुम्ही इतक्या लांबून इतक्या घाईने आलात म्हणजे तुम्हाला नक्कीच काहीतरी दिसलं असणार?"

"नाही, तसं काही नाही. ही माझी पद्धत आहे. ते जाऊ दे. तुमच्या गावातले लोक इथून मुंबईला जाऊन घातपात करण्यापैकी आहेत का? आताच तर तुम्ही म्हणाला, ठार मारण्याची धमकी दिली म्हणून?"

"साहेब, धमकी देणं आणि प्रत्यक्ष खूनखराबा करणं यात खूप अंतर आहे आणि तेवढी ताकद त्यांच्यात नाही."

"निवडणुकीत त्या थरापर्यंत लोक जातात."

"नाही साहेब, निवडणुकीचा खुनापर्यंत जाण्याचा रंग नाही. पुन्हा आम्ही सर्व नातेवाईकच आहोत."

"कोणाशी शत्रुत्व ?"

"कैलासचं कोणाशी वाकडं नाही साहेब. त्याला सगळेच मान देतात. म्हणून तर त्याला बोलवलं."

"जळगावला त्याच्या घरी वाद किंवा दुसरं काही कारण असेल का?"

"त्याचा दुसरा भाऊ बँकेत आहे. घरी असा काही वाद किंवा भांडण वगैरे नाही. आम्ही लोक खुनाच्या भानगडीतले नाहीच."

"मग काय कारण असू शकेल की, तो फक्त अपघातच असेल का? परंतु तो मग त्या कारखान्यात कशाला गेला होता?"

"आम्हाला फक्त तो इन्स्टिट्यूटमध्ये संशोधन करतो एवढं माहीत आहे. त्याच्या इतर काही गोष्टी आमच्यापर्यंत आलेल्या नाहीत. कोणी आमच्याकडे तक्रारही केली नाही. जळगावलाही कधी तक्रार आली नाही. इन्स्टिट्यूटची बरीच मुलं इथं येतात. जळगावलाही येऊन गेली; परंतु कोणाशी वाद-भांडण कधी ऐकण्यात आलं नाही. त्याने व्यसन किंवा पैशांची भानगडही कधी केली नाही."

"कोणा मुलीच्या लफड्यात?"

"नाही साहेब, तसं काही तर असतं, तर त्याने स्पष्ट सांगितलं असतं."

"नेहमीच मुलं सांगतात असं काही नाही."

"कैलासबाबत आम्हाला खात्री आहे साहेब."

"ठीक आहे, मला वाटतं होतं की, इथं काहीतरी नक्की सुगावा लागेल."

"साहेब, मी बरोबर येतो."

"तुम्ही एकटेच इथे?"

"गावात घर आहे. इथं राखण करण्यासाठी कधी-कधी येतो. राखणदाराची तब्येत ठीक नव्हती म्हणून मी आज आलो."

"म्हणजे कॉलेजमधल्या मुलांनी मला पत्ता चुकीचा दिला."

"म्हणजे?"

"त्यांनी तुमचा गावातला पत्ता देण्याऐवजी इथला पत्ता दिला."

"ते सर्व इथंच आले होते आणि राहिले होते."

थोडं आठवल्यासारखं करून कैलासचा भाऊ आत गेला. येताना तो कपडे घालून आला होता. बरोबर एक प्लॅस्टिकची थैली होती. थैलीतील काही कागदपत्रे त्याने बाहेर काढली आणि त्याने संजयसमोर धरली.

"साहेब, कैलास इथून जाताना ही कागदपत्रं विसरून गेला."

संजयने कंदिलाच्या उजेडात कागदपत्रे पाहिली. कॉलेजच्या जर्नलसारखी ती एक वही होती. बाकीची कागदपत्रे म्हणजे कॉलेजच्या काही नोट्स होत्या. संजयला कंदिलाच्या उजेडात पाहणे कठीण गेले. त्याने सर्व पेपर्स त्या थैलीत घालून थैली घेतली.

"इथून चालत जावं लागेल?"

"माझी मोटरसायकल आहे साहेब."

संजयला थोडे हायसे वाटले. मध्येच त्याला वाटले, मुक्काम करावा आणि जावे; परंतु कैलासचा मृतदेह लवकरात लवकर त्याच्या नातेवाइकांच्या ताब्यात जात असेल तर बरेच, असा विचार करता चटकन मुंबई गाठणे योग्य होते.

कुत्र्यांचा पुन्हा जोरजोरात भुंकण्याचा आवाज आला, तसा संजय चरफडून कुत्र्यांकडे पाहू लागला.

कैलासच्या भावाने कुत्र्याला हटकले; परंतु कोणीतरी येत असावे. संजयने कैलासच्या भावाला पुढे होऊन पाहण्यास सांगितले. संजय घरात गेला आणि दरवाजाच्या मागे उभा राहिला.

कैलासच्या भावाने बॅटरीचा उजेड समोर फेकला. कुकरी गँगचे दोन टगे समोर होते. संजयने पाहिलेला तोच लाल नाकाचा आणि कानात डूल घातलेला. संजयला एकदम सापळ्यात अडकल्यासारखे झाले. घराला एकच दरवाजा होता. इतर खोल्यांचे दरवाजे बंद होते. एक खोली जनावरांसाठी होती. दोन खोल्या झोपण्यासाठी आणि बैठकीसाठी होत्या. संजय उघड्यावर होता. दरवाजाचा आडोसा जास्त काळ तग धरणारा नव्हता.

"कैलासचा भाऊ?"

"होय."

दोघेही जवळ आले. एकाने हातातील पिस्तूल दाखविले. सायलेन्सर लावलेले लांबलचक पिस्तूल त्याने कुत्र्यावर रोखले. ठप-ठप आवाज करताच दोन्ही कुत्री तिथेच खाली पडली.

कानातील डूलवाल्याने एका हाताने बॅटरी धरली आणि दुसऱ्या हाताने कैलासच्या भावाच्या मानेला हात घातला.

"कैलास पेपर्स इथं ठेवून गेला होता. ते कुठे आहेत?"

कैलासचा भाऊ मेलेली कुत्री पाहून गर्भगळित होऊन गेला. राजकारणातील गडी, परंतु समोर पिस्तूलधारींनी कुत्र्यांना ठार मारताच त त प प करू लागला. त्याच्या तोंडातून शब्द फुटेना.

संजयला आता पुढे होणे भाग होते. संजय रागा-रागात बाहेर आला. त्याने खिशातील रिव्हॉलव्हर बाहेर काढले आणि डुलवाल्याचा वेध घेतला. डुलवाल्याची बॅटरी खाली पडली. आवाज झाला तसा लाल नाकाचा स्वत:ला सांभाळण्यासाठी मागे गेला. एकदम काळोख झाला.

कैलासचा भाऊ सैरभैर होऊन धावू लागला. लाल नाकवाला तयारीत होता. त्याला प्रथम सुचेना; परंतु तो शार्पशूटर होता. जमिनीवर लोळण घेत त्याने कैलासच्या भावाच्या दिशेने गोळ्या घातल्या. धप्प आवाज होऊन कैलासचा भाऊ निपचित पडला.

क्षितिजावरील थोडा अंधूकसा संधिप्रकाश सोडला, तर सगळीकडे काळोख होता. संजय घराच्या कोपऱ्यावर जमिनीवर गुपचूप पडून होता. लाल नाकवालाही शांत होता.

परंतु त्याने चूक केली. डूलवाला जिवंत आहे की नाही ते पाहण्यासाठी आवाज दिला.

"फारूक!" "फारूक!"

संजयला आवाजाचा वेध घेण्यास तेवढा आवाज पुरेसा होता. गुडघ्यावर उभे राहत रिव्हॉलव्हरमधून त्याने गोळ्या सोडल्या. एक गोळी चुकीची लागली आणि लाल नाकवाला जोरात ओरडला. परंतु पुढच्या गोळीने त्याचा आवाज बंद झाला. संजय बराच वेळ तिथे थांबला आणि त्याने हातातील बॅटरीचा उजेड फेकला. लाल नाकवाला आणि डुलवाला दोघेही मेले होते. काही अंतरावर शेताच्या बांधावर कैलासचा भाऊही पडला होता. पालथा होऊन तोंड मातीत खुपसले होते. काही अंतरावर दोन्ही कुत्री मरून पडली होती. काळ्या कुत्र्याचे डोळे तसेच उघडे होते. भेदकतेने ते संजयच्या बॅटरीच्या उजेडातही चमकत होते.

संजयला वाईट वाटले. कैलासच्या भावाला वाचवावयास हवे होते, असे त्याला वाटत होते; परंतु कुकरी गँगच्या शार्पशूटर्सपुढे ते अशक्य होते. संजयचा हात पोटाशी लावलेल्या प्लॅस्टिकच्या थैलीकडे गेले. कैलासचा मृत्यू अपघाती नव्हता, तर त्याला मारण्यात आले होते. गेम कुकरी गँगने केला होता. कुकरी गँग. संजयच्या डोळ्यापुढे त्यांचे एकएक लोक येऊ लागले.

संजयला कैलासच्या भावाची मोटार सायकल शोधण्यास वेळ लागला नाही. खाचखळग्यातून गाडी रस्त्यावर येईपर्यंत वेळ लागला. मनमाडच्या दिशेने त्याने मोटर सायकल सोडली. तोंडावर हवेचा फटकारा बसत होता. मनात विचार येत होते. कुकरी गँग, कैलास, कैलासचा भाऊ आणि ती प्लॅस्टिकची थैली. थैलीतील कागदपत्रे संजयने पाहिली होती; परंतु त्या पेपर्समध्ये काय होते? कुकरी गँगला ते कशाला हवे होते? संजयला ते पेपर्स कधी एकदा पाहतो असे झाले होते.

संजय मनमाड पोलीस स्टेशनला आला. स्टेशन सुस्तावल्यासारखे पडले होते. संजयकडे कोणी लक्ष दिले नाही. संजयने ओळख करून देताच हेड कॉन्स्टेबलच्या डोळ्यांवरील झोपेची झापड खाडकन उघडली. पहिल्या मजल्यावर स्टेशन इन चार्ज आरामात घोरत पडला होता. त्याला उठविण्यात आले आणि मग सगळे स्टेशन खडबडून जागे झाले. मनमाडमध्ये तीन मृत्यू एका वेळी, ही बातमी खळबळजनक होती. त्यात पुन्हा मुंबईचे दोन गँगस्टर, ॲम्ब्युलन्स आणि पोलीसगाडी तयार झाली. संजयने त्यांना जागा दाखविली. पोलिसांचे पंचनाम्याचे काम सुरू झाले.

संजय मनमाड स्टेशनला आला. त्याने सर्व रिपोर्ट तयार केला आणि स्टेशन इन्चार्जच्या हातात दिला. पहिल्या मजल्यावरील विश्रांतीकक्षात संजय बसला. त्याने छातीशी ठेवलेली प्लॅस्टिकची थैली बाहेर काढली आणि सर्व कागदपत्रांचे तो निरीक्षण करू लागला.

■

जहागीरदार अहवाल

गौंडवनातील तो जमिनीचा तुकडा स्वभ्रमणगती, परिभ्रमणगती, चुंबकीयगती, भूकवचगती (Tectonic) सांभाळत-सांभाळत लाखो वर्षांची तिरकी चाल चालत युरोशियाला येऊन मिळाला होता. तोपर्यंत त्या तुकड्याच्या भौगोलिक परिस्थितीत खूपच फरक पडला होता. उत्तरेकडील तुकडा बर्फाच्या थंडगार लादीवर घुसळत होता, तर दक्षिणेकडील भागावर खाऱ्या पाण्याच्या लाटा फेसाळत होत्या. भारताच्या पश्चिम किनाऱ्यावरील जमीन-पाण्याची तिरपी रेषा अक्षांश ८, रेखांश ७८ आणि

अक्षांश २४, रेखांश ६८ मध्ये आपले अस्तित्व दाखवत उभी होती. पश्चिमेकडील ही सीमारेषा ज्वालामुखीच्या जांभा दगडाने ठासून भरली होती. अनेक ठिकाणी सल्फरच्या उष्ण झऱ्यांनी खदखदत होती. खाऱ्या पाण्याखाली कार्लस्बर्ग पर्वत - ७५° रेखांशावरील दक्षिणोत्तर पर्वतामुळे थंड व गरम प्रवाह ठरावीक दिशेने फिरत होते. एल निनोच्या परिणामाला न जुमानता नैऋत्य मौसमी वारे न चुकता दर वर्षी भारतीय उपखंडावर हजेरी लावत होते. याला कारण सहारा आणि ऑस्ट्रेलियातील वाळवंट! ती निसर्गाची शक्ती होती. ताकद होती. निसर्गाचा भयचकित करणारा खेळ होता.

वर्षानुवर्षे पश्चिम किनाऱ्यावर समुद्र फेसाळत होता; परंतु त्या पाण्याला आता शक्ती प्राप्त झाली होती. वर्सोवा, रत्नागिरी, रेडी, गोवा, भरबंते, मंगलोर, कालिकत, अल्लेपी येथील भूभागांना क्षते पडण्यास सुरुवात झाली होती. जमिनीची धूप होत होती. पश्चिमेची सीमारेषा मोडकळीस आली होती. त्यामुळे पाण्यातील जीवचरांचे आयुष्यमान, राहणीमान यातही फरक पडत चालला होता. मोठ्या प्रमाणावर खारफुटी झाडांची तोड झाली. त्यामुळे जमिनीची धूप वाढली. पर्यावरणाची काळजी न घेतल्याने औद्योगिकीकरणामुळे पाणी-हवा प्रदूषित झाली. त्यामुळे सागरी पर्यावरणाचाही समतोल बिघडला.

समुद्रातील मासेमारीवर प्रामुख्याने समुद्रकाठावरील कोळ्यांचे नियंत्रण होते. मासेमारी बिनयांत्रिकी बोटीने होत होती. मासेमारी कमी खोलीच्या किनाऱ्यावरील पाण्यात होत होती. १९७६ नंतर बोटींचे यांत्रिकीकरण मोठ्या प्रमाणात झाले. कोळ्यांच्याबरोबर कोळ्यांच्या सहकारी संस्था, खाजगी कंपन्या आणि इतर समाजातील लोकांनीही या व्यवसायात पदार्पण केले. मासेमारीचे प्रमाण प्रमाणाबाहेर वाढले. मासेमारीला शास्त्रीय दृष्टिकोन नसल्याने महत्त्वाच्या अनेक जाती नष्ट होण्याच्या मार्गावर आल्या. भारताची एकंदर मासेमारी ४० लक्ष टनापर्यंत वाढली. त्यापैकी ३७ टक्के मासेमारी केरळ, कर्नाटक, गोवा-किनाऱ्यावर, तर ३३ टक्के मासेमारी महाराष्ट्र, गुजराथ येथे होते. गुजराथ-महाराष्ट्र येथे मुख्यत: सारंगा, हलवा, मांदेली, बोंबील, सुरमई, रावस, घोळ, बांगडा, बाम, भिंग, पडेवी, तारली, शिंगाळे, करली, कोळंबी, शेवडी यांची मासेमारी होते. त्यातही झिंगे, बांगडा, तारलीची अधिक. उथळ पाण्यातील आणि खोल पाण्यातील मासेमारी जवळजवळ सारखीच होते. गुजराथ व महाराष्ट्राच्या किनाऱ्यावर कवचाची (Crustacea) म्हणजे कोळंबी, खेकडे, लॉबस्टर यांची पैदास विशेष होते. त्यानंतर 'बॉम्बे डक'ची पैदास जास्त होते.

पूर्वी बिनयांत्रिकी छोट्या बोटीने मासेमारी करताना ट्रॉल नेट्स, ड्रिफ्ट्स, गिल्स नेट्स, पर्स सिम यांचा वापर होत होता. आता मोठ्या यांत्रिकी बोटी आल्या

आणि खोल पाण्यातील मासेमारी वाढली. मोठाली जाळी वापरण्यात येऊ लागली. मासेमारीत आधुनिकताही आली.

जमिनीची धूप वाढली, किनाऱ्यावरील खारफुटीच्या जंगलांची भरमसाठ तोड झाली. औद्योगिकीकरणामुळे प्रदूषित पाणी आणि प्रदूषित हवा यांचा परिणाम सागरी जीवनावर होऊन माशांची पैदास कमी झाली आणि मत्स्योत्पादनावर त्याचा विपरीत परिणाम झाला. सातपाटी आणि धरमतरचा टापू हा खेकडा, कोळंबी, शेवंड यांचे बीजस्थान; परंतु मुंबईच्या प्रदूषित पर्यावरणामुळे त्यातही मालाड परिसरातील वाढती धूप आणि प्रदूषित पाण्यामुळे महत्त्वाच्या माश्यांच्या जाती धोक्यात आल्या.

संपूर्ण गुजराथ व महाराष्ट्राच्या सागरी किनाऱ्यावरील माश्यांच्या उत्पादनाचा मुख्य स्त्रोत हा सातपाटी व धरमतर येथील टापू होता. हा भाग व्यवस्थित ठेवण्याकरता मालाड–वर्सोवा येथील समुद्राची धूप थांबविणे आवश्यक आहे. तसेच खारफुटीची योजनाबद्ध लागवड करणेही आवश्यक आहे. सातपाटी ते धरमतरपर्यंत खाजगीरित्या माशांची किनाऱ्यावरील लागवड ही योग्य नाही. कारण त्यामुळे पाण्यामध्ये नायट्रोजनचे प्रमाण वाढून ऑक्सिजन कमी होतो. त्याचा परिणाम खारफुटीवर आणि माश्यांच्या जीवनमानावरही होतो.

खारफुटीची जंगले कमी होण्यामागे बेसुमार जंगलतोडीबरोबर माश्यांची किनाऱ्यावरील लागवड, प्रदूषित हवा-पाणी ही कारणे होती. हे अनुमान या भागात होणाऱ्या स्थलांतरित पक्ष्यांच्या थव्यावरून काढता येते. गेल्या २५ वर्षांत सैबेरियाच्या भागातून आणि युरोपमधून येणाऱ्या बगळ्याच्या जातीच्या अनेक पक्ष्यांचे थवे आता दक्षिणेकडे आणि अंतर्गत भागात येऊ लागले होते. स्थलांतरित पक्ष्यांचे प्रमाण ४० टक्क्यांनी कमी झाले होते.

मालाड-वर्सोवा परिसरातील जमीन विकासाखाली आणण्याचा प्रकल्प पूर्णत: बाजूला ठेवून, खारफुटीची लागवड करून, प्रदूषण कमी करण्यावर भर देणे अधिक आवश्यक होते. अन्यथा या भागातील संपूर्ण माशांच्या जाती येत्या दहा वर्षांत नष्ट होणार होत्या.

संजयला जहागीरदारचा अहवाल वाचताना मालाडचा संपूर्ण परिसर त्याच्या डोळ्यासमोर आला. या भागात काँक्रिटची जंगलच्या जंगले उभी राहत होती. नवीन विकास-आराखड्यानुसार संपूर्ण भागातील समुद्र हटविण्याची योजना होती. भीती एकच होती – संपूर्ण मासेमारीला गुजराथ-महाराष्ट्र मुकणार होता. मालाडमधील नदी संपूर्णत: बेपत्ता झाली होती.

अहवालात पुढे अनेक वेगवेगळे नकाशे, पाण्यातील प्रवाहांची दिशा, हालचाल, माशांच्या विविध जाती, त्यांच्यावर होणारे पर्यावरणाचे विपरीत परिणाम, महाराष्ट्र-गुजराथ परिसरातील मासेमारीच्या सहकारी संस्था, खाजगी मच्छीमार, त्यावर

अवलंबून असणारे उद्योगधंदे, कुटुंबे आणि पर्यावरण यांवर निव्वळ विकास आराखड्यामुळे जो परिणाम होणार होता, त्यातून हजारो कुटुंब आर्थिकदृष्ट्या उद्ध्वस्त होणार होती,याची विस्तृत माहिती आकडेवारीसह होती.

समुद्रातील शिंपल्याबाबत एक स्वतंत्र प्रकरण होते. वेगवेगळे शिंपले, त्यांचे शास्त्रीय वर्गीकरण, त्यांच्या निवासाच्या जागा, विषारी-बिनविषारी शिंपले याबाबतची माहिती होती. विषारी शिंपले असतात हे तोपर्यंत संजयला माहीत नव्हते. काही शिंपले आपणास क्षणात मृत्यू आणू शकतात.

अहवालातील एका विचित्र उल्लेखाने संजयला अहवाल गूढमय वाटला. मासेमारी हा कोळी लोकांचा मुख्य व्यवसाय; पिढीजात व्यवसाय. महाभारतातही याचा उल्लेख होता. मालाड परिसरातील कोळी लोकांच्या ज्येष्ठांचे एक मंडळ होते. कोणी कुठे मच्छीमारी करावी, कोणत्या दिवशी करावी, मच्छीमारी कोणाच्या साहाय्याने करावी, मिळालेली मच्छी कोठे विकावी, कशी विकावी, मच्छीची विल्हेवाट कशी लावावी याबाबत नियम, अधिकार हे मंडळच करत होते. मच्छीमारीसंदर्भात येणारे वादही हे मंडळच मिटवत होते. मोगलकाळात या मंडळाला अत्यंत महत्त्व होते. परंतु ब्रिटिशांच्या आमदानीत, मीठ, जमीन सर्व विक्रीच्या माध्यमात आले. त्यामुळे या मंडळाचे महत्त्व कमी झाले; परंतु अस्तित्व संपले नाही.

या मंडळात प्रतिनिधी माशांच्या नावाने आपआपल्या समूहाचे प्रतिनिधित्व करत. बहुधा ज्या नावाने प्रतिनिधित्व करीत त्या प्रतिनिधीच्या अखत्यारीतील समूहाने त्याच प्रकारची मासेमारी करावी असा दंडक असावा. काहींच्या आडनावांमुळे या प्रकाराला बराच आधार असावा. यातील शेवंडी, मुशी, खेकडा, सारंग, तारली, घोळ ही नावे अनेक जण वापरतात. यातील 'मुशी' नाव हे जितके भीतिदायक तितकेच आदरणीय. हे नाव कोणीही घेऊ शकत नव्हते. कोळी समाजातील अनेक समज, अपसमज, आख्यायिकांशी या नावाचा संबंध होता.

■

आख्यायिका

गोष्ट अशी आहे - समाजाला दुष्काळाने ग्रासले. नारळी पौर्णिमेनंतर कोळ्यांनी समुद्राची पारंपरिक पद्धतीने पूजा करून होड्या समुद्रात सोडल्या; परंतु होड्या परत आल्यानंतर सर्वांना फक्त मुशी मासेच दिसले. मासेमारी न करताच सर्व होड्या परत आल्या. आठ दिवस होड्या जात होत्या; परंतु कोळ्यांना मासेमारी करता येत

नव्हती.

भगताने कौल लावला. समुद्राला बोकडाचा बळी दिला; परंतु काही फरक पडेना. कोणालाही काय प्रकार आहे, ते समजेना. शेवटी प्रकरण समाजाच्या पंचायतीमध्ये गेले. पंचायतीची बैठक भरली. सर्व प्रतिनिधी भीतीने गारठून गेले होते. समाजावर हे संकट का आले याचे उत्तर कोणालाच माहीत नव्हते. सातपाटीच्या भगताला बोलावण्यात आले. त्याला यावयाला दोन दिवस लागले. भगताला मोहाची पहिल्या आस्वादाची दारू देण्यात आली आणि एका झोपडीत ठेवण्यात आले. भगत दारूच्या झिंगमध्ये रात्रभर पडला होता. त्याने कोणालाही बोलवले नाही. रात्रभर समाजातील सर्व वयस्क मंडळी जीव मुठीत धरून बसले होते. पाऊस धो-धो कोसळत होता. भगताचे बोलावणे आले नव्हते.

पहाटे-पहाटे अनेक जण डुलकी घेत होते. तेवढ्यात भगत ओरडला,

"मुशी - मुशी ! मुशी - मुशी !! हो हा !

मुशी - मुशी ! मुशी - मुशी !! हो हा !"

म्हातारा भगत झोपडीच्या बाहेर आला. काळ्या मिचकुट अंगावरून कातडी लोंबत होती. सर्वांगावर पाऊस कोसळत होता. भगताच्या अंगावर कपडे नव्हते. फक्त छोटी लंगोटी. भगत स्वत:भोवती फेरे मारत हावभाव करत होता.

"मुशी - मुशी ! मुशी - मुशी !! हो हा !

मुशी - मुशी ! मुशी - मुशी !! हो हा !"

भगत आता जोरजोरात स्वत:भोवती फेऱ्या मारत होता. म्हातारा असूनही त्याचा त्वेष पाहून सर्व जण थिजल्यासारखे त्याच्याभोवती कडे करून उभे होते.

भगताने पुन्हा एकदा आरोळी मारली आणि त्याने पंचायतीच्या मुशी प्रतिनिधीचा हात धरला. त्याला घेऊन तो झोपडीच्या दिशेने जाऊ लागला. मुशी प्रतिनिधीला त्याच्याबरोबर जाणे अवघड जात होते. सर्वांनी त्या दोघांना रस्ता करून दिला. दोघे जण झोपडीत गेले.

एकाएकी त्याचे ओरडणे थांबले. पाऊस धोधो पडत होता. झोपडीतून काहीही आवाज येईना. सर्व उत्कंठतेने वाट पाहत होते. बराच वेळ झाला. पंचायतीच्या प्रतिनिधींमध्ये कुजबुज वाढू लागली.

कोणीतरी पुढे जाऊन परिस्थिती पाहावी या विचारापर्यंत सर्व जण आले. तेवढ्यात मुशी प्रतिनिधी बाहेर आला. भगत आतच होता. सगळे जण मुशीकडे पाहू लागले. त्याचा चेहरा भीतीने पूर्ण काळवंडून गेला होता. त्याला धड चालता येत नव्हते. दोघांनी त्याला धरले आणि खाली बसवले. खूप वेळ गेल्यानंतर त्याने पंचायतीच्या लोकांशी बोलावयाचे ठरवले.

सर्व पंचायत एकत्र झाली. त्याने पंचायतीला सांगितले – भगताने बळी

देण्याची सूचना केली होती; परंतु बळीचा विधी करण्यात आला होता. परंतु मुशीने सांगितलेली गोष्ट ऐकल्यावर सर्वच जण विचारात पडले. बळीचा विधी पुन्हा करण्यास सांगितले होते. परंतु याकरता मुशीची १४ वर्षांची मुलगी बळी द्या, असा आदेश भगताने दिला. भगताने सांगितलेली ही बाब अर्धवटपणे मुशीने सांगितली. प्रत्यक्षात भगताने मुशीला बरेच काही सांगितले होते. मुशीने जर मुलीचा बळी दिला, तर ज्या कट्यारीने बळीचा कार्यक्रम होईल ती कट्यार मुशीला लाभदायक होईल, असे भगताने सांगितले होते.

समाजावर आलेले संकट पाहून सर्व पंचायतीने मुशीला विनंती केली. मुशीच्या आयुष्यातील मोठी परीक्षा होती; परंतु मुशी त्याला तयार झाला. मुशीच्या मुलीचा बळी देण्यात आला. त्याचबरोबर सर्व पंचायतीचे अधिकार आणि मालाड परिसरावरील सर्व सार्वभौमत्वाचे हक्कही मुशीला देण्यात आले. मुशी समाजप्रमुख झाला. त्याने धनसंपत्ती प्राप्त होताच पुन्हा लग्न केले. मुशीला मुले झाली; मुशीचा दबदबा वाढला.

परंतु एक घटना पुन्हा घडली. मुशीने प्राणपणाने जपून ठेवलेली कट्यार चोरीला गेली. सातपाटीच्या भगताने झोपडीत मुशीला कट्यारीबाबत सांगितले होते. झोपडीबाहेरच्या एका बाल्याने ते ऐकले होते. बाल्याला कट्यार मिळाली. बाल्याच्या हातात सत्ता आली. बाल्या मोठा झाला आणि मुशी वेडा झाला आणि त्याने आत्महत्या केली. समाजात कट्यारीची कथा दंतकथा बनली. काही वर्षांनी लोकांना कट्यारीचा विसर पडला. कट्यार प्रकरण मागे पडले.

परंतु आता पुन्हा काही लोक त्या कट्यारीच्या शोधात असल्याने या कथेला पुन्हा महत्त्व आले. काही लोकांच्या तोंडून मिळालेल्या माहितीवरून ती कट्यार काही लोकांच्या हाती आल्याचे समजले; परंतु पुढे काय झाले याची माहिती नाही.

■

संजय मनमाडहून देवगिरी एक्सप्रेसने आला, तेव्हा सकाळचे आठ वाजून गेले होते. डोळ्यांसमोर अस्मिता-अपहरण प्रकरण होते, तर हातात कैलासचा अहवाल! अहवालाची चौकशी आणि कुकरी गँगचा संबंध शोधावा लागणार होता. सकाळचे विधी आवरताना कोठून सुरुवात करावयाची, याचाच तो विचार करत होता.

स्टेशनवर संजयने माहिती घेतली. जळगावहून कैलास जहागीरदाराचे नातेवाईक आले होते. त्यांनी मृतदेह ताब्यात घेतले होते. कुकरी गँगच्या लोकांनी गेम केल्याची बातमी स्टेशनमध्ये गेली होती. जहागीरदार कुटुंबीयांना दोन अंत्यविधींना सामोरे जावे लागणार होते. संजयच्या हाती असलेल्या अहवालाबाबत कोणालाच माहिती नव्हती; परंतु त्याचे रहस्य शोधावे लागणार होते. त्यापूर्वी अस्मिता प्रकरण महत्त्वाचे होते.

संजयने झिपऱ्याला सकाळी-सकाळी बोलवले आणि म्हादू वैतीबाबत माहिती मिळविण्याची कामगिरी सोपविली. संजय तयार होऊन घाटकोपरला जाण्यास निघाला.

■

मुंबईसारख्या अत्याधुनिक शहरात अजूनही काही ब्रिटिशकालीन मोठी कौलारू घरे पाहावयास मिळतात. अशापैकींच ते मोठे घर होते. 'पारिजात' नाव असलेले ते घर प्रशस्त होते. सर्व बाजूंनी लाकडी वऱ्हांडे होते. दारात कडुलिंबाचे मध्यम आकाराचे झाड होते. त्याशिवाय पायऱ्यांना लागूनच अनेक फुलझाडांच्या कुंड्या मांडल्या होत्या. घराच्या मागे नारळाची भरपूर झाडे दिसत होती. बाहेरच्या खोलीत इन्स्पेक्टर संजय बसला होता.

ते घर गुरुमणींचे होते. अनेक लोक बाहेर बसले होते. प्रत्येक जण काहीना काही वैयक्तिक अडचणी, प्रश्न घेऊन आले होते. हॉस्पिटलमध्ये डॉक्टरला भेटावयास आलेल्या रुग्णासारखेच सर्व जण दिसत होते. संजयला त्या सर्वांकडे पाहून जरा गंमत वाटली. परंतु प्रत्येकाचे चेहरे तणावग्रस्त होते. त्यामुळे संजयही जास्तीत जास्त ठोकळ्यासारखा चेहरा ठेवून मख्खपणे बसला होता.

घराचे वासे उभेआडवे, मोठाले होते. त्यांची रचना वास्तुशास्त्रानुसार दिसत होती; परंतु ती रचना वेधक होती. कोणताही वासा कुजलेला वा खराब झालेला दिसत नव्हता. सगळे अगदी तुळतुळीत, नुकतेच तेलपाणी केल्यासारखे दिसत होते. भिंती चुन्याच्या होत्या; परंतु खिळाही घुसणार नाही अशा होत्या. भिंतीवर एक मोठ्या पुरुषाचे अस्सल पेशवेकालीन तैलचित्र होते. इंदुरी पगडी, सदरा आणि धोतर नेसलेली ती व्यक्ती गुरुमणींच्या घराण्याचे गुरू होते. प्रखर व्यक्तिमत्त्वाची ती व्यक्ती रोखून पाहत असल्यासारखी दिसत होती. मुंबईमधील उकाड्याने हैराण करणारी हवा असूनही त्या खोलीत कमालीचा थंडावा होता.

गुरुमणी आले. संजयने त्यांना हॉस्पिटलमध्ये पाहिले, तसेच ते दिसत होते. हातात रुद्राक्ष माळ होती. कपाळावर नुकताच लालभडक टिळा लावल्याचे दिसत होते. चेहरा थोडा उग्र वाटत होता. संजयला त्या चेहऱ्याकडे जास्त वेळ टक लावून पाहणे अवघड वाटत होते. काहीतरी वेगळे दिसत होते. वातावरणात फरक वाटत होता. सर्व चिडीचूप बसले होते. रस्त्यावरून येणाऱ्या-जाणाऱ्या वाहनांचा आवाज येत होता. बाकी सर्व शांत.

गुरुमणी आसनावर बसले. खास जुन्या पद्धतीची मोठी बैठी खुर्ची होती. पाठीमागे पांढरीशुभ्र आवरणाची उशी होती. बाजूला जपानी चहाच्या टेबलसारखे छोटे शिसवी टेबल होते. त्यावर बरीच पुस्तके ठेवण्यात आली होती; परंतु त्यातही

दोन-तीन प्रकारची पंचांगे उठून दिसत होती. 'धर्मसिंधू' नावाचे पुस्तकही स्पष्टपणे दिसत होते. सर्व लोक काही अंतर ठेवून गुरुमणींच्यासमोर बसले होते.

गुरुमणींनी डोळे मिटून घेतले आणि हातातील रुद्राक्षाच्या माळेतील एकएक रुद्राक्ष अंगठा आणि तर्जनी यामध्ये पकडून तोंडाने मनातल्या मनात मंत्रपठण करू लागले. गुरुमणींनी डोळे मिटल्यानंतर त्यांचा चेहरा एका वेगळ्याच सात्त्विक तेजाने चमकत होता. अगदी पूर्णपणे त्या चेहऱ्याने खेचल्यासारखा संजय त्या चेहऱ्याकडे एकटक पाहत होता. संजयला स्वत:चे भान राहिले नाही. गुरुमणी एकाग्र चित्ताने स्थितप्रज्ञासारखे बसले होते. सर्व जण शांत होते.

गुरुमणींनी डोळे उघडले. संजय एकदम दचकला. कोणत्यातरी झोपेतून जागा झाल्याप्रमाणे इकडे-तिकडे पाहू लागला. सर्व जण गुरुमणींकडे पाहत होते. संजय भानावर आला. गुरुमणींच्या गूढ चेहऱ्यावर स्मित दिसत होते.

गुरुमणींसमोर एकएक जण येऊन बसला. कोणाच्या लग्नाचा प्रश्न होता, कोणाच्या घराचा, कोर्टकचेरीमधील वाद, नोकरीची अडचण, बदलीचा प्रश्न, आजारपण, हरवलेली वस्तू, अपघात, दुसऱ्याकडून होत असलेला त्रास, मृत्यू, आर्थिक प्रश्न, प्रश्न! प्रश्न!! प्रश्न!!! त्याला काही मर्यादा नव्हती. संजयला प्रथम गंमत वाटत होती; परंतु लोकांचे प्रश्न ऐकता-ऐकता त्याचे डोके चक्रावून गेले. संजयला त्याच्या आयुष्यात आतापर्यंत फार थोड्या अडचणी आल्या होत्या; परंतु समोर प्रत्येकाचे एकएक प्रश्न, अडचण पाहिल्यावर व्यक्तीला आयुष्यात किती प्रसंगांना तोंड द्यावे लागते, याची गणती करणे अशक्य असल्याचे त्याच्या लक्षात आले. मानवी आयुष्य गुंतागुंतीचे, खडतर आहे असेच त्याला वाटू लागले. आणखीन थोडा वेळ थांबलो, तर आयुष्यात दु:ख, दु:ख आणि दु:ख यापलीकडे काही नाहीच; सुख असे काही नाहीच असे वाटायला लागेल. या विचाराने संजयला अस्वस्थ झाले. या गुरुमणींना उगाचच भेटावयास आलो, असेही त्याच्या मनात आले.

गुरुमणींनी संजयकडे पाहत डोळ्यानेच सांगितले – 'आपण थोड्याच वेळात बोलू.' या लोकांना लगेच भेटून येतो. संजयला चेहऱ्यावर कोणते भाव आणावे ते कळेना. संजय साफ गोंधळून गेला. जणूकाही गुरुमणी फक्त त्याच्याशीच बोलले, असे त्याला वाटले. गुरुमणी शांतपणे एक-एकाशी बोलत होते; परंतु त्यांच्या चेहऱ्यावर स्मित तसेच होते. लोकांचे प्रश्न, अडचणी ऐकताना त्यांच्या चेहऱ्यावर अजिबात फरक पडत नव्हता. गुरुमणी कोणाला डोक्यावर हात ठेवून आशीर्वाद देत होते, कोणाला हातात भस्माची पुडी देत होते, कोणाला चिठ्ठी देत होते, तर कोणाला सल्ला. कोणाला कालावधी सांगत होते, कोणाला तारीख, कोणाला वेळ! काही वेळा गप्प बसत होते.

गुरुमणींनी त्यांचा शेवटचा पेशंट पाहिला आणि ते उठले. त्यांनी संजयला बरोबर येण्याची खूण केली. दोघे जण शेजारच्या खोलीत आले. गुरुमणींची ती लायब्ररी होती. एका बाजूला सोफा, समोर दोन खुर्च्या होत्या. मध्ये मोठा टिपॉय होता. त्यावर एका पसरट चिनी मातीच्या भांड्यात फुलांची आकर्षक रचना केली होती. खोलीभर वेगवेगळ्या वस्तू होत्या. अनेक बरण्या होत्या. त्यात औषधसदृश चूर्ण होते. झाडांच्या मुळ्या होत्या. वेगवेगळ्या आकाराच्या लाकडी वस्तू होत्या. स्फटिक होते. दगड होते! एका कोपऱ्यात गणपतीची उग्र मूर्ती होती. तुळजाभवानी देवीचीही मूर्ती दिसत होती. बारा ज्योतिर्लिंगाचा एकत्रित मोठा फोटो भिंतीवर दिसत होता; परंतु ते देवघर नव्हते.

‘‘बसा इन्स्पेक्टर, काय चहा-कॉफी घेणार?’’

‘‘चहा’’ खुर्चीत बसत संजय म्हणाला.

गुरुमणींनी सोफ्यावर बसत हातातील रिमोट घंटी वाजवली आणि चहा आणण्यास सांगितले.

‘‘आमचं घर साधं आहे. जुन्या वळणाचं. तुम्हाला अवघडल्यासारखं तर वाटत नाही?’’

‘‘घर छान आहे. शांत आहे. मला माझ्या गावाकडच्या घराची आठवण झाली. मुंबईत असं घर पाहायला मिळणं तसं कठीण.’’

गुरुमणी खिडकीतून बाहेर पाहत होते. फाटकाला लागून असलेल्या भिंतीजवळची मेंदी हिरवीगार दिसत होती. नुकतीच छाटणी केलेली होती.

‘‘आतापर्यंत अनेक बिल्डरनी या घरावर बुलडोझर आणण्याचा प्रयत्न केला; परंतु या आसपासच्या भागात पिढीजात घर एवढेच शिल्लक राहिले आहे. काहींनी धमकीही देण्याचा प्रयत्न केला; परंतु आमचा व्यवसाय आणि आम्हाकडे पाहून त्यांनीच माफी मागितली.’’

‘‘इतक्या लोकांचे हे प्रश्न, अडचणी यांचा विचार करताना तुम्हांला नकोसं वाटत नाही? जगाची काळजी, इतरांची काळजी उगाचच का करायची? त्यांच्या संसारात आपण तोंड का घालायचं असं वाटत नाही?’’

‘‘तुम्ही इन्स्पेक्टर आहात. तुम्ही गुन्हेगाराला पकडता, गुन्हे तपास करता त्या वेळी असं तुम्हांला का वाटत नाही? नोकरी करीत असला तरी तुम्ही दुसऱ्याच्या आयुष्यात ढवळाढवळ करता की नाही?’’ गुरुमणी हसत म्हणाले.

‘‘इन्स्पेक्टर, आपण सर्व एका घडीचे प्रवासी आहोत. दुसऱ्याचे प्रश्न, अडचणी ऐकणे आणि त्याला मदत करणे हा मानवी धर्म आहे’’ त्यांनी कोपऱ्यात उभ्या असलेल्या भवानी देवीकडे बोट केले.

‘‘त्या देवीच्या चरणी सर्व तन मन एकाग्र करूनच हा सर्व व्याप करतो. माझं

स्वतःचं असं त्यात काही नसतं. मला त्यामुळे मानसिक किंवा शारीरिक त्रास होत नाही''

''मला तर सर्व ऐकूनच असं वाटू लागलं - ''

''गुरुमणींना उगाचच भेटावयास आलो - होय ना?''

''करेक्ट, तुम्ही माझ्या अगदी मनातलं बोललात.''

चहा आला. गुरुमणींनी त्यांच्या साहाय्यकाला खूण केली, तसा त्याने कपात चहा ओतून संजयला चहा दिला.

''तुम्ही या घराच्या फाटकातून आत येताना बरोबर किती वाजले ते तुम्हांला सांगता येईल'' - गुरुमणी.

एका हातात चहाचा कप धरून संजयने हातातील घड्याळाकडे पाहिले. गाडीतून उतरताना त्याने घड्याळात पाहिले होते.

संजयने वेळ सांगितली. संजय चहाचे घोट घेत होता. त्याच वेळी गुरुमणी टिपॉयवर पंचांग उघडत होते. त्यांनी सोबतच्या वहीत उभेआडवे आकडे लिहिले आणि कुंडलीची आकृती करून ग्रहांची नावे लिहिली. काही वेळाने त्यांनी कुंडलीकडे पाहत डोळे मिटून घेतले आणि हातातील रुद्राक्षाची माळ त्यांच्या तर्जनीवरून फिरू लागली.

गुरुमणींनी डोळे उघडले. त्यांचा चेहरा तणावग्रस्त दिसत होता. संजयचा चहा संपला होता. संजय गुरुमणींकडे प्रश्नार्थक नजरेने पाहत होता.

''तुमचा पोलीसतपास कोठपर्यंत आला? काही चांगली बातमी ?''

संजय असल्या प्रश्नांना नेहमी ठोकळेबाज उत्तर देई. पोलिसांनी ती सवयच लावावी. पोलीसप्रशिक्षणातील हा एक सल्ला होता – पोलीसतपास सुरू आहे! आमचे प्रयत्न सुरू आहेत! आम्ही लवकरात लवकर गुन्हेगारांना पकडू! आम्हाला महत्त्वाचा धागा मिळाला आहे! पोलीसतपास-यंत्रणा जोरदार प्रयत्न करत आहे!

गुरुमणी गंभीर झाले. काही वेळ असाच गेला.

''आपल्याकडे फार थोडे दिवस आहेत. येत्या अमावस्येपूर्वी तिचा शोध घेणे आवश्यक आहे. तिच्या जीवाला धोका आहे''

संजयला काय बोलावे ते काही समजेना. संजय गप्प बसला.

''इन्स्पेक्टर, तुम्हांला महाभारतातील कथा माहीत आहे?''

संजय गुरुमणींच्या चेहऱ्याकडे पाहत होता.

गुरुमणी पुढे बोलू लागले, ''गंगा नदीतून गंगा बाहेर आली. तिने शंतनू राजाशी विवाह केला; एका अटीवर. विवाहानंतर तिच्या कोणत्याही कृतीबाबत आक्षेप घ्यावयाचा नाही. शंतनू राजा गंगेसाठी इतका वेडा झाला होता की, गंगेची अट त्याने न विचार करता मान्य केली; परंतु प्रत्यक्षात त्याची मुले जेव्हा गंगेला

अर्पण होऊ लागली तेव्हा शंतनू जास्त काळ हा प्रकार सहन करू शकला नाही. त्याने जेव्हा शेवटी गंगेच्या अपत्यअर्पणास विरोध केला, तेव्हा अपत्यासह गंगा गुप्त झाली. शंतनू वेडा झाला; परंतु त्यातून पुढे महाभारत झाले.

''इन्स्पेक्टर, पाण्याला अपत्य अर्पण करण्याचा हा विधी पुराणकाळापासून चालत आलेला आहे. कोणी विहिरीला अपत्य अर्पण करत, कोणी नदीला, कोणी समुद्राला. नाण्याला जशा दोन बाजू असतात, त्याप्रमाणे या विधीलाही आहेत. विहिरीला पाणी लागत नाही म्हणून अपत्य अर्पण, विहिरीचं पाणी संपू नये म्हणून अपत्य अर्पण. तसाच प्रकार नदीबाबत, समुद्राबाबत. नदीचा, समुद्राचा प्रकोप होऊ नये म्हणून अपत्य अर्पण. नदी मृतवत् होऊ नये म्हणून अपत्य अर्पण. नदीच्या महापुरापासून, खवळलेल्या समुद्रापासून संरक्षण मिळण्यासाठी अपत्य अर्पण. पाणी म्हणजे जीवन. पाणी आहे, तर मानवाचं अस्तित्व, नाहीतर सर्वनाश ही भीती, ही काळजी मानवाच्या पोटात, डोक्यात, शरीरात पिढ्यान्‌पिढ्या भिनलेली आहे. पाण्यासमोर सर्वकाही शून्य. म्हणून आपलं अस्तित्व टिकून राहावं, आपल्या घराण्याचा वंश टिकून राहावा यासाठी काही घराण्यांत काही वर्षांनंतर अपत्य अर्पण करण्याचा विधी होतो. ज्याच्या घरी वंशाचा दिवा नाही, ज्यांच्या घरी मूल जन्माला येत नाही त्यांचा विधी आणखीन जबरी अघोरी. अपत्य होण्यासाठी एक बळी, तीन बळी, सात बळी; वंश टिकून राहाण्यासाठी दुसऱ्याच्या घरातला बळी ही अघोरी पद्धतही अनेक ठिकाणी होती.''

''इन्स्पेक्टर, अस्मिताचं अशाच काही कारणासाठी अपहरण करण्यात आलं आहे. शोध घ्या, शोध लवकरात लवकर घ्या.''

संजय गप्प बसला.

बराच वेळ गेला. गुरुमणींनी डोळे उघडले; पुन्हा तेच स्मित. वातावरणातील तणाव कमी झाला; परंतु संजयची झोप उडाली. सकाळी-सकाळी डोळ्यांसमोर हजारो तारे चमकल्यासारखे त्याला वाटू लागले.

गुरुमणींनी संजयच्या डोक्यावर हात ठेवला.

''साहेबासाठी बांधला दरवाजा बुलंद आहे बुलंद आहे
बुलंद दरवाजा, बुलंद दरवाजा, किल्ला नाही गढही नाही.
त्रिमूर्ती आहे, त्रिमूर्ती आहे, नाव मात्र ऐरावताचे
यांत्रिक नावेच्या पलीकडे आहे, पलीकडे आहे.
नको जाऊ, नको जाऊ, पुळण आहे मावळतील
यावनी मंदिर, यावनी मंदिर, नजर तिथे फिरते आहे.
एक कोसाहून दोन कोसावर
दोन कोसातून चार कोसावर.

नाही नाही आठ कोसावर

फुलपाखरू बंदी आहे, बंदी आहे.''

संजयने चमकून गुरुमणींकडे पाहिले. त्यांनी त्याच्या माथ्यावरील हात बाजूला केला. त्यांच्या चेहऱ्यावर स्मित दिसत होते. संजय कवितेच्या ओळी आठवत होता. संजयला अवघडल्यासारखे झाले. शब्द फुटत नव्हते. गुरुमणींनी रस्ता दाखविला, परंतु वाटेत कूटप्रश्न ठेवूनच. तरीही संजयला प्रश्नाची उकल करणे अवघड गेले नाही. साहेबाचा बुलंद दरवाजा गेटवे ऑफ इंडिया होता. त्रिमूर्तीचे गेट, एलिफंटा बेट आणि त्याच्या दक्षिणेला पश्चिमेच्या क्षितिजावर.

संजयने सावकाशपणे हळूहळू शब्द सुचविले,

"मांडवा?''

गुरुमणींनी नकाराची मान हलवली.

"अलिबाग!!''

गुरुमणी हसले आणि न बोलता फक्त अंगठ्याने त्यांनी होय म्हटले.

■

मुंबई - अहमदाबाद महामार्गावर संजयची गाडी गोरेगाव मागे टाकून पुढे आली. उन्हे उभी होता होता संजयला भूक लागली होती. झिपऱ्यानी काय सोय केली असेल याचा विचार करत तो गाडी चालवत होता. 'मालाड' अक्षर असलेली धुरकट पाटी त्याने पाहिली आणि गाडी हायवेवरून डावीकडे घेतली. दुपार व्हायला झाली होती, तरी उपनगरातील धावपळ, गाड्यांची गर्दी वाढतच होती. भंडारवाडा मागे टाकत संजयने गाडी मड-आयलंडकडे वळवली.

मड-आयलंडवर समुद्रकिनाऱ्याला लागून अनेक बंगले उभे होते. एका बंगल्यासमोर संजयने गाडी उभी केली. दारात अनेक नारळांची झाडे होती. त्या झाडामागे बंगला लपला होता. काटेरी तारांचे कुंपण मातीने काळपट झाले होते. कुंपणाच्या पलीकडे मेंदीची झाडे वेडीवाकडी वाढलेली होती. त्यांची काटछाट केलेली नव्हती. संजयने हॉर्न वाजवून खूण केली. झिपऱ्याचा एक माणूस बाहेर आला. संजयला पाहताच त्याने फाटक उघडून गाडीचा दरवाजा उघडला. संजय तसाच बाहेर आला आणि आत गेला. झिपऱ्याच्या माणसाने गाडीचे स्टिअरिंग सांभाळत गाडी पार्क केली.

संजय आत आला. बंगला छोटा परंतु आकर्षक होता. शनिवार-रविवार सुट्टीच्या दिवशी येथे खास सहलीकरता येणाऱ्यांची गर्दी होत असे. इतर दिवशी या परिसरातील अनेक बंगले रिकामेच असत. अशा वेळी एखादे चोरटे प्रेमी युगुल किंवा भानगडबाज लोकांचीच उपस्थिती असे. एकाकी मुलगी किंवा अगदी पुरुषानेही

फिरण्याचा धोका इतका शुकशुकाट येथे होता.

त्यांनी त्याला पहिल्या मजल्यावरील समुद्राकडील खोलीत ठेवले होते. त्याला लोखंडी कॉटवर बांधलेले होते. त्याच्या पायात स्पोर्ट्स शूज होते. हातामध्ये खास ग्लोव्हज होते. त्याचे हात-पाय कॉटच्या चारी कोपऱ्यांना बांधलेले होते. कॉटच्या काही लोखंडी पट्ट्या काढण्यात आल्या होत्या. त्याचे संपूर्ण शरीर काही पट्ट्यांवरच्या आधारावर होते. त्याला पाठीवर झोपवण्यात आले होते. स्पोर्ट्स शूज आणि हातातील ग्लोव्हज् सोडल्यास त्यांच्या संपूर्ण शरीरावर कपडे नव्हते. तो पूर्णत: नागवा होता. कॉटचे चारही पाय खास विटा ठेवून उंची वाढविण्यात आली होती. त्याचे लिंग एकदम लहान दिसत होते. काळ्याभोर गुप्तांगाच्या केसांमध्ये कॉटखाली त्याच्या ढुंगणाजवळ मोठाली मेणबत्ती होती. मेणबत्तीची ज्योत त्याच्या गुदद्वाराजवळ जशी जवळ नेण्यात येई तसा खोलीत ठेवण्यात आलेला २००० वॅटचा पीएमपीओचा आवाज वाढवण्यात येई. खास मेटॅलिक आवाजातील ते संगीत कानठळ्या बसविणारे होते. खोलीत सर्वांनी कानात बोळे घातले होते. तरीही त्याचा आवाज ऐकू येत होता. त्याचे किंचाळणे पाहणाऱ्याचा थरकाप उडविणारे होते. तो कुकरी गँगचा पकडण्यात आलेला खास माणूस होता.

झिपऱ्याच्या लोकांना हे सावज मुंबई-अहमदाबाद हायवेवर डहाणूजवळच्या महालक्ष्मी मंदिराजवळ खास जाळे टाकून मिळाले होते. वेरावळहून खास बोटीने तो दमणला आला होता. दीवच्या झिपऱ्याच्या माणसाकडून टीप मिळाली, तसा डहाणूजवळ सापळा तयार करण्यात आला. एक डंपर आणि चार ट्रकच्या साहाय्याने रस्ता ब्लॉक करण्यात आला. त्याला समजण्यापूर्वी दोघांनी त्याला पकडले. ड्रायव्हरला तिथेच गोळी घालण्यात आली.

त्याला बोलते करावयास वेळ लागला नाही. त्याचे हात-पाय थरथरत होते. डोळ्यांतून एका बाजूने अश्रू वाहत होते. चेहरा घामाने डबडबलेला होता. संपूर्ण शरीर पिवळे-पांढरेफटक दिसत होते. चेहरा वेदनामय दिसत होता. डोळ्यांतील अगतिकता वाढत होती; परंतु तरीही विखारीपणा होता.

"नाव?"

"-------"

"दोस्ता, तुझं नाव?"

ओठ थरथरत होते.

"पाणी!"

"जरूर दोस्ता, तुला पाणी मिळेल."

त्याने घटा घटा पाणी प्याले. त्याने दीर्घ श्वास घेतला. संपूर्ण शरीर त्याने - झटकल्यासारखे केले. हाताच्या मुठी मोकळ्या सोडल्या. खुरट्या दाढीतून पाण्याचे

थेंब वेडेवाकडे छातीवर पसरत होते.

"इस्माईल!"

"आम्ही तुला डहाणूजवळ ताब्यात घेतले, बरोबर?"

त्याने मान हलवली.

"डहाणूच्या अगोदर गाडीत कोठे बसलास?"

"दमणला!"

"दमणला कोठे?"

"देवुका बीचवर!"

"देवुका बीचवर कसा आलास?"

"लाँचने; दीवहून."

"पुढे बोल!"

"दीवला अमीनभाईची लाँच मिळाली."

"पुढे!"

"रात्री आठ वाजता वेरावळहून आलो. रोडने. टाटा सुमोमधून. अमीनभाईचा भाऊ लाँच घेऊन तयारीत होता. वेरावळला याकूबभाईने सूचना दिल्याप्रमाणे दीवला जाण्यास निघालो. बरोबर याकूबभाईची दोन माणसे होती; परंतु दोघे दीवपर्यंतच होते. दीवला अमीनभाईचा एकच माणूस लाँचवर माझ्याबरोबर होता. लाँच चालवणाऱ्या बाकीच्यांना मी पाहिले नाही. लाँचवर रेडिओ सिस्टीम होती.

"याकूबभाईनं कोणतं काम दिलं होतं?"

तो थोडा थांबल्यासारखा वाटला पण,

"दोन पत्ते बाद करण्याचं!"

"फोटो? नावं?

"टेलिफोनवरून दुपारी देण्यात येणार होते."

कुकरी गँग एका छताखाली काम करत नव्हती. वेरावळला याकूबच्या हाताखाली काही लोक होते. गोरेगावहून भालेराव, तर चेंबूरहून तायशेट्टी. तिघांनी एरिया वाटून घेतले होते; परंतु सर्व सूत्रे भालेरावकडे होती. याकूबचा माणूस गोरेगावला भालेरावच्या कामाकरता येत होता. परंतु सर्वांना धक्का बसला तो कामगिरीबाबत. पत्ते बाद करण्याचे काम नेहमीसारखे नव्हते. त्याला दोन मुलींचे अपहरण करावयाचे होते. भालेरावच्या माणसांनी सावज शोधले होते. दोन्ही मुलींना गोरेगावच्या आश्रमात द्यावयाच्या होत्या. त्याचे काम एवढेच होते. कामाबाबत किंमत माहीत नव्हती.

कुकरी गँग अपहरणात अडकल्याचे पाहून संजय विचारात पडला. एका वेळी दोन मुलींचे अपहरण! हा निव्वळ खंडणीपुरता प्रकार दिसत नव्हता. सुडाचे किंवा

बदल्याबाबत टार्गेट एकच ठरवले जाई; परंतु दोन मुलींचे अपहरण म्हणजे कौटुंबिक प्रकार म्हणावा, तर दोन्ही मुली वेगवेगळ्या ठिकाणच्या होत्या.

झिपऱ्याला एक प्रश्न विचारण्याबाबत संजयने सांगितले.

''मुशी कट्यार कोठे आहे?''

आतापर्यंत तसा तो व्यवस्थित उत्तर देत होता; परंतु झिपऱ्याच्या त्या एका प्रश्नाने तो नखशिखांत हादरला. झिपऱ्याकडे तो भयचकित होऊन पाहू लागला. त्याला अधिक विचारण्याची गरज पडली नाही. पार्श्वभागावर बसलेले चटके आणि झिपऱ्याचा शेवटच्या प्रश्नाने त्याचा पार कडेलोट झाला. तोंड घुसमटल्यासारखे करून त्याने मान एक बाजूला सोडून दिली. तो डोळे फिरवत बेशुद्ध पडला.

■

आता झिपऱ्याच्या चेहऱ्यावर आश्चर्य दिसू लागले. तो संजयकडे पाहू लागला. संजयचा चेहरा शांत होता. संजय दरवाजाच्या चौकटीवर हात ठेवून उभा होता. बोटांचा आवाज टकटक करत होता. संजय विचारात पडला. मुशी कट्यार पुन्हा बळी घेण्यास खरोखरच जिवंत झाली होती.

सर्वांनी जेवण केले. संजयने म्हादू वैतीच्या घरातील माणसांशी बोलावयाचे ठरविले. जेवण झाल्यावर संजयला झोपायची इच्छा झाली; परंतु वेळ महत्त्वाची होती. जेवणानंतर फ्रूट डिशमधील सफरचंदाचे तुकडे तोंडात टाकत त्याने झिपऱ्याशी रात्री मनमाडला झालेल्या घटनेबाबत चर्चा केली. त्याने त्याला पुन्हा जागे केले. आता त्याच्यात पूर्वीसारखा जोर नव्हता. तो पूर्णत: अगतिक झाला होता.

''यापूर्वी तू कधी गेम केलास?''

''दोन महिन्यांपूर्वी.''

''कोणाचा?''

''गोरेगावला दोन कामगिरी दिल्या होत्या. मला फक्त फोटो आणि ती जागा दाखवण्यात आली होती.''

झिपऱ्या आत गेला. त्याने एक ग्रुप फोटो आणला होता.

''या फोटोकडे पाहा. त्यामधलं कोणी दिसतं का?''

''नाही!''

झिपऱ्याने पुन्हा दुसरा ग्रुप फोटो दाखविला. या वेळीही त्याने नकारात्मक मान हलवली; परंतु झिपऱ्याने त्याचे केस पकडून विचारले.

''दोन्ही फोटो नीट बघ!

त्याने मान झटकून डोळे बारीक केले आणि एका व्यक्तीकडे बोट दाखविले.

उस्मानभाईच्या गोरेगावच्या दोन माणसांपैकी एकाचा गेम त्याने केला होता. उस्मानभाईला कुकरी गँगशी दोन हात करावे लागणार होते.

"साहेब, उस्मानभाईचं प्रपोजल याबाबतच आहे. कुकरी गँग गोरेगावमध्ये येते."

"काय कारण असेल?"

"म्हादू वैतीच्या घरचं कोण मिळतं का पाहू. त्यानंतर गोरेगावला चौकशी करतो."

■

संजय भंडारवाड्यात आला. मालाडचा भंडारवाडा म्हणजे चिंचोळ्या गल्ल्या. रस्त्यातून गाडी घेऊन जाणे शक्य नव्हते. संजयने गाडी ज्वेलरच्या दुकानासमोर पार्क केली आणि चालत जाणे पसंत केले. संजयला मिळालेल्या पत्त्यानुसार दोन गल्ल्या पार करून पुढे आला. मुंबईत असूनही संजयला कोठेतरी गावाकडे गेल्यासारखे वाटत होते. वाड्यातील बैठी घरे खापऱ्यांनी झाकलेली होती. रस्त्यावर झाडे कमी दिसत होती; परंतु बहुतेक प्रत्येकाच्या घरामागे नारळ, पोफळी, इतर झाडे भरपूर दिसत होती. काही घरे झाडाखाली पूर्ण सावलीत उभी होती. दारात पडवी. काहींच्या दारात वृंदावन होते. काही घरांतून दारूच्या भट्ट्यांचा वास येत होता. रस्त्यातून झोकांड्या घेत जाणारे काही महाभाग होते. त्यांना काळ-वेळ काहीच नव्हती. मध्येच एखादा कोंबडा कोंबडीच्या मागे धावताना दिसत होता. दोन्ही बाजूंनी गटारे ठिकठिकाणी उघडी दिसत होती. कोळंबी, माशांच्या साफ केलेल्या कचऱ्याचा वास येत होता. रस्त्यावरच काही ठिकाणी कचरा दिसत होता. वातावरण एकूण बकालच होते. दोघा जणांचे माशांची जाळी विणण्याचे काम रस्त्यावरच सुरू होते. मोठ्या सिमेंटच्या इमारती होत्या. मात्र त्या दारात छोटे अंगण होते. कंपाऊंड दगडी होते. दारात काहीही नव्हते. रस्त्यावर एक कुत्रे अंगाचे मुटकुळे करून बसले होते. संजयला पाहताच ते एकटक पाहू लागले.

दरवाजा उघडा होता; परंतु संजयने दारावरची बेल वाजवली. आतून एक शाळकरी मुलगा बाहेर आला. संजयने पोलीस स्टेशनवरून आल्याचे सांगताच पोरग दणकन मागे पळाले. घाईघाईने दोघे जण बाहेर आले. एकाने अर्धी चड्डी आणि बनियन अंगात घातले होते. दुसरा विजारीवर होता. अंग उघडेच होते.

"हे म्हादू वैतीचं घर?"

"होय."

"मी इन्स्पेक्टर संजय. म्हादू वैतीबाबत चौकशीला आलो आहे."

"आत या साहेब. मी म्हादू वैतीचा भाऊ."

संजय आत आला. घराची पडवी लहान होती; परंतु आतील खोली एकदम मोठी वाटत होती. त्यांनी संजयला आणखीन आत येण्यास सांगितले. ते आतल्या खोलीतून अंधारातून जिन्याने वर गेले. पहिल्या माळ्यावर प्रशस्त खोली होती. सोफ्यावर बसत संजयने घराचे निरीक्षण केले. म्हादू वैती कंपनीतला वॉचमन; परंतु घर मात्र वाड्यासारखे प्रशस्त होते. घरात टी.व्ही. सोफा आणि फर्निचरकडे पाहून संजयला आश्चर्य वाटले.

"साहेब, आमचं एकत्र कुटुंब आहे. तुमच्या नजरेतला प्रश्न ओळखला?"

संजयने हसतहसत त्याला दाद दिली.

"तरीही तुमची भट्टी चालतच असेल."

"नाही साहेब, काही दिवसांपूर्वी बंद केली."

"कारण?"

"पोलिसांचा खूपच त्रास व्हायला लागला. प्रत्येक जण फुकट दारू प्यायला यायचे. भट्टी आता बंद केली."

"मोठे कुटुंब चालवायचं, तर उत्पन्नाचं साधन हवं ना?"

"साहेब, माझी मुलं आणि म्हादूची मुलं आता चांगली कमवती झाली. सुनाही मिळवत्या झाल्या. भट्टी बंद झाली."

"म्हादूला अपघात झाला, त्याच्या अगोदर त्याच्या वागण्यात किंवा त्याला भीती वाटत होती किंवा त्याला काही सांगायचं होतं."

"साहेब, नेहमीप्रमाणे तो रात्रीपाळीला गेला होता. कारखाना बंद होता. त्यामुळे कामाचा त्याला त्रास होत नव्हता."

"म्हादूला कसलं व्यसन होतं?"

"त्याला कसलंही व्यसन नव्हतं."

"त्याचं कोणाशी भांडण, वाद होता? किंवा अगोदर कोणाशी भांडण झालं होतं?"

"नाही."

"म्हादूच्या बायकोशी आणि मुलाशी बोलता येईल का?"

"जरूर."

म्हादूची बायको वयस्क होती. कुंकवाची जागा घेणारे कपाळ पांढरफटक होते. खेडवळ वळणाच्या बाईप्रमाणे काष्टा मारून साडी नेसलेली होती. तिच्या चेहऱ्यावर नवऱ्याच्या मृत्यूचे दुःख दिसत होते.

"मावशी, तुम्हाला त्रास द्यायचा नाहीये. म्हादूच्या मृत्यूपूर्वी त्याच्या वागण्यात काही फरक वाटत होता का?"

"न्हाय बा!"

"तुमच्याशी किंवा घरातल्या कोणाशी भांडण झालं होतं किंवा वाद होता का?"

"न्हाय."

संजयला असले प्रश्न विचारणे सयुक्तिक वाटत नव्हते; परंतु म्हादूच्या बायकोच्या चेहऱ्यावर त्याची प्रतिक्रिया त्याला जास्त काळजीपूर्वक पाहावी लागत होती.

"म्हादू पगाराचे पैसे तुमच्याकडे देत होते का स्वत:जवळ ठेवत होते?"

"घराच्या पैशांचा सगळा कारभार त्यांच्याच हातात होता."

"तुम्हाला घरखर्चाला आणि इतर खर्चाला पैसे व्यवस्थित देत होता?"

"होय."

"तुम्ही कर्ज काढलं आहे का?"

"मुलांना वेगळं ठेवायचं, असं आम्ही ठरवलं होतं. लग्न होतील तशी वेगळं करायचं आहे. आता एकत्र ठेवणं अवघड जातं. जागाही अपुरी आहे. घराकरता कर्ज काढलं आहे. दोन मुलं वेगळी झाली आहेत. एकाचं कर्ज फिटलं आहे, दुसऱ्याचं संपत आलं आहे."

"ते संपल्यावर पुन्हा कर्ज काढणार?"

"मुंबईत साहेब घर महत्त्वाचं. घरासाठी कर्ज काढावचं लागतं."

"म्हादूच्या मृत्युपूर्वी तुमच्या घरात किंवा म्हादूला कोणी भेटायला आलं होतं?"

"नाही."

"म्हादू समाजाच्या पंचायतीत आहे का?"

अचानक वेगळा प्रश्न विचारल्यावर म्हादूची बायको गोंधळली. परंतु म्हादूचा भाऊ पुढे आला.

"साहेब, काही वर्षांपूर्वी आम्ही पंचायतीत होतो; परंतु आता नाही. आम्ही पंचायतीत यावं असं आता सगळ्या वैतींना वाटतं."

"का?"

"एके काळी आम्ही पंचायतीत मुख्य पंच होतो. पंचायतीचं महत्त्व कमी झालं. आमच्यातले काही पूर्वज कर्तृत्ववान निघाले नाहीत आणि आम्ही पंचायतीच्या बाहेर आलो."

"तुम्हाला कोणी बाहेर काढलं?"

"आमच्याच भावकीतल्या रामा वैतीच्या घरानं. गोष्ट फार जुनी आहे. आता आमची त्यांच्याशीही भाऊबंदकी नाही. कोर्टातली केसही आता आम्ही एकत्र

खेळतो आहे.''

''कसली कोर्टकेस?''

मघाचाच शाळकरी मुलगा चहाचा ट्रे घेऊन पुढे आला. संजयने पाणी पिऊन चहाचा मग हातात घेतला. चहाला गोड सुगंध होता. संजयला चहा आवडला. त्या चहाच्या सुगंधात त्याची चौकशी बाजूला राहिली.

चहा पितापिता मोबाईल वाजला, तसा चहाचा मग बाजूला ठेवून त्याने मोबाईल हातात धरला. पलीकडे हवालदार बोडके बोलत होता. संजयने तासाभरात येतो असे सांगितले आणि मोबाईल खिशात ठेवला.

''चहा मला आवडला. तुमची कोर्टकेस ऐकण्यासाठी पुन्हा येईन किंवा तुम्हाला बोलवलं तर चालेल का?''

''साहेब, तुम्ही केव्हाही बोलवा.'' संजयला त्यांचा चेहरा निर्विकार वाटला. म्हादूच्या घरातील लोक सरळमार्गी वाटले. मात्र मुशी कट्यारीबाबत विचारावे की नको याबाबत संजयच्या मनात संदेह निर्माण तयार झाला. संजयने तो प्रश्न सध्या विचारावयाला नको असे वाटत होते.

संजय बाहेर आला. दादरला जाणे घाईचे होते. दादर-स्टेशनमधील लेडी कॉन्स्टेबल अरुणा शिंदेला सिव्हिल ड्रेसमध्ये तयार होण्यास सांगून संजयने गाडी मुंबईच्या दिशेने सुरू केली.

■

हवालदार बोडके दादरच्या कोहिनूर मिलच्या शोरूमजवळच्या बस स्टॉपवर उभा होता. समोर राम गणेश गडकरी चौकातून येणाऱ्या वाहनांचा गोंधळ पाहत होता. न्यू येरा सोशल क्लबमध्ये रात्रभर पत्ते खेळून त्याचे डोळे तारवटलेले होते. सिव्हिल ड्रेसमध्ये बोडके उभा होता. तो पत्ते खेळण्यासाठी क्लबमध्ये गेला होता. प्रत्यक्षात दोघांवर नजर ठेवण्याची ड्युटी त्याला देण्यात आली होती. रात्रभर क्लबवर थांबून त्या दोघांना कोणीही भेटावयाला आले नव्हते. इन्स्पेक्टर संजयचे आदेश असल्याने हवालदाराला काळजी घ्यावी लागली होती. थोडीही चूक जीवावर बेतणारी होती; परंतु रात्रभर काहीही झाले नाही. बोडकेला राहून राहून वाटत होते, आपली कोठे चूक तर झाली नाही ना! का त्या दोघांच्या नजरेत त्याची हजेरी लक्षात आली. बोडके थोडा साशंक होता.

बसस्टॉपवर शाळेची काही लहान मुले एकमेकांची टिंगल करत होती. त्यातल्या एका जाड्या विद्यार्थ्याला ती जास्तच सतावत होती. जाड्या व्यक्तीला नेहमीच टिंगलीला सामोरे जावे लागते. बोडकेला वाटले, त्या मुलांना दम द्यावा;

परंतु त्याचेही लक्ष त्यांच्या छळवणुकीच्या प्रकाराकडे लागले होते. पाहता पाहता शेजारी उभे असलेल्या दोन मुलांच्याकडे त्याचे लक्ष गेले.

त्यापैकी, एक जण आदल्या दिवशी गेटवे ऑफ इंडिया येथे फिरावयास गेला होता. आपल्या आईवडिलांबरोबर गेटवेजवळची गर्दी, समुद्रातील बोटिंग, तिथून दिसणारे ताजमहाल हॉटेल याबाबत आखो देखा हाल सांगत होता. त्याचे धावते वर्णन सुरू होते; परंतु बोडकेचे कान अचानक सावध झाले.

एका बोटीवर दे धमाल पार्टीची मजा चालली होती. डेकवर एका बाजूला मोठ्या आवाजात ऑर्केस्ट्रा दणाणत होता. निमंत्रित यावयास सुरुवात झाली होती. कोणीतरी खाजगी पार्टी आयोजित केली होती. एकजात गुजराथी मंडळी; परंतु त्याच वेळी शेजारच्या 'सागरकन्या' बोटीवर एकदम शांतता होती. बोट जवळजवळ निर्मनुष्य! बोलता बोलता मुलाचे नाव अंकुश असल्याचे समजले. त्या बोटीवर गुलाबी ड्रेसमधील एका मुलीला दोन्ही बाजूला पकडून बोटीवर नेण्यात येत असल्याचे अंकुशला दिसले होते. अंकुशचे लक्ष जाण्याचे कारण त्याच्या हातातील दुर्बीण. पुन्हा हा सर्व प्रकार नेहमीच्याच धक्क्यावर होत नव्हता. विरुद्ध बाजूच्या दगडाच्या कपारीतून त्या मुलीला बोटीवर नेण्यात येत होते. प्रत्यक्षात तो भाग बी.ए.आर.सी.च्या निषिद्ध एरियात येत होता. त्यामुळे गर्दी असूनही कोणाचे तिकडे लक्ष नव्हते. अंकुशने हे त्याच्या वडिलांनाही सांगितले. परंतु तोपर्यंत सर्व लोक बोटीच्या आतल्या भागात गेल्याने त्याच्या वडिलांनी त्याकडे लक्ष गेले नाही. यामध्ये अंकुशने त्याच्या वडिलांना जी गोष्ट सांगितली नाही, ती म्हणजे बोटीवर त्याच्याबरोबर असलेल्या एकाच्या हातात मोठी बंदूक होती; मशीनगन टाईप! बोडके हे वर्णन ऐकून जरा विचारात पडला.

बस आली. सर्व जण बसमध्ये चढले. बोडके नकळत अंकुशच्या मागे बसला. ती दोन्ही मुले पूर्वेला दादर टी.टी.ला उतरली. बोडकेला पोलीसकॉलनीत जायचे होते. डोळ्यांवर झोप होती; परंतु या नवीन घटनेने बोडके टी.टी.ला उतरला. मुले ज्या इमारतीत घुसली ती आंबेडकर रोडवरचीच इमारत होती. अंकुश नावाचा तो मुलगा दुसऱ्या मजल्यावर त्याच्या खोलीत गेला. बोडके थोडा वेळ थांबला; परंतु त्याला जास्त वेळ थांबणे शक्य नव्हते. त्याने पुढे होऊन दरवाजावरील घंटी वाजवली. बाहेरच्या खोलीत तो मुलगा बसला होता. बोडकेला पाहताच अंकुश दचकला.

घरी त्याची आई होती. वडीलही होते. दोघेही बोडकेकडे संशयाने पाहू लागले.

बोडकेने आपली ओळख दिली. त्यासाठी त्याने ओळखपत्र बाहेर काढले. अंकुशने बसस्टॉपवर सांगितलेली घटना बोडकेला सांगितली. अंकुशच्या आई-वडिलांना ही गोष्ट माहिती होती; परंतु बंदुकीबाबत त्यांना माहिती नव्हती. दोघेही आईवडील अंकुशकडे पाहू लागले. अंकुशने घाबरत-घाबरत काय पाहिले ते

सांगितले.

बोडकेने अस्मिता फुरसुंगीकर-अपहरण प्रकरणाची थोडक्यात घटना सांगितली. अंकुशला जर अस्मिताचा फोटो ओळखता आला, तर पोलीसतपास आणखीन सोपा होईल असे त्याने सांगितले. त्याकरता अंकुशचे सहकार्य मागितले. पोलिसांची भानगड म्हटल्यावर अंकुशचे आई-वडील एकमेकांकडे पाहू लागले. आपल्या मुलाला नको त्या धोक्यात ढकलतोय अशी त्यांची भावना झाली; परंतु बोडकेंनी घटनेचे महत्त्व आणि गांभीर्य सांगितले.

बोडकेने संजयला फोन केला तेव्हा संजय मालाडला होता; परंतु बोडकेने त्या मुलाला अंकुशला पोलीस स्टेशनला न आणण्याबाबत सांगितले. संजयने तासाभरात येत असल्याचे कळविले. साधारणतः तासाभरात संजय अंकुशच्या घरी आला. बरोबर सिव्हिल ड्रेसमध्ये लेडी कॉन्स्टेबल शिंदे होती. दोन खोल्यांच्या त्या घरात दोन पाहुणे वाढल्याबरोबर घरात गर्दी झाली. वातावरणही तणावाचे झाले; परंतु संजयने अंकुशच्या आईवडिलांना धीर दिला.

अंकुशला खुर्चीत बसविले. समोरच्या टिपॉयवर एकएक फोटो दाखवत यातील एखादी मुलगी त्याने पाहिलेल्या गुलाबी ड्रेसमधील मुलीसारखी होती काय, ते पाहण्यास सांगितले. अंकुशने अस्मिताचा फोटो लगेच ओळखला. त्याचबरोबर तिने घट्ट वेणी घातली होती असे सांगितले. संजयला थोडा धीर आला; परंतु अंकुशच्या आई-वडिलांची काळजी वाढली.

संजयने अंकुश आणि त्याच्या आईवडिलांना तयार होऊन बरोबर येण्यास सांगितले. हवालदार बोडकेला सुट्टी मिळाली. अंकुश आणि त्याच्या आईवडिलांना बरोबर घेण्यास सांगितले आणि संजय आणि शिंदे खाली गाडीत जाऊन बसले.

सर्व जण गेटवेजवळ आले. दुपारची वेळ होती. गेटवेचा नेहमीचा संध्याकाळी माणसांनी गजबजलेला परिसर एकदम शांत होता. एखाददुसरे चोरटे प्रेमी युगुल दगडी पायऱ्यांवर गप्पा मारत बसले होते. परगावचा एक सहलीकरता आलेला गट गेटवेच्या पायऱ्यांवर बसला होता. त्यातील काही व्यक्ती बोटीच्या सफरीचा आनंद घेण्यासाठी बोटीमध्ये जाण्याच्या तयारीत होत्या. 'सागरकन्या' बोट धक्क्याला लावून उभी होती. अंकुशने ती बोटही ओळखली. संजयचे पुढील काम अवघड होते; परंतु घाई करणे जरुरीचे होते. अंकुश आणि त्याच्या आईवडिलांना पोलीस महासंचालकांच्या कार्यालयात बसविण्यात आले.

'सागरकन्ये'वरील सर्वांना पोलिसांनी ताब्यात घेतले. सर्व जण त्या वेळी जेवण करत होते. मात्र अंकुशला सर्व जण अनोळखी होते. कोणालाही त्याला ओळखता आले नाही. बोटीवरील ते सर्व नेहमीचे लोक होते. आता मोर्चा 'सागरकन्ये'च्या मालकाकडे वळविण्यात आला. मालक हसन मुन्ना होता. तो उरण

येथे राहत होता. अलिबाग पोलीसयंत्रणेला कामास लावण्यात आले आणि हसनला ताब्यात घेण्यात आले. तोपर्यंत संध्याकाळ होण्यास आली. हसन आणि बोटीवरील लोकांच्या उलटतपासणीतून त्या दिवशी बोट भाड्याने दिल्याचे निष्पन्न झाले. हसनच्या माणसांपैकी कोणीही त्या दिवशी बोटीवर नव्हते; पण संजयला हे मान्य नव्हते. कोठेतरी चुकत होते. गॅप तयार झाली होती. काहीतरी गफलत होती. कमीत कमी बोट चालविण्यापुरती हसनची माणसे हवी होती; परंतु हसनने निक्षून सांगितले की, त्याची माणसे त्या दिवशी नव्हतीच.

■

इन्स्पेक्टर संजयने दाढीचा साबण चेहऱ्यावरून साफ केला. टॉवेलने चेहरा स्वच्छ करून आरशात पाहिले. दाढी केलेला चेहरा आरशात पाहिल्यावर त्याला थोडे फ्रेश वाटले.

विशेष मोहिमेवर जाताना संजय दाढी करूनच बाहेर पडत असे. मित्रांनी शुभाशुभ शकुनाकरता दाढी करतोस म्हणून अनेकदा छेडले होते. परंतु संजयचा यावर विश्वास नव्हता. आरशात पाहत डोक्यावरील केस त्याने ठीक-ठाक केले. करड्या रंगाचा फुलशर्ट आणि निळी फेडेड जीनची पॅन्ट घातली. पायातील शूजची लेस घट्ट बांधून तो बाहेर पडला.

हिंदू कॉलनीच्या आर्मरीत आला तेव्हा संध्याकाळ झाली होती. दिवेलागण व्हायला आली होती. डी.सी.पी. पिंगळेंना कुकरी गँगचा मारेकरी गेम करीत येत असल्याची टीप मिळाल्याचे संजयने सांगितले होते. पिंगळेंनी दोन शार्पशूटर्सना आणि काही हवालदारांना तयार राहण्यास सांगितले होते. सर्व जण आर्मरीत संजयची वाट पाहत होते. सर्व जण एकत्र आल्यानंतर संजयने स्वतः डी.सी.पी. पिंगळेंशी खल केला. मारेकरी कोठे कधी येणार, याची शक्यता विचारात घेऊन ऑपरेशनची तयारी केली. सर्व सूत्रे डी.सी.पी. पिंगळेंच्या हातात होती.

अंधेरीच्या गोल्ड स्पॉट फॅक्टरीजवळचा भाग तसा खूप मोकळा भाग होता. मुंबई-अहमदाबाद हायवेची रहदारी सतत चालू होती. ट्रक, टँकर, लॉरी, बसेस आणि इतर गाड्यांची धावपळ सुरू होती. अंधेरीकडे जाणारा रस्ता स्टेशनपर्यंत जात होता. कुर्ला-घाटकोपरकडे जाणारा रस्ताही गर्दीने तुडुंब होता. नाका महत्त्वाचा होता. गर्दीचा होता. झिपऱ्याने हीच जागा निवडली होती.

संजय आणि त्याची टीम टाटा सुमोमधून अंधेरी स्टेशनजवळच्या नागरदास रोडकडून पूर्वेला वळली आणि हॉटेलजवळ थांबली. कोणीही बाहेर आले नाही. गाडीतच बसून राहिले. संजयने बुलेटप्रुफ जॅकेट घातले होते. संजय पूर्ण तयारीत

होता. रात्रीचे २ वाजायला आले होते. संजय बाहेर आला. जवळच्या सँडविच बनविणाऱ्या पोराकडून त्याने सँडविच घेतले. काही गाडीतील इतरांकडे दिली. सँडविच खात-खात संजय फूटपाथवर उभा राहिला. संजयच्या डोक्यावर साधी कॅप होती. चेहरा झाकण्यापुरता त्याचा वापर केला होता. संजयची नजर दोन्ही फूटपाथवर फिरत होती.

रस्त्यावरची वाहतूक कमी होत होती, तर दिव्यांच्या प्रकाशाची प्रखरता वाढत होती. काही हॉटेलमधील लाईट सोडला तर इतर ठिकाणी अंधार वाढत होता. रस्त्यावरील वाहतुकीच्या लाईटमुळे रस्ता मात्र उजाळलेला होता. संजय झिपऱ्याच्या फोनची वाट पाहत होता.

उस्मानभाईबरोबर तडजोड झाली की नाही याची बातमी अजूनही संजयला मिळाली नव्हती. गुन्हेगाराची वाट पाहणे हे काम अत्यंत जिकिरीचे. रात्र-रात्रभर वाट पाहून कधी-कधी हात हलवत परत जावे लागते. त्यामुळे बेसावधपणामुळे अनेक वेळा सावज निसटून जाते. बातमी पक्की असूनही कधीकधी हलगर्जीपणा नडतो. परंतु टीप संजयची होती. सर्व जण सावध होते.

झिपऱ्याचा मोबाईलवरून डिल पक्के झाल्याचा मेसेज आला. पुन्हा १० मिनिटांनी फोन आला. संजयने दुसऱ्या टीमला मोबाईलवरून सावधगिरीची सूचना दिली. एक टीम अंधेरी स्टेशनकडून जात होती. दुसरी टीम कुर्ल्याकडून अंधेरी रोडहून स्टेशनकडे येत होती. दोघादोघांचा गट फूटपाथ आणि रस्त्यामधून जात होता. संजय हाताच्या मुठी खिशात घालून पुन:पुन्हा घट्ट करत होता. नजर समोर होती.

दोघे जण हॉटेलमधून बाहेर पडत होते. झिपऱ्या हॉटेलातच होता. इस्माईलबरोबर झिपऱ्याचा माणूस होता. इस्माईलने पिवळा-लाल चेक्सचा शर्ट आणि काळी पॅन्ट घातली होती. मोबाईलवरून संजयने इतरांना एसएमएस ट्रान्सफर केला. सर्व जण तयारीत होते. मोबाईलचा मेसेज मिळेपर्यंत झिपऱ्याचा माणूस इस्माईलपासून बाजूला होत होता. इस्माईलला बसलेल्या मेणबत्तीच्या चटक्यामुळे चालणे अवघड जात होते.

इस्माईलला दम देऊन पुन्हा दमण गाठण्याची ताकीद दिली होती. त्याची माणसे त्याला गोल्डस्पॉटजवळ घेण्यास येणार होती. इस्माईलला पिकअप करण्याची वेळ झिपऱ्याने ठरविली होती, तर संजयने त्याची वेळ त्याच्या अगोदर. झिपऱ्याचा माणूस पूर्णत: मागे झाला आणि वळून अंधेरी स्टेशनकडे चालू लागला. त्याच वेळी इस्माईल हायवेकडे जात होता. त्याची नजर पांढऱ्या ओम्नी गाडीसाठी भिरभिरत होती.

संजयने इस्माईलला हाक मारली. इस्माईल कल्पनेपेक्षा जास्त चपळ निघाला.

त्याने हाक ऐकली; पण त्याची नजर पांढऱ्या गाडीकडे होती. गाडी हळूहळू रस्त्याच्या कडेला थांबत होती.

इस्माईलने कोणता इशारा केला समजले नाही; परंतु गाडीतून प्रथम हवेत गोळीबार झाला तसा गोंधळ होऊन लोकांची धावपळ सुरू झाली. पुढे येणाऱ्या लोकांवर पांढऱ्या गाडीतून गोळ्यांचा वर्षाव होऊ लागला. इस्माईल आता सर्व शक्ती एकवटून गाडीकडे धावत होता.

संजयला उभे राहणे अवघड जात होते. पांढऱ्या गाडीतून येणाऱ्या काही गोळ्यांपैकी एक संजयला पोटाजवळ घासून गेली. एक बहुधा दंडाजवळून गेली असावी. संजयने मग त्यांना संधी दिली नाही. त्याच्या पिस्तुलामधून धडाधड गोळ्या बाहेर पडल्या.

इस्माईल तिथेच पडला. काही गोळ्या पांढऱ्या गाडीतल्या इस्माईलच्या लोकांवर झाडल्या गेल्या; परंतु गाडीतून कोणीही बाहेर पडले नाही.

थोडीशी रिव्हर्स घेत पांढरी गाडी टायरचा कर्कश आवाज करत गोरेगावच्या दिशेने सुसाट गेली. गाडीच्या मागच्या काच नसलेल्या खिडकीतून बंदुकीची गोळी आग ओकत जात होती. इस्माईलला घेण्यासाठी ते पूर्ण तयारीनिशी आले होते.

सर्व जण एकत्र झाले. इस्माईलबरोबर एक पादचारीही मेला होता. डी.सी.पी. पिंगळे यांनी पुढे होऊन इस्माईलचा चेहरा त्याचे केस पकडून पाहिला. डी.सी.पी.च्या हातात पांढरे मोजे होते. रात्रीच्या धूसर प्रकाशात मानवी आकृतीची हालचाल विचित्र भासत होती.

अंधेरी पोलीस स्टेशनला ऑपरेशनबाबत काहीही माहिती नव्हती. थोड्याच वेळात अंधेरी पोलीस स्टेशनची गाडी सायरन वाजवत आली. पाठोपाठ ॲम्ब्युलन्सही होती. पोलिसांनी पंचनाम्याला सुरुवात केली. पिवळ्या रिबनचे मार्किंग भरभर करण्यात आले. फोटोग्राफर्सनी फोटो काढण्याचे काम सुरू केले. कॅमेराचे फ्लॅश चमकत होते.

काही वेळाने प्रेसच्या कॅमेऱ्यांची गर्दी वाढली. काही फ्लॅश संजयच्या चेहऱ्यावरही चमकत होते.

डी.सी.पी. पिंगळेंनी संजयची विचारपूस केली आणि यशस्वी कारवाईबाबत पाठीवर थाप मारली. कोणत्याही प्रेसवाल्याने त्यांना काही प्रश्न विचारण्याच्या आतच संजयच्या टीमला तेथून हलविण्यात आले.

■

संजय कुर्ला स्टेशनमध्ये आला, तेव्हा दुपार व्हायला आली होती. बरोबर हवालदार बोडके होता. दोघेही सिव्हिल ड्रेसमध्ये होते. संजयने कॉटनची तपकिरी रंगाची पॅन्ट घातली होती. शर्ट बिस्कीट कलरचा फुलशर्ट होता. शर्ट पॅन्टमध्ये खोचलेला नव्हता. पायात साधे सॅन्डल्स घातले होते. डोक्यावर कौंटी टोपी होती. डोळ्यावरच्या गॉगलमुळे संजय पटकन ओळखू येत नव्हता. हातातील लोखंडी कडे मधूनच चमकत होते.

हवालदार बोडके चप्पल घालून त्याच्याबरोबर आला होता. शर्ट चौकड्याचा होता, तर पॅन्ट पांढरट रंगाची.

दोघेही प्लॅटफॉर्म नंबर २ च्या वरील बाहेर जाणाऱ्या ब्रीजवर उभे होते. लक्ष कुर्ला स्टेशनच्या इमारतीकडे होते. त्याच्या मागे कसाईखान्याकडे जाणारा रस्ता होता. कुर्ल्याची झोपड्यांनी भरलेली टेकडी होती. समोर संपूर्ण स्टेशनचा परिसर.

चेहरा घामाने थपथपू लागला तसा हवालदार बोडके अस्वस्थ झाला.

"आपण स्टेशनच्या ऑफिसमध्ये थांबलं तर?"

"त्याला मी इथेचं बोलवलं आहे. स्टेशनमध्ये उगाचच पब्लिसिटी होईल."

"पण त्याला खूपच वेळ झाला आहे. तो नक्की येईल का?"

"न येण्याचं त्याला काही कारण नाही. काळजी नाही."

"मोबाईलवर त्याचं लोकेशन विचारलं तर?"

"तो बघ! आलाच."

संजयने स्टेशनकडे रोखून पाहत म्हटले. बोडकेने डोळे बारीक करून पाहिले, परंतु त्याला दिसेना. त्याने संजयकडे प्रश्नार्थक नजरेने पाहिले आणि पुन्हा समोर पाहिले.

तो स्टेशनच्या ओव्हर ब्रिजवरून चालत येत होता. दोन्ही बाजूला लोखंडी जाळीदार कठडे होते. दुडक्या चालीने तो हळूहळू येत होता. एकदम कृश वाटणारी शरीरयष्टी. अंगात निळा शर्ट होता. बाह्या हाताच्या कोपऱ्यापर्यंत गुंडाळी करून घेतल्या होत्या. काळी पॅन्ट होती. त्याचा एक हात खिशात होता. डोक्यावर स्कल कॅप, चेहरा बराचसा दाढीखाली गेला होता; परंतु बाकदार नाक ठळकपणे दिसत होते. डोळ्यांत सुरमा होता. काळसर ओठ आणि भुवयांची विशिष्ट ठेवण. त्याची मुस्लीम चेहरेपट्टी पटकन ओळखून येत होती.

"माफ करना साब, देर हो गयी."

"ठीक है!"

तिघे जण स्टेशनच्या लोखंडी जिन्यातून खाली येऊ लागले. संजय पुढे पाहत चालत होता. रफिक त्याच्या बरोबरीने चालत होता. सगळीकडे विटलेल्या झोपड्या आणि गटारातून घोंगावणाऱ्या माश्या होत्या. रस्ता धुळीने आणि कचऱ्याने भरला

होता. तिघे कसाईखान्याकडे चालले होते. परिसरात बराच शुकशुकाट होता. एखादीदुसरी व्यक्ती दिसत होती. काही बुरखेधारी स्त्रिया काळ्या वेषात इकडून तिकडे जात होत्या.

सर्वत्र बोकड, बोकडांची घाण, बोकडांची दुर्गंधी आणि ठिकठिकाणी उभारलेली मटणाची दुकाने. लाकडी ओंडक्यावर मटण साफ करायचे कोयते विश्रांती घेत पडले होते. काही ठिकाणी मटणविक्री चालू होती. मटणाचे मोठे-मोठे फर टांगून ठेवले होते. ते सुकत चालले होते. मधूनच दुकानातील पोरगा आपली डोक्यावरील टोपी सांभाळत टांगलेल्या मटणावर पाणी मारत होता. सर्वत्र माश्यांचे राज्य होते. माश्या घोंगावत होत्या. अत्यंत गलिच्छ वस्तीतील ती मटणांची दुकाने सर्रास बेकायदा चालवली जात होती. वातावरण मन अस्वस्थ करणारे होते. ठिकठिकाणी बोकडांची लोकर भरलेली कातडी काठीवर लोंबत होती. त्यांनी कसाईखाना पार केला.

ते एका गोडाऊनवजा जागेतून आत आले. तेथे कोणीही चिटपाखरू नव्हते. एका बाजूला हिरव्या-पांढऱ्या रंगात इमारत होती. एका बाजूला काही टॅक्सी व रिक्शा ठेवण्यात आल्या होत्या. अंधाऱ्या कॅरिडॉरमधून ते तिघे जण वर आले. वरून कोणीतरी आवाज दिला.

रफिकने आपल्या नेहमीच्या आवाजात ओळख दिली.

सर्व जण आत आले.

आतमध्ये खुर्ची टेबल काहीही नव्हते. खोली छोटी होती. फक्त एक मोठी चटई होती. रफिकने संजय आणि बोडकेला भिंतीजवळच्या बाकावर बसायला सांगितले आणि तो आत गेला.

थोड्या वेळाने रफिक बाहेर आला. सोबत लुंगीवर एक जण बाहेर आला. संजयला तो ओळखत असावा.

"सलाम साब!"

"सलाम, कैसे हो!"

"ठीक है साब! अंदर आईये!"

सर्व जण आत गेले. पहिल्या माळ्यावर तो एक बंदिस्त हॉल होता. वेगवेगळ्या वयोगटातील काही मुले व लोक तेथे होते. साधारण १०-१२ जण होते.

रोशन खालाचा तो अड्डा होता.

परंतु ज्या नावाचा तो अड्डा होता ती रोशन खाला जिवंत नव्हती, परंतु तिच्याच नावाने तो अड्डा ओळखला जात होता. संजयच्या समोरच काही लोक प्रशिक्षण देत होते. लहान मुले होती, तरुणही होते. एका मोठ्या वयाच्या

तरुणाच्या अंगाभोवती काही घंटा बांधल्या होत्या. सभोवार काही मुले उभी होती. त्यांना त्या घंटांचा आवाज न होता अंगावरील वस्तू काढावयाच्या होत्या. उपयोग फक्त नखात लावलेल्या रेझर ब्लेडचे तुकडे. पाकीटमारीचे खास प्रशिक्षण दिले जात होते.

काही मुले ती करामत, डोळे थक्क करणारी ती चतुराई करून दाखवत होते. संजय त्यांच्याकडे बराच वेळ टक लावून पाहत होता. नखातील बोटांच्या हालचालीपेक्षा त्या मुलांची घंटेभोवती शरीराची होणारी चपळाई आणि नाजूक हालचाल, त्यांच्या पायांचे पदलालित्य पाहण्याजोगे होते. सर्व मुलांचे चेहरे काळपट मातकट होते. घामाने चेहऱ्यावरची कातडी चकाकत होती. त्यातील काही जण संजय आणि बोडकेकडे पाहत होते. त्यांच्या सराईत नजरेला डिपार्टमेंटचे लोक चटकन ओळखले जात होते; परंतु लुंगीवाला असल्याने त्यांच्या चेहऱ्यावर काळजी दिसत नव्हती.

"मुलं तयार व्हायला किती दिवस लागतात ?"

"तसं काही ठरलेलं नसतं. काही महिनाभरात तयार होतात. काहींना खूप दिवस लागतात. काहींना जमत नाही."

"याशिवाय काही आणखीन काही करामती?"

लुंगीवाल्याने रफिककडे पाहिले.

"साब, जमालभाई खुद सिखाता है! एखाद्याने जास्त रस घेतला, तर त्याप्रमाणे पुढलं अधिक शिकवलं जातं."

"यातली वाईट गोष्ट कोणती ?"

"मार कसा खायचा, पोलीस किंवा पब्लिकने पकडल्यावर काय करायचं?"

"म्हणजे?"

"साहेब, निशाना करताना शक्यतो एकट्याने करायचा नाही, असा नियम घालून देतो. सापडला तर परिस्थिती पाहून साथीदारांनीच धुलाई करून त्याला मॉबपासून बाजूला न्यायचे, हे काम सर्वांत कठीण! मार खाताना हाल होऊ नयेत म्हणून कामगिरीवर जाताना स्वत:चं मूत्र प्राशन करावं लागतं. कितीही मारलं तरी कातडी आणि हाडं शाबूत राहतात; परंतु नेहमीच असं होतं असं नाही. मुंबईच्या पब्लिकसमोर हातचलाखी ही फार धोकादायक! सापडलं तर जिवावर संकट. वर्षाकाठी दोघं-तिघं खलास होतात. काही लॉकअपमध्ये जातात."

संजय काही बोलला नाही. काचेच्या जाडजूड पेल्यातून चहाचा कप त्या तिघांसमोर ठेवण्यात आला. सर्व जण चहा पित शेजारच्या खोलीत गेले. लोखंडी खुर्चीवर संजय बसला.

चहा संपत आला असताना लुंगीवाला दरवाजापासून बाजूला झाला. ते दोघे होते. अंगात सँडो बनियान. कमरेखाली काळ्या मळकट पॅन्ट होत्या. चेहरेपट्टी

झोपडपट्टीतील काळपट चेहऱ्याची घामेजलेली होती. डोळे एकदम सफेद दिसत होते. डोळ्यांत पोटातील भूक स्पष्ट दिसत होती. केस विस्कटलेले, अनेक दिवस तेल पाणी न केलेले. त्यांनी अंघोळ कधी केली होती, हे सांगणे अवघड होते. हात मळकट होते की काळे होते हे कळत नव्हते. दोघांच्याही तोंडात काडी होती. एकदम बेफिकीरपणे ते पाहत होते; परंतु त्यांच्या डोळ्यात कसलीतरी भीती दिसत होती.

"चंपक, तुम आगे बोलो, चल!"

चंपक नावाचा काळा पुढे झाला.

दोघेही रॅग पिकर्स, भंगार गोळा करणारे होते. विशेषत: प्लॅस्टिक-बाटल्या गोळा करणारे होते. गोरेगावला फिल्मसिटीजवळ हे दोघे बाटल्या गोळा करण्याचे काम करत होते. त्या बाटल्या ते मोठ्या पोत्यात भरत आणि कुर्ल्याजवळ जरीमरी येथील भंगारात विकत. त्यांना बऱ्यापैकी पैसे मिळत होते. पूर्वी ते कुर्ल्याला राहत होते. त्यामुळे त्यांना गोरेगावहून कुर्ल्यापर्यंतचा एरिया माहीत होता. चरस, गांजा, पाकीटमार यांच्या सान्निध्यात ते राहत होते. कधी-कधी चरस, दारू आणि दोन नंबर मालाच्या वाहतूकमध्येही ते भाग घेत होते.

काही दिवसांपूर्वी त्यांना एअरपोर्टवर मोठी डिलिव्हरी मिळाली. त्यांना तो माल गोरेगाव येथे द्यावयाचा होता. त्यांनी त्याकरता रिक्षा घेतली. गोरेगावला रात्री ते माल घेऊन येत असतानाच त्यांची रिक्षा पोलिसांनी अडवली. पोलीस पाहताच दोघेही जीव मुठीत धरून जंगलवाटेने धावू लागले. दोघे एकाच दिशेने धावत होते. खूप वेळ धावल्यानंतर त्यांना आपण जंगलात खूप आतमध्ये आल्याचे दिसून आले. रात्रीच्या गडद अंधारात त्यांना रस्ता शोधणे अवघड गेले. जवळच नॅशनल पार्कमधील जंगली श्वापदाची, विशेषत: बिबळ्याची भीती होती. पायाखाली कधी साप येईल याची खात्री नव्हती. दोघेही घाबरले होते.

वाट शोधत शोधत ते निघाले. अचानक ते एका कड्याच्या काठावर असल्याचे त्यांच्या लक्षात आले. पुढे रस्ता नव्हता. त्यांना मागे जावे लागले. आता त्यांना जास्तच भीती वाटत होती. दूरवर मुंबईची झगझगीत चमचमणारी लाईट दिसत होती. परंतु त्या जंगलात त्यांना स्वत:चे स्थान कळत नव्हते. आपण फिल्मसिटीच्या आसपास आहोत, एवढंच त्यांना कळत होतं; परंतु संरक्षित जंगलात किंवा गोरेगावच्या एरियात ते नक्की कोठे आहेत, हे त्यांना समजत नव्हते.

एवढ्यात त्यांना गुरगुरण्याचा आवाज आला, तशी त्यांची भीतीने गाळण उडाली. नक्कीच बिबळ्या होता. दोघांनी एकमेकांचे हात घट्ट धरले आणि ते डोळे फाडून पाहू लागले. त्यांना डोळ्यांनी काही दिसेना. इतक्यात मोठा प्रकाशाचा झोत समोर पडला. त्या प्रकाशाच्या झोतात रातकिडे एकदम चमकून गेले. झाडे, वेली

आणि झुडपे याशिवाय दुसरे काही दिसत नव्हते. ते दोघे चटकन झाडाच्या मागे गेले.

त्यांनी आवाज ऐकला होता तो बरोबर होता. तो बिबळ्याचाच होता. परंतु तो पिंजऱ्यातील बिबळ्या होता. काही लोक मोठा पिंजरा ढकलून त्याला कड्याच्या काठापर्यंत आणत होते. काही वेळाने तो पिंजरा कड्याच्या काठापर्यंत आला. आता त्यांनी बॅटरीचा झोत पिंजऱ्यावर टाकला. आत बिबट्याचे डोळे चमकले. त्याचे तोंड रक्ताने माखलेले होते. पायाशी पडलेले धडाचे लचके तो तोडत होता. पायाशी मानवी मृतदेह होता. तो नुकताच मेलेला होता, कारण अजूनही त्याच्या शरीरातून रक्त वाहत होते.

दोघेही ते दृश्य पाहून थरारून गेले. भीतीने त्यांचे अंग थरथरत होते. संजयला ते सांगतानाही त्यांच्या डोळ्यांतील भीती दिसत होती.

"साब, दो दीनसे ये लोगोने कुछ खाया नही ये. सपनेमेंभी डर जाते थे. आखीर रफिकभाईको बुलाना पडा. ये बात ऐसी थी की हम पोलिसके सामनेभी बोल नही सकते थे. हम मुसलमान है! साधूके आश्रमसे आती हुई ऐसी बात हम कहा बोल सकते थे?"

संजय विचारात पडला.

■

गोरेगावच्या जवळ हायवेवरून फिल्मसिटीच्या रस्त्यावरून गाडी जात होती. रात्र बरीच झालेली होती. दोन्ही बाजूला काळसर गर्द झाडी होती. रस्त्याच्या दुतर्फा विजेचे खांब आणि पिवळसर-लालसर प्रकाश लांबलचक चंदेरी चकचकित रस्त्याला उठाव देण्याचा प्रयत्न करत होता. मध्येच गाड्यांच्या काचांवर रातकिड्यांची झुंडच्या झुंड येऊन आदळत होती. आजूबाजूच्या झाडांचे मोठमोठे बुंधे रात्रीच्या वातावरणाला भेसूर करण्याचा प्रयत्न करत होते. गाडीचे दिव्यांचे स्वच्छ झोत मध्येच समोरच्या वाहनांवर झगझगीत प्रकाश टाकत असल्याचा भास होई. रस्त्यावर वाहतूक अगदीच तुरळक होती. माणसांची वर्दळ शून्य.

"साहेब, आत जास्त वेळ नाही. १०-१५ मिनिटांत आपलं ठिकाण येईल."

"तेवढ्यात आणखीन एक पेग होईल." हातातील प्लॅस्टिकची बाटली तोंडाला लावत संजय म्हणाला.

"प्राध्यापकांनी काम जोरात सुरू केलं आहे. कम्युनिटी हेल्थ सर्व्हिस सुरू करण्याचा विचार आहे. खर्डीला पोरांच्या गिर्यारोहणाची मोठी टीम तयार होते आहे."

"चांगली गोष्ट आहे; परंतु हॉस्पिटलचं काम लवकरात लवकर पूर्ण करावं

असं मला वाटतं. पालघरसारख्या मोक्याच्या ठिकाणी जागाही मिळेल.''

''इस्माईल प्रकरणात उस्मानभाई कुरकुरला नाही ना?''

''त्याच काम झालं ना. नाहीतर त्याला सुपारी द्यावीच लागली असती. काम ऑफिशियली झालं.'' झिपऱ्या तोंडात शेंगदाणे टाकत म्हणाला

''तरीपण, तू काळजी घे. शेवटी सगळेच एकमेकांचे संशयित आहेत.''

''खरायं!''

गाडीला समोरून मध्येच अडविण्यात आले. संजयला गाडी नाइलाजास्तव थांबवणे भाग पडले. पोलिसांची गाडी रस्त्याच्या कडेला होती. रात्रीची गस्तीची गाडी होती ती.

''दरवाजा उघडा.''

''लायसन्स?''

संजयने आपली ओळख करून दिली, तसा गाडीच्या दरवाजाजवळ आलेला हवालदार पटकन दोन पावले मागे गेला आणि संजयला सॅल्यूट ठोकला.

''सॉरी साहेब, ओळखलं नाही.''

''काय सरप्राईज पेट्रोलिंग की रूटीन ?''

''दोन-तीन तक्रारी आल्या साहेब गाडी अडविण्याच्या म्हणून ----- ''

''ठीक आहे.''

''ओ.के. सर.''

गाडी पुढे चालली. थोड्या वेळात गाडीने छोटा काश्मिरचा भाग मागे टाकला. गाडी डावीकडे घेण्यात आली. संजयने गाडीचा वेग कमी केला आणि दिवेही बंद केले. संजय ताठ बसला. झिपऱ्याने खूण केली आणि संजयने गाडी रस्त्याच्या कडेला घेतली. आजूबाजूला काहीही दिसत नव्हते. फक्त रस्त्याच्या कडेचे खांब आणि त्यावरील धूसर दिवे. काळाकुट्ट अंधार!

दोघेही गाडीतून उतरले. रस्त्याशेजारच्या झाडीतून चालू लागले. काट्याकुट्यातून मार्ग काढत उतारावरच्या दुसऱ्या बाजूच्या रस्त्यावर आले. रस्त्यावर चालत-चालत पुढे आले. एक भले मोठे प्रवेशद्वार समोर होते. प्रवेशद्वारावर मोठाले दिवे होते. दोघेही सर्पराज महाराजांच्या आश्रमाजवळ आले होते. संजयला मिळालेल्या माहितीनुसार त्यांनी सर्पराज महाराजाच्या आश्रमाची चौकशी करावयाचे ठरविले होते. त्यांना आश्रमात बेकायदा प्रवेश करावयाचा होता. आश्रमाच्या भोवताली दहा फुटी उंच दगडी भिंतीवर तारेचे मोठे लोखंडी कुंपण होते. आश्रमाच्या प्रवेशद्वारापासून थोड्या दूरवर संजयने अंगावरची नॉयलॉनची दोरी बाहेर काढली आणि कुंपणावर फेकली. दोरीला लावलेले हुक तारेच्या कुंपणात अडकल्याची खात्री केली आणि तो रॅपलिंग करत भिंतीवर चढला. त्याच्या हातात रबरी मोजे होते. संजयच्या पाठोपाठ

झिपऱ्याही वर आला. दोघे आश्रमाच्या हद्दीत उतरले.

प्रवेशद्वाराजवळ सिक्युरिटी गार्ड उभे होते. आश्रमात गार्डांची हालचाल कोठेही नव्हती. आश्रम सिक्युरिटीच्याबाबत बेफिकीर होता; परंतु आश्रमाचा आतला भाग मात्र अपवाद होता. सर्व लोकांना हा भाग निषिद्ध होता; परंतु यापुढील भागाची सिक्युरिटी गार्डकडे नव्हती. फाटकाला मोठे कुलुप लावलेले होते. त्याशिवाय आतल्या इमारतीत काही साधक उभे होते. इथली सुरक्षाव्यवस्था पूर्णपणे सर्पराज महाराजांच्या खाजगी बॉडीगार्डकडे होती. हे बॉडीगार्ड साधकच होते; परंतु ते साधकाच्या वेषातील तगडे अंगरक्षक होते. या इमारतीत सर्पराज महाराज राहत नव्हते. तरीही सुरक्षाव्यवस्था अत्यंत कडक होती. संजयला माहिती मिळाल्यानंतर हीच बाब खटकली होती. इमारतीत महाराज राहत नसताना एवढी सुरक्षा कशासाठी? इमारत मोठी होती – तळमजला अधिक एक माळ्याची होती. पहिल्या माळ्यावर गच्ची होती. त्यात मोठाला पाळणा होता. इमारत अगदी बंगलेवजा होती. इमारतीच्या भोवताली एक-एक व्यक्तीला राहण्यापुरत्या छोट्याछोट्या बराकीसारख्या क्वॉर्टर्स होत्या. संजयला साधकांचा पहारा चुकविणे जड गेले नाही. झिपऱ्या आणि संजयने इमारतीला पूर्ण फेरा घातला आणि कोठून आत जावयाचे याबाबत पाहणी केली. दक्षिण बाजूला एका ठिकाणी झाडाची फांदी आली होती. परंतु शेवटी त्यांनी ड्रेनेजच्या पाईपवरून जाणेच पसंत केले. सर्वात सोपा आणि खात्रीचा मार्ग!

दोघे ड्रेनेज पाईपवरून पहिल्या मजल्यावरील गच्चीत आले. दरवाजा उघडण्यात झिपऱ्याने मोजून दहा मिनिटे घेतली. दोघेही आत आले. जिन्यावरून ते खाली आले. खाली अगदी एखाद्या सभागृहासारखा मोठा हॉल होता. बाजूला एक खोली होती तेथे छोटेसे स्वयंपाकघर होते. परंतु तेथे बहुधा चहा/कॉफी बनवली जात असावी.

त्यांनी सर्व खोल्या पाहिल्या; परंतु त्यांना काहीही वेगळे दिसले नाही. बाहेर पहारा चालूच होता. संजयला त्यामुळे अधिकच कोड्यात पडल्यासारखे झाले. ज्या अर्थी बाहेर एवढा पहारा चालू होता, त्या अर्थी नक्कीच महत्त्वाचे काहीतरी असले पाहिजे, असे त्याला वाटले. झिपऱ्या आणि संजय दोघेही जिन्याच्या पायरीवर डोके धरून बसले.

दरवाजा उघडल्यासारखा आवाज आला तसे दोघे घाईघाईने जिन्यावरून पहिल्या माळ्यावर गेले. दोघे साधक हॉलमध्ये आले. अगदी तगडे. कोणतेतरी मोठे काम केल्यासारखे ते बाहेर आले होते. एकमेकांशी काहीतरी बोलत ते दरवाजाकडे गेले आणि बाहेर गेले.

संजयला काही समजेना, कारण दोघेही किचनवजा खोलीतून नुकतेच बाहेर आले होते. त्याच खोलीतून ते दोघे साधक बाहेर आले होते. थोडा वेळ जाऊ दिल्यानंतर संजय व झिपऱ्या पुन्हा त्याच किचनसारख्या दिसणाऱ्या खोलीत आले.

आता त्यांनी खोलीची कसून तपासणी सुरू केली. किचनमधील स्वयंपाकासाठी जो प्लॅटफॉर्म होता तो भिंतीला लागून होता. परंतु हा भिंतीच्या अर्ध्या भागातच होता. किचनमधील सर्व स्वीच सुरू केले तरी काही फरक दिसेना; परंतु किचनच्या कट्ट्याच्या खाली त्यांना एक मूठ दिसली. त्यांना मार्ग दिसला. मूठ हालवताच किचनच्या कट्ट्याच्या बाजूला भिंतीत दरवाजा दिसून आला. दरवाजा बाजूला होताच तळघरात जाण्यासाठी पायऱ्या दिसल्या. संजय हातात छोटी विजेरी घेऊन हळूहळू खाली उतरू लागला.

संजय तळघरात आल्यानंतर एकदम प्राणिसंग्रहालयात आल्याचा भास त्याला झाला. लोखंडी पिंजरे भिंतीच्या कडेने दिसत होते. थोडे पुढे गेल्यानंतर एकदम उघड्यावर आल्यासारखे त्याला वाटले; परंतु संजयला जास्त वेळ निरीक्षण करता आले नाही. एका कोपऱ्यात काही लोक उभे होते. सर्वांनी भगवी वस्त्रे घातली होती. त्यातील सर्पराज महाराजांना ओळखण्यास संजयला वेळ लागला नाही. संजय आणि झिपऱ्या बाहेर ठेवलेल्या कपाटाच्या आडोशाला उभे राहून पाहू लागले. सर्पराज महाराज एका उंच आसनावर बसून इतरांकडे पाहत होते. त्याच वेळी बाजूच्या गॅरेजवजा भागातून मघाशी तळघरात पाहिलेल्या लोखंडी पिंजऱ्यासारखा पिंजरा बाहेर आणला. यात एक बिबळ्या ठेवलेला होता. रात्रीच्या धूसर प्रकाशात त्याचे डोळे मध्येच चमकत होते. त्याच्या अंगावरील काळे-पिवळे पट्टे दिसायला विलोभनीय व सुंदर दिसत होते. तरीही पाहणाऱ्याच्या अंगावर शहारे आणणारे होते. बिबळ्याचे काय काम, हे संजयला समजेना; परंतु लवकरच त्याचे त्याला उत्तर मिळाले.

सर्पराज महाराजांनी हातांनी खूण केली, तसे एका साधकाने तळघराच्या बाजूच्या खोलीतून एका व्यक्तीला बाहेर आणले. सलवार व कमीज घातलेली, केस मोकळे सोडलेले ती मुलगी, मध्यम बांध्याची व गौरवर्णीय होती. मुलगी शहरातील आहे का, शहराबाहेरची आहे याचा अंदाज येत नव्हता; परंतु ती व्यक्ती शहरातील दिसत नव्हती. सर्पराज महाराजांच्या समोरच्या दगडी चवथऱ्यावर तिला उभे करण्यात आले आणि तिचे दोन्ही हात तिच्या पाठीमागील खांबाला बांधण्यात आले. त्यापूर्वी तिला पूर्णतः नग्न करण्यात आले.

समोर निरांजन ठेवण्यात आले. काळे भस्म तिच्या कपाळी लावण्यात आले. पायाला हळद-कुंकू आणि फुले वाहण्यात आली. त्यानंतर प्रत्येक साधक मंत्र म्हणत तिला हळद-कुंकू आणि फुले वाहू लागले. हा कार्यक्रम काही काळ चालला. सर्पराज महाराज स्वतः उठले आणि मंत्र म्हणत एक-एक पायरी उतरून त्या बांधलेल्या तरुणीकडे येऊ लागले. आता त्यांच्या मंत्रोच्चारातील उच्चाराचे काही शब्द ऐकू येऊ लागले होते; परंतु त्याचा स्पष्ट अर्थ संजयला समजत

नव्हता; परंतु मध्येच फट् फट् असे उच्चार आणि काही वेळा ऱ्हीम ऱ्हीम असे तालासुरातील शब्द ऐकू येत होते.

सर्पराज महाराज त्या तरुणीसमोर उभे राहिले. अंगठ्याच्या टोकावर उभे राहून दोन्ही हात आकाशाकडे फेकत ते मोठ्याने ओरडले. त्या आवाजात नक्की कोणते शब्द होते याचा अंदाज संजयला आला नाही. सर्व प्रकार संजय अचंबित होऊन पाहत होता. हातातील फुले त्या तरुणीच्या अंगावर सोडली जात होती. महाराजांचा चेहरा एका विलक्षण अविर्भावात चमकत होता. त्यांच्या डोळ्यांत विखारी भावना तयार झाली होती. एका साधकाने त्यांच्या हातात छोटीशी वस्तू दिली. लांबून संजयला ती दिसत नव्हती. परंतु बांधून ठेवलेली तरुणी भीतीने थिजून गेली होती. सर्पराज महाराजांनी ती वस्तू त्या मुलीच्या गळ्यामधील श्वासनलिकेवरून फिरवली. क्षणार्धात रक्ताची चिळकांडी बाहेर आली. ती तरुणी तडफडत होती आणि सर्पराज महाराज तिचे लालभडक रक्त घटाघटा प्राशन करू लागले. सर्व प्रकार पाहून झिपऱ्या एकदम आकसून गेला. त्याच्या दोन्ही हाताची बोटे संजयच्या खांद्यात घट्ट रुतून गेली. संजयला हा प्रकार अनपेक्षित आणि मन सुन्न करणारा होता. ही तर फक्त सुरुवात होती. इतर काही साधकांनीही रक्त प्राशन केले. त्या व्यक्तीची तडफड शांत झाली. खांबावर मात्र लटकलेल्या स्वरूपात मृतदेह लोंबकळत होता. रात्रीच्या शांततेला भेसूरता आणणारा प्रकार चालला होता.

सर्पराज महाराज मागे हटले. त्यांच्या चेहऱ्यावरील मुखाभोवती लालभडक रक्त दिसत होते. डोक्यावर टक्कल. चेहरा मानवी असूनही जंगली श्वापदाप्रमाणे दिसत होता. काही वेळाने दोघा साधकांनी त्या मुलीच्या कलेवराची खांबातून मुक्तता केली. तिचा मृतदेह दोघांनी उचलला आणि बिबळ्याच्या पिंजऱ्याच्या वरच्या भागातून खाली फेकला. बिबळ्या क्षणार्धात त्यावर तुटून पडला आणि तिच्या शरीराचे लचके तोडू लागला. बिबळ्या नरभक्षक होता.

संजयने झिपऱ्याकडे पाहिले. त्याचा चेहरा पांढराफटक पडला होता. संजयने झिपऱ्याला एवढे घाबरलेले कधी पाहिले नव्हते. झिपऱ्याला त्याने हाताने धरले आणि ते थोडा वेळ तिथेच थांबले. झिपऱ्याचा श्वासोच्छ्वास जोरजोरात होत होता. संजयने खिशातून हातरुमाल काढला आणि झिपऱ्याला तोंडात धरण्यास सांगितले. परिस्थिती अत्यंत धोकादायक होती. तिथून सुखरूप बाहेर पडणे महत्त्वाचे होते.

आल्या पावलाने ते दोघे मागे फिरले आणि तळघराच्या पायऱ्यांवरून वर आले. मघाचे दोन तगडे साधक त्या खोलीकडेच येत होते. त्यांच्या हातात अत्याधुनिक रायफली होत्या. संजयला त्यांना संधी देणे धोक्याचे वाटत होते, कारण एवढ्या कडेकोट संरक्षणातून बाहेर पडणे अवघड होते. संजयने खांद्याला अडकवलेले पिस्तूल काढले आणि त्यांनी सावध होण्यापूर्वीच चाप ओढला. दोघेही

पिस्तुलाच्या गोळ्यांना बळी पडले. पिस्तुलला सायलेन्सर लावला होता. संजय व झिपऱ्या पहिल्या माळ्यावर गेले. तिथून ड्रेनेज पाईपवरून खाली उतरले आणि भिंतीकडे धाव घेतली.

गाडी अंधेरीच्या एम.आय.डी.सी. एरियामधून जात होती. झिपऱ्या शेजारी चूपचाप बसला होता. दोघांच्याही डोक्यातून मघाचा प्रसंग जात नव्हता. रस्त्यावर वाहतूक तुरळक होती. समोरच्या आरशात संजयने पाहिले. पांढऱ्या रंगाची प्रिमियर गाडी बराच वेळ त्याच्या पाठीमागे होती. त्यांचा इरादा वेगळा वाटत होता. गाडीत किती लोक होते याचा पत्ता लागत नव्हता. गाडीचे पुढचे दिवे प्रखर होते.

संजयला जास्त वेळ वाट पाहावी लागली नाही. गाडीतून एक हात बाहेर आला आणि त्यांच्या गाडीवर गोळ्यांचा वर्षाव झाला. झिपऱ्या खाली वाकला. गाडीच्या मागच्या बाजूच्या काचांचा चक्काचूर होऊन गेल्या. संजयने खाली वाकत गाडी नागमोडी चालविण्याचा प्रयत्न केला. रात्रीची वेळ, रस्त्यावरील सिग्नल यंत्रणा बंद होती. संजयने गाडी छोट्या गल्लीतून वळवली. संजयला एरिया नवीन नव्हता; परंतु जास्त काळ गाडी चालवणे धोक्याचे होते. बंदुकीला उत्तर बंदुकीने द्यावयाचे होते. एका वळणावर संजयने गाडी थांबवली. तिने झिपऱ्याला गाडी पुढे नेण्यास सांगितले आणि बसस्टॉपच्या आडोशाला संजय दबा देऊन बसला. थोड्याच वेळात पाठीमागची गाडी आली. संजयने नेम धरून गाडीचे एका बाजूचे दोन्ही टायर पंक्चर केले. पिस्तूलने काम चोख केले. गाडी थांबली नाही. मोठा आवाज करून तिने पलटी मारली. रात्रीची वेळ, पाहायला कोणीच नव्हते. संजयने सावधपणे जवळ जाऊन पाहिले. गाडीत सर्पराज महाराजांचे साधक होते. एक जण बाहेर येण्याचा प्रयत्न करत होता. संजयने गोळी सरळ त्याच्या डोक्यात घातली. पेट्रोलची टाकी रिकामी केली आणि झिपऱ्याकडे धावत गेला.

"झिपऱ्या, गाडीत सर्पराज महाराजांची माणसं होती."

"त्यांची माणसं?"

"आपण इतक्या फास्ट बाहेर आलो, त्यांना आपलं लोकेशन समजणं शक्यच नाही, आपल्यापर्यंत ते लोक येऊ कसे शकले? आश्चर्य आहे!"

"आपल्याला येता-जाता कोणी पाहिलंही नाही. आपण जाणार याबाबत कोणाला माहितीही नाही."

"आश्रमाकडे जाताना आपली गाडी अडवली होती. आठवतं?"

"पण ते तर ट्रॅफिकवाले होते."

"सर्पराज महाराजाचा भक्त ट्रॅफिकवालाही असू शकेल."

झिपऱ्या गप्प बसला.

"महाराजांचे पोलिसांत घरभेदी असतील, तर सावध राहायला हवं."

संजय मनातल्या मनात विचार करत होता. ही घटना कमिशनर आणि इन्स्पेक्टर पाटील या दोघांनाही सांगायला हवी होती. संजयला दादरला टी. टी.ला सोडून झिपऱ्या पुढे गेला. पहाट होत होती. उद्याचा दिवस कसा येईल हाच विचार संजय करत होता. संजय कॉलनीत आला. अजून पहाटेची गडबड सुरू व्हावयाची होती. रस्त्याच्या कोपऱ्यावर संजयला थोडा संशय आला. एक गाडी समोर उभी होती, परंतु तिचे पार्कींग बरोबर केलेले नव्हते. रस्ता थोडासा चिंचोळा होता. त्यामुळे ज्यांना माहीत होते किंवा जे नेहमी येणारे-जाणारे होते ते लोक गाडी जवळजवळ फुटपाथवर चढवून पार्क करत. त्यामुळे कॉलनीत नवीन गाडी पटकन ओळखता येई.

मघाच्या प्रकारामुळे संजय सावध होता. समोर गाडी पाहून संजयने फूटपाथवर बिल्डिंगच्या कंपाऊंडला घासत-घासत हळूहळू चालू लागला. ते सर्व तयारीत होते. ते संजयची वाट पाहत होते. संजय चक्रावून गेला. बरोबर झिपऱ्या नव्हता. तो एकटा त्यांचा मुकाबला करू शकत नव्हता. संजय अचानक रस्त्यावर आला आणि धावत पुन्हा फूटपाथवर आला. तो त्यांच्या नजरेसमोरून आला होता. त्याच्या एका हालचालीने संपूर्ण गल्ली प्रकाशमान झाली. दोन्ही बाजूंनी गाड्यांचे हेडलाईट त्या गल्लीत प्रकाशाचा झोत सोडीत होते. गाडीतून बंदूकधारी बाहेर पडले. संजयने सावधपणे गाडीचे हेडलाईट निकामी केले आणि अचानक रस्त्यावरील दिवेही गेले. पहाटेच्या संधिप्रकाशात थोडासा अंधार बाकी राहिला. संजयचे काम सोपे झाले. तो ज्या बाजूने आला, त्याच बाजूच्या दोघांना त्याने उडवले. रस्त्यामधील छोटासा दगड घेतला आणि समोरच्या बाजूच्या साधकांकडे फेकला. दगड बरोबर त्यांच्या गाडीवर जाऊन पडला. एकच धुमश्चक्री उडाली. दोन्ही बाजूंनी गोळ्यांचा भडिमार होऊ लागला. संजय ज्या बाजूने आला त्या बाजूला शत्रुपक्षांची संख्या कमी झाली होती. उरलेल्यांना संपवायला संजयला वेळ लागला नाही. संजयने कॉलनीकडे न जाता स्टेशनचा रस्ता धरला. घरी जाणे धोक्याचे होते; परंतु सर्पराज महाराजांचे लोक इतक्या वेगाने कसे काय त्याच्या मागे लागले होते, याचा अंदाज संजयला येईना.

झालेली घटना संजयने कमिशनरांना फोन करून सांगितली. त्यांनी संजयला क्लब हाऊसवर तत्काळ येण्यास सांगितले. संजयने इन्स्पेक्टर पाटीललाही ही घटना सांगितली आणि सावध राहण्यास सांगितले; परंतु दोघांनीही संजय झिपऱ्यासह सर्पराजमहाराजांच्या आश्रमात बेकायदेशीररित्या गेला होता, हे सांगितले नाही.

क्लबहाऊसवर संजय आला तेव्हा पहाटेचे पाच वाजून गेले होते. कमिशनर त्याची वाट पाहतच होते.

"संजय, हा काय प्रकार? तुझ्यावर दोन वेळा हल्ला होतो! तू एकटा अंधेरीत

कशाला फिरत होतास? मला वाटलं अंधेरीच्या कारवाईबाबतच आहे.''

संजयला गप्प बसण्याशिवाय गत्यंतर नव्हते.

''आणखीन एक बातमी. तासाभरापूर्वी गोरेगावच्या एका आश्रमात बॉम्बस्फोट झाला. एक इमारत पूर्ण जमीनदोस्त झाली.''

आता मात्र संजयला चक्रावून जायची पाळी आली.

''आश्रमातील लोक माझ्या मागे लागले आहेत. मी आश्रमात गेलो होतो, बेकायदेशीररित्या. सर्पराज महाराजांनी माझ्यासमोर एका तरुणीला मारून तिचे रक्तप्राशन केले. मी त्या प्रसंगातून अजूनही बाहेर आलो नाही. माझे डोके अगदी सुन्न झाले आहे.''

''रक्तप्राशन?''

''होय.''

संजयने थोडक्यात काय पाहिले ते सांगितले. कमिशनरांनी हे ऐकले. मात्र त्यांनी हाताच्या मुठी घट्ट आवळल्या.

मुंबईसारख्या ठिकाणी असा रानटी प्रकार!

''आश्रमाकडे जाताना मला फक्त एका पोलिसाने पाहिलं होतं. त्यामुळे माझ्यावर हल्ला झाला. यामागे तीच व्यक्ती असू शकते. परंतु पोलिसांनी आश्रमाच्या प्रभावाखाली काम करावं, हे फारच धोकादायक वाटतं. मला माझ्या सर्व हालचाली यापुढे नॉन-ऑफिशियल कराव्या लागतील.''

''हे बेकायदेशीर होईल. असे सर्वच पोलीस काही त्या महाराजांचे लोक नाहीत.''

''परंतु त्याला इलाज नाही. नाहीतर त्यांना मला मारणं फार सोपं होईल.''

''परंतु तुला डिपार्टमेंटची माणसं न घेता कसं काम करता येईल?''

''त्याचाच विचार करतो आहे.''

संजय येरझाऱ्या घालत फिरत होता आणि कमिशनरही प्रश्नार्थक चेहरा करून त्याच्याकडे पाहत खुर्चीत बसले होते. संजयने खिडकीच्या काचेमधून बाहेर पाहिले. लख्ख उजाडले होते; परंतु सूर्योदयाला अजूनही वेळ असावा. डिपार्टमेंटचे काही अधिकारी नेमबाजीच्या सरावाकरता रेंजवर आले होते. काही जीमकडे वळले होते. 'यातील कोणता अधिकारी सर्पराज महाराजाचा असावा?' संजयच्या डोक्यात हा विचार आला, तसे त्यालाच आश्चर्य वाटले. 'भित्यापोटी ब्रह्मराक्षस! एका ट्रॅफिकवाल्याचा सुतावरून आपण सर्व पोलीसयंत्रणा सर्पराज महाराजाच्या प्रभावाखाली आहे, असा संशय व्यक्त करतो आहे; पण खरोखरच वस्तुस्थिती काय आहे? की आणखीन कोणी वेगळीच व्यक्ती माहिती देणारी आहे? कमिशनर? पाटील?' संजयने आपल्या बॉसकडे पाहिले, तसे त्याला हसू आले.

कमिशनर संजयकडे कपाळावर आठ्या आणि डोळे बारीक करून पाहू लागले.

मोबाईलचा आवाज आला आणि संजयने मोबाईल घेतला.

पलीकडे गुरुमणी होते. त्यांच्याशी काय बोलावे हे संजयला समजत नव्हते; परंतु सर्पराज महाराजांच्या आश्रमात पाहिलेला प्रकार त्याने त्यांना सांगितला.

"इन्स्पेक्टर, तुम्ही आता कोठे आहात?"

"का?"

"तुम्ही कोठेही असाल तिथून कर्नलच्या घरी या. मीही तिथेच तुम्हाला भेटतो."

"मी कमिशनरबरोबर आहे. माझ्या बॉसबरोबर."

"त्यांनाही घेऊन या."

"साहेबांना? पण ते येतील का नाही ते विचारावं लागेल."

"कर्नलच्या घरी त्यांना घेऊन या." गुरुमणी अधिकारवाणीने बोलत होते. "आणि येताना काही दिवस बाहेर जावयाचे आहे, या तयारीने या."

"कोणीकडे?"

"त्याची कल्पना भेटल्यानंतर देईन."

कमिशनर संजयकडे गोंधळलेल्या नजरेने पाहत होते; परंतु तो कोणाशी बोलत होता ते त्याने सांगितले.

"त्यांनी तुम्हालाही कर्नलच्या घरी बोलवलं आहे."

"कारण?"

"प्रत्यक्ष भेटल्यानंतर बोलू, असं ते म्हणाले. बहुधा अस्मिताच्या किडनॅपिंगबाबत काहीतरी सांगायचं असेल. तसं मी त्यांना भेटायला गेलो होतो. त्यांनी पत्रिका मांडली आणि येत्या अमावस्येपूर्वी अस्मिताची सुटका होणं अत्यंत आवश्यक आहे, असं ते म्हणाले होते. तिच्या जीवाला धोका आहे. त्यांनीही नरबळीसारखीच धोक्याची सूचना दिली होती."

"मग, काय सर्पराज महाराजांनी तिला किडनॅप केलं का?"

"आश्रमात मला काही दिसून आलं नाही. अर्थात मी सर्व आश्रम तपासला, असं ठामपणे म्हणू शकत नाही."

"आपण पाटलांना आश्रमात तपासणी करायला पाठवू."

"पण गुरुमणींच्या म्हणण्यानुसार गेटवेपासून पूर्वेकडे दहा कि.मी. अंतरावर यावनी मंदिराजवळ तिला ठेवण्यात आलं आहे."

"म्हणजे अलिबागच्या बाजूला?"

"होय."

"ठीक आहे, तरीही पाटीलला आपण आश्रमात शोध घेण्यासाठी पाठवू."

"हरकत नाही."

"तू फ्रेश हो, आपण इथूनच कर्नलना भेटायला जाऊ."

सकाळचे नऊ वाजून गेले होते. वरळी सी-फेसवरून समुद्रावरील थंड हवा अंगावर घेत संजय आणि कमिशनर यांची गाडी चालली होती. रात्रभरच्या धकाधकीनंतर संजयचे डोळे थोडे तारवटल्यासारखे झाले होते. मधूनच आठवल्यासारखे कमिशनर रात्रीच्या दोन्ही घटनांबाबत विचारत होते. सी-फेसवर सकाळी फिरावयास येणाऱ्यांची गर्दी कमी होत होती आणि कार्यालय, मुख्यालयाकडे जाणाऱ्यांची धावपळ वाढत होती. दक्षिण मुंबईकडे गाड्या, बसेस, माणसे यांची गर्दी वाढवणारी वाहतूक वाढत होती.

कमिशनरांनी मोबाईल बाहेर काढला. ते कोणाशी बोलत होते हे समजत नव्हते, परंतु एकदा पाटील आश्रमाकडे चौकशीकरता निघाल्याचा रिपोर्ट मिळाला.

पुन्हा कर्नल फुरसुंगीकरांच्या घरी!

स्वागताला स्वत: कर्नलच पुढे होते. कमिशनर प्रथमच घरी येत होते. दिवाणखान्यात आल्यानंतर समोरच गुरुमणी बसले होते. तेच स्मितहास्य! सकाळी-सकाळी चेहऱ्यावर ताजेतवानेपणा दिसत होता.

कर्नलनी पुढे होऊन कमिशनरांची गुरुमणींशी ओळख करून दिली.

"संजयने मला आपल्याबाबत सांगितलं."

"मग आमच्याबाबत काय मत दिलं?" गुरुमणी

संजयने विषयात बदल करण्याच्या दृष्टीने कर्नलना मध्येच विचारले,

"आपल्या मिसेसची तब्येत कशी आहे?"

"नाऊ शी इज ओ.के. गुरुमणी तत्काळ आले, त्यामुळे तिला होणारा पुढचा त्रास वाचला." कर्नल

"परंतु त्यांना मानसिक त्रास मुलीच्या अपहरणाचा झाला की त्यांना वेगळ्याच प्रकाराला तोंड द्यावं लागलं." संजय

"दोन्हीही!" गुरुमणी पुढे म्हणाले, "यावर अधिक बोलणं योग्य होणार नाही. कारण ही बाब आपल्याला चटकन समजणार नाही. आता सगळ्यात महत्त्वाचं म्हणजे अस्मिताचा शोध! याकरता तत्काळ सुरुवात करणे.

"परंतु आमची तर शोधमोहीम सुरूच आहे."

"नाही, नाही, असा प्रकार नाही. मी तुम्हाला दिशा दाखवणार त्याप्रमाणे तुम्ही तुमची यंत्रणा सुरू ठेवायची."

"तुम्ही आम्हाला जबरदस्ती करत आहात. पोलीस-तपासाच्या काही पद्धती

आहेत, त्यानुसारच आम्ही तपास करत आहोत. आम्हाला त्यात यश मिळेल.''

''कमिशनरसाहेब, तुम्ही पोलीस-तपास करत आहात त्याबद्दल मी हरकत घेत नाही. पोलीस-तपास कसा करावा, हेही मी तुम्हाला सांगत नाही. मी फक्त तुम्हाला या कामात अधिक स्पष्टपणे आणि तुम्हाला लवकरात लवकर अस्मितापर्यंत कसं जाता येईल याकरता मदत करणार आहे. मीही पोलीस-तपासाचा एक भाग राहीन.''

''तुम्ही गेटवेच्या पूर्वेला दहा कि.मी.वर शोध घ्यायला सांगितलं आहे. त्याप्रमाणे आम्ही तपासासाठी रायगड पोलीस-यंत्रणेला सूचना देऊ.

''ही वेळ आता स्वत: मैदानात उतरण्याची आहे. म्हणून मी इन्स्पेक्टरना तयारीत राहायला सांगितलं.''

''मी रात्रीपासून आणखीन एका गुंत्यामध्ये अडकलो आहे. त्यामुळे मला इथून चटकन हालता येईल असं वाटत नाही.'' संजयने कमिशनरकडे पाहत म्हटले.

''काल संजय सर्पराज महाराजांच्या आश्रमात गेला होता. त्याने तिथे कॅनिबालीझमची घटना पाहिली.'' कमिशनरांनी गुरुमणीकडे रोखून पाहत सांगितले. कमिशनर तणावाखाली आले की, त्यांचा अंगठा थम्सअपमधील जाहिरातीप्रमाणे वर येई. आताही त्यांचा अंगठा वर येत होता आणि गुरुमणी त्याकडे विशेष नजरेने पाहत होते.

''संजयवर रात्रीपासून दोन वेळा हल्ला झाला. त्यामुळे त्याला तोंड कसे द्यायचे, याची आखणी सुरू आहे. हेड ऑफिसला बैठक बोलवून मला याचा आढावा घ्यावा लागणार आहे.''

कर्नलनी नोकराला खूण केली, तसे ब्रेकफास्टचे साहित्य सर्वांसमोर ठेवण्यात आले. गुरुमणींनी फक्त दूध घेतले. ब्रेकफास्ट पूर्ण शाकाहारी होता.

समोर ब्रेकफास्ट दिसला, तशी संजयला एकदम भुकेची आठवण झाली. रात्रीपासून झालेली धावपळ, संजय ब्रेकफास्टवर तुटून पडला.

सर्वांचा ब्रेकफास्ट झाला.

ब्रेकफास्ट सुरू असताना कमिशनरांनी गुरुमणींना संजयबाबत रात्रीपासून झालेली घटना सांगितली. गुरुमणी एकदम शांत झाले. त्यांच्या भव्य चेहऱ्यावर एक प्रकारची कठोरता होती. संजयचे त्यांच्याकडे लक्ष नव्हते; परंतु कर्नलना गुरुमणींच्या चेहऱ्यावरील बदल समजला.

''गुरुजी, हा प्रकार वेगळा वाटतो. ''

गुरुमणी एकदम भानावर येत म्हणाले, ''होय! काही वेळा एकाच वेळी अनेक घटना घडतात. त्यांच्यात एकसूत्रीपणा कुठे आहे का, याचा शोध घेण्याकरता आपण धडपडतो. परंतु काही वेळा अशा घटनांचा एकमेकाशी संबंध नसतो.''

''बरोबर. आम्हा पोलीस-विभागातील लोकांना गुन्ह्याच्या तपासात वस्तुजन्य

पुरावा आणि सर्वात जास्त माहिती देणारी स्थानिक व्यक्ती किंवा खबऱ्या यांचा उपयोग होतो. प्रत्येक घटनेचा आम्ही स्वतंत्रपणे घटनांची साखळी पाहून विचार करतो.'' कमिशनर

''सर्पराज महाराजांबाबत आपल्याला अधिक चौकशी करावी लागेल. तशी मला थोडीफार माहिती आहे; परंतु इन्स्पेक्टरनी घेतलेला अनुभव पाहता काही लोकांना भेटून याबाबत चर्चा करावी लागेल. परंतु तरीही पहिले महत्त्व अस्मिताच्या शोधाला! आता इन्स्पेक्टरनी इथं राहणंही धोक्याचं आहे. त्यामुळे या प्रकारची तुमचा विभाग चौकशी करेपर्यंत आम्ही शोधमोहिमेवर जातो.''

''कोणीकडे?''

''अलिबागला!''

''तुम्हाला खात्री वाटते का की, कर्नलची मुलगी अलिबाग परिसरातच आहे.''

''होय.''

''वेल, मला तुमच्या ज्योतिषशास्त्राच्या ज्ञानाबाबत संशय व्यक्त करावयाचा नाही, परंतु कुंडलीच्या आधारे एखाद्या व्यक्तीचा ठावठिकाणा घेणे अशी बाब मी प्रथमच पाहतो आहे. आमच्या विभागात अशा तपासाला कोणताही शास्त्रीय आधार नाही. आम्ही वास्तव आणि शास्त्रीय नियमांनुसार तपास करतो.''

''कमिशनर, याबाबत मी अधिक समजावू शकत नाही. इन्स्पेक्टरांना आमच्या बरोबर पाठवा.''

मोबाईलवर कमिशनरांना कॉल आला. पलीकडे बहुधा मुख्यालयाशी बोलत होते. कमिशनरांचा चेहरा एकदम चिंताग्रस्त झाला. मोबाईल बंद झाला.

''वाईट बातमी.''

सर्व जण कमिशनरांकडे काळजीने पाहू लागले.

''आमचा एक माणूस बॉम्बस्फोटात मृत्यू पावला आहे.''

''कोण?''

''अस्मिताची केस ज्या इन्स्पेक्टर पाटीलकडे होती त्यांना मी गोरेगावला सर्पराज महाराजांच्या आश्रमाची चौकशी करण्यास पाठवले होते. पाटील आश्रमाकडे जात असताना वाटेवरच हल्ला झाला.''

''ओ माय गॉड! कर्नल, आत्तापर्यंत पोलिसांवर असा हल्ला मुंबईत झाल्याचं कधी ऐकलं नव्हतं. मग तो सर्पराज महाराजच याला कारणीभूत आहे का?''

''एकंदर घटनांवरून तसं अनुमान काढायला कोणतीही अडचण नाही.''

संजय म्हणाला, ''परंतु, प्रत्यक्षात साक्षीदार अथवा पुरावा मिळाल्याशिवाय निष्कर्ष काढणं योग्य होणार नाही.''

''एकंदर परिस्थिती खूपच गंभीर होत चालली आहे. मला तातडीने मुख्यालयाकडे

जाणं भाग आहे.'' कमिशनरांचा ब्रेकफास्टमधील मूड गेला. त्यांनी खाणे आवरते घेतले.

कमिशनरांनी थोडा वेळ विचार केला आणि त्यांनी कर्नलकडे रोखून पाहत म्हटले, ''अस्मिताशी संबंधित तुम्ही, तुमची बायको या महत्त्वाच्या व्यक्ती आहेत. तुमचं संरक्षण आता महत्त्वाचं आहे.''

''मी त्याचाच विचार करतो आहे. तुम्ही येण्यापूर्वी मी वेस्टर्न नावल कमांडच्या माझ्या मित्राशी बोललो. राधाला कुलाबा हेडक्वार्टरवर आम्ही हलवतो. त्यामुळे तुम्हाला काळजी करावी लागणार नाही.''

''फक्त राधावहिनी नाही, तुम्हीही त्यांच्याबरोबर थांबा.'' गुरुमणी

''गुरुजी आणि संजय दोघे अलिबागला जातील आणि तपासकाम सुरू करतील. मी अलिबाग एस.पी.शी याबाबत बोलतो.''

''नको.'' गुरुमणी म्हणाले, ''तुम्ही आम्हा दोघांना खाजगीरित्या जाऊ द्या. यांना शोध घेताना पोलीस-कारवाईची वेळ आल्यानंतर आम्ही स्वत:च तशी मदत घेऊ. फार तर बॉम्बस्फोटाच्या पार्श्वभूमीवर सावधगिरीची सूचना देऊन ठेवा.''

''ठीक आहे, कधी निघणार?''

''आत्ताच. मी त्या तयारीनिशी आलो आहे.''

कर्नलनी आवराआवर केली होती. घरातील नोकराला सूचना दिल्या. काही बॅग्ज बाहेर आणल्या. राधाबाई बाहेर आल्या.

संजयने राधाबाईंकडे पाहिले. त्यांचा चेहरा अजूनही आजाऱ्यासारखा दिसत होता; परंतु त्या बऱ्याच सावरल्यासारख्या दिसत होत्या. चेहऱ्यावर अजूनही पुरळ होती; परंतु त्यांचा चेहरा बरा होण्याच्या मार्गावर होता. संजयला अजूनही गुरुमणींच्या उपचारांबाबत आश्चर्य वाटत होते. गुरुमणींच्या उपचारांमुळे संजय गोंधळून गेला होता. 'वैद्यकीय उपचारांशिवाय आणि मानसशास्त्रीय उपचारांशिवाय इतरही उपचारपद्धती आहेत का? अध्यात्मामध्ये मंत्रशास्त्रात रोगी बरा होण्याची ताकद आहे का?' प्रश्न अनेक होते. उत्तरांची पूर्तता फक्त गुरुमणीच करू शकत होते.

सर्व जण बाहेर आले.

संजय आणि कमिशनर एका गाडीत बसले, तर गुरुमणी, कर्नल आणि राधाबाई कर्नलच्या गाडीत बसले. कमिशनरांनी धोक्याची परिस्थिती विचारात घेऊन जवळजवळ वाय प्लस सिक्युरिटीच्या बरोबरीचा स्पेशल स्क्वाड मागविला होता.

सर्व जण कुलाब्याच्या दिशेने जात होते. संजय सावध होता, तर कमिशनर त्याला मधूनमधून सूचना देत होते. कमिशनरांचा मोबाईल सतत चालू होता.

कुलाब्याला होमी भाभा थिएटरजवळ गाड्या आल्या. विशेष तपासणी झाल्यानंतर त्यांना आत घेण्यात आले. समुद्रकिनाऱ्याजवळ एका बराकीवजा इमारतीत त्यांना

जाण्यास सांगितले. सकाळची वेळ असूनही परिसरात गडबड-गोंधळ नव्हता. कुलाब्यापर्यंत वाहनांच्या गर्दीतून वाट काढत ते आले होते. नाव्हल एरियात आल्यानंतर एकदम निर्जन भागात आल्यासारखे त्यांना वाटले.

संजय प्रथमच येत होता.

इमारतीला नाव नव्हते. फक्त नाव्हल कमांडचे नंबर होते. संजयला नंबर दिसत होता. परंतु पुढच्या-मागच्या खुणांचा अर्थ लागत नव्हता. दारात कर्नलचे मित्र उभे होते. दोघांनी हसून एकमेकांला अभिवादन केले. कर्नलनी सर्वांची ओळख करून दिली.

सर्व जण पहिल्या माळ्यावर आले.

मोठा प्रशस्त ब्लॉक होता. सर्व सुखसोयींनी सज्ज होता. दोन नोकर होते. त्यांपैकी एक किचन सांभळणारा होता. गच्चीतून उरणपर्यंतचा समुद्र दिसत होता. एका बाजूला एलिफंटा बेट दिसत होते, तर दुसरीकडे दूरवर उरण, मांडवाचा धुरकट परिसर दिसत होता. समुद्रात छोटी-मोठी अनेक जहाजे नांगरून ठेवलेली होती. काही बंदरात येणाच्या तयारीत होती. काही बाहेर जाण्याच्या तयारीत होती.

मधूनच सकाळच्या कोवळ्या उन्हात पक्ष्यांचे थवे जात होते. पाणी काळसर पांढुरके होते. हलक्या लाटांवर फेसाळलेले पाणी वर येत होते. दृश्य मनोहारी होते.

संजय, कमिशनर आणि कर्नल यांनी त्यांचे मित्र अमित चटर्जी यांच्याशी एकंदर परिस्थितीबाबत चर्चा केली आणि एकमेकांशी संपर्क कसा करावयाचा याची आखणी केली.

चहापान झाले आणि कमिशनर जायला निघाले.

संजय कमिशनरांना सोडण्यास गाडीपर्यंत गेला.

“संजय, बेस्ट लक. टेक केअर.”

“आभारी आहे सर.”

संजय, कमिशनरांनी गाडी नजरेआड होईपर्यंत उभा राहिला आणि मागे इमारतीत गेला.

“इन्स्पेक्टर, आपल्याला आता जास्त वेळ थांबायचं नाही.”

“लगेच निघायचं? अलिबागला?”

“नाही.”

संजय एकदम चमकला,

“म्हणजे?”

“अलिबागला जायचं, पण तत्पूर्वी एका व्यक्तीला, माझ्या मित्राला भेटायचं आहे.”

“मीही तुमच्याबरोबर आलो असतो, तर बरं झालं असतं.” कर्नल.

"मी तुम्हाला बोलवून घेईन, परंतु काही काळ तुम्ही वहिनीबरोबर थांबणं आवश्यक आहे. मी या इमारतीभोवती काही विधी करणार आहे. त्यामुळे शक्यतो सकाळी आणि संध्याकाळी या कातरवेळी तुम्ही दोघेही बाहेर पडू नका. तुम्हाला या दोन्ही वेळी अस्वस्थ अथवा असंगत अशा काही घटना घडताना दिसल्या, तर मला कळवा. मात्र माझी पुढची सूचना मिळेपर्यंत या इमारतीतून कोणत्याही परिस्थितीत बाहेर पडू नका." गुरुमणी पुढे बोलत होते, "डोळ्यांसमोर वहिनींना झालेला त्रास आठवा. तुम्ही बाहेर येणं अत्यंत धोक्याचं आहे. त्याचबरोबर आमची ताकदही खर्च होईल. आम्हांला अस्मितापर्यंत पोहचणं जड जाईल."

संजयला गुरुमणींच्या बोलण्याचा अर्थ समजत नव्हता. ते खरोखरच काही गर्भित सूचना देत आहेत की कर्नलना भीतीपोटी गप्प बसवत आहेत हे त्याला कळत नव्हते; परंतु राधाबाईंचा उल्लेख पाहिला, तर गुरुमणी खरोखरच गंभीरपणे बोलत होते.

संजय गुरुमणींकडे पाहत होता. गुरुमणींनी छोटी काळी बॅग उघडली आणि काही वस्तू हातात घेतल्या. ऑर्डर्लीकडून पाणी घेतले. खाली जमिनीवर छोटा नॅपकीन पसरला. त्यावर ते पूर्वेकडे तोंड करून बसले आणि पाणी उजव्या हातातून जमिनीवर सोडत मंत्र म्हणू लागले. गुरुमणी जवळजवळ १५ मिनिटे मंत्र म्हणत होते. ते उठले, त्यांनी हातात काळी मिरी, लसूण, लाल मिरच्या घेतल्या. तोंडाने मंत्र म्हणत, हातातील लसणाची एक-एक पाकळी इमारतीभोवती टाकत त्यांनी प्रदक्षिणा घालण्यास सुरुवात केली. काही ठिकाणी काळी मिरी आणि अत्तर शिंपडले. एकंदर विधी त्यांच्या मनाप्रमाणे झाल्याचे पाहून त्यांनी बाहेर जाण्याची तयारी केली. राधाबाई पुढे होऊन गुरुमणींच्या पाया पडल्या.

गुरुमणींचा चेहरा कठोर झाला. नाव्हल कमांडची गाडी त्या दोघांना सोडण्यास रिगलपर्यंत आली. त्यापुढे त्यांचा प्रवास खाजगीरित्या सुरू होणार होता.

संजयच्या डोळ्यांपुढे प्रश्नचिन्ह होते – पुढे काय?

गुरुमणींनी टॅक्सी थांबवली. दोघे सामानासह आत बसले. गुरुमणींनी टॅक्सी गिरगावात घेण्यास सांगितले. गुरुमणी शांत बसले होते. दोघेही बोलत नव्हते.

गिरगावमधील पोर्तुगीज चर्चजवळ टॅक्सी आली आणि गुरुमणींनी टॅक्सीचालकाला टॅक्सी खोताच्या वाडीत घेण्यास सांगितले. टॅक्सी एका गल्लीत आली. दोघे खाली उतरले. समोर एक जुनी चाळवजा मोठी इमारत होती. इमारत जुनी होती. लिफ्ट नव्हती. संपूर्ण जिना लाकडी होता. सरळसोट! चार माळे चढून दोघे सामान सावरत-सावरत वर आले.

दोघे चाळीच्या कोपऱ्यातील खोलीसमोर उभे राहिले. इमारतीचा हिरवा फिकट

रंग विटलेला होता. पाऊस, उन्हाने इमारतीचे प्लॅस्टर काळे झाले होते. इमारत ओकीबोकी दिसत होती; जीर्ण दिसत होती; म्हातारी वाटत होती. व्हरांड्यात एखादी-दुसरी व्यक्ती होती. बहुतेक लोक कामाला बाहेर पडले होते. चाळ शांत होती. चाळ कळाहीन दिसत होती. चाळीप्रमाणे लोकही कळाहीन वाटत होते.

खोलीचा दरवाजा उघडाच होता. काही लोक बाहेरच्या खोलीत बसले होते. गुरुमणींना एकदोघांनी ओळखले. ते उभे राहिले आणि त्यांना नमस्कार केला. एकाने पुढे होऊन गुरुमणींच्या हातातील बॅग घेतली. लोकांची गडबड पाहून आतल्या खोलीतून एक मध्यमवयाची स्त्री बाहेर आली. तिच्या कपाळावर भले मोठे कुंकू होते. ब्राह्मणी परंपरेनुसार तिने कासोटा घातलेली साडी नेसली होती. पदर कमरेभोवती घट्ट खोचलेला होता. केसांचा अंबाडा होता. तिने गुरुमणींना वाकून नमस्कार केला. गुरुमणी खुर्चीत बसले.

बसलेल्या लोकांची विचारपूस केली. तेवढ्यात एक जण पाण्याचा पेला घेऊन आला. गुरुमणी पाणी प्याले. त्यांनी संजयला पाणी दिले.

दोघांनाही दुसऱ्या खोलीत नेण्यात आले. ती खोली नव्हतीच. गच्चीचे रूपांतर एका खोलीत केले होते. कॉटवर एक व्यक्ती झोपलेली होती. मध्यम वयाची वाटत होती; परंतु गुरुमणींचे वय विचारात घेतले, तर बहुधा ती पन्नाशीच्या पुढील असावी. तिची दाढी वाढलेली; परंतु काळीभोर होती. डोक्यावर केस कमी होते. डोळे काळेभोर होते. त्यांचे नाव सदानंद होते. ते पक्षघाताने आजारी होते. गुरुमणींचे खास मित्र होते.

"सदानंद, हे इन्स्पेक्टर संजय. मी तुला बोललो होतो. हे अस्मिता प्रकरणी तपास करत आहेत. काल हे सर्पराज महाराजांच्या आश्रमात गेले होते. त्यांचे नशीब बलवत्तर म्हणून ते वाचले."

"आश्चर्य आहे, ते जिवंत आहेत. हे पाहून मीही आश्चर्यचकित झालो." सदानंद

"पण मी त्यांना संधी दिलीच नाही आणि आश्रमातही जास्त काळ नव्हतो."

"इन्स्पेक्टर, सर्पराज महाराजांच्या तावडीतून सुटका करून घेणे, म्हणजे तुमची पुण्याई मोठी आहे म्हणून सुटलात. हे समोर सदानंदांना पाहत आहात, याला कारण ते सर्पराज महाराजच आहेत."

संजय चमकला.

गुरुमणी पुढे झाले. सदानंद त्यांच्या आधाराने मागच्या लोडला टेकून बसले. शेजारच्या स्टूलवरचे थोडे पाणी प्याले. सदानंदांनी छोट्या रुमालाला तोंड पुसले.

"इन्स्पेक्टर, मी तुम्हाला या सर्पराज महाराजांची माहिती सांगतो, म्हणजे गुरुजींच्या म्हणण्याचा मथितार्थ तुम्हाला कळेल." सदानंदांनी भिंतीवरील देवीच्या फोटोला नमस्कार केला. खोलीतील छतामधील पंखा गरगर फिरत होता. वातावरण

स्तब्ध होते. कोणीही आत न येण्याच्या सूचना बाहेर देण्यात आल्या होत्या.

सदानंद बोलत होते. संजय त्याच्याबरोबर भूतकाळात गेला आणि सर्पराज महाराज नावाभोवतालचे एकेक पडदे उघडू लागले.

सर्पराज महाराज आध्यात्मिक क्षेत्रातील एक दिग्गज होते. त्यांची आध्यात्मिक शक्ती वादातीत होती. त्यांचा भक्तगण-शिष्यगणांचा मोठा परिवार संपूर्ण देशात होता. त्यांच्या आश्रमाचा पसारा परदेशातही अनेक ठिकाणी पसरलेला होता. अनेक लोकांना आयुष्याचा दिव्य मार्ग त्यांनी दाखविला होता. योगविद्येतील एक आदरणीय म्हणून लोक त्यांचेकडे पाहत होते. सर्पराज महाराज एक गूढ होते.

■

दुसरे महायुद्ध सुरू झाले होते. भारतीय सैन्य ब्रिटिशांकरता इटालियन आणि बर्मा आघाडीवर लढत होते. ब्रिटिशांच्या विरोधात स्वातंत्र्याच्या चळवळीने अंतिम संघर्षाच्या पर्वात पाय ठेवला होता. सर्व जनता गांधीजींच्या पाठीशी एकवटत होती. त्याच वेळी सुभाषचंद्र बोस यांच्यासारख्या व्यक्ती जाज्वल्य देशभक्तीमुळे सैनिकी ताकदीच्या बळावर स्वातंत्र्य हिसकावण्याच्या प्रयत्नात होत्या. परंतु भारतातील सर्वच व्यक्तींना असे वाटत नव्हते. अनेक लोकांना गोऱ्या टोपीवाल्यांचेच राज्य असावे असे वाटत होते. ब्रिटिशांशी इमान राखत होते. भारतातील निरनिराळ्या राजकीय पक्षांचे तंटे-बखेडे चालूच होते. या वेळी वादग्रस्त पक्ष म्हणजे कम्युनिस्ट पक्ष! कधी ब्रिटिशांविरुद्ध, कधी ब्रिटिशांबरोबर असे उलट-सुलट धोरण ठेवल्यामुळे स्वातंत्र्याच्या चळवळीतील लोकांना त्यांच्याविषयी संशय निर्माण झाला. यातून कम्युनिस्टांमध्ये गट पडले. काही गट ब्रिटिशधार्जिणे होते, तर काही गट ब्रिटिशांच्या विरुद्ध लढत होते. पालघर-डहाणू परिसरात कम्युनिस्टांची पाळेमुळे खोलवर होती. त्याला कारण होते दामाजी कडूचे संघटन. हा वारली समाजातील तरुण संपूर्ण परिसर ढवळून काढत होता. समाजवादी पक्षाचे लोकही त्याला दबून होते. बॅरिस्टर नाथ पै व एस.एम.जोशींसारखे लोक असूनही या परिसरात दामाजीचा प्रभाव टिकून होता. दामाजीचा गट पूर्णतः स्वातंत्र्य-चळवळीसाठी धडपडणारा होता. त्याच्या गटात सनदशीर मार्गाने चळवळ करणारी मुले होती. तसेच भूमिगत चळवळीचेही लोक होते. या दामाजीकडे एक तरुण होता. त्याचे नाव भिकाजी. भिकाजी उमदा होता. वारली होता. त्यामुळे दामाजीचा त्याच्यावर जास्त विश्वास होता. काहींचे म्हणणे होते की, भिकाजी वारली समाजाचा पारंपरिक भगत होता; परंतु उघडपणे याबाबत कोणी सांगू शकत नव्हते. हिरव्या देवाचा हा भक्त. शांत व सुशील होता. त्याच्याकडे मांत्रिकी विद्या होती की नव्हती हा विवादाचा मुद्दा होता.

परंतु हा भिकाजी हिरव्या देवाची चांगल्या प्रकारे पूजा करत होता. लोक त्याला नवीन सुगीच्या वेळी बोलावत होते. हा त्या वेळी अनेकांच्या शेतातील खळ्यावर जाऊन चांगले पीक मिळण्यासाठी पूजा करत होता. हा भिकाजी दामाजीचा खास माणूस होता. पायलॉन उखडण्यात तो तरबेज होता. तसेच भगत-व्यवसायातील असल्याने निरोपांच्या देवाण-घेवाणीसाठी, समाजवाद्यांच्या आणि पोलिसांच्या हालचालींवर नजर ठेवण्यासही याचा वापर चांगल्या प्रकारे होत होता. सर्वच दिवस चांगले नसतात आणि वाईटही नसतात. देवपूजा करता-करता भिकाजीची नजर दामाजीच्या बायकोवर पडली. तशी दामाजीची बायको नखरेल होती, छिनाल होती; परंतु दोघे एकमेकांच्या सहवासात आले आणि जे घडायचे ते घडून गेले.

वारली समाजात ही बाब भयंकर! याची जाणीव असूनही भिकाजी या गोष्टीत गुरफटून गेला. बातमी कर्णोपकर्णी झाली आणि दामाजीपर्यंत पोहोचली; परंतु दामाजीने ती उघड केली नाही. दामाजी पाताळयंत्री. त्यात भिकाजी भगत आहे हे समजताच तो चूप बसला. दामाजीने बायकोला दारू पिऊन शिव्या घातल्या आणि पालघरला संघटनेतील विश्वासू साथीदाराच्या घरी पाठवून दिले. वातावरण शांत झाले. लोकांनीही चर्चा आटोपती घेतली; परंतु दामाजी गप्प बसला नाही. भिकाजीला साथीला घेऊन त्याने जव्हार-कर्जत परिसरात दोन दरोडे घातले आणि पोलिसांना फक्त भिकाजीचेच नाव कळविले. पोलिसांशी संगनमत केले आणि कटाची आखणी केली. भिकाजीला दोन ठिकाणी पकडण्याचा अयशस्वी प्रयत्न पोलिसांनी केला, परंतु या वेळी दोन पोलीस ठार झाले. भिकाजी पुरता अडकला. भिकाजीच्या डोक्यावर बक्षिसाची रक्कम वाढली. काही दिवसांतच पोलिसांनी भिकाजीला इगतपुरीच्या डोंगरात जेरबंद केले. परंतु पोलिसांच्या हाती त्याचा मृतदेह लागला. तो जिंवत मिळाला नाही. काही लोकांचे म्हणणे दामाजीच्या लोकांनीच त्याला मारून पोलिसांच्या स्वाधीन केले. खरे-खोटे काहीच समजले नाही. भिकाजीचा शेवट झाला.

इकडे दामाजीच्या बायकोला मुलगा झाला. ही एक विस्मयकारक घटना म्हणून पाहिली जात होती. दामाजीची बायको पालघरला प्रसूत झाली, त्या वेळी मूल लिंगहीन असल्याचे आढळल्याने गुपचूपपणे तृतीयपंथीयांच्या स्वाधीन करण्यात आले. मुलाला पालघरहून वसईला आणण्यात आले. अर्नाळा किल्ल्याजवळच्या तृतीयपंथीयांच्या मोहल्ल्यात मूल आले, तेव्हा मूल लिंगहीन नसल्याचे आढळले. मुलाचे लिंग प्रमाणाबाहेर वाढले. त्या वेळी पाहणाऱ्या लोकांना त्या मुलाची इतकी भीती वाटली की, त्यांनी काही विचार न करता मुलाला सरळ देवकीच्या मठातील पायऱ्यांवर सोडून पळ काढला. सर्पराज महाराज अशा रितीने देवकीच्या मठातील पायरीवर आले. त्या देवकीच्या मठाच्या पायऱ्या चढतच ते वरपर्यंत आले.

देवकीचा मठ हा अर्नाळा किल्ला आणि विरारच्या मधील डोंगरउतारावर होता. देवकीचा मठ प्रशस्त होता. समोर अरेबियन समुद्र होता. फेसाळत्या, खळाळत्या लाटांबरोबर पांढरी शुभ्र पुळण किनाऱ्यावर आणत होता आणि खारी थंड हवाही आणत होता. वातावरण सुखावह होते. नारळाच्या-माडांच्या गर्द झाडीमुळे परिसर निसर्गरम्य होता. देवकीचा मठ हा मठ नव्हता. खरेतर डोंगराच्या उतारावर हेमाडपंथी मंदिर होते. बरोबर त्याच्या मागे भले मोठे दगडी सभागृह होते आणि त्याला जोडून काही मातीच्या भिंतीच्या खोल्या होत्या. पूर्वी ती धर्मशाळा होती; परंतु त्याचे कधीतरी मठात रूपांतर झाले होते. वसईच्या कागदोपत्री नोंद फक्त मंदिराचीच होती. मंदिरात ब्रह्मा, विष्णू, महेशाची मोठी मूर्ती होती. त्यामुळे मठावर कब्जा करण्यासाठी शैव आणि वैष्णवांची सतत चढा-ओढ असे. या चढाओढीचा आणि खेळाचा अनुभव सर्पराज महाराजाला पुढच्या आयुष्यात पदोपदी उपयोगी पडला.

नाशिकच्या तीर्थस्थानाला भेट देणाऱ्या साधूंच्या झुंडीपैकी काही साधू या मंदिराच्या आश्रयाला आले. त्यांना परिसर आवडला. डोंगरावर सकाळी-सकाळी ध्यानस्थ बसण्यास जागाही मिळाली आणि त्यांनी बस्तान बसविले. काही साधू कुंभमेळाव्याच्या निमित्ताने बाहेर जात होते, तर काही प्रवचन-किर्तनासाठी बाहेर जात होते. ज्यांना शारीरिकदृष्ट्या शक्य नव्हते ते मठातच राहिले. साधूंचे संघटन वाढले आणि मंदिराचा मठ तयार झाला. सुरुवातीला वैष्णव वा शैव असा फरक नव्हता. दोन्ही पक्षांचे साधू गुण्यागोविंदाने राहत होते; वाद नव्हता; परंतु जशी गर्दी वाढली, तसे गट वाढले. त्यात शैव व वैष्णव असे दोन तट पडले आणि वाद सुरू झाला. कधी शैवांची सरशी होई, तर कधी वैष्णवांची. मात्र वैष्णवांचे एक साधू किसनसागर महाराज आले आणि त्यांनी चित्र पालटले. यांच्या साथीदारांची संख्या जास्त होती; परंतु त्यापेक्षा त्यांचे गीतेवरील प्रभुत्व आणि तुकाराम महाराजांचे अभंग यांनी या परिसरातील लोकांवर मोहिनी घातली. तसा शैवपंथीयांचा प्रभाव कमी झाला. त्यांनी मठाची सुधारणा केली. त्यांच्या प्रवचनामुळे आणि ख्यातीमुळे मठाकडे आर्थिक ओघ वाढला. देवकी मठ नावारूपाला आला. मोठ-मोठे उच्च पदस्थ मठात येऊ लागले. मठाच्या शेजारची आणखीन एक इमारत उभी राहिली. मठाचा व्याप वाढला.

सर्पराज महाराजाला ज्या पायरीवर ठेवले होते ती ही नवी इमारत. साधूंनी मुलाला स्वत:च्या देखरेखीखालीलच मठातील भटारखान्यात काम करणाऱ्या स्त्रियांच्या ताब्यात दिले. या वेळी सर्पराज महाराजांचे नामकरण झाले होते बालदीनानाथ. लहानपणापासून आध्यात्मिक संस्कारात वाढल्यामुळे आणि धर्मशास्त्राच्या अभ्यासाची बैठक मिळाल्यामुळे अल्पावधीत म्हणजे वयाच्या चौदाव्या वर्षापर्यंत त्यांना बालमहाराज

म्हणून लोक ओळखू लागले. लहानपणी वैष्णवपंथीयांच्या संस्कारात वाढलेले बालमहाराज चौदा वर्षांचे होईपर्यंत मठ शैवपंथीयांच्या ताब्यात गेला होता. त्यामुळे बालमहाराजांमध्ये काही फरक पडला नाही. उलट त्यांची धर्मशास्त्रावरील पकड आणखीन मजबूत झाली. हिंदू-धर्मशास्त्रातील वैष्णवांचा आध्यात्मिक दृष्टिकोन आणि शैवांचा आध्यात्मिक दृष्टिकोन यांची पुरेपूर ओळख झाल्याने धर्मशास्त्रावरील एक पंडित म्हणून त्यांची ओळख झाली. त्यांनी अभ्यास वाढवला असता, तर एक तेजस्वी व्यक्तिमत्त्व उदयास आले असते; परंतु असे विधिलिखित नव्हते.

लहानपणापासून बालमहाराज साधूंच्या कळपात वाढले. कौटुंबिक सुख, त्यातही पुन्हा मातृसुख त्यांना अजिबात मिळाले नाही. त्यामुळे एक प्रकारचा रुक्ष कोरडेपणा त्यांच्या शरीर-मनाला आला. त्यात पुन्हा धर्मशास्त्राचा अभ्यास. बालमहाराज इतर लहान मुलांसारखेच विरारच्या शाळेत जात होते; परंतु शाळेतील इतर मुलांच्या मानाने त्यांची बुद्धी खूपच प्रगल्भ होती. त्यांची अभ्यासाची आवड आणि बुद्धीची प्रखरता पाहून त्यांना काशीच्या पंडिती शाळेत पाठविण्याचे मठाधिपतीने ठरविले. काशीला पाठविण्यापूर्वी एक घटना अशी घडली की, बालमहाराज पूर्णत: बदलून गेले.

विरारच्या शाळेत बालमहाराज जात होते, त्या वेळी एका शनिवारी शिक्षक मुलांना जीवदाणी देवीला घेऊन गेले. मुले खूप पायऱ्या चढून गेल्यावर थकून एके ठिकाणी बसली होती; परंतु बालमहाराज शिपायाबरोबर जीवदाणीच्या दर्शनाला गेले. देवीला ते प्रथमच जात होते. देवीची उग्र मूर्ती पाहून बालमहाराज प्रथम दचकले. बराच वेळ ते जीवदाणीच्या कपारीतील प्रतिमेकडे पाहत होते. थोड्या वेळाने शिपाई आणि बालमहाराज बाहेर आले. शिपायाने त्यांना मागच्या उघड्या जागेत नेले. संपूर्ण जागा कोंबड्यांच्या पंखांनी आणि रक्ताने मातकट झाली होती. जिकडेतिकडे कोंबड्यांची छोटी-छोटी हाडे, पाय, पंख आणि रक्ताचे डाग! एखाद्या स्मशानातील जागेप्रमाणे ते वातावरण होते. शिपायाने बालमहाराजांना त्या ठिकाणी आणून मोठी चूक केली होती. बालमहाराजांनी आजपर्यंतच्या आयुष्यात सार्वत्रिक बळीचा प्रकार पाहिला नव्हता. जीवदाणी देवीची उग्र, भेदक मूर्ती आणि आता संपूर्ण परिसर रक्ताळलेला! बालमहाराज सुन्न चेहऱ्याने व भीतिदायक नजरेने पाहत होते. त्यांच्या छोट्या बुद्धीला सर्व शास्त्राचा अभ्यास लीलया वाटत होता, परंतु बळीच्या ह्या प्रकाराने त्यांचे अगोदरच कोरडे मन असलेले आणखीन शुष्क होऊन गेले. अध्यात्म आणि धर्मशास्त्र यांबाबतच्या त्यांच्या दृष्टिकोनात आणि विचारात मोठे परिवर्तन करणारी ही घटना घडली. बालमहाराज अबोल झाले. ही गोष्ट मठाधिपतींच्या नजरेस आली नाही.

त्यानंतर पुन्हा दुसरी घटना घडली आणि बालमहाराजांच्या आयुष्याचे वळण

बदलले.

विरारची शाळा आणि मठातील अंतर जास्त नव्हते. एक दिवस शाळा सुटल्यानंतर बालमहाराज मठाकडे येत होते. रस्त्याने जाताना एके ठिकाणी त्यांना एक अत्यंत कृश शरीराची म्हातारी भेटली. तिने बालमहाराजांना जवळ घेतले. त्यांच्या डोक्यावर हात फिरवला. त्यांच्या कपाळाचे चुंबन घेतले आणि कानात कुजबूज केली. बालमहाराज मठात आले. रात्री त्यांना सपाटून ताप आला. मठात धावपळ सुरू झाली. रात्रभर बालमहाराजांना चैन पडेना. रात्री झोपेत ते बरळू लागले. दुसऱ्या दिवशी ते नेहमीप्रमाणे शाळेत गेले; परंतु त्यांचे लक्ष अभ्यासात लागेना. त्यानंतर बालमहाराजांची संपूर्ण दिनचर्या बिघडली. कधी रात्रीच झोपेत उठून ते मोठमोठ्याने रडू लागत, ओरडू लागत. साधूंनी डॉक्टरांना दाखविले, स्वतः उपचार केले, परंतु काही फरक पडेना. ज्या म्हातारीकडे बालमहाराज गेले होते, तिच्याकडे जाऊन मठातील लोकांनी चौकशी केली. तिने आकाशाकडे पाहत हात झटकले. बालमहाराज निर्विकार चेहरा करून बसू लागले. भूक, तहान सर्व विसरले. साधू संप्रदायालाही काय करावे सुचेना.

आणि अचानक, एक दिवस बालमहाराज झोपेतून जागे झाल्याप्रमाणे पूर्ववत झाले; परंतु त्यांच्यात खूप बदल झाला होता. ते पुन्हा त्या म्हातारीकडे गेले. म्हातारीने त्यांना, 'तू लोकांची सेवा करशील' असा आशीर्वाद दिला. त्याच वेळी विरारला एक मुस्लीम फकीर आला होता. म्हातारीने बालमहाराजास फकिराला भेटण्यास सांगितले. फकिराने बालमहाराज दैवी पुरुष असल्याचे जाहीर केले. लोक बालमहाराजाला देवपुरुष म्हणून पाहू लागले.. त्यांची पूजा करू लागले.

बालमहाराजांचे शिक्षण बंद झाले. त्यांना नाशिकला पाठविण्यात आले, परंतु तिथेही त्यांचे मन रमेना. देवकीच्या मठाधिपतींनी त्यांना काशीला पाठवावयाचे ठरविले, परंतु त्यामुळे बालमहाराज अधोगतीला गेले.

काशीच्या विश्वविद्यापीठात बालमहाराज दाखल झाले, परंतु त्याच वेळी ते अफूच्या विळख्यात अडकले. लहान वयात मोठी समज आल्याने त्यांचे पाऊल वाकडे पडले. ते नुकतेच तारुण्यात आल्याने त्यांचा स्त्रियांचाही मोह वाढला. बालमहाराजांना विद्यापीठातून बाहेर पडावे लागले. पुन्हा देवकीच्या मठात येणे, ही त्यांच्यासाठी शरमेची गोष्ट होती. बालमहाराज काशी, गया, बनारस, हरिद्वार असे भटकू लागले. ते नेपाळच्या पशुपतिनाथाच्या परिसरातही काही दिवस राहिले. हिमालयातील या भटकंतीमध्ये त्यांची काही साधूंशी जवळीक झाली. मूळच्या धर्मशास्त्रावरील अभ्यासामुळे साधूपरिवारात त्यांना पटकन पद मिळत गेले. कधी शैव आखाडा, कधी वैष्णव आखाडा असा त्यांचा दलबदलू प्रवास झाला. शेवटी शैवांचे गुरू बटिकेश्वर महाराज यांच्या सहवासात काही दिवस राहिल्यानंतर ते

स्थिरस्थावर झाले आणि त्यांच्या नवीन पर्वाला सुरुवात झाली.

दरवाजा उघडला तसे सदानंदांनी नाराजीने मान वर करून पाहिले. तिघांचेही लक्ष दरवाजाकडे गेले. डोक्यावरील पांढरे केस, सफेद पायजमा आणि सफेद कुर्ता घातलेली, गुजराथी तोंडावळा असलेली एक व्यक्ती आत आली.

"या या डॉक्टरसाहेब!"

सदानंदाच्या चेहऱ्यावर हास्य फुलले. गुरुमणींचा चेहराही हसरा झाला. पाठोपाठ सदानंदांच्या पत्नी आल्या. त्यांच्याही चेहऱ्यावर आता गंभीरतेची झाक जाऊन स्मितहास्य दिसत होते. कपाळावरील मोठे कुंकू आता खरोखरच ठसठशीत व सुंदर दिसत होते. वार्धक्याकडे जाणारी शरीरयष्टी असूनही चेहऱ्यावर शालीनता होती.

डॉक्टरांनी गुरुमणींना वाकून नमस्कार केला. गुरुमणींनी त्यांना दोन्ही हातांनी धरून आपल्या शेजारी बसविले.

"देवीजी, आता काहीतरी खायला आणा सर्वांना."

"वहिनीसाहेब, नका काही करू. मी न्याहारी करूनच आलो आहे." डॉक्टर

"आम्हीही न्याहारी करून आलो आहोत." गुरुमणी म्हणाले.

"असं कसं, तुम्ही काहीतरी घेतलंच पाहिजे."

"आग्रह करू नका."

"देवीजी, तुम्ही ऐकू नका."

देवीजी काही न बोलता मागे फिरल्या आणि दरवाजा बंद करून घेतला.

"गुरुजी, खूप दिवसांनी तुमचं दर्शन होतं आहे".

"हो, तुम्ही पश्चिम भागात गेल्यापासून आपल्या भेटीगाठी कमीच झाल्या."

"काही खास विषय चालला आहे का?"

"येस, सर्पराजमहाराज!"

"काय झालं?"

"हे इन्स्पेक्टर संजय, काल त्यांच्या आश्रमात गेले होते. सर्पराज महाराजांच्या आश्रमात नरबळीचा विधी पाहिला."

डॉक्टरांचा चेहरा निर्विकार होता.

"आय सी! त्यांनी पुन्हा सुरुवात केली तर."

"पुन्हा सुरुवात म्हणजे?" संजयने न राहवून पटकन विचारले.

"आपण मध्येच थांबलो होतो. मी सुरुवात करतो म्हणजे त्यांच्या बोलण्याचा अर्थ कळेल." सदानंदांनी पाण्याचा पेला तोंडाला लावत म्हटले.

डॉक्टरांनीही पाण्याचा पेला तोंडाला लावला आणि सदानंदांच्या बेडवर ऐसपैस बैठक मारली –

अमरनाथची यात्रा करून सर्पराजमहाराज परत येत असताना त्यांचा संबंध दशनामी महानिर्वाण नाथ आखाड्याच्या काश्मीर शाखेतील काही साधूंशी आला. सर्पराज महाराजांना त्या लोकांना प्रभावित करण्यास वेळ लागला नाही. काही दिवस त्यांच्याबरोबर राहिल्यानंतर ते कुलू खोऱ्यातील मठाकडे जात होते. हवामान खराब झाल्याने रस्त्याच्या कडेला एका गुहेवजा ठिकाणी त्यांनी आसरा घेतला. प्रत्यक्षात तेथे एक साधू राहत होता, परंतु त्याने जागा खाली केली होती. या ठिकाणी त्यांना एक साधू भेटला. तो कुटिकाका साधू होता. अशा साधूंनी फक्त शेणाने सारवलेल्या काट्याकुट्यांच्या झोपडीतच राहायचे असते. ती व्यक्ती अत्यंत ज्ञानी होती. त्याने बालमहाराजांना नाथपंथीयांच्या आचारसंहितेबाबत काही गोष्टी शिकविल्या.

हा कुटिकाका साधू शुल्बसूत्रांचा अभ्यासक होता. शुल्बसूत्रांमध्ये होमहवन, धुनीबाबत अत्यंत शास्त्रोक्त माहिती आहे; परंतु त्यापेक्षा त्याचा प्रत्यक्षात कसा वापर करावयाचा याचे संपूर्ण ज्ञान या कुटिकाकाकडे होते.

हे कुटिकाका समिधांची विशिष्ट रचना करून पश्चिमेला तोंड करून बसत. संध्याकाळी - कातरवेळी दोन्ही हातांचे तळवे जवळजवळ धरून मंत्र म्हणू लागताच त्यांच्या हातातून ऊर्जा बाहेर पडे. सूर्यकिरणावर काचेचे भिंग धरून त्याचे परावर्तित किरण एकत्र केल्यावर जसा अग्नी तयार होईल, साधारण तसाच प्रकार होत असे. कुटिकाकाच्या हाताच्या तळव्यातून, विशेषत: त्याच्या बोटांच्या अग्रातून ऊर्जा बाहेर पडत असे. समिधा पेट घेत असत.

ती जादूमय करामत पाहून सर्पराज महाराज थक्क होते. कुटिकाकांबाबत त्यांचा आदर शतपटीने वाढत होता. कुटिकाकांची सेवा करणे, हेच एक मोठे भाग्य आहे असे सर्पराज महाराजांना वाटे. सर्पराज महाराज त्यांच्या सान्निध्यात स्वत:ला विसरून गेले. कुटिकाकांनी त्याला दिलेले ज्ञान हे सर्पराज महाराजांची प्रगल्भता वाढविणारे होते.

काही दिवसांनी सर्पराज महाराजांना कुटिकाकांनी शुल्बसूत्रांची माहिती देण्यास सुरुवात केली. त्यामधील लहान-सहान खाचाखोचा, नियम, त्यांची पथ्ये सर्पराज महाराजांना थक्क करणारी होती. शुल्बसूत्रांचे नियम थोडे होते; परंतु प्रात्यक्षिकातील अडचणी, त्यासाठी करावी लागणारी तयारी आणि मेहनत प्रचंड होती. काम कठीण होते. त्यासाठी एकाग्रता, जिद्द आणि मानवी शक्ती यांचा अनोखा संगम लागत होता. कुटिकाका म्हणूनच सहजासहजी या विषयाचे ज्ञान कोणाला देत नव्हते. या विषयाची कुटिकाकांनी नुसती ओळख करून दिल्यावर सर्पराज महाराजांनी आपली जिद्द दाखविण्यास सुरुवात केली. कुटिकाकांनी त्यांची तळमळ पाहूनच या विषयाची माहिती त्यांना द्यावयास सुरुवात केली.

परंतु शुल्बसूत्रांचा संपूर्ण अभ्यास सर्पराज महाराजांना करता आला नाही. मंत्रांनी अग्नी पेटवण्याची सिद्धी त्यांना मिळाली नाही.

सर्पराज महाराजांनी त्यांच्या सहवासात शुल्बसूत्रांच्या नियमांचा अभ्यास केला. होमहवन आणि धुनी कशी पेटवावयाची याची माहिती सर्पराज महाराजांना चांगली मिळाली. स्वामींनी त्यांना मंत्रदीक्षा दिली. मात्र मंत्राग्नीची सिद्धी मिळण्यापूर्वीच स्वामी बेपत्ता झाले.

सर्पराज महाराजांनी कुटिकाका साधूंना शोधण्याचा खूप प्रयत्न केला, परंतु त्यांचा ठावठिकाणा लागला नाही. सर्पराज महाराज निराश झाले. त्याच स्थितीत ते बनारसला आले. गंगेच्या घाटावर फिरता-फिरता ते बटिकेश्वर महाराजांच्या सान्निध्यात आले.

शैव आखाड्याच्या साधूंच्या सहवासात राहत असताना धुनीची व्यवस्था सर्पराज महाराजांकडे होती. धुनी पेटविल्यानंतर सर्व अग्नीभोवती बसत. बटिकेश्वर महाराजांचा कडक आदेश असे की, सर्वांनी वज्रासनातच धुनीसमोर बसावयाचे. बऱ्याच वेळा सर्पराज महाराजांची धुनीभोवती ब्रह्मानंदी टाळी लागायची. दिवस चांगले जात होते. कुटिकाकांना सर्पराज महाराज हळूहळू विसरून गेले. सर्पराज महाराज पूर्ववत झाले.

उज्जैनीच्या महाकालेश्वर मंदिरात महाशिवरात्रीला सर्पराज महाराज आले. या वेळी सदानंद आणि सर्पराज महाराज यांची भेट झाली, ती एका विचित्र परिस्थितीत. सकाळी-सकाळी सदानंद तंबाखू हातावर मळून खात बसले होते. सर्पराज महाराजांनी जवळ येऊन काय खाता विचारले आणि त्यांनीही तंबाखूची मागणी केली. सदानंदांना थोडे आश्चर्य वाटले. तरीही त्यांनी हातातील मळलेली तंबाखू दिली. सर्पराज महाराज खूश झाले. ती अस्सल पंढरपुरी तंबाखू होती. सर्पराज महाराजांनी खूप दिवस ती पाहिली नव्हती. सदानंद आणि सर्पराज महाराजांची दोस्ती झाली. तिला कारण ती पंढरपुरी तंबाखू.

महाशिवरात्रीचा महोत्सव चांगल्या प्रकारे पार पडला. याच वेळी एक घटना घडली. महादेवाच्या मंदिरात पोलिसांना एका तरुणीचा मृतदेह मिळाला. कोणीतरी तिच्यावर बलात्कार केला होता आणि नरडीचा घोट घेऊन ठार मारले होते. तरुणीवर बलात्कार केल्याच्या खुणा होत्या. परंतु वैद्यकीय तपासणीत वीर्याचे अंश आढळून आले नाहीत. त्यामुळे डॉक्टर मंडळी चक्रावून गेली. पोलिसांनी खूप प्रयत्न करूनही गुन्हेगार मिळाला नाही.

नाशिकचा कुंभमेळा.

सर्व वैष्णव, शैव आखाड्याचे साधू-महंत कुंभमेळ्याला हजर होते. नेहमीप्रमाणे दोन पंथांतील रुसवे-फुगवे, आरोप-प्रत्यारोप झाले; वाद झाले. परंतु शेवटी

दोघांनीही आपापसातील वाद मिटवले. कुंभमेळ्याला सर्पराज महाराजही आले होते. मात्र कुंभमेळ्यापेक्षा काही साधूंचे लक्ष शमीच्या वनातील कार्यक्रमाकडे जास्त होते. शैव-वैष्णव दोन्ही पंथांतील उच्च पदस्थ काही खास लोकांसह त्र्यंबकेश्वरपासून इगतपुरीच्या बाजूच्या काही अंतरावरील शमीच्या वनात एकत्र येत. पहाटे दोन ते चार या कालावधीत काही दिवस हा कार्यक्रम चालत असे. या दोन तासांच्या सत्रात दोन्ही पंथाचे लोक एकदिलाने आध्यात्मातील गहन विषयावर चर्चा करत. सिद्धी, योग विद्या यांमधील अडी-अडचणी, प्रगतीचे टप्पे आणि एकंदर धर्मशास्त्र यावर चर्चा होई. चर्चा थोडक्यात, परंतु महत्त्वाची होई. कोणाला काही अडचण आली, तर सर्व जण त्याचे निराकरण करत. याच ठिकाणी टांग-तोडा सारखे कार्यक्रमही चालत. काही साधू मिळविलेल्या सिद्धी, शरीर-मनाची आत्यंतिक प्रगती यांचीही एकमेकांला ओळख करून देत. सर्पराज महाराजांनी स्तंभनाचा खास कार्यक्रम करून दाखविला होता. सदानंदांना तो पाहावयास मिळाला होता. या वेळी बेंगळुरूहून खास वेश्या आणण्यात आल्या होत्या. सर्पराज महाराजांनी स्तंभनामधील आपली ताकद दाखविली होती. काही साधूंनी आपल्या लिंगाला बांधलेल्या लोखंडी साखळीने मोठे दगड ओढून दाखविले होते. हे दृश्य पाहणाऱ्यांच्या अंगावर भीतीचे रोमांच उभे करणारे होते.

आपल्या ज्ञानाच्या जोरावर आणि योगसाधनेतील प्रगतीवर सर्पराज महाराजांनी वरचे स्थान मिळविले होते; परंतु बटिकेश्वर महाराजांच्या मनात त्यांना आपले उत्तराधिकार द्यावयाचे नव्हते. त्यांना डोळ्यांसमोर शिवनाथ महाराज दिसत होते, परंतु सर्पराज महाराजांच्या तुलनेत शिवनाथ महाराज डावे होते. त्यामुळे बटिकेश्वर महाराजांनी वेगळाच खेळ खेळला. त्यांनी सर्पराज महाराजांना खास मेळाव्याकरता नाशिकला पाठविले.

सर्पराज महाराजांची एका तरुणीशी ओळख झाली. सर्पराज महाराज तिच्या सहवासात आले आणि जे नको व्हायला ते झाले. तरुण स्त्री गरोदर झाली. सर्पराज महाराजांच्या अंगाचा तिळपापड झाला. ती स्त्री पळून गेली. बातमी बटिकेश्वर महाराजांच्या कानी गेली. परंतु सर्पराज महाराजांना या सर्व प्रकारामागचे सत्य समजले. त्यांनी या सर्व प्रकारासाठी बटिकेश्वर महाराजांना जबाबदार धरले. शिवनाथ महाराजांच्या वाटेतील अडसर दूर करण्यासाठी बटिकेश्वर महाराजांनी ही वाईट चाल खेळल्याचे स्पष्ट झाले. सर्पराज महाराजांनी त्यांच्यावर तोंडसुख घेतले. परंतु घटना घडून गेली होती.

सर्पराज महाराजांनी शिवनाथ महाराजांविरुद्ध कारवाया सुरू केल्या. आश्रमात गटबाजीला ऊत आला. सर्पराज महाराजांनी याबाबतीत आपले प्रभुत्व दाखविले. शिवनाथ महाराज ताकदीने कमी पडले. आश्रमातील सुंदोपसुंदीमुळे बटिकेश्वर

महाराज हादरले; खचले. बटिकेश्वर महाराजांचा त्यातच मृत्यू झाला. सर्पराज महाराजांनी आश्रमाच्या सर्व भागांवर नियंत्रण आणण्याचा प्रयत्न केला. प्रकरण न्यायालयात गेले. सर्पराज महाराज न्यायालयीन लढाई हरले; परंतु त्यांनी त्यापूर्वीच आश्रमातील महत्त्वाचे ग्रंथ आणि बटिकेश्वर महाराजांचा हिरे-माणक्यांचा साठा गायब केला. शिवनाथ महाराजांनी जंग जंग पछाडले, परंतु स्थावर मालमत्तेशिवाय त्यांच्या काही हाती लागले नाही. अनेक अनुयायी सर्पराज महाराजांच्या अधिपत्याखाली गेले. त्यामुळे आश्रमाचा दबदबा इतर आश्रमांच्या तुलनेत नाहीसा झाला. शिवनाथ महाराज नामधारी स्वामी झाले. आश्रम रसातळाला गेला.

सर्पराज महाराज नवीन अवतारात, नव्या उमेदीत, पूर्ण लव्याजम्यानिशी उज्जैनला आले; परंतु उज्जैनीतील महादेवाच्या मंदिरातील तरुणीच्या मृतदेहाचे कोडे सुटले नव्हते. अनेक संशयितांपैकी पोलिसांची नजर सर्पराज महाराजांवरही होती. सर्पराज महाराज अहमदाबादला आले. तेथून पुढे मुंबईला आले. त्यांनी गोरेगावला ठाण मांडला. सर्पराज महाराजांचे नाव सगळीकडे दुमदुमू लागले –

पंख्याची घरघर चालू होती. सदानंदांनी पाण्याचा घोट घेतला आणि छोट्या रुमालाने तोंड पुसले. सर्व शांत होते. सदानंदाची पत्नी आत आली. खोलीतील एकंदर रागरंग पाहून तिने उपम्याच्या प्लेट्स सर्वांना दिल्या आणि ती शांतपणे खोलीच्या बाहेर गेली. संजयचे लक्ष पुन्हा त्या ठसठशीत लालभडक कुंकवाकडे गेले. सर्व जण न बोलता उपमा खाऊ लागले.

सर्पराज महाराज आणि सदानंद जवळ आले, त्याला कारण पंढरपुरी तंबाखू. परंतु तरीही दोघांचे इतर बाबतींतही एकमत होई. सर्पराज महाराज आत्तापर्यंतच्या आयुष्यात खुल्या मनाने कधी कोणाशी बोलले नव्हते. पण सदानंदांना मात्र ते आपल्या गत इतिहासाबाबत सांगत.

दोघे भल्या पहाटे ब्रह्म मुहूर्तावर नदीवर जात आणि साधना करत. सदानंदांना सर्पराज महाराजांकडून बऱ्याच गोष्टी शिकता आल्या. बऱ्याच वेळा संपूर्ण अंगाला चिखलाचा लेप देऊन ते नदीच्या काठी साधना करत. सदानंदांना त्याचा विलक्षण अनुभव येई. सर्पराज महाराज कधीकधी कमरेइतक्या पाण्यात उभे राहत. गुदद्वारात दर्भाच्या काड्या घालून मंत्रोच्चार करीत साधना करत. त्याला साक्षीदार फक्त सदानंदच! सर्पराज महाराजांची सकाळच्या अंधारात दृढमूर्ती पाहून सदानंदांनाही उत्साह येई.

साधना झाल्यानंतर तासन्तास सर्पराज महाराज व सदानंदांच्या गप्पा चालत. सर्पराज महाराज मग हिमालयातील भटकंतीमधील अनुभव सांगत. सदानंदाला ते अनुभव रोमांचक वाटत होते. कुलू खोऱ्यातील भेटलेल्या स्वामींची कथा तर सदानंद कधीच विसरला नाही.

एक दिवस बोलण्याच्या ओघात कालसाधनेचा विषय निघाला. सदानंदांना प्रथमच सर्पराज महाराजांच्या एका वेगळ्या बाजूची ओळख झाली. मानवाने साधना करताना हजारो वर्षांची परंपरा तयार केली. एखाद्या जलाशयात पाण्याच्या प्रत्येक थेंबाला अस्तित्व आहे, स्थान आहे; परंतु जलाशयात येणाऱ्या तरंगलाटांमुळे प्रत्येक थेंबाला निश्चित स्थान मिळत नाही. सर्व अस्थिरच आहे. पाण्यात तयार होणारा भोवरा, लाटा यांनी सर्व जलाशयास अस्थिरता येते. भवसागर. माया!

साधकाने साधना सुरू करण्यापूर्वी शारीरिक क्षमता, मानसिकता वाढविण्यासाठी विकारहीन अवस्था तयार करावी लागते. मनाची एकाग्रता त्याशिवाय वाढत नाही. शरीराचे, मनाचे आत्यंतिक भोग संपले, तर एकाग्रता अधिक होते. याकरता उपाय एकच – जे जे वाईट आहे ते ते उपभोगण्याची अनुभूती! विचार भयानक होते. सर्पराज महाराजांनी या दृष्टिकोनातून साधना सुरू केली होती. प्राणीहत्या, मांसभक्षण, मद्य आणि मदिराक्षी यांची अनुभूती घेतली होती. शरीराला अधिक विकारहीन अवस्था देण्याकरता मानवी हत्या, मानवी शरीराचे मांसभक्षण, मानवी रक्ताचे प्राशन, स्त्रीचे आत्यंतिक हालहाल करून तिच्या मनाविरुद्ध शरीर-संभोग याचीही अनुभूती सर्पराज महाराजांनी घेतली होती. विष्ठा भक्षणाचा विधीही अनुभवला होता. सदानंदांना हा प्रकार मनाला हादरवून सोडणारा होता. सर्पराज महाराजांनी याचा अनुभव कोठे घेतला याबाबत खोलवर माहिती दिली नाही; परंतु साधनेचा हा अघोरी प्रकार मनाला अस्वस्थ करणारा होता.

सर्पराज महाराजांनी साधना करताना किती प्रगती केली, याचा अंदाज सदानंदांना कधी आला नाही; परंतु त्यांना अनेक सिद्धी येत होत्या. त्यांनी त्या सदानंदांना करूनही दाखविल्या होत्या. कोणत्याही व्यक्तीवर ते प्रभाव पाडू शकत होते. संमोहनामध्ये संमोहित व्यक्तीस काहीही करावयास लावणे ज्याप्रमाणे शक्य होते, त्याचप्रमाणे सर्पराज महाराजही कृती करून दाखवत. दुसऱ्याच्या मनातील विचार त्यांना ओळखता येत होते आणि त्याचे विचारही बदलवून टाकण्यास ते त्याला भाग पाडत. त्यामुळे सदानंदांना कधीकधी त्यांची भीती वाटत होती.

सदानंदांना होम आणि यज्ञातील विधी यांचीही बरीच माहिती सर्पराज महाराजांकडून शिकता आली. श्येनचितेमध्ये हर्वीद्रव्ये कशी पडतात, त्यामधून सिद्धी कशा प्राप्त होतात यांची सुरस कथा सदानंदांनी ऐकली होती, परंतु ठरवूनही त्यांना त्याची प्रत्यक्ष अनुभूती घेता आली नाही. कधी-कधी अति जवळ गेल्यानंतर त्यातून वाईट तयार होतेच.

महाकालेश्वराच्या मंदिरातील तरुणीच्या मृत्यूबाबत सदानंदने एकदा सहज सर्पराज महाराजांना सांगितले. सर्पराज महाराज थोडा वेळ सदानंदकडे एकटक पाहत होते. त्यानंतर त्यांनी शांतपणे सदानंदांना या प्रकाराबाबत कोठेही वाच्यता

करू नका म्हणून सांगितले. सर्पराज महाराज इतक्या शांतपणे बोलले की, सदानंदाच्या काळजाचा ठोका चुकल्यासारखे झाले. ते परत आश्रमातील त्यांच्या खोलीवर आले तेव्हा त्यांना दरदरून घाम आला होता. संपूर्ण अंग थरथरत होते. त्यानंतर अनेक दिवस सदानंदांना सर्पराज महाराजांशी बोलताना एखाद्या जंगली श्वापदासमोर उभे राहिल्यागत वाटत होते. सर्पराज महाराजांनी सदानंदाची अवस्था ओळखली होती.

सदानंदांनी आश्रम सोडला आणि ते द्वारकेच्या दिशेने गेले. सर्पराज महाराजांनी त्यांच्याबरोबर येण्याचा आग्रह धरला, परंतु सदानंदांना सर्पराज महाराजाबरोबर राहण्याची इच्छा नव्हती. सदानंद द्वारकेला पोहचले. त्यानंतर गिरनारच्या जंगलात त्यांनी काही दिवस मुक्काम केला.

गिरनार येथील शिवालयात सकाळी सकाळी सदानंद नमस्कार करून बाहेर आले आणि त्यांना देवीजींचे दर्शन झाले. सदानंदाचे साधुत्व संपले.

संजयला काही समजले नाही. परंतु साधुत्व संपले कसे? हा प्रश्न राहिलाच. सदानंदांना त्यांनी त्याबाबत सर्वदेखत विचारणे प्रशस्त वाटले नाही.

सदानंद संजयकडे पाहत म्हणाले,

"तुम्ही आश्रमातून तत्काळ बाहेर पडलात हे बरं झालं. नाहीतर तुम्ही जिवंत राहिला नसता."

"तुमची आणि त्यांची पुन्हा भेट झाली का?" संजय

"नाही. परंतु मी इथे राहतो, हे त्यांना माहीत आहे. गुन्हेगाराने साक्षीदार मागे ठेवावयाचा नसतो, हेही त्यांना माहीत आहे. त्यामुळे माझ्या पाळतीवर ते सतत असतात."

"तुम्हाला आत्तापर्यंत त्यांनी मारण्याचा प्रयत्न केला असेल"

"माझ्या या अवस्थेला तेच कारणीभूत आहेत. त्यांनी माझे अजूनही हाल केले असते, परंतु गुरुमणींचा आधार असल्याने त्यांना आक्रमक होता येत नाही."

"परंतु त्यांच्याकडे अनेक सिद्धी असताना तुम्हाला मारणं अवघड आहे का?"

"तुमचं म्हणणं बरोबर आहे; परंतु प्रत्येक व्यक्तीला कितीही सिद्धी अवगत असल्या तरी मर्यादा आहेत. मी गिरगावात राहतो. मला चोहोबाजूंनी संरक्षण आहे. गुरुमणींची सतत मदत घेत असल्याने त्यांना माझ्यापर्यंत येता येत नाही."

संजयने गुरुमणींकडे पाहिले. गुरुमणींने हातातील घड्याळाकडे पाहिले.

"आपल्याला आता निघायला हवं."

संजयला काही समजले नाही. चर्चा अपुरी राहिल्यासारखे झाले; परंतु गुरुमणींच्या बोलण्यावरून अधिक वेळ थांबण्यात अर्थ नव्हता. संजयलाही आता सदानंदांपेक्षा गुरुमणींशीच जास्त चर्चा करावी, असे वाटू लागले.

गुरुमणी व संजय उभे राहिले. खोलीच्या बाहेर डॉक्टर व संजय आले. बाहेर अजूनही काही लोक बसूनच होते. थोड्या वेळाने गुरुमणी बाहेर आले.

दोघांना टॅक्सीत बसविण्यासाठी दोघे जण आले होते. डॉक्टरही आले.

टॅक्सी पुन्हा गेटवेकडे आली. मांडवा-अलिबागला जाणारी लाँच निघण्याच्या तयारीत होती.

■

गेटवेजवळ लाँचमध्ये खालच्या डेकमध्ये संजय आणि गुरुमणी बसले होते. गर्दी कमी होती. एका कुटुंबातील दोन लहान मुलांचा गोंधळ चालू होता. लाँच समुद्राच्या पाण्याच्या लाटावर हेंदकाळत होती. संजयला समोरचा गेटवेचा खडक दिसत होता. डोळ्यासमोर अस्मिताला कसे नेले असेल याचे चित्र रंगवण्याचा तो प्रयत्न करू लागला. गुरुमणींनी जुने पोथीवजा पुस्तक हाती घेतले होते. संस्कृतमधील श्लोकवाचन चालू होते. लाँचमधील घंटी वाजली आणि हळूहळू लाँच समुद्रात घुसू लागली.

लाँचची डेक वातानुकूलित होती. आवाज येत नव्हता; परंतु समोर समुद्रावरील सकाळचे वातावरण ठसठशीत दिसत होते. दूरवर एलिफंटा बेट, भोवतालची नांगरलेली जहाजे, इतर लाँचेस डचमळत होत्या.

कटामरीनने गोलाकार वळण घेत एक हेलकावा दिला. ती हळूहळू गेटवेपासून दूर होत होती. पाण्याच्या लाटा जशा हेलकावा देतील त्याप्रमाणे गेटवेचा तो भूभाग डचमळल्यासारखा दिसत होता. लाँचमधील सर्व स्थिरस्थावर झाले. संजयचे लक्ष पुढे गेले. निरनिराळ्या देशांच्या बोटी, टँकर नांगरून ठेवल्याचे दिसत होते. छोट्याछोट्या लाँचेस इकडून तिकडे फिरत होत्या. पांढऱ्याशुभ्र पक्ष्यांचे थवे पाण्यावर फिरत होते. मधूनच एखादा पक्षी एकाकीपणे झेप घेताना दिसत होता. संजयच्या बाजूला बसलेल्या त्या कुटुंबातील स्त्रीने मुलांकरता खाण्याचे पदार्थ बाहेर काढण्यास सुरुवात केली. संजयचे लक्ष गुरुमणींकडे गेले. ते पुस्तक उघडण्याच्या तयारीत होते. संजयला खूप झोप येत होती.

"मघाशी गिरगावातल्या त्या चर्चेत सर्पराज महाराज आणि नाशिक कुंभमेळ्यातल्या साधूंची माहिती ऐकल्यावर जरा आश्चर्य वाटलं."

"कसलं?"

"आत्तापर्यंत नाशिकचा कुंभमेळा हा गोदावरीच्या स्नानाकरता, त्याचं पुण्य पदरी पडण्यासाठी आहे असा माझा समज होता; परंतु त्यानिमित्त साधुसंप्रदाय, राजकारण, अर्थकारण, शारीरिक साधना या बाबी जरा वेगळ्या वाटल्या. कुंभमेळा

हा फक्त स्नानाचाच प्रकार आहे का?''

''कुंभमेळ्याचा मूळ उद्देश आणि आता आपण जे काही पाहतो यात खूप फरक आहे; अंतर पडलं आहे.'' गुरुमणींनी पुस्तक बंद केले. पाय थोडे पुढे सोडून ते रिलॅक्स झाले. संजयची उत्सुकता वाढली.

''आपण जो पाहतो तो साधु-बैरागी यांचा मेळावा. हे इतर वेळा आपल्या साधनेत व्यग्र असतात, परंतु कुंभमेळाव्यात मात्र ते सहभागी होतात. याची तिथीही ठरलेली असते. गुरू हा ग्रह ज्या वेळी कुंभराशीत प्रवेश करतो आणि त्या राशीत वर्षभर राहतो त्या वेळी अलाहाबादमध्ये हा उत्सव होतो. जेव्हा गुरू कर्क राशीत येतो, त्या वेळी नाशिकमध्ये हा उत्सव होतो. जेव्हा गुरू सिंह राशीत येतो त्या वेळी उज्जैनीमध्ये हा उत्सव होतो आणि जेव्हा धनू राशीत गुरू येतो तेव्हा हरिद्वारमध्ये हा उत्सव होतो. हा उत्सव शैव आणि वैष्णव या साधूंचा. या दोन्ही संप्रदायांचे साधू या उत्सवात असतात. साधूंचे संघटन हे वेगवेगळ्या आखाड्यांत, मठांत होते. शैवांचा जुना आखाडा महत्त्वाचा! कुंभमेळ्यातल्या प्रथम स्नानाचा मान या आखाड्याला. वैष्णवांचा विर्मोही हा आखाडा महत्त्वाचा.

'' 'आखाडा' हा शब्द कुस्तीशी संबंधित. साधूंचा आखाडा हा शब्द थोडा खटकतो.''

''मी थोडं स्पष्टीकरण केल्यानंतर लक्षात येईल,

कुंभमेळ्यामध्ये स्नानाला शाहीस्नान म्हटलं जातं. कारण स्नान हाच मुख्य कार्यक्रम! आमच्या काही लोकांचा असा समज आहे की, पाप धुऊन काढण्यासाठी आणि पुण्य मिळवण्यासाठी, देवाची भक्ती वाढवण्यासाठी स्नान करावे. परंतु वस्तुस्थिती ही पूर्वीपासून वेगळी आहे. याचा संबंध योगसाधनेशी, आध्यात्मिक साधनेशी आहे. कोणतीही सिद्धी मिळवण्याकरता कुंभमेळ्याला सुरुवात केली जात होती.

''योगसाधनेकरता किंवा सिद्धी मिळविण्याकरता आपल्या शरीरातल्या मूलाधारचक्रापासून मस्तकापर्यंतच्या सहस्राधार चक्रापर्यंत चेतना संस्था जागृत करावी लागते. याकरता इडा, पिंगळा आणि सुषुम्ना नाडीचा आधार घेण्यात येतो. हे सर्व करायचे ते प्राणायाम आणि ध्यानधारणा या शस्त्रांनिशी. हा एक प्रकारे आध्यात्मातील मोठा जीवनखेळच! म्हणूनच या साधनेतील लोकांच्या मठाला 'आखाडा' म्हणतात. हे ज्या ठिकाणी राहतात त्याला 'मठ' म्हणतात; परंतु नंगे साधू आणि इतरही साधू सतत या साधनेत व्यग्र राहून हिमालयात भटकत असतात.

कुंडलिनी-शक्तीला जागृत करून त्यावर नियंत्रण मिळविण्यासाठी हजारो साधू पिढ्यान्‌पिढ्या प्रयत्न करत आले आहेत.

''परंतु यात शाही स्नानाचा संबंध कुठे येतो? योगसाधना ही तर हे लोक गुहेत, हिमालयात, मठातही करतात आणि मग साधूंच्या या मेळाव्यात सर्वसामान्यांचा

काय संबंध? त्यांनी यामध्ये सहभागी होण्याचं कारण काय? कारण साधूंनी या साधनेकरता व्रतच स्वीकारलं असेल, तर हा खेळ फक्त त्यांच्यापुरताच असायला हवा.''

''तुम्ही अगदी योग्य तेच म्हणालात. पूर्वी यामध्ये फक्त साधू आणि पंथमंडळीच व्यग्र होती. सर्वसामान्य जनता फक्त बघ्याची भूमिका घेत होती; परंतु कालांतराने एकदा खेळाला जसं विकृत वळण लागतं तसंच झालं आणि कोणतेही यम-नियम यांची तजवीज न करता; पालन न करता सामान्य लोकही त्यात घुसले. हा खेळ फक्त या साधनेत ज्यांनी सर्व संसाराचा त्याग करून स्वत:ला झोकून दिले आहे त्यांच्याकरताच आहे. सामान्यांचं काहीच काम नाही.''

संजयने थोडा वेळ डुलकी घ्यावयाचे ठरविले म्हणून डोळे मिटून घेतले. गुरुमणींनी मात्र छोटे पुस्तक उघडले. संजयला झोप लागली.

■

माणगावकरांनी वैतीच्या भावाला कायदेशीर वारसदार ठरवून केस पुढे चालवली. न्यायालयात विशेष याचिका दाखल झाली. वैती माणगावकरांच्या ऑफिसमध्ये बसला होता. बोलता बोलता म्हादूच्या ॲक्सिडेंटची केस पोलीस-चौकशीखाली असल्याचे त्याने माणगावकरांना सांगितले.

''का?''

''त्यांना अजूनही खात्री वाटत नाही की हा ॲक्सिडेंट आहे.''

''कोण चौकशी करत आहे?''

''इन्स्पेक्टर संजय पाटील.''

''संशय येण्याचं कारण काय?''

''म्हादूबरोबर मेलेली दुसरी व्यक्ती कारखान्यातील नव्हती. बाहेरची होती.''

''तिची ओळख मिळाली की नाही?''

''हो.''

''कोण?''

''कैलास जहागीरदार म्हणून जळगावचा कोणीतरी कॉलेजमध्ये शिकणारा होता.''

माणगावकर एकदम दचकले. त्यांचे सातव्या माळ्यावरचे ते ऑफिस आपल्याभोवती फिरते की काय, असे त्यांना वाटू लागले. ते खुर्चीत बसलेले होते. त्यामुळे त्यांच्या मनाची अवस्था वैतीच्या भावाच्या चटकन लक्षात आली नाही. तरीही माणगावकरांनी तोल सावरून विचारले.

“कारखान्याबाहेरील व्यक्ती असली म्हणून संशय येण्याचं कारण काय?”

“ते दोघं एकाच वेळी कारखान्यात काय करत होते? दोघंही एकमेकांना ओळखत नव्हते.”

“तुम्हालाही ती माहिती नव्हती.”

“नाही, मी कधी पाहिली नाही.”

“तो इन्स्पेक्टर चौकशीला आला होता. पोलीस स्टेशनमध्ये त्याने चौकशी केली तेवढीच.”

“तुम्हाला कधी कळलं तो जहागीरदार आहे ते.”

“काल-परवा पोलिसांच्याकडून.”

माणगावकरांनी विषय वाढवला नाही.

“काही माहिती लागली, तर ज्युनियरला पाठवीन. तुम्ही केसची काळजी करू नका.” असे सांगून वैतीच्या भावाची पाठवण केली.

वैतीचा भाऊ गेल्यानंतर माणगावकर डोके गच्च धरून बसले. खूप वेळ ते तसेच बसले होते.

माणगावकरांनी जेरबाईच्या ट्रस्टला फोन केला.

बैठक निश्चित करण्यात आली.

तातडीची.

पन्नालालबरोबर बैठक. गोरेगावचे हॉटेल.

नो टॉप लेस. नो लॉबस्टर.

वातावरण भकास होते. म्हणजे माणगावकरांना तरी तसे वाटत होते. बहुधा वैतीच्या मृत्यूप्रकरणामुळे कशात जान नव्हती. त्यांनी माणगावकरांना बराच वेळ वाट पाहायला लावली. त्यामुळे माणगावकर आणखीन वैतागले.

पन्नालाल नेहमीप्रमाणे उशिरा आला. तोच सूट. तोंडात चिरुट क्युबन. हरिहरचे लोक हजर होते. हे लोक खरोखरच गुन्हेगारी जगतातील होते का? ते चेहऱ्यावरून वाटत नव्हते, परंतु ते गुंडच होते. माणगावकरांना पुन्हा पहिल्यापासून प्रकरण आठवू लागले. या भानगडीत त्या चंदूने उगाचच ढकलले असे त्यांना वाटले. बिचारा वैती मेला आणि त्याचा ताप माणगावकरांच्या डोक्यावर!

डॉ. कटियार बिनधास्त आणि खंबीर होते. ‘आपण एवढे वकील असून का घाबरलो?’ माणगावकर स्वत:ला समजावत होते. ‘या सर्वांना धडा शिकवायला हवा. एकेकाला गाठून ठेचून काढायला हवा.’ माणगावकरांची विचारमालिका फास्ट लोकलप्रमाणे पुढे जात होती. माणगावकर स्वत:वर संतापले; परंतु आत्ता गप्प बसण्याशिवाय पर्याय नव्हता. त्यांच्यासमोर एक मोठी टोळी होती. ते एकाकी वकील होते. आतापर्यंत माणगावकरांना इतके दुबळे कधी वाटले नव्हते. “आता

का बरं असं व्हावं? आपला लोभीपणा?'

"बोला माणगावकर" पन्नालाल बोलत होता.

"म्हादू वैतीचा शेवट करण्याचं कारण?"

"तुम्हाला आमचा संशय यायचं कारण?"

"तो माझा अशील होता."

"आमचा हात त्यामध्ये नाही."

"जेरबाईविरुद्ध लढा देणारी ती एकच व्यक्ती होती. संशय नाही, खात्रीने तुमचाच हात त्यामागे आहे. मला वाटतं, याबाबत स्पष्ट खुलासा झाला तर बरं होईल."

पन्नालालने हरिहरच्या माणसाकडे पाहिले.

"खुलासा आम्ही करतो. पन्नालाल आणि त्यांच्या ट्रस्टचा संबंध नाही. वैती आणि तो जहागीरदार आणि त्याचा तो अहवाल हे या न्यायालयीन केसमध्ये जास्तच रस घेत होते. आम्ही तुमचं लिमिट फिक्स केलं होतं. वैतीने त्या जहागीरदाराला मध्ये आणण्याचं कारण नव्हतं."

"पण मी अजून त्याच्याशी बोललेलोही नव्हतो. जहागीरदारने सकाळी त्या अहवालाबाबत सांगितलं होतं. तो अहवाल वाचल्यानंतरच आम्ही ठरवणार होतो. सर्वकाही पाहण्यापूर्वी तुम्ही घाई का केली?"

"पर्यावरणाच्या दिशेने जाणारी कोणतीही गोष्ट धोकादायक होती. डॉ.कटियार आमच्या दृष्टीने अत्यंत धोकादायक व्यक्ती. त्याला मदत करणारी कोणतीही गोष्ट आम्हाला चालणार नाही."

"पण आम्ही तडजोडीला तयार होतो. आमच्या अशिलाचा शेवट विनाकारण का?"

"तुमच्या तडजोडीपेक्षाही ती अहवालाची भानगड आम्हाला जास्त त्रासदायक झाली असती."

"मग आता वैतीचा भाऊ केस पुढे चालवणार आहे. आम्ही तडजोड मागे घेतली नाही तर?"

"आम्ही म्हादू वैतीप्रमाणे वैतीच्या भावाचाही शेवट करू."

माणगावकर हे ऐकून सुन्न झाले. हे कृष्णजंजाळ होते. आपण कोणत्या दुष्ट चक्रव्यूहामध्ये आलो, असे माणगावकरांना वाटू लागले.

"मि. माणगावकर" पन्नालाल बोलत होता.

"यांना कोणतीही संधी द्यायची नाही. हे जो काही प्रस्ताव ठेवतील तो मान्य करा. बस्स."

मीटिंग संपली.

माणगावकर एकटेच येत होते. त्यांना घरी सोडण्यास कोणीही आले नाही. माणगावकर मनाने खचले; घाबरले.

■

गुरुमणींनी संजयला हलवून जागे केले. मांडव्याच्या जेटीला लाँच लागत होती. थोड्या झोपेने संजयला ताजेतवाने झाल्यासारखे वाटले; मन उत्साहित झाले.

संजय-गुरुमणी जेटीच्या वर आले. पुलावरून चालत निघाले. मध्येच गुरुमणींनी संजयला हाताशी धरून सांगितले.

"दोन व्यक्ती आपल्या मागे-पुढे आहेत. तुमच्या लक्षात आले का?"

"गुरुजी, काळजी करू नका. ती माझीच माणसं आहेत. शेवटपर्यंत आपल्याबरोबर राहतील."

गुरुमणी गप्प बसले.

धक्क्यावर त्यांच्या स्वागताला कोणीही नव्हते. टुरिस्टची एक बस होती. काही खाजगी गाड्या होत्या. सहा आसनी रिक्षा उभ्या होत्या. गुरुमणी आणि संजय रिक्षात बसले. रिक्षा किहीम गावाच्या दिशेने चालू झाली.

उन्हे उभी होती. तरीही समुद्रावरील थंड हवेमुळे उन्हाचा उष्मा जाणवत नव्हता. दुतर्फा झाडे शांतपणे उभी होती. आंब्याच्या बागा नजरेस येत होत्या, परंतु अनेक ठिकाणी तोंडलीच्या वेलांनी भरलेली शेती दिसत होती. कोकणातील माती सगळीकडे लालभडक, परंतु अलिबागच्या रस्त्याला मात्र काळपट-पांढरट मातीची शेतवाडी! जिकडेतिकडे फार्म हाऊस, हॉटेल आणि रस्त्यारस्त्यावर धावणाऱ्या रिक्षा. सर्वांचा ओढा अलिबागकडे. वातावरणात एक प्रकारचा उत्साह होता. राष्ट्रीय केमिकल ॲण्ड फर्टिलायझरचे मोठे गेस्ट हाऊस मागे टाकत नागमोडी वळणाने रिक्षा किहीमच्या किनारी आली. गावातील रस्ते एकदम चिंचोळे, पण स्वच्छ होते. किनाऱ्याजवळ एकदम वाळूचा रस्ता.

संजय आणि गुरुमणी त्या घरासमोर आले, तेव्हा दुपार व्हायला आली होती. घर बाहेरून अजिबात दिसत नव्हते. नारळ, पोफळी, आंबा, चिकूच्या झाडांनी घराभोवतीचा पूर्ण परिसर झाकला गेला होता. घराला भले मोठे, खूप दिवस रंग न दिलेले लोखंडी गेट होते. फाटकापासून घरापर्यंत लांबलचक रस्ता होता. दुतर्फा पक्क्या विटांची छोट्या ताटव्याकरता मांडणी केली होती. त्यामध्ये लाल माती होती; परंतु फुलझाडे नव्हती. फक्त लाल माती होती. छोटी झाडे लावण्यास कोणी नसावेच. फाटक उघडून दोघे आत आले. घर अस्सल कोकणी पद्धतीचे, उताराच्या छपरांचे होते; परंतु आतून अत्याधुनिक सोयीसवलतींनी युक्त होते. तीन बेडरूम,

किचन, दोन दिवाणखाने त्याशिवाय एके ठिकाणी वरच्या मजल्यावर जाण्यास मोठा जिना होता. लाकडी दिवाणखान्यात. टेलिफोन, टी.व्ही. होता. दोन ठिकाणी सोफा आणि खुर्च्यांची मांडणी होती. अगदी ऐसपैस फ्रीजसह किचन सुसज्ज होते. बेडरूममध्ये प्रत्येक खोलीत दोन-दोन सिंगल बेड होते. अपारदर्शक खिडक्यांच्या काचा होत्या, परंतु खोल्यांत झगझगीत प्रकाश होता. पहिल्या मजल्यावर एकच मोठी हॉलवजा रूम होती. संपूर्ण रिकामी. व्यायाम आणि इतर खास सरावाकरता तिचा उपयोग होत असे.

गुरुमणींनी संपूर्ण घर फिरून पाहिले. घराच्या पाठीमागे सभोवार भिंत होती. त्यामुळे बाहेरच्या व्यक्तीला सहजासहजी आतील व्यक्तीस पाहता येत नव्हते. पाठीमागे गॅरेजमध्ये जुनी, करड्या रंगाची फियाट गाडी उभी होती.

गुरुमणी दिवाणखान्यात आले. त्यांनी संजयला घर छान असल्याचे सांगितले. दरवाजात ते दोघे उभे होते. गुरुमणींना आता त्यांना स्पष्ट पाहता आले. एक झिपऱ्या होता तर, दुसरा नाडर, कुरळ्या केसांचा अगदी आफ्रिकन लोकांप्रमाणे त्याचे कुरळे केस होते. झिपऱ्या जाडसर काळ्या रंगाचा, तर नाडर पोरगेला, किडकिडीत शरीराचा! झिपऱ्या बोलका होता, तर नाडर घुम्या, थंडगार नजरेचा.

संजयने दोघांची फक्त नावे सांगितली. दोघे आत आले आणि त्यांच्या कामाला त्यांनी सुरुवात केली. जेवण तयार होते. पूर्ण शाकाहारी. संजय आणि गुरुमणींना स्वतंत्र बेडरूम देण्यात आली, तर नाडर आणि झिपऱ्या एका बेडरूममध्ये. झिपऱ्या किचनमध्ये घुसला. गुरुमणी आणि संजय कपडे बदलून ताजेतवाने होईपर्यंत दोघांची जेवणाची तयारी टेबलावर करण्यात आली होती. नाचणीची भाकरी, तोंडलीची भाजी, वरण-भात. जेवण साधेच होते, पण रुचकर होते. ताटामध्ये नाचणीच्या पीठापासून बनवलेली कढी होती. गुरुमणींनी कधी अशी कढी प्यायली नव्हती. ताकामध्ये नाचणीचे पीठ भिजवण्यात येते. लसणीच्या फोडणीसह कढी तयार करण्यात येते. गुरुमणींना कढी मनापासून आवडली होती. जेवण हलक्या आहाराचे होते; परंतु कढीमुळे जेवल्यानंतर सुस्तावल्यासारखे झाले. गुरुमणी जेवणावर खूश होते.

''तुम्ही सर्व विश्रांती घ्या. साधारण पाच वाजता आपण ठरवू काय करायचे.'' गुरुमणींनी उठत-उठत सर्वांकडे पाहत म्हटले आणि ते बेडरूमकडे वळले. संजयने समोरची बडीशेप खातखात मान हलवली आणि होकार दिला. झिपऱ्या, नाडर यांनी जेवण घेतले.

''झिपऱ्या, मी थोडी झोप घेतो. तुम्ही थोडी झोप काढा. एखाद्या वेळेस आज रात्री पुन्हा जागरण होईल.''

''येस बॉस!''

संजय हात पुसून आपल्या खोलीकडे गेला.

■

गुरुमणी संध्याकाळचे पाच वाजण्यापूर्वीच तयार होते, परंतु घड्याळाचा काटा त्यांच्या मनाप्रमाणे पुढे सरकत नव्हता. ५ वाजून १० मिनिटे झाली. गुरुमणींनी डोळे मिटून घेतले आणि काही मिनिटांतच डोळे उघडले. पटकन स्वतःला सावरत ते उठले आणि बाहेर आले. गुरुमणींना पाहताच झिपऱ्या आणि नाडर उठून उभे राहिले.

"आपण आता लगेचच बाहेर पडू या."

"हरकत नाही. कोणत्या दिशेला जायचं याची कल्पना द्या."

"पुन्हा मांडवा जेटीकडे"

"पुन्हा?"

"होय. तिथूनच आपण सुरुवात करायची."

"पण आता उशीर होईल."

"हरकत नाही. मार्ग तिथूनच आहे."

झिपऱ्याने फियाट बाहेर काढली होती. गुरुमणींना फियाटच्या अवस्थेबाबत शंका होती; परंतु गाडी रस्त्यावर आली आणि गुरुमणींना हायसे झाले. संजय आणि गुरुमणी मागे बसले होते. झिपऱ्या गाडी चालवत होता.

संध्याकाळच्या सावल्या धूसर होत होत्या. अंधार पडायला सुरुवात झाली होती. पश्चिमेकडील आकाश लालभडक झाले होते. आकाशात ढग नव्हतेच. ते निरभ्र होते. मांडवा जेटीवर गाडी आली तेव्हा सूर्याचा लालभडक गोळा अस्ताला चालला होता. मंद वारा समुद्रावरून येत होता. हवा थंडगार होती.

सर्व जण गाडीत बसूनच होते. फक्त गुरुमणी बाहेर आले. ते लाँच फेरीच्या तिकीट-खिडकीसमोरील खडकाजवळ आले. समुद्रातील लाटा खडकाखाली येऊन आदळत होत्या. तुषार हलकेपणे फेकले जात होते. गुरुमणींनी अस्ताला जाणाऱ्या सूर्याकडे पाहिले आणि डोळे मिटून घेतले.

थोड्या वेळाने ते गाडीत येऊन बसले. त्यांनी कुंडली मांडलेला कागद हातात धरला. त्या कागदावरील आकृतीकडे ते पाहत होते. कातरवेळ होती. त्या वेळची ती ग्रहस्थिती, ग्रहांचे भ्रमण, नक्षत्रांची स्थिती, काळ-वेळ याचे भान ठेवून गुरुमणी म्हणाले,

"यावनी मंदिर, यावनी मंदिर-
एक धुराडे, एक धुराडे, मोठे-मोठे, उंच-उंच
यावनी मंदिर, यावनी मंदिर,

शिक्षक आहे, शिक्षक आहे,
नाही-नाही-पण शाळा आहे शाळा आहे.
निळे-निळे डोंगर नाही, अनेक मजली इमारत आहे,
इमारत आहे, इमारत आहे.''

गुरुमणींनी डोके मागे सीटवर टेकले. थोड्या वेळाने त्यांनी डोळे उघडले आणि संजयकडे पाहत स्मित केले.

''आर.सी.एफ.चे मोठे धुराडे, झिपऱ्या आर.सी.एफ.''

आता संजयची उत्सुकता वाढली होती. गुरुमणींच्या दिशादर्शनाची पद्धत काव्यमय, परंतु विस्मयकारक आणि गूढ वाटत होती. संजयने गाडीच्या आरशातून गुरुमणींकडे पाहिले. गुरुमणी शांतपणे बसले होते. गाडी आता बोचरी हवा घेत चालली होती. दुतर्फा झाडे हिरवीगार होती. रात्रीच्या अंधारात काळी पडत होती. दिवेलागणीची वेळ झाली होती.

रस्त्यावरील दिवे हळूहळू प्रकाशमान होत होते. रस्त्याच्या बाजूलाही घरांतून, दुकानांतून, दिव्यांचा उजेड रस्ता प्रकाशमान करत होते. रस्त्यावरील वाहनांच्या प्रकाशाने रस्ता न्हाऊन निघत होता. गाडी आर.सी.एफ.च्या प्रवेशद्वारातून पुढे आली. डावीकडे जाण्यासाठी संजयने मान हालवली. रस्त्यातील वाहनांच्या गर्दीतून झिपऱ्या सफाईदारपणे आणि वेगाने गाडी चालवत होता. पाच कि.मी. नाही, परंतु थोडे अलीकडेच गुरुमणींनी इशारा केला, तशी गाडी थांबविण्यात आली. संजयने गुरुमणीकडे पाहिले. गुरुमणींनी एका निळ्या रंगाच्या प्रकाशमान उजेडाकडे बोट दाखविले. इमारत एखाद्या शाळेसारखी होती. मंदिराचा मागमूसही दिसत नव्हता. संजयला तसे बोलून दाखवायचे होते, परंतु गप्प बसला.

''समोरचं हॉटेल. मी गाडीतच थांबतो. तुम्ही सावधगिरी बाळगा.'' गुरुमणी बोलत होते. बोलत बोलत त्यांनी हातात कापसाचे बोळे घेतले. त्यावर एका छोट्या बाटलीतील थोडा द्रव टाकला आणि संजय, झिपऱ्या व नाडरला कानात घालण्यास दिला. सर्वांनी कापसाचे बोळे कानात घातले. एक प्रकारचा मंद सुगंध पसरला.

संजय झिपऱ्या आणि नाडरसह चालू लागला. कोपऱ्यावरील ते हॉटेल निळ्या प्रकाशात दिसत होते. प्रवेशद्वारावर गर्दी कमी होती. संजय आणि झिपऱ्या पुढील बाजूने आत गेले. नाडर हॉटेलच्या मागच्या बाजूला गेला. संजय व झिपऱ्या काऊंटरवर आले आणि हॉटेलमधील रूमबाबत त्यांनी विचारणा केली. झिपऱ्याने हॉटेलमधील रूम पाहण्याकरता वेटरला बोलाविले. झिपऱ्या पहिल्या मजल्यावर गेला. हॉटेल तीन मजली होते. प्रत्येक रूम पाहणे शक्य नव्हते. संजयने त्याच्या मित्राच्या चौकशीच्या नावाखाली रजिस्टर पाहण्यास मागितले. रजिस्टर पाहता पाहता काही दिवसांपूर्वी रजिस्टर झालेली नावे पाहिली. तिसऱ्या मजल्यावरील

कोपऱ्यातील चार खोल्या एकाच वेळी बुक केलेल्या होत्या. संजयने रजिस्टर बाजूला ठेवले. तोपर्यंत झिपऱ्या खाली आला. संजयने झिपऱ्याला रूम नंबर सांगितला. संजयने टॉयलेट कोठे आहे त्याची विचारणा वेटरला केली. संजय टॉयलेटकडे जाण्याकरता पाठीमागील बाजूस गेला. हॉटेलला लिफ्ट होती, परंतु वेटर आणि इतर कर्मचाऱ्यांकरता असलेल्या जिन्याने संजय वर चालला. झिपऱ्या पाठोपाठ येत होता. दोघे तिसऱ्या मजल्यावर आले. कोपऱ्यापर्यंत जाणे म्हणजे सरळ-सरळ नजरेत येणार होते. झिपऱ्यानें विजेच्या वायरिंगला हात घातला. दोन वायरी एकमेकांत घुसवल्या. फ्यूज उडाल्याने लाईट गेली. बहुधा प्रत्येक माळ्यावरील लाईट कनेक्शन वेगळी होती. झिपऱ्या व संजय पुढे सरकले. अस्मिता आत असेल तर हातघाई करून चालणार नव्हते.

दरवाजावर खटखट केले. आतून कोणीतरी हळूहळू चालत आले. दरवाजा उघडला; परंतु आतील व्यक्तीस संधी न देताच त्याने खाडकन दरवाजा ढकलला. त्याबरोबर दरवाजा उघडणारी व्यक्ती मागे धडपडली.

आत दोघे जण होते. परंतु दुसऱ्याने गडबड करण्यापूर्वीच त्याला धरण्यात आले. झिपऱ्याने एकाला जमीनदोस्त केले. त्यांचा अविर्भाव पाहून दुसरा पुढे आला, परंतु संजयने त्याचा हात पिरगळून त्याला घट्ट पकडले. झिपऱ्याने हातातील छोटी पेन्सील बॅटरी त्याच्या चेहऱ्यावर धरली. दुसऱ्या हाताने त्याची पॅन्ट पुढील बाजूस हात घालून पकडली.

''तुम्ही किती जण आहात?''

तो बोलायला तयार होईना, तसे झिपऱ्याने दोन्ही पायांच्यामध्ये गुडघ्याने दणका दिला. गुप्तांगावर गुडघ्याचा मार बसताच तो कळवळू लागला.

''आम्ही दोघेच आहोत.''

''बाकीचे कुठे आहेत?''

''समोरच्या खोलीत''

''पोरगी कुठे आहे?''

''माहीत नाही.''

तोपर्यंत झिपऱ्याच्या हातात चाकू आला होता. चाकू बॅटरीच्या उजेडात त्याच्या चेहऱ्यावर धरला आणि नाकाच्या एका नाकपुडीत काही अंतरावर धरला. झिपऱ्याचा चेहरा आणि चाकूचे लकाकते पाते पाहताच त्याचा चेहरा गर्भगळित झाला.

''पोरगी इथं नाही. मघाशीच इथून तिला हलवलं.''

''कोणीकडे?''

झिपऱ्याने चाकूचे पाते नाकामध्ये खुपसले. वेदनेने त्याचा चेहरा आक्रसून

गेला. नाकातून रक्त वाहू लागले.

"खरंच मला माहीत नाही."

संजयने त्याला मागे खेचले आणि एक सणसणीत लाथ घातली. बहुधा टिपॉयवरून तोल जाऊन तो खाली पडला. आवाज अजिबात झाला नाही. झिपऱ्याने बॅटरीचा उजेड फेकला. दिवाणाच्या काठावर आदळून तो तिथेच बेशुद्ध झाला होता. दोघे दरवाजा बंद करून हळूच बाहेर आले. परंतु बहुधा खोलीतील आवाज समोरच्या खोलीत ऐकू गेला असावा.

"दिलावर, क्या हुआ?" असे म्हणत दोघे जण बाहेर आले.

झिपऱ्याला खाली चल म्हणत संजयने त्या दोघांना एका लाथेत आत ढकलले. त्यांची संख्या वाढत होती. तिथे थांबणे धोक्याचे होते. दोघे लांबलांब ढांगा टाकत जिन्यावरून खाली आले. मध्येच उभा राहिलेला वेटर त्यांच्या धक्क्याने जिन्यातच कोसळला. दोघेही पुढच्या बाजूला न जाता पाठीमागे गेले. सगळीकडे धावाधाव सुरू झाली. नक्की काय गडबड झाली, ते कोणाला समजले नाही. वीज गेली त्यामुळे आणखीन गोंधळ वाढला. मागच्या फाटकापर्यंत येईपर्यंत पाठीमागील पावलांची दणदण, आवाज, आरडाओरड वाढली. त्यांच्यातील एकाने पिस्तूल बाहेर काढले होते. नाडरने त्यास संधी दिली नाही. त्याच्या गोळीने एक जण खाली पडला, तसे बाकीचे एकदम मागे सरकले.

संजय आणि झिपऱ्या दोन्ही दिशेने पळाले. रस्त्याच्या टोकाला जाऊन पुढच्या रस्त्याला आले.

गुरुमणी वाट पाहत होते.

"काय झालं?"

"तिथून तिला काही वेळापूर्वी हलवलं."

झिपऱ्याने गाडी सुरू केली आणि हॉटेलसमोर आणली. नाडर गाडीत शिरला आणि शांतपणे हमरस्त्यावर आणली. गाडी अलिबागच्या दिशेने जाऊ लागली.

सर्व जण गप्प बसले होते.

अलिबागच्या अलीकडे हॉटेल ड्रिमलँडजवळ गाडी थांबवली गेली. सर्व जण बाहेर पडले आणि हॉटेलातील एका कोपऱ्यात बसले.

संजयने सर्वांकडे एकवार पाहिले. सर्व जण ठीकठाक होते.

संजयने जेवणाचे मेनू कार्ड गुरुमणींकडे सरकवले. जेवणाच्या ऑर्डर्स वेटर घेऊन गेला. पूर्ण शाकाहारी.

संजयने झालेल्या घटनेची माहिती हळूहळू गुरुमणींना दिली. गुरुमणींनी एकच सुस्कारा सोडला.

जेवण होईपर्यंत कोणी काही बोलले नाही.

छोट्या बाऊलमध्ये गुरुमणींनी हात धुतले. तोंड रुमालाने पुसले आणि खिशातून लवंग बाहेर काढली. तोंडात लवंग धरली आणि इतरांनाही ऑफर केली.

''तुम्हाला हॉटेल सुरुवातीलाच लक्षात नाही आले.''

''सिनेगॉग ही माझी खूण होती. जोपर्यंत मी तिथे जात नाही तोपर्यंत पुढील खूण मला दिसणार नव्हती.''

''दर वेळी अशी ठसठशीत खूण पाहायला मिळेलच याची खात्री नसेल तर?''

''इथे वेळेला महत्त्व आणि त्यानंतर खूण.''

''म्हणजे वेळ चुकली तर पुढचं गणितही तितकं बरोबर येणार नाही.''

गुरुमणी हसतहसत म्हणाले, ''अगदी बरोबर.''

''मग आता?''

''आता जेवण झालं आहे, परत जाऊ. वेळ येताच मी सांगेन.''

दोघे जण गाडीजवळ आले. गुरुमणी गाडीत बसले, परंतु संजय बाहेरच उभा राहिला. मोबाईलवरून त्याने कमिशनरांशी संपर्क साधला आणि झालेल्या घटनेबाबत सांगितले.

ते घरी आले तेव्हा रात्र बरीच झाली होती. झिपऱ्या आणि नाडर त्यांच्या खोलीत गेले. संजयने कपडे बदलले. समुद्रकिनाऱ्यावर रात्रीची शतपावली करण्याकरता म्हणून बाहेर आला, तर दिवाणखान्यात गुरुमणी बसले होते.

''बाहेर चालला?''

''चौपाटीवर जरा फेरफटका मारून येतो''

''चला, मीही येतो'' गुरुमणी उठून उभे राहिले.

''वेलकम.''

झिपऱ्याला बाहेर फिरायला जात असल्याचे सांगून संजय आणि गुरुमणी बाहेर पडले. हवा थंड होती. समुद्रावरून हवेचे फटकारे येत होते. समुद्राच्या लाटा शांतपणे किनाऱ्यावर येऊन आदळत होत्या. किनाऱ्यावरील वृक्षराजी हळुवार हेलकावे खात होती. आसमंत निश्चल वाटत होता. दूरवर मुंबईच्या विजेचा झगमगाट सगळे क्षितिज उजाळून टाकत होता. ते दृश्य डोळ्याला सतत पाहावेसे वाटत होते. वाळूत पाय रुतत होते, परंतु आवाज होत नव्हता. संजयने थंड हवेपासून संरक्षण मिळावे म्हणून दोन्ही हात खिशात खुपसले आणि तो अंग चोरून चालू लागला. गुरुमणी शांतपणे पावले टाकत चालत होते.

''तुमचे मित्र सदानंद यांनी देवीजींना शिवमंदिराच्या बाहेर पाहिलं आणि त्यांचं साधुत्व संपलं, हे ऐकताना मला थोडं गोंधळल्यासारखं झालं. साधुत्व संपलं कसं काय?''

“यू आर राईट” गुरुमणी एकदम ठसक्यात म्हणाले. “सदानंद काही साधू नव्हते. ते संसारापासून पळालेले भगाडे होते.”

“म्हणजे?”

“तुम्ही साधू-साधू म्हणून पाहता, ते सर्वच काही साधू नसतात. काही घरांतील जाचाला कंटाळून पळून गेलेले असतात. काही आर्थिक संकटापासून सुटका करून घेण्यासाठी, काही पोलिसांचा ससेमिरा चुकविण्यासाठी, अशा कितीतरी कारणास्तव लोक साधूचा वेष घेतात. काही गुन्हेगारही असतात.”

“म्हणजे सदानंद साधूच्या वेषात फिरत होते.”

“होय.”

“कारण?”

“सदानंदांचं घराणं कोकणातलं. ते कोकणातले खोत. घरी जमीनजुमला स्थावर मुबलक. सदानंदांचे वडीत खोत म्हणजे अगदी शिवराळ माणूस! त्यांच्यासमोर कोण उभा राहत नव्हता. त्यात कट्टर ब्राह्मण. सदानंदांनी कॉलेजजीवनात प्रेमप्रकरण सुरू केलं. मुलगी जातीबाहेरची. सदानंदाच्या वडिलांना ती पसंत नव्हती. दोघेही हट्टाला पेटले. वडिलांनी दुसरी मुलगी पाहिली, पसंत केली आणि तिच्याशी लग्न करण्याचा आग्रह सदानंदांकडे केला. सदानंद शब्दाबाहेर जाणारे नव्हते. वडिलांच्या करारीपणापुढे ते गप्प बसले. असा सर्वांचा होरा होता. होरा चुकला. लग्न करेन तर देवीजींशी, नाहीतर नाही, अशी टोकाची भूमिका घेतली. वडिलांनीही लग्न कसे करतोस अशी दर्पोक्ती केली. देवीजींच्या घरच्यांना या बापलेकामधील ही जुगलबंदी पसंत पडली नाही. पोरीचे काही बरेवाईट व्हायला नको म्हणून तिला नवसारीला हलवली.

“सदानंदांकडे बातमी गेली. त्याने देवीजींचा शोध घेण्याचा हर तऱ्हेने प्रयत्न केला, परंतु यश मिळाले नाही. यात तो कसा काय अयशस्वी झाला, याचं राहून राहून आश्चर्य वाटत होतं. देवीजींच्या आई-वडिलांनीही सदानंदाला फारसा प्रतिसाद दिला नाही. काही दिवस गेले. सर्व काही शांत झाले. सर्वांना वाटलं बापाने लग्न ठरवलं आहे. तो तयार होईल.

काही दिवसांनंतर धक्कादायक बातमी सर्वांना ऐकायला मिळाली. सदानंद गायब झाला. त्याने जाताना निरोप दिला होता, ‘मी संसारत्याग करून साधुत्व स्वीकारले आहे. कोणीही शोधण्याचा प्रयत्न करू नये.’ बातमी पोलिसात गेली. पोलिसांनी खूप शोध घेतला, परंतु सदानंदांचा पत्ता लागला नाही. सदानंद कोठे राहत होता, कसा राहत होता याचा काहीच ठावठिकाणा लागला नाही. सदानंदाने सरळ हिमालय गाठला होता. अनेक दिवस भटकल्यावर त्याच्या डोक्यातील हवा खाली आली; परंतु परत यावयाची त्याची इच्छा राहिली नाही. साधूंच्या कळपातून

फिरता फिरता तो उज्जैनीला आला. त्याची सर्पराज महाराजांशी गाठ पडली. त्यांना घाबरून तो द्वारकेला चालला होता. कारण शैव संप्रदायापेक्षा वैष्णवांच्या कळपात राहिले, तर सर्पराज महाराजांशी गाठभेट होणार नव्हती; परंतु महाशय गिरनारच्या त्या शिवालयात चुकून गेले आणि बाहेर येताना समोरच देवीजी! प्रथम देवीजींनी त्यांना ओळखले नाही. सदानंदांनी त्यांना ओळखले. देवीजींना सदानंद साधू झाल्याचा विश्वास बसेना. सदानंद साधू झाल्याने. सदानंदांना वाटले, देवीजींचे लग्न झाले असेल. संसारात गडप झाली असेल, परंतु तीही लग्न न करताच राहिली होती.''

''सदानंदांनी साधुत्वाचा अवतार संपविला.''

''गमतीदारच आहे.'' संजय म्हणाला. ''परंतु एकदा साधुत्व स्वीकारल्यानंतर पुन्हा संसारात येता येतं का?''

''हिंदुशास्त्रामध्ये प्रत्येकाने आपल्या आयुष्याचे नियम आपणच करावयाचे आहेत.''

''म्हणजे? साधुत्व कधीही स्वीकारा, कधीही सोडून द्या?''

''मी मगाशी म्हटलं ना, साधू होणारे खरोखर साधू झालेले नसतात. ते अनेक कारणास्तव या वेषात येतात.''

''मग साधू कोण?''

''हिंदू शास्त्रामध्ये ब्रह्मचर्य अवस्था लग्न होईपर्यंत, गृहस्थीजीवन, वानप्रस्थाकडे प्रस्थान करेपर्यंत आणि संन्यासजीवन वनातील चिंतन-मनन संपवून बाहेर आल्यानंतर स्वीकारावयाचे आहे. हे ढोबळ मानाने आयुष्याचे भाग पाडले आहेत. काहींचं पूर्ण आयुष्य ब्रह्मचर्यात जातं. काहींचं पूर्ण आयुष्य गृहस्थी म्हणून जातं. काहींना जन्मापासून संन्यस्त जीवन जगावं लागतं. हिंदुशास्त्र त्या व्यक्तींच्या अवस्थेचं वर्णन करतं. त्या नियमात राहा म्हणत नाही.''

''धर्माची तत्त्वं आदर्शवादी आहेत. प्रत्येकानं आदर्शवादी व्हावं अशी मनोकामना असतेच. जगात स्वामित्व मिळवावं, नाव मिळवावं हे सर्व आदर्शवादातील आहे.

''चिनी तत्त्वज्ञानात दोन शक्ती आहेत, ची आणि की. यीन आणि यांग या दोन्ही शक्ती एकमेकांना पूरक आहेत. एक आहे म्हणून दुसरी आहे. दुसरी आहे म्हणून पहिली आहे. एक सकारात्मक म्हणाल तर दुसरी नकारात्मक होईल. दुसरी सकारात्मक असेल तर पहिली नकारात्मक होईल.''

''म्हणजे वाईट असं काही नाही आणि चांगलं असंही काही नाही.''

''म्हटलं तर होय, म्हटलं तर नाही. गीतेमध्येही 'सर्वकाही मीच आहे' असं कृष्ण म्हणाले. चांगलाही मीच आणि वाईटही मीच. मी सर्वत्र आहे; सर्व माझ्यात आहे.''

''सदानंदापर्यंत सर्पराज महाराज येऊ शकणार नाहीत असं म्हणता, पण माझ्या तर दादरपर्यंत मागे लागले होते. तुमच्या सान्निध्यात त्यांना संरक्षण आहे. आता तुम्ही तर अलिबागला, मग सर्पराज महाराजांना सदानंदांना गाठणं अवघड आहे का?''

''मी तुम्हाला कापसाचे बोळे दिले होते, कानात घालायला.''

''हो''

''हे एक संपर्काचं साधन आहे. तसंच आपल्या शरीराचा वास हेही संपर्काचं साधन आहे. या दोन्ही गोष्टींचा वापर करून विशिष्ट व्यक्तीला आपले विचार कळविता येणं शक्य आहे. सर्पराज महाराजाला हे करता येऊ नये याकरता मी सुगंधी बोळा तुमच्या कानात घातला आणि संपर्क बंद केला.

''सदानंद गिरगावात राहतात. मी असाच प्रकार त्यांच्याशी करतो. त्याशिवाय त्यांना महालक्ष्मी, मुंबादेवी आणि काळबादेवीचं खास संरक्षण तयार केलं आहे. जोपर्यंत ते गिरगावात आहेत, तोपर्यंत सर्पराज महाराज त्यांच्यापर्यंत येऊ शकणार नाहीत. तुमचा यावर विश्वास बसणार नाही.''

''मी याबाबत अनभिज्ञ आहे.''

संजयने वाळूत पडलेली झाडाची छोटी फांदी हातात घेतली. तिचे तुकडे करून ते हाताने फेकत-फेकत तो चालू लागला.

''मग सदानंदांची जी अपंगत्वाची अवस्था आहे ती सर्पराज महाराजांनी कशी केली?''

''ती गोष्ट मी भेटण्यापूर्वीची.''

''म्हणजे?''

''सर्पराज महाराजांना जेव्हा सदानंदाने विवाह केल्याचं समजलं तेव्हा सर्पराज महाराजांना राग आला. खरं म्हणजे हा राग असूयेपोटी होता. त्या माणसाच्या ठिकाणी ना आई-बापाचे प्रेम, ना कोणत्या स्त्रीचे प्रेम, ना कोण्या मुलाचे. त्यामुळे सदानंदांनी विवाह केला याचा राग आला म्हणून त्यांनी त्यांना शिक्षा करण्याचं ठरवलं.''

गुरुमणी सांगत होते, ''सदानंद लग्नानंतर माहीमला राहत होते. साधारण वर्ष होण्यापूर्वी त्यांच्या मनात सर्पराज महाराजांचा आवाज घुमत होता. प्रथम सदानंदांनी त्याकडे दुर्लक्ष केलं; परंतु हा आवाज प्रमाणाबाहेर वाढला. त्याला काळ नाही वेळ नाही. कधीकधी इतक्या मोठ्याने सर्पराज महाराजांचा आवाज त्यांच्या कानात घुमला जाई की, सदानंदांना कान गच्च धरून तडफडावं लागे.

''सदानंदांनी त्याला तोंड देण्याचा प्रयत्न केला, परंतु साधना कमी पडली. याबाबत त्यांनी काहींचं मार्गदर्शनही घेतलं; परंतु यश मिळालं नाही. त्यांनी निरोप

पाठवून सर्पराज महाराजांकडे याबाबत क्षमायाचना केली; परंतु त्यामुळे सर्पराज महाराजांना जास्तच चेव आला. त्यांनी जास्तच छळ करण्यास सुरुवात केली.

''देवीजींना याबाबत काय करावं सुचेना. त्यांनी स्वत: सर्पराज महाराजांना भेटून क्षमायाचना करण्याचं ठरवलं; परंतु सदानंदांनी कठोरपणे त्याला विरोध केला. कारण महाकालेश्वरच्या मंदिरात त्यांनी तरुणीचे काय हाल करून तिला ठार केलं होतं ते त्यांना माहीत होतं.

''सदानंदाचा त्रास वाढत होता. वेदना वाढत होत्या. डॉक्टर आणि मानसोपचार-तज्ज्ञांकडून उपचार करून घेतले; परंतु पेनकिलरचा वापर करण्यापलीकडे काही उपयोग होत नव्हता. सदानंदांनी डॉक्टरांना सर्पराज महाराजांची धमकी खुलासेवार सांगितली; परंतु वैद्यकीय शास्त्रात हे बसत नव्हतं. डॉक्टरांना ते पटलं नाही.

''वेदना वाढतच राहिल्या. एक दिवस त्याचा क्षोभ झाला आणि सदानंदांना पॅरालिटीक स्ट्रोक आला. कोणालाही सुचेना काय करावे. त्याच वेळी माझं नाव कोणीतरी सुचविलं.

''मी प्रथम भेटलो, तेव्हा सदानंद मरणप्राय वेदना सहन करत होते. थोडा उशीर झाला असता, तर संपलंच असतं. आम्ही सदानंदांना प्रथम तत्काळ माहिमधून हलवलं आणि गिरगावला सकाळी आपल्याला जे डॉक्टर भेटले त्यांच्या घरी ठेवलं. मी आठ दिवस महालक्ष्मीची आराधना करत होतो. त्याच्यानंतर मी सदानंदांना महालक्ष्मी, मुंबादेवी आणि काळबादेवीचं तीर्थ प्राशन करायला सांगितलं. यातून बाहेर यायला एक महिना लागला; परंतु आता त्यांना बरं वाटतं. अजून त्यांची पूर्ण सुटका झालेली नाही. परंतु सर्पराज महाराजांचा आवाजाचा त्रास कमी झाला आहे.''

''मग त्यांनी मरेपर्यंत गिरगावातच राहायचं काय?''

''नाही. माझे प्रयत्न सुरू आहेत.''

खूप वेळ झाला होता. संजय व गुरुमणी बंगल्याकडे आले. झिपऱ्या जागाच होता. संजय आपल्या खोलीत गेला. कमिशनरांशी झोपण्यापूर्वी बोलण्याची इच्छा होती; परंतु संजयला कंटाळा आला होता, त्यामुळे तो झोपायला गेला.

■

नदीचे पाणी स्फटिकाप्रमाणे शुभ्र होते. किनाऱ्यावर दुतर्फा गर्द हिरवेगार गवताचे कुरण, नदीला येऊन मिळणारे नाले, छोटे-छोटे ओढे यांचे पाणीही एकदम स्वच्छ होते. संजय त्या पाटासारख्या पाण्यातून चालला होता. पायाला

मुलायम स्पर्श होत होता. संजय चालत होता. आकाश निरभ्र, स्वच्छ होते. झगझगीत सूर्यप्रकाश होता. सूर्यप्रकाशही संजयला शीतल वाटत होता. संजय चालत होता. संजय चालत चालत टेकडीवर आला. सगळीकडे पाणीच पाणी होते. गुडघाभर पाण्यातून चालताना संजयला विलक्षण आनंद होत होता. संजय चालत होता.

अचानक आकाश भरून आले. काळेकुट्ट ढग आकाशात आले होते. खूप पाऊस येणार होता; परंतु संजयला भीती वाटत नव्हती. संजयचे कपडे एकदम स्वच्छ कोरडे होते. संजय ऐटीत चालत होता.

अचानक एक लांबलचक हिरवीगार अळी संजयकडे धावू लागली. संजय जोरजोरात चालू लागला. एक अळी, दोन अळ्या, तीन अळ्या, अनेक अळ्या संजयचा पाठलाग करू लागल्या. संजय जोरजोरात चालू लागला. अळींच्या झुंडीच्या झुंडी तयार झाल्या आणि संजयच्या मागे धावू लागल्या. संजय जोरजोरात पळू लागला होता. अळ्यांचा आकार आता मोठा होत होता. त्यांच्या आकाराबरोबर संजयही मोठा होऊ लागला. संजय जोरजोरात पळू लागला; अळींचा मोठा आकार आणि संजयचा मोठा आकार यामुळे क्षितिज लहान झाले. जमिनीचा आकार लहान होत गेला. संजय जोरजोरात पळू लागला. अळ्या आता संजयच्या अगदी जवळ आल्या. संजय जोरजोरात पळू लागला, परंतु संजयचे पाय आता मंद गतीने धावू लागले. संजयला भले मोठे पर्वताएवढे पाय उचलणे त्रासदायक होऊ लागले. संजय घाबरला.

संपूर्ण शरीराची अळीच्या तावडीतून सुटका करून घेण्यासाठी संजय धडपडू लागला. संजय मोठमोठ्याने किंचाळू लागला. अळींच्या झुंडी संजयच्या जवळजवळ येत होत्या. एकएक क्षण लाख मोलाचा होता. संजयचे अंग थरथरू लागले. संजय गर्भगळीत झाला. मोठमोठ्याने धापा टाकू लागला.

संजयला जाग आली, तेव्हा संजयचे अंग घामाने थबथबले होते. संजयने मंद प्रकाशात घड्याळाकडे पाहिले. रात्रीचे अडीच वाजून गेले होते. संजयला विलक्षण स्वप्न पडले होते. संजयला स्वप्न आठवले. असे स्वप्न त्याला पूर्वी कधी पडले नव्हते. संजयला त्या स्वप्नातील प्रत्येक क्षण डोळ्यांसमोर दिसत होता. संजयला आश्चर्य वाटले. एखाद्या चित्रपटाप्रमाणे पाहिलेल्या त्या स्वप्नामुळे संजयला गोंधळल्यासारखे झाले.

संजयने घटाघट पाणी प्याले. नॅपकीनने घाम पुसला. थोडा वेळ शांत बसल्यावर त्याला बरे वाटले. नजर छताकडे लावून संजय पुन्हा झोपला.

दरवाजावर कोणीतरी खटखट केली, तसा संजय दचकला. त्याने पुन्हा सभोवार पाहिले. झिपऱ्याचा आवाज ऐकला, तसा संजय सावधपणे उठून बसला.

रात्रीचे तीन वाजले होते.

बाहेर झिपऱ्या उभा होता. गुरुमणींनी तयार होण्यास सांगितले होते.

सर्व जण तयार होऊन बाहेर पडले. कोणी कोणाशी बोलत नव्हते. संजय अजूनही ते स्वप्न विसरला नव्हता. तो आपल्याच विचारात जात होता. अजूनही रात्रच होती. समुद्रावरील हवा थंड होती. समुद्रावरील गाज ऐकत सर्व जण किनाऱ्यावर आले. दूरवर क्षितिज पांढुरके दिसत होते. मुंबईच्या बाजूला लखलखीत प्रकाश होता.

गुरुमणींनी तिघांनाही किनाऱ्यावरील वाळूत बसण्यास सांगितले. सर्व जण छोटी हाफ पॅन्ट घालून बसले होते. सर्वांचे कमरेपासून वरील सर्व अंग उघडे होते. थंड हवेत कुडकुडल्यासारखे होत होते. गुरुमणींनी पंचा वर खोचला होता. त्यांचे थुलथुलीत शरीर चालताना थरथरत होते. ते मधूनच जानवे हातात धरून खालीवर ओढत होते. संजय, झिपऱ्या, नाडर पूर्वेकडे तोंड करून बसले होते.

गुरुमणींनी हातात कमंडलू घेतले आणि ते समुद्रात खोलवर गेले. समुद्राच्या मोठ्या लाटा किनाऱ्यावर आदळत होत्या. कमंडलूमधील पाणी खाली सोडत पूर्व दिशेला तोंड करून त्यांनी अर्घ्य दिले. गुरुमणी बाहेर आले. त्यांनी तिघांच्या भोवती फेऱ्या मारण्यास सुरुवात केली आणि मंत्रोच्चाराला सुरुवात केली. धीरगंभीर स्वरातील त्या मंत्रोच्चारामुळे वातावरणात एक प्रकारची चेतना तयार झाली होती. गुरुमणींची अंधारी आकृती तिघांच्या भोवती फिरत होती. तिघांच्याही नजरा पूर्वेकडे रोखल्या होत्या. अचानक हळूहळू पूर्वेकडील क्षितिज प्रकाशमान होत असल्याचा भास तिघांनाही झाला.

गुरुमणी मांडी घालून तिघांच्यासमोर पूर्वेकडे तोंड करून बसले. तिघांनाही त्यांची पाठ दिसत होती. डाव्या हातात कमंडलू धरून उजव्या हाताने पाण्याची धार गुरुमणी जमिनीवर सोडत होते. संजयने हळूच बाजूला पाहिले. झिपऱ्या आणि नाडर बावळटाप्रमाणे बसले होते. थोड्या वेळाने गुरुमणी उठले आणि त्यांनी सर्वांना बंगल्याकडे निघण्याकरता खूण केली. कोणीही बोलत नव्हते.

संजय दिवाणखान्यात आला, तेव्हा सकाळचे सात वाजले होते. गुरुमणी अजूनही आपल्या खोलीतच होते. झिपऱ्या सकाळच्या न्याहारीच्या मागे लागला होता, तर नाडर पाठीमागे गाडीची साफसफाई करत होता. संजयने टिपॉयवर पाय सोडले आणि हाताची घडी घालून तो कोपऱ्यातील शोकेसकडे पाहत बसला. संजयच्या डोळ्यांसमोर ते विलक्षण स्वप्न पुन्हा आले. संजयची उत्सुकता राहूनराहून त्याबाबत वाढत होती. तो बराच वेळ बसला; परंतु त्याला मार्ग दिसेना.

"कसला विचार करता आहात?" गुरुमणींनी दिवाणखान्यात येत संजयला विचारले. संजयने टिपॉयवरील पाय खाली घेतला आणि तो सरळ बसला. गुरुमणी

नेहमीच्या वेषात आले होते. तोच चेहरा, तेच तजेलदार भाव!

"काही नाही, सहज बसलो होतो."

"चेहऱ्यावर तर मोठं प्रश्नचिन्ह आहे!"

"तुम्ही चेहऱ्यावरचे भाव ओळखत असाल, तर प्रश्न आहे."

गुरुमणी खुर्चीत बसले. त्यांनी आपला उजवा पाय डाव्या पायावर आडवा ठेवला. दोन्ही हाताची बोटे एकमेकांवर ठेवून ते म्हणाले, "सांगण्यास हरकत नाही."

"रात्री एक स्वप्न पडलं. आतापर्यंत मला कधी फारशी स्वप्नं पडलेली नाहीत, परंतु कालचं स्वप्न ठसठशीत आणि घाबरवणारं होतं."

संजयने संपूर्ण स्वप्नाचे वर्णन केले.

"काळजी करू नका. कधीकधी शरीरावर ताण पडला की, अशी स्वप्न पडतात. त्याबद्दल जास्त विचार करू नका."

संजय गुरुमणींच्या चेहऱ्याकडे पाहत होता. गुरुमणींना संपूर्ण खुलासा करण्याची इच्छा दिसत नव्हती. संजयची उत्सुकता जास्तच वाढली. गुरुमणींना आग्रह करावा, असे त्याला वाटत होते; परंतु पुन्हा आपला मानसिक कमकुवतपणा दाखविल्यासारखे होईल, असे वाटून संजयने विषय तिथेच थांबविला.

"सकाळचा विधी कशासाठी होता?"

झिपऱ्या तेवढ्यात न्याहारी घेऊन आला. मोठ्या बशीत कांदापोहे होते. बरोबर दुधाचा मोठा ग्लास. गुरुमणी कांदापोहे खातखात झिपऱ्याकडे पाहत म्हणाले, "तुमचा हा साहाय्यक एकदम मल्टीपर्पज आहे."

झिपऱ्या किचनकडे जात होता. त्याच्या पाठमोऱ्या आकृतीकडे पाहत संजय म्हणाला, "खरं आहे. थोडा लिहायला, वाचायला चांगला शिकल्यानंतर आणखीन तयार होईल." संजय अधिक बोलला नाही. कांदेपोहे संपवून बशी टिपॉयवर ठेवली. तेवढ्यात झिपऱ्याने संजयकरता चहा घेऊन आला. संजयने चहाचा एक घोट घेतला आणि गुरुमणींकडे पाहिले.

"तुम्ही सकाळच्या विधीबाबत विचारत होता." गुरुमणी पाय सरळ खाली सोडीत म्हणाले.

"युद्धावर जाताना शिरस्त्राण, शरीराला इतर संरक्षक कवचं घालावी लागतात. सध्या तुम्ही अशाच परिस्थितीत आहात. तुमचं जास्तीत जास्त संरक्षण व्हावं यासाठी मी सकाळी तो विधी केला. त्याला 'मृत्युंजय कवच' नाव आहे. हिंदू शास्त्रानुसार पहिला मुहूर्त हा ब्रह्ममुहूर्त आहे. या मुहूर्तावर केलेला विधी हा अधिक परिणामकारक ठरतो. मी तुमच्या कानात घातलेल्या सुगंधी बोळ्यामुळे आणि सकाळच्या विधीमुळे सर्पराज महाराजांना तुमच्यापर्यंत येण्यास वेळ लागेल. तेवढ्या

वेळात आपल्याला अस्मिताला शोधावं लागणार आहे.''

संजयने खिशातून मोबाईल बाहेर काढला आणि कमिशनरांशी बोलायला सुरुवात केली. संजय कालपासून घडलेल्या घटना क्रमवार सांगत होता. संजयने बोलणे संपविले आणि गुरुमणींकडे पाहिले. गुरुमणी उठण्याच्या तयारीत होते.

''थोडा वेळ वाचन करतो. मग पुन्हा ठरवू पुढे काय करायचे.'' असे म्हणत गुरुमणी उठले. संजयला गुरुमणींवर पावलोपावली अवलंबून राहणे योग्य वाटत नव्हते; परंतु आदल्या दिवशीच्या घटनेमुळे त्याचा नाइलाज झाला होता.

''गुरुजी'' कमिशनर सांगत होते, ''अस्मिता काही दिवसांपूर्वी तिच्या मैत्रिणींबरोबर फिल्मसिटीमध्ये चित्रपटाचं चित्रीकरण पाहायला गोरेगावला गेली होती. त्या वेळी तिची एका व्यक्तीशी भेट झाली होती. त्या व्यक्तीने अस्मिताला नंतर येऊन भेटायला सांगितलं होतं, परंतु त्यांना भेटली नाही. त्यानंतर अस्मिताला नेण्याकरता त्या व्यक्तीने त्यांच्या साहाय्यकाला पाठवले होते. सर्पराज महाराजांचा साधक होता तो.''

''हे सर्व कोणी सांगितलं?''

''कॉलेजमधल्या ज्या मैत्रीणी तिच्याबरोबर फिल्मसिटीत गेल्या होत्या, त्यांपैकी एका मैत्रीणीने अस्मिताला त्या साधकाबरोबर कॉलेजमधून बाहेर पडताना पाहिलं. तिचं नाव जहिरा. जहिराला तिच्याबरोबर जायचं होतं; परंतु ती फाटकापर्यंत येईपर्यंत अस्मिता आणि तो साधक निघून गेले.''

''परंतु सायंकाळी चार वाजता ती घरी यायला निघाली होती. तिचा वाढदिवस होता. त्यांनी जरी बोलावलं असलं, तरी ती त्यांच्याबरोबर जाणं शक्य नव्हतं.''

''बरोबर आहे; परंतु तिला घेऊन जाताना तिने कोणताही प्रतिकार केला नाही, याचं कारण ते एकमेकांना ओळखत होते. गाडीत बसेपर्यंत अपहरण करण्यात येणार आहे याची तिला कल्पना नसावी.''

गुरुमणी विचारात पडले.

''तुम्ही म्हणता तीही शक्यता आहे. गाडीत बसल्यानंतर जरी तिला दुसरीकडे नेण्यात आलं असेल, तरी तोपर्यंत तिला बेशुद्धही करण्यात आलं असेल.''

''शक्य आहे.'' संजयचा मोबाईलचा कॉल आला, तसा संजयने मोबाईल कानाशी धरला. पलीकडे कर्नल फुरसुंगीकर बोलत होते. संजयने थोडक्यात परिस्थिती सांगितली; परंतु अस्मिता आणि सर्पराज महाराजांच्या भेटीबाबत सांगण्याचं टाळलं. संजयने मोबाईल गुरुमणींच्या हातात दिला. मात्र सर्पराज महाराज आणि अस्मिताबाबत काही सांगू नका अशी मूक सूचना केली.

गुरुमणी बराच वेळ कर्नलशी बोलत होते. त्यांनी अस्मिताच्या आईलाही काही सूचना दिल्या.

गुरुमणींनी संजयच्या हातात मोबाईल दिला.

गुरुमणी आपल्या खोलीकडे गेले.

■

वेळ सकाळी साडेनऊची होती. ते सर्व जण त्यांच्याकडे उत्सुकतेने पाहत होते. कोणीही बोलत नव्हते. दिवाणखान्यात पूर्ण शांतता होती. त्यांचे लक्ष समोरच्या टिपॉयवरील कागदपत्रांकडे होते. ते कुंडलीच्या आकृतीकडे पाहत होते. त्यांची नजर स्थिर होती. सर्वांची नजर तणावपूर्ण होती. कुंडलीत त्या वेळची ग्रहस्थिती मांडण्यात आली होती. ग्रहांची हालचाल फक्त तेच ओळखू शकत होते. सर्व जण उत्सुकतेने फक्त पाहत होते. समुद्रावरून येणारी खारी हवा समुद्राच्या गाजेचा आवाज घेऊन येत होती. वातावरणात हालचाल निर्माण करण्याचा प्रयत्न करत होती. सर्वांच्या नजरा त्यांच्यावर खिळल्या होत्या. त्यांची नजर स्थिर होती. ते कुंडलीतील ग्रहांची हालचाल, झेप, बदल यांचा मागोवा बुद्धीबळातील तज्ज्ञाप्रमाणे घेण्याचा प्रयत्न करत होते. त्यांचे विशेष लक्ष कुंडलीतील चौथ्या स्थानाकडे, सातव्या स्थानाकडे आणि दहाव्या स्थानाकडे होते. गुरू आणि राहू, शनी आणि मंगळ, चंद्र आणि बुध यांची भ्रमणकक्षा ते निरखून पाहत होते आणि विचारांना नक्षत्रांची जोड देत होते. गुरुमणींनी समोर प्रश्नकुंडली मांडली होती. गुरुमणी प्रश्नकुंडलीचा वेध घेत होते.

ते मध्येच उठले आणि फेऱ्या मारू लागले. त्यांची नजर खिडकीबाहेर दूरवर जात होती. त्यांचे कोणाकडेही लक्ष नव्हते. त्यांनी डोक्यावरील टोपी काढली आणि ते डोक्यावरून हात फिरवू लागले. चालता चालता मध्येच थांबले आणि संजयकडे पाहत स्वत:शीच बोलल्यागत बोलू लागले. त्यांची नजर विकारहीन, भावशून्य होती.

"आपल्याला अलिबाग-मांडवा रोडवर जावयाचे आहे; पण अलिबागला नाही.

आपल्याला मांडव्याकडे जावयाचे आहे; पण मांडव्याला नाही.

आपल्याला सातवणे गावाकडे जावयाचे आहे; पण सातवण्याला नाही.

आपल्याला समुद्राच्या बाजूला जावयाचे आहे; पण समुद्रकिनाऱ्याला नाही."

त्यांच्या आवाजात खोलपणा होता; पण एखादे दृश्य सांगितल्यागत ते न थांबता बोलत होते. कोणी ऐकून घेत आहे का नाही याचा ते विचार करत नव्हते. त्यांना त्यांच्या चालण्याची, हाताच्या हालचालींची शुद्ध नव्हती. त्यावर त्यांचे नियंत्रण नव्हते. मध्येच ते डोक्यावरील एखादा केस उपटून टाकत होते.

"आपल्याला घोडे, म्हशी, घोडेस्वार, तलवार, मावळे यांच्या पुतळ्याजवळ जावयाचे आहे; पण पाहावयाचे नाही.

"आपल्याला छोट्या गवताळ तलावाजवळ जावयाचे आहे; पण पाहावयाचे नाही.

"आपल्याला मोठमोठ्या आंब्याच्या वृक्षांच्या जवळ जावयाचे आहे; पण पाहावयाचे नाही."

"आपल्याला तीन रस्त्यांवर उभे राहावयाचे आहे; पण थांबायचे नाही.

"आपणास मोठे कुंपण ओलांडून जावयाचे आहे; पण थांबायचे नाही.

"आपल्याला मोठ्या वाड्याच्या दरवाजातून जावयाचे आहे; पण थांबावयाचे नाही.

"आपल्याला मातीच्या भिंती पार करावयाच्या आहेत; पण थांबायचे नाही."

त्यांच्या आवाजातील अधीरता वाढत होती. त्यांचा घसा बहुधा कोरडा होत होता. आवाज घोगरा होत होता. अंगातून घर्मबिंदू चमकू लागले होते. ते मध्येच तोंड घट्ट मिटून डोळे बंद करत होते.

ते मध्येच थांबले. त्यांचे डोळे मिटलेले होते.

"लाल वाडा, पहिल्या मजल्यावरील कोनाडा"

त्यांना अधिक बोलणे जमले नाही. गर्भगळीत झाल्यासारखे ते खुर्चीत बसले.

सर्व जण चिडीचूप बसून होते.

गुरुमणींनी डोळे उघडले. त्यांची मुद्रा शांत दिसत होती. प्रचंड वादळाने समुद्र ढवळून काढावा आणि नंतर पूर्वस्थितीला यावे, त्याप्रमाणे त्यांचा चेहरा दिसत होता. त्यांच्या चेहऱ्यावर घर्ममय हास्य दिसू लागले. गुरुमणींनी चेहरा नॅपकीनने पुसला. त्यांच्या चेहऱ्यावर तेच भाव, तोच तजेलदारपणा दिसत होता. सर्व उत्सुकतेने पाहत होते.

गुरुमणी संजयकडे पाहत होते.

"लालवाडा, पहिल्या मजल्यावरील कोनाडा----"

संजयने विचारले, "कधी निघावं लागणार?"

"तत्काळ!"

सर्व जण एकदम कोणत्यातरी बंधनातून मुक्त झाल्यागत रिलॅक्स झाले. संजयने घड्याळाकडे पाहिले आणि झिपऱ्याकडे पाहत खूण केली.

सर्व जण बाहेर आले, तेव्हा सूर्य बराच वर आलेला होता. समुद्रावरील हवा असूनही वातावरणात उष्मा जाणवत होता. झिपऱ्याने सफाईदारपणे गाडी पोर्चमधून बाहेर काढली. वेळ कमी होता. काम जबाबदारीचे होते. वेग आवश्यक होता.

सर्व जणांचे लक्ष रस्त्यावर होते. कोणी कोणाशी बोलत नव्हते. ती छोटी गाडी किहीमच्या छोट्या रस्त्यावरून वेगाने चालली होती. गाडीच्या वेगाकडे कोणाचेच लक्ष नव्हते. गाडी मांडवा-अलिबाग रोडला आली. कोणाला सांगावे लागले नाही. झिपऱ्याने गाडी मांडव्याकडे घेतली. सकाळची वेळ होती.

सर्व जण तोंडावर थंड हवेचा भपकारा घेत होते; पण सर्वांचेच लक्ष पुढच्या रस्त्याकडे होते.

सातवणे गाव.

रस्त्यातून सहा-आसनी रिक्षांची वर्दळ वाढत होती. झिपऱ्याला त्याची काळजी नव्हती.

गाडी सुसाटपणे सातवणे गावाकडे चालली होती.

सर्वांच्या चेहऱ्यावरील उत्सुकता क्षणोक्षणी वाढत होती.

गाडी सातवणे गावाजवळ आली. अनेक छोटे-छोटे रस्ते फुटलेला रस्ता. गाडीने छोटा गवताळ तलाव पार केला. रस्त्याच्या दुतर्फा झाडी होती, परंतु वस्ती नव्हती. ओसाड जमीन होती, पण लागवडीखाली नव्हती. माणसांची वर्दळ कमी होती.

गाडी तीन रस्त्यांच्या नाक्यावर आली. मोठ-मोठ्या आंब्याच्या झाडांनी परिसर व्यापलेला होता, पण परिसर निर्मनुष्य होता. आवाज नाही, कोलाहल नाही. आसमंत कोणत्यातरी पाहुण्याची वाट पाहत असल्याप्रमाणे शांत होता.

गुरुमणींनी संजयला हातानेच खूण केली. झिपऱ्याने गाडी थांबवली.

''मी गाडीतच थांबतो. यापुढे काम तुमचं आहे.''

संजय, झिपऱ्या आणि नाडर बाहेर आले.

''मी आणि झिपऱ्या पुढे जातो. नाडर इथेच थांबेल. तुम्हाला काही अडचण वाटली किंवा वेळ आली, तर मला एस.एम.एस. करा.'' संजय अधिक न बोलता झिपऱ्याबरोबर चालू लागला.

गाडीतून बाहेर आल्यावर वातावरणातील उकाडा जाणवू लागला; परंतु संजयचे लक्ष समोर होते. रस्त्यावर वर्दळ कमी होती. दोघेही चालत पुढे जात होते. ते सातवणे गावाकडील मुख्य रस्त्यावर आले. सगळीकडे विखुरलेल्या वाड्या. तो एकच मुख्य रस्ता होता.

सकाळची वेळ असूनही लोकांचे अस्तित्व नसल्यासारखे वाटत होते. गटारे नसलेल्या त्या रस्त्याचे डांबरीकरण कच्चे वाटत होते. लांबूनच सातवण्याची शिल्पशाळा दिसत होती. संजयला तिथले शिल्प डोळ्यांसमोर दिसू लागले. डोळ्यांच्या बाहुल्या नसलेली ती शिल्पे डोळ्यांचे हुबेहूब भास निर्माण करणारी शिल्पे होती. सर्व शिल्पे मातीची होती. शरीरावरील मानवी अवयवांची, प्राण्यांच्या अवयवांची हुबेहूब प्रतिकृती! सर्व मातीची शिल्पे आणि ती वास्तू संजयने खूप वेळा पाहिली होती; पण त्याचे समाधान होत नव्हते. ती पुन:पुन्हा पाहण्यासारखी शिल्पे होती. रेखीव, जिवंत, वास्तव वाटणारी.

संजय चालताना मधूनच हाताच्या मुठी आवळत होता. दोघे जण समुद्रकिनाऱ्याकडे

जाणाऱ्या रस्त्यावरूनच चालत होते. वाटेत एके ठिकाणी दोन कुत्री सावलीखाली शांतपणे रस्त्याच्या बाजूला झोपली होती.

त्यांचे डोळे उघडे होते; पण संजय आणि झिपऱ्याकडे पाहून त्यांनी कोणतीच हालचाल केली नाही. दोन्ही कुत्री आपल्याच मस्तीत पडली होती.

रस्ता आता चिंचोळा होता. दोन्ही बाजूला कुंपण आणि मेंदी आणि काटेरी झुडपांनी जागा व्यापली होती. काही घरे रस्त्याला लागून होती. काही खूप आतवर होती. माणसांची जाग नव्हती. ते दोघे चालत-चालत पुढे जात होते. झिपऱ्याने एक हात खिशात घातला होता. त्याची नजर बहिरी ससाण्याप्रमाणे नजर भिरभिरत होती.

तो वाडा होता, हे जवळ गेल्यावरच जाणवत होते. वाड्याच्या भिंती लाल विटांच्या होत्या. भिंतींना लिंपण किंवा सिमेंटचा थर नव्हता. वाडा जुना होता. वाड्याचा दरवाजा कलाकुसरीचा होता. तेवढाच भाग ठळक होता. वास्तू ओबडधोबड होती. वाडा कौलारू होता, पण कौले मंगलोरी नव्हती. अस्सल कोकणी पद्धतीची, जाडजूड होती. रस्ता वाड्यासमोर संपत होता. संजय पुढे गेला नाही. झिपऱ्या जवळ उभा होता. वाड्याचा दरवाजा बंद होता.

“झिपऱ्या, वाडा खूप जुना आहे. समोरून जाणं शक्य होणार नाही. बाजूला जाण्याकरता रस्ता असेल असं वाटत नाही.”

“मागच्या बाजूला?”

“बहुधा तीच परिस्थिती असावी. अशा वाड्यांना एका बाजूला दिंडी दरवाजाप्रमाणे जाण्या-येण्याकरता छोटा दरवाजा असतो; परंतु त्याही दरवाजाने आत प्रवेश करणं अवघड आहे.”

“मग?”

“मागच्या बाजूला जाऊन दुसरा काही मार्ग आहे का ते पाहावं लागेल.”

“जायला गाडी किंवा दुसरं वाहन वगैरे दिसत नाही.”

“नाक्याच्या पुढे मला काही ठिकाणी गाड्यांचे टायरचे मार्क्स दिसले. बहुधा आणखीन एखाद्या ठिकाणी त्यांचा मुक्काम असावा; पण आपल्याला या वाड्यावरच लक्ष केंद्रित करायचं आहे. मुलगी तिथेच आहे.”

दोघेही मागे फिरले. एक वाडी बाजूला करून आत आले. वाडीत कुत्रे नव्हते. कारण त्यांना भुंकण्याचा आवाज आला नाही. सुपारीची झाडे होती. कुंपणाच्या कडेने ते त्या बाजूच्या वाडीने मागे गेले. सगळीकडे कचरा आणि शेणाचे खड्डे होते. चालताना शूजचे पाय घोटाभर कचऱ्यात जात होते. पायाखाली काट्याकुट्यांचा आवाज होत होता. दोघे वाड्याच्या मागच्या बाजूला आले. वाड्याच्या भिंती चार ते पाच फूट रुंदीच्या दिसत होत्या. मागील बाजूस एक छोटा दरवाजा होता. भिंती खूप उंच होत्या. जवळपास झाडाच्या आधाराने किंवा खांबाच्या आधारानेही आत

प्रवेश करणे शक्य नव्हते. वाड्यामध्ये कौले काढून जाणे अवघड होते. पुन्हा वेळ दिवसाची होती. संजय विचारात पडला. संजयने पाठीमागे पाहिले. काही अंतरावर मोडकळीला आलेले शेडवजा घर होते. संजयने पुढे जाऊन पाहिले. ती जागा संडासची होती.

"झिपऱ्या, आपल्याला दुसरा पर्याय नाही. छोट्या दरवाजातून जावं लागेल."

"मलाही तसंच वाटतं."

वाड्याच्या भिंतीच्या कडेने दोघेही सरपटत छोट्या दरवाज्यापर्यंत गेले. आता ते दरवाजा उघडण्याची वाट पाहू लागले. दोघांनाही जास्त वेळ वाट पाहावी लागली नाही. कडी काढण्याचा आवाज आला. दरवाजाच्या दोन्ही बाजूला संजय आणि झिपऱ्या उभे होते. त्यांनी त्याला थोडे पुढे जाऊ दिले. झिपऱ्याने त्याला मागून विळखा घातला. संजयने त्याच्या मानेवर जोराचा फटका मारला. त्याची मान लुडकली; तसे त्याला फरफटत एका बाजूला आणले. पालापाचोळ्यांनी त्याला आच्छादित करून दोघे दरवाजाजवळ आले. दरवाजा हळूच आत ढकलून आत आले. अंधारातून पुढे आल्यावर वाड्याच्या आतल्या बाजूच्या ओसरीकडे आल्याचे त्यांच्या लक्षात आले. वाड्यामध्ये मधोमधच बरीच मोकळी जागा होती. एका बाजूला वृंदावन होते. कोपऱ्यात काही जनावरे बांधलेली होती. अनोळखी माणसांचा वास लागताच बैल शिंगे दावणीला घासू लागली; मान जोरजोरात हलवू लागली.

संजयने झिपऱ्याला खूण केली आणि दोघे दोन्ही बाजूंनी विरुद्ध दिशेला सरकले. वाड्यात किती लोक होते याची माहिती नव्हती; परंतु लढा दोनविरुद्ध अनोळखी असा होता. संजयने दगडी जिना पाहिला, तसे हातात त्याने पिस्तूल धरले. गाठ पुन्हा त्याच टोळीशी होती. दगडी जिना गायी-म्हशींच्या शेणांनी सारवलेला दिसत होता. शेणाचा वास खास ग्रामीण वातावरणाचा होता. संजय एक-एक पायरी चढत होता. पहिल्या मजल्यावर दोन्ही बाजूला दरवाजे होते. दोन्ही दरवाजे उघडे होते. कोणत्या खोलीत डोकावून पाहावे, याबाबत संजय थोडा विचारात पडला. एका खोलीतून काही पुरुषांच्या गप्पांचा आवाज येत होता. प्लॅस्टिकच्या खुर्च्या टाकून ४-५ जण पत्ते खेळत बसले होते. जवळ हत्यारे होती, आधुनिक बंदुका होत्या. दुसऱ्या खोलीतून काहीच आवाज येत नव्हता. संजय त्या खोलीच्या दिशेने गेला. खोलीत अडगळीचे साहित्य होते. काही धान्याची पोती रचून ठेवलेली होती. संजय पुढे सरकला. दरवाजा उघडून त्याने आतल्या खोलीत पाहिले. ती अंधारी खोली होती. कोणाचातरी बोलण्याचा आवाज येत होता. तेवढ्यात पावलांचा आवाज आला, तसा संजय अंधाऱ्या खोलीत एका बाजूला सरकला आणि कपाटाच्या आडोशाला उभा राहिला. तो दरवाजा उघडून बाहेर आला, तसा संपूर्ण खोलीभर प्रकाश झाला. संजय कपाटाच्या आडोशालाच उभा होता.

ती व्यक्ती सरळ पुढे गेली. जाताना त्याने संजय ज्या दरवाजाने आला तो दरवाजा बंद करून घेतला. संजय पुढे गेला.

तिला संजय प्रथमच पाहत होता. तिच्या अंगावर तोच गुलाबी कुर्ता आणि गुलाबी विजार होती. मात्र तो संपूर्ण मळलेला, काळपट झालेला होता. तिचे काळेभोर केस आता भुरकट झाले होते. वेणी सैल होऊन अस्ताव्यस्तपणे छातीवर आली होती. चेहरा मलूल, निस्तेज दिसत होता. डोळे झोप नसल्याने आणि भीतीने लालसर दिसत होते, तरीही ती सुंदर दिसत होती. देखणी दिसत होती. संजय क्षणभर तिच्याकडे पाहत उभा राहिला. तिला त्यांनी लाकडी जुन्या खुर्चीला बांधले होते. तिचे तोंड बंद केलेले दिसत नव्हते. तिने मान खाली घातली होती.

संजय आता सावध झाला होता. दरवाजाच्या आडोशाला उभे राहून त्याने त्या दोघांकडे पाहिले. एक जण खुर्चीत बसून डुलकी घेत बसला होता, तर दुसरा बेडवर कपड्यांच्या घड्या घालत बसला होता. त्या दोघांचेही लक्ष दरवाजाकडे नव्हते. संजयला थांबणे भाग होते. कपड्यांची घडी घालणारा जाडजूड होता; परंतु तो अस्मिताच्या अगदी जवळ होता. संजयने सायलेन्सर लावलेले पिस्तूल तयार ठेवले. बाहेर गेलेली व्यक्ती कधीही परत येणार होती. वेळ कमी होता. संजय खाली बसला. त्याने पुढे होऊन खुर्चीत बसलेल्या लुकड्याकडे पाहिले आणि गोळी झाडली. गोळी बरोबर त्याच्या छातीत घुसली. त्याने कोणतीच हालचाल केली नाही; परंतु सायलेन्सरच्या खट् आवाजाने कपड्याची घडी घालणारा एकदम मान वर करून पाहू लागला. त्याचे लक्ष अजूनही खुर्चीत बसलेल्याकडे नव्हते; परंतु गोळी छातीत घुसताच तो खुर्चीतून खाली पडला, तसा जाड्या एकदम सावध झाला. पुढे होऊन त्याने खुर्चीतील लुकड्याला आधार देऊन सरळ केले. तोपर्यंत अस्मिताही मान वर करून पाहू लागली. संजयने जाड्यावर नेम धरून गोळी घातली. संजय आत आला. त्याने प्रथम दरवाजा बंद केला.

अस्मिताच्या डोळ्यांत एकदम भीतीची लहर आली. शेजारी दोघांना पडलेले पाहून ती थरथरू लागली.

संजयने घाईघाईने पुढे झेप घेतली. अस्मिताच्या तोंडातून आवाज बाहेर पडू नये याकरता तिच्या तोंडावर हात ठेवला.

"मिस अस्मिता, आवाज करू नका."

तिचा चेहरा पांढराफटक पडला होता. संपूर्ण शरीर थरथरत होते. तिच्या तोंडावर हात तसाच ठेवून संजय म्हणाला, "मी इन्स्पेक्टर संजय. तुम्हाला मदत करण्यासाठी, सोडवण्यासाठी आलो आहे. तुमच्या वडलांनी, कर्नल फुरसुंगीकरांनी तुमच्याकरता खास निरोप दिला आहे."

संजय थोडा थांबला, तिच्या डोळ्याकडे पाहू लागला. तिचा बहुधा अजूनही

विश्वास बसला नसावा. तिची नजर बाजूला पडलेल्या त्या दोघांकडे गेली.

"अपलम-चपलम- बुद्धीबळाची सुरुवात अपलम-चपलम."

अस्मिता संजयकडे एकदम रोखून पाहू लागली. तिचे दोन्ही हात आपोआप वर येऊ लागले; पण हात बांधलेले असल्यामुळे तिला ते वर नेता येईनात. तिने मान खाली घातली आणि ती मुसमुसून रडू लागली.

संजयने हात बाजूला घेतला. संजयने तिला रडू नकोस म्हणून सांगितले नाही; परंतु न बोलता खुर्चीच्या दोऱ्या सोडण्यास सुरुवात केली.

ती आता सरळ बसली. हातावरील दोरीचे वळ घासून हाताला उबारा देऊ लागली. तिच्या डोळ्यांतून पाणी घळाघळा वाहत होते.

"आपण मोठ्या अडचणीत आहोत. प्रथम इथून बाहेर पडणं जरूर आहे."

अस्मिताने मानेनेच होकार दिला. ती उठून उभी राहिली. बाजूला पडलेल्या दोघांकडे पाहून पुन्हा घाबरली; पण परिस्थिती घाबरण्याची नव्हती.

अस्मिताला दंडाला धरून संजय दरवाजाकडे आला. त्याने दरवाजा उघडला. अजूनही कोणी येत नव्हते. दोघे पुढे आले. दरवाजा उघडून बाहेर दगडी जिना पार करणे मोठी जोखीम होती. खोलीतूनच छपरावर जाणं अवघड दिसत होते.

"त्यांनी तुम्हाला त्रास दिला नाही ना?"

"नाही."

"अंगात अशक्तपणा जाणवतो का? आपणाला मोठ्या प्रसंगाला तोंड द्यावयाचे आहे? तुम्ही चालू शकाल का?"

"पप्पा कसे आहेत? आई कशी आहे?"

"दोघेही सुखरूप आणि व्यवस्थित आहेत. तुमची लवकर सुटका व्हावी एवढीच त्यांची इच्छा आहे."

"मला त्यांनी का पकडलं माहीत नाही. सर्व लोक कोणत्यातरी मोठ्या टोळीचे दिसतात; पण काही लोक गुंड वाटत नाहीत."

तिचा आवाज गोड होता. ती कर्नलची मुलगी होती. संजयशी ओळख होताच तिने चटकन स्वतःला सावरले. तिच्या मनाने बरीच तयारी केली. ती मनाने करारी आणि खंबीर वाटत होती. संजयला तिची ती मानसिकता पाहून बरे वाटले. कारण त्यामुळे अपहरणकर्त्यांबरोबर दोन हात करणे अधिक सोपे जाणार होते.

"इथून बाहेर पडताना खूप खून-खराबा होईल. मात्र तुम्ही शक्यतो स्वतःला सांभाळून राहा. मी शक्यतो सर्व मदत करीन. मात्र माझी काळजी किंवा माझ्याकडे लक्ष देऊ नका. तुम्हाला इथून सुटता आलं, तर काही अंतरावर तुमचे गुरुमणी वाट पाहत आहेत. त्यांच्याकडे जा."

"गुरुजी?"

अस्मिताला गुरुमणी येथपर्यंत आल्याचे ऐकून एकदम आनंद झाला.

"परंतु ते कसे इथे?"

"त्यांनीच आम्हाला इथे आणले आहे. आपण इथून बाहेर पडल्यानंतर तुम्हाला समजेल."

दरवाजा खाडकन उघडला. संजयने अस्मिताला मागे ओढत पिस्तूल समोर धरले.

"वा! इन्स्पेक्टर संजय."

"छमिया?"

ते तिघे जण समोरच उभे होते. बहुधा दगडी जिन्यातही काही जण उभे असावेत. कुकरी गँगच्या अनेक सदस्यांपैकी काही शांतपणे उभे होते. संजयला त्यांनी पूर्णपणे घेरले होते.

"अगदी सिनेमातल्या स्टाईलने मोहिमेवर! मग काय फायटिंग करायची? आम्ही समोर सहा जण. खाली १०-१२ लोक आहेत." छमिया बोलत होता.

त्यांनी छोटी-छोटी आधुनिक पिस्तुले संजय आणि अस्मितावर रोखली होती.

"इन्स्पेक्टर! पिस्तूल खाली टाक." छमियाने कडवटपणे सुनावले.

"छमिया, दुबईला कॅसेट खपेनाशी झाली की काय? पोरी पळवण्याच्या धंद्यात कधी आलास? एक पोरगी पळवायला एवढी मोठी पलटण!"

"जास्त बोलू नकोस. पिस्तूल खाली टाक!"

"छमिया, तुझी तब्येत बरीच सुधारली. या लाईनमध्ये बराच माल मिळतो की काय?" संजयने हसत हसत पिस्तूल खाली टाकले.

"याला त्या खुर्चीत व्यवस्थित बांधा." छमियाने दोघांना आदेश दिला. एकाने पिस्तूल उचलले आणि छमियाच्या हातात दिले. छमिया कुकरी गँगचा खास मारेकरी होता, परंतु पोलीस-रेकॉर्डला कोणताच पुरावा नव्हता. कोठेच नाव नव्हते. एकदम उलट्या काळजाचा. किती लोकांना ठार मारले, कुठे मारले आणि कोठे फेकून दिले याची माहिती फक्त त्यालाच होती. संजयने त्याला एकदा पकडण्याचा प्रयत्न केला होता, परंतु पुराव्याअभावी सोडावे लागले होते. संजयने त्याला दोन वेळा मारण्याचाही प्रयत्न केला होता; परंतु तो वाचला होता. मात्र गुडघ्याजवळून गोळी घासून गेली होती. तेव्हापासून तो थोडा लचकत चालल्यासारखा चालत होता. झिपऱ्याच्या तोंडात त्याची ओळख छमिया म्हणूनच राहिली. त्याला सगळे छमिया म्हणू लागले. संजयच्या गोळीमुळे त्याचे नाव बदलले होते.

"इन्स्पेक्टर, खूप दिवस या वेळेची वाट पाहत होतो. तू आमच्या पाळतीवर आहेस याची कल्पना होती. मला पूर्वीचा हिशेब चुकता करायचा आहे."

"जरूर छमिया, तुला संधी मिळाली पाहिजे."

अस्मिताला एकाने दंडाला धरून बाजूला केले. दोघांनी संजयला खुर्चीत बसवले आणि दोरीने हात-पाय बांधले. खुर्ची आणि टेबलचे पाय दोरीने घट्टपणे एकत्रित बांधले.

"इन्स्पेक्टर, तुला आम्ही कोणतीच संधी देणार नाही. तो पाटील जसा बॉम्बमध्ये मेला तसाच तुझाही शेवट आहे."

"त्या पोरीची किंमत किती लावली आहे?"

"तू जास्त बोलू नकोस. तिची किंमती आम्ही वसूल करू."

"छमिया, पोलिसांना मारणं आणि पचवणं अवघड आहे. तुझ्या पाठीशी तो सर्पराज महाराज जरी असला, तरी तुझे आणि तुझ्या महाराजांचे दिवस भरलेत."

सर्पराज महाराजांचे नाव काढताच छमिया दचकला; परंतु स्वत:ला सावरत त्याने संजयच्या पोटात एक लाथ हाणली.

"तू आता पाहशील तुझं मरणं तुझ्या डोळ्यांनी. माणसाला मरताना किती ओरडावं लागतं, किती किंचाळावं लागतं ते या पोरीला दाखवणार आहे." त्याने खूण केली, तसे दोघे जण पुढे आले.

त्यांनी संजयच्या हाताला आणि पायाला क्रुड बॉंब लावला. त्याची वायर त्याने दरवाजाला बांधली.

"इन्स्पेक्टर, ही वायर आता मोकळी आहे. आम्ही सर्व येथून निघून जाताना त्याला १५ मिनिटांचा टायमर लावू. पंधरा मिनिटानंतर धुडूम!" खी:खी: हसत छमिया म्हणाला.

मागच्या खोलीचा दरवाजा ओढून घेतल्यामुळे अंधार झाला. दोघे जण संजयवर लक्ष ठेवून दगडी जिन्यातच बसले. बाकीचे अस्मिताला घेऊन खाली गेले. संजय अंधारातच होता. हात-पाय बांधलेले होते. हातात क्रुड बॉंब धरून बसला होता.

संजय आणि छमियामधील संवाद, अस्मिता आणि संजयमधील संवाद; झिपऱ्या शब्द नि शब्द ऐकत होता. झिपऱ्या दुसऱ्या बाजूस खोल्या धुंडाळत पुढे गेला. परंतु ३-४ जण एकदम एका खोलीतून बाहेर आले. सर्व जण सशक्त. इतक्या सगळ्या लोकांकडे शस्त्रे पाहून झिपऱ्याला आश्चर्य वाटले. संपूर्ण कुकरी गँग त्या वाड्यात आली की काय असे त्याला वाटत होते. झिपऱ्या जनावरांच्या चाऱ्याच्या मोठ-मोठ्या पेंढ्यांच्या बाजूला होता. त्याला हालता येत नव्हते. संजय आणि झिपऱ्याने छोटा सेलफोन दंडाच्या आतल्या बाजूला स्पेशल स्टिकरने बांधला होता. फक्त ऐकण्यासाठी. त्यांनी तिथून बाहेर पडण्यासाठी फक्त १० मिनिटे घेतली. झिपऱ्या एका रूममधून दुसऱ्या रूममध्ये फिरू लागला.

"झिपऱ्या, दगडी जिन्याजवळ ये. पण वर येऊ नको. दरवाजा उघडू नको."

संजय ओरडून सांगत होता. हातात क्रुड बॉम्ब होता.

झिपऱ्या वृंदावनजवळच्या मोकळया जागेत आला. त्याला लांबूनच दगडी जिना दिसला.

"बॉस, दुसरीकडून वर येण्यासाठी रस्ता, जिना आहे का?"

"नाही! लवकर ये. फक्त मोजून दहा मिनिटं राहिलीत. माझ्या हातात टायमर बॉम्ब आहे."

संजयचा हात आता घामाने निसरडा झाला होता. अंगातील कपडेही ओलसर झाले होते. संजयला हाताची, पायाची हालचाल करता येत नव्हती. हताश होऊन हातातील त्या स्फोटकाकडे तो पाहत होता. झिपऱ्याला ओरडून सांगत होता.

झिपऱ्याने त्या दगडी जिन्याकडे पाहिले. पहिल्या मजल्यावरील दोन्ही बाजूच्या खोल्यांचा अंदाज घेतला. त्याने इकडे-तिकडे पाहिले. जनावराच्या चाऱ्याजवळ पडलेली शिडी घेतली आणि बसलेल्या जनावरांच्या बाजूला शिडी लावली. झिपऱ्या धडपडत छपरावर आला. अनेक ठिकाणी प्रकाश जाण्याकरता काचेची सान ठेवली होती. त्याने दुसऱ्या सान्यातून डोकावून पाहिले. संजय मांडी घालून बसला होता. हात-पाय बांधलेल्या अवस्थेत. हातात क्रुड बॉम्ब! झिपऱ्याने काचेची सान बाजूला केली. छपरावरील जाडजूड खापरी भराभर बाजूला केली. पुरेशी जागा झाल्यावर वाश्याची पट्टी हाताने तोडून काढली. झिपऱ्याने मोठ्या वाश्याला पकडले आणि लोंबकळत खाली आला. जमिनीचा अंदाज घेऊन त्याने उडी मारली.

संजयची दोरीतून सुटका केली. काही मिनिटांचा अवधी होता. "झिपऱ्या आतल्या खोलीत चल. तिथून वर जाता येतं का पाहू या."

दोघे आत गेले. त्यांनी कपाटाच्या बाजूला धान्याची पोती भराभर टाकण्यास सुरुवात केली. धान्याच्या पोत्यावरून कपाटावर आणि कपाटावरून ते पुन्हा छपरावर आले. खापरी मोडून पाय अडकणार नाही याची काळजी घेत दोघे पुढे सरकले. त्या दोघांनी गवताच्या पेंढ्यावर उडी मारली आणि सुसाटपणे छोट्या दरवाजाबाहेर आले. बॉम्बचा स्फोट झाला. वाड्याच्या भिंती जाडजूड होत्या. त्यामुळे वाड्याला काहीच झाले नाही. मात्र संजयला जिथे बांधून ठेवले होते, तो संपूर्ण भाग माळ्यासकट खाली आला.

संजय आणि झिपऱ्या शेजारच्या वाडीतून रस्त्यावर येईपर्यंत रस्त्यावर बघ्यांची गर्दी झाली होती. संजय आणि झिपऱ्या वाड्याकडे जाताना चिटपाखरूही नव्हते. दोघे थोडा वेळ थांबले आणि शांतपणे चालू लागले.

गुरुमणी आणि नाडर गाडीत बसूनच होते.

संजय गाडीत बसला. नाडरने त्याला समोरच्या छोट्या डिकीतून पाण्याची बाटली काढून दिली. संजय घटाघटा पाणी प्याला. संजय थोडा वेळ स्वस्थ बसला.

गुरुमणी संजयच्या चेहऱ्याकडे शांतपणे पाहत होते.

संजयने त्यांना सर्व घटना सांगितली. गुरुमणींचा चेहरा शांत होता.

"दोन वेळा आपण अस्मिताजवळ गेलो. या वेळी तर मी तिच्याशी बोललोही; परंतु तिची सुटका करता आली नाही."

"पहिल्यांदा अपयशी झालात, कारण बेसावध. दुसऱ्यांदा अपयशी झालात, कारण अपुरी तयारी."

"तिसऱ्यांदा काय होणार?"

गुरुमणी काहीही बोलले नाही. संजयने नाडरला गाडी सुरू करण्यास सांगितले. सर्व जण परत निघाले.

"तुम्ही पत्रिकेवरून आम्हाला अस्मिताचा योग्य माग काढून दिलात. आम्ही अपुऱ्या तयारीनिशी होतो; मान्य. त्यांची संख्या, त्यांची शस्त्रं पाहता खरोखरच आम्ही जिवंत परत आलो, हे आमचं नशीब. पत्रिकेवरून आम्ही अस्मिताला खरोखरंच मिळवू शकू का?"

गुरुमणी संजयकडे मान वळवून रोखून पाहत होते. संजयला कळेना गुरुमणी का रोखून पाहत होते? परंतु त्यांची धारधार नजर पाहताच संजयला डोळ्याला डोळा भिडवणे अशक्यप्राय झाले.

"इन्स्पेक्टर, तुम्हाला ते स्वप्न आठवतं?"

गुरुमणींनी एकदम विषय बदलला. संजयला त्यांनी त्या स्वप्नाकडे एकदम वळवलं, तसा संजय त्यांच्याकडे उत्सुकतेने पाहू लागला.

"स्वप्न?"

"रात्रीचं ते स्वप्न? हिरव्या अळीचं?"

"त्याचा काही संबंध आहे?"

"हे प्रकरण संपल्यानंतर त्याचा लगेच अनुभव येईल."

"मला समजलं नाही."

"वाळवंटातून तावून सुलाखून बाहेर आल्यानंतर माणूस अर्धमेला होतो. त्याला काहीही करून प्रथम हवं असतं घोटभर पाणी. बरोबर? कडाक्याच्या थंडीनंतर पानगळानंतर चैत्राची सुरवात होते. हिरव्या पालवीने, नवीन उत्साहानं, नवीन जीवन सुरू होतं. सर्व काही नव्याने सुरू होतं. तुमच्या आयुष्यात असाच काही फरक पडेल."

गुरुमणी शांत बसले. पुढे काही बोलले नाही.

संजय मात्र गुरुमणींच्या त्या बोलण्याने लाल वाड्यातील प्रसंग विसरून नवीनच प्रकार डोक्यात घेऊन बसला. त्याच्या डोळ्यांसमोर अस्मिताचा सुंदर चेहरा आला. खरंच, पोरगी खूपच सुंदर होती. तिच्या दंडाला हात धरताना संजयला त्या

वेळी काहीच वाटलं नाही; परंतु तो प्रसंग आठवला मात्र संजय नखशिखांत थरथरला. संजयला आश्चर्य वाटलं. मनात विचारांचा लंबक भरकटत होता. लालवाडा-छमिया-अस्मिता-गुरुमणी.

संजय गुरुमणींना पुढचे काही विचारायचे विसरूनच गेला. तो आपल्या विचारात गुंतून गेला. गुरुमणींनी मध्येच डोळे उघडून संजयकडे पाहिले. त्याचा चेहरा पाहून गुरुमणींच्या चेहऱ्यावर एक स्मितरेषा लखलखून गेली.

खूप वेळाने संजय भानावर आला. झिपऱ्या मोबाईलवरून कोणाशीतरी बोलत होता. गाडी किहीमच्या किनाऱ्यावर आली. त्यांनी बंगल्यात पाऊल टाकले आणि संजय सरळ बाथरूममध्ये गेला. थंडगार पाण्याने अंघोळ केल्यानंतर त्याला बरे वाटले.

गुरुमणी दिवाणखान्यातच बसून होते. संजयने बाहेर येत त्यांना म्हटले. ''त्यांनी मोटारीचा वापर येताना केला असावा. परंतु जाताना त्यांनी लाँचचा वापर केला.''

''हो, आम्हाला कोणीही जाताना दिसले नाही. आपण पुन्हा मुंबईला जायचं.''

''आत्ता?''

''हो.''

''पण मग अस्मिताचा शोध?''

''थोडी आणखीन तयारी केल्यानंतर पुन्हा परत येऊ. आज रात्री किंवा उद्या सकाळी.''

संजयला तयारी कसली विचारण्याचा मोह झाला; परंतु तो काही बोलला नाही.

''हरकत नाही.''

सर्व जण साधारण अर्ध्या तासात बाहेर पडले. संजय आणि गुरुमणींना मांडवा जेटीपर्यंत सोडण्यास झिपऱ्या आणि नाडर आले होते.

संजय लाँचमध्ये बसला. एअरकंडिशनची थंड हवा अंगावर फिरू लागताच त्याने डोळे मिटून घेतले. गुरुमणींनी संस्कृत पोथी वाचावयास घेतली. लाँच समुद्राच्या पाण्यावर हेलकावे घेत पुढे जात होती. लाँचमध्ये गर्दी नव्हती. सर्वकाही शांत होते. फक्त लाँचची घरघर होती. समुद्र खवळलेला नव्हता. वेदर रिपोर्ट नॉर्मल होता.

गेटवेला लाँच लागेपर्यंत संजयने कमिशनरला ऑफिसमध्ये येत असल्याचे सांगितले. बाकी काहीही सांगितले नाही. गुरुमणी आणि संजय नावल हेडक्वॉर्टरला आले. कर्नल फुरसुंगीकर वाट पाहत होते. संजयने लालवाड्यातील घटना सांगितली. मात्र बॉम्बस्फोटाबाबत जास्त सांगितले नाही. कर्नलना आणि राधाबाईंना अस्मिताचा

ठावठिकाणा लागल्याचे आणि ती जिवंत असल्याचे ऐकून आनंद झाला. मात्र अजूनही तिची सुटका झाली नव्हती. काळजी संपली नव्हती. संजयने त्यांच्याबरोबर चहा घेतला आणि कमिशनरांना रिपोर्ट करण्यास जाण्यास निघाला. गुरुमणींनी मात्र त्याला संध्याकाळी लिहून दिलेल्या पत्त्यावर येण्यास सांगितले. गुरुमणी कर्नल फुरसुंगीकरांबरोबर थांबले.

संजयने कमिशनर-ऑफिसमध्ये पाऊल ठेवले, तेव्हा ऑफिसच्या सुरक्षेमध्ये खूपच वाढ केल्याचे दिसून आले. सर्पराज महाराजांच्या साधकांनी किंवा कुकरी टोळीने हल्ला केल्याची घटना कानावर नव्हती; परंतु सावधगिरी पुरेपूर घेण्यात आली होती.

"ये संजय, अलिबागची हवा बरीच लाल दिसते."

"सर, एकदम धोकादायक !"

"सकाळी थोडक्यात बचावलो." झिपऱ्याचा उल्लेख टाळून कमिशनरांना घटना सांगताना संजयला प्रसंग जुळवावा लागत होता. कमिशनरांना अलिबागला गेल्यापासून घडलेल्या दोन्ही घटनांबाबत त्याने थोडक्यात सांगितले.

"आज रात्री किंवा उद्या सकाळी आम्ही पुन्हा जाऊ."

"म्हणजे पुन्हा अलिबाग?"

"सर!"

"पण मग या वेळी तुम्हाला आर्मीचीच मदत घ्यावी लागेल !"

"याबाबत नावल कमांडशी बोलावं लागेल."

"त्यापेक्षा आपलं स्पेशल कमांडो पथक तयार ठेवलं तर?"

"तयारी मोठी करावी लागेल सर! मला याबाबत थोडा विचार करू दे."

कमिशनरांनी फायलीमध्ये डोके खुपसले. त्यांना बहुधा घाई असावी. संजय समोरच्या मुंबईच्या लालसर सॅटेलाईट नकाशाकडे पाहत होता. डोळ्यांसमोर पुन्हा अस्मिताचा चेहरा आला, तसा संजय पुन्हा थरथरला. 'सर्पराज महाराज कुठे असेल? कुकरी टोळीचा आणि सर्पराज महाराजांचा काय संबंध? सर्पराज महाराजाला कुकरी टोळीची मदत का घ्यावी लागली?' संजय पुन्हा खोलवर विचारात गढला. 'जहागीरदार अहवालाचं काय? वैतीचा मृत्यू? ती मुशी कट्यार? हे सर्व कृष्णजंजाल काय आहे?'

"संजय, तूही माझ्याबरोबर चल. आपल्याला जिल्हाधिकाऱ्यांबरोबर एक बैठकीला जायचं आहे. जाताजाता बोलू. वेळ मिळाला तर कर्नलना भेटू."

"मीटिंग कसली?"

"अरे मालाडला थोडी गडबड झाली. कोळी लोकांनी..."

"का?"

"माहिती नाही; परंतु प्रायमाफेसी एका पर्यावरणतज्ज्ञाच्या मृत्यूबाबत. त्याने आत्महत्या केली; परंतु कोळी लोकांचं म्हणणं त्याचा खून झाला."

"परंतु त्याचा आणि कोळी लोकांचा काय संबंध?"

"काही स्थानिक इश्यूंमध्ये तो त्यांचा पुढारी होता."

संजय कधी कमिशनरांबरोबर बैठकीला गेला नव्हता; परंतु त्याचा काही संबंध नव्हता. संजयला बैठकीबाबत काहीच काळजी करण्याचे कारण नव्हते. कमिशनरांबरोबर मालाड एरियाचे डी.सी.पी. होते. ते संजयला चांगले ओळखत होते. सर्व जण एकाच गाडीतून निघाले. कमिशनरांनी संजयला मुद्दाम बरोबर घेतले होते. गाडीला झेड सिक्युरिटी होती.

रहदारी होती. रस्ता तुडुंब भरलेला होता. कमिशनरांच्या गाडीला जाणेही अवघड जात होते. लोक सहजासहजी रस्ता मोकळा करून देत नव्हते.

डी.सी.पी. शेलारांकडे वळून कमिशनर म्हणाले, "ऑफिसर सध्या एक मजेशीर घटना घडते आहे."

"कोणती सर?"

"आपले इन्स्पेक्टर संजय सध्या एक किडनॅपच्या केसमध्ये गुंतले आहेत. मदत एका फक्त आध्यात्मिक जगातल्या ज्योतिषाची!"

डी.सी.पी. शेलार संजयकडे प्रश्नार्थक मुद्रेने पाहू लागले.

"मला समजलं नाही सर"

"ज्या मुलीला गुंडानी पळवलं आहे, तिचा शोध ज्योतिषांनी मांडलेल्या कुंडलीनुसार शोधण्याचा प्रयत्न चालू आहे. तिला ते प्रत्यक्ष भेटले; परंतु सुटका करू शकले नाही."

डी.सी.पी. शेलार आता संजयकडे उत्सुकतेने पाहू लागले.

"सर, आत्तापर्यंत माझाही या गोष्टींवर विश्वास नव्हता. वस्तुस्थितीजन्य पुरावा आणि खबऱ्यांचं नेटवर्क या दोन्ही गोष्टी सोडून तपास करायचे म्हणजे अक्षरश: आंधळेपणा वाटायचा! परंतु धीस इज समथिंग अमेझिंग!"

"काय अमेझिंग?"

"सर, प्रथम आम्ही गेलो, त्या वेळी त्यांनी कुठे जायचं याचा अगदी रस्ता, अंतर, ठिकाण, वेळ यासह पूर्ण कल्पना दिली होती. फक्त काही वेळाने आम्ही उशिरा पोहोचलो. दुसऱ्यांदा त्यांनी पुन्हा आम्हाला कुठे जायचं, कसं जायचं, कोणत्या ठिकाणी जायचं, कोणत्या वास्तूत जायचं याचीही पूर्ण कल्पना दिली होती. आमची पुन्हा चूक झाली. कुकरी टोळीची अक्षरश: फलटण होती. माझी जिवंत सुटका कशी झाली याचंच मला आश्चर्य वाटतंय."

"पण एवढं सर्व ते सांगू शकतात, तर मग अस्मिताची सुटका होईल की

नाही याबाबतही ते सांगू शकतील.'' कमिशनर उपरोधिकपणे म्हणाले.

''सर, त्यांनी याबाबत उत्तर दिलं नाही. मी त्या दृष्टीनेही विचारलं; पण त्यांनी विषय बदलला. ते मला एवढंच म्हणाले, ''या प्रकरणानंतर तुमच्यात खूप बदल होईल. नवीन आयुष्याची सुरुवात होईल.'' ''

कमिशनर एकदम चमकले, ''अरे संजय, तू ठीक आहेस का?''

''सर !''

''त्यांच्या म्हणण्याचा अर्थ तू नोकरी सोडून एकदम अध्यात्माच्या मार्गाला पळशील. सांभाळून राहा.''

संजय एकदम गप्प बसला. कमिशनरांनी सांगितलेल्या त्या गोष्टीवर संजयचा विश्वास बसला नाही; परंतु त्या दृष्टीनेही संजय विचार करू लागला. 'खरोखरच आपण सर्व सोडून असं काही करू शकू का? कोणाच्याही आयुष्यात काहीही होऊ शकतं.' सर्व संसारत्याग हा विचारच संजयच्या मनाला योग्य वाटेना. संजयने मानेला झटका दिला आणि तो मुंबईच्या रहदारीकडे पाहू लागला.

नावल हेडक्वॉर्टरचे ऑफिस पाहिले आणि संजयला फुरसुंगीकर आठवले. 'वेस्टर्न नावल कमांडचे ब्रिगेडियर आत काम करत असतील.' संजय उगाचच विचार करू लागला. ते रिझर्व बँकेच्या इमारतीजवळ आले. कमिशनरांच्या गाडीचा ताफा पाहून वातावरण एकदम धावपळीचे झाले. रस्त्यावरील ट्रॅफिक-शिपाई हातवारे करून आणि शिटी वाजवून सर्वांना सावध करत होते. त्यांची गाडी जिल्हाधिकारी कार्यालयात आली, तेव्हा लायन गेटवरील ट्रॅफिकवालाही धावपळ करत होता.

जिल्हाधिकारी कार्यालयाची इमारत स्पष्ट नजरेत न भरणारी, ठसठशीत नव्हती. भिंतीचा रंग पिवळा-विटकर होता. लाकूडकाम निळ्या रंगात होते. इमारत गोडाऊनसारखी होती. उन्हाळ्यातील उकाडा सुसह्य व्हावा, म्हणून उंच छत होते. जाडजूड लाकडी ओंडक्याचे जिने होते. इमारत ब्रिटिशकालीन होती. मोठ्या जिन्यांच्या लांबलचक पायऱ्या चढून सगळे वर गेले. जिल्हाधिकारी वाट पाहत होते.

सावळ्या रंगाचे, पोरसवदा, उंची जेमतेम पाच फूट, छोटे नाक, तलवारकट मिशी असे त्यांचे एकूण व्यक्तिमत्त्व बिलकूल प्रभावी नव्हते. बोलण्यात मात्र जिल्हाधिकाऱ्याचा तोरा होता.

कमिशनरांचे स्वागत झाले. संजय काही ओळी सोडून मागे बसला. त्याच्या हातात कमिशनरांची काही कागदपत्रे होती. डी.सी.पी. शेलार मात्र कमिशनरांबरोबर बसले.

''मालाडची परिस्थिती कशी आहे?'' जिल्हाधिकारी.

"परिस्थिती गंभीर नाही. प्राथमिक अहवाल काळजी करण्यासारखा नाही."

"सविस्तर अहवाल आल्यानंतर अंदाज घेता येईल. सध्यातरी परिस्थिती नियंत्रणाखाली आहे. लाठीमार करावा लागला नाही. विभागाची हेल्मेटधारी दोन-कंपनी फौज परिस्थिती आटोक्यात आणते आहे. संध्याकाळी मी जाऊन येईन. तोपर्यंत परिस्थिती शांत होईल."

"डॉ. कटियारबाबत माहिती घेण्याचं काम सुरू आहे?"

जिल्हाधिकाऱ्यांनी विचारावे आणि जिल्हा अधीक्षकांनी उत्तर द्यावे हा प्रकार जिल्ह पोलीसप्रमुखांना आवडत नव्हता; परंतु कायदा व सुव्यवस्थांचे अंतिम नियंत्रक जिल्हाधिकारी. त्यामुळे पोलिसांना अहवाल द्यावा लागत होता. जिल्हापातळीवर एस.पी. आणि जिल्हाधिकारी यांचा दर्जा समान; परंतु तरीही जिल्हाधिकारी वरचढ होत होता. ब्रिटिश पद्धत! पूर्वी जिल्हाधिकारीच जिल्हा-न्यायाधीश होता. त्यामुळे जिल्हाधिकाऱ्याचा दर्जा वेगळा होता. परंतु जिल्हा-न्यायाधीश-दर्जाचा वेगळा अधिकारी झाल्यावर जिल्हाधिकारी आणि पोलीस अधीक्षक यांचा दर्जा समान झाला. वाद होत राहिला; प्रश्न मिटला नाही. त्यामुळे कमिशनर स्वत: आपला दर्जा सोडून जिल्हाधिकाऱ्यांना भेटण्यास जावयास निघाल्याचे पाहून संजयला आश्चर्य वाटले; परंतु जिल्हाधिकारी कमिशनरांच्या मित्राचा मुलगा होता. कमिशनर-ऑफिसमध्ये इतरांचा त्रास कमी करण्यासाठी ते जिल्हाधिकारी-कार्यालयाकडे स्वत: आले होते. 'साला, ऑफिसरांचीच मुलं आयएएस आणि आयपीएस कशी होतात?' संजयला त्यांचा हेवा वाटत होता.

शिपायाने चिठ्ठी आणून दिली. जिल्हाधिकाऱ्यांनी नाव पाहिले, तसे त्यांच्या चेहऱ्यावर त्रासिक भाव आले.

"बरं झालं तुम्ही आलात ते."

"का बरं?"

"आपल्या भेटीला एक खासदार येतायेत."

"कोण?"

"हरिहर"

"खासदारांनी मंत्रालयात जायचं, तुमच्यापर्यंत कशाला यायचं?"

"पाहू या, त्यांचा काय आग्रह आहे."

संजयने खासदार हरिहरला पाहिले नव्हते.

"नमस्कार जिल्हाधिकारी साहेब." खासदार आत येत म्हणाले. जिल्हाधिकारी उठून उभे राहिले. उभ्या राहिलेल्या कमिशनरांकडे पाहून खासदार म्हणाले,

"अरे साहब, आप? यहाँ?"

"हां! इन्हे मिलने आये थे।"

खासदार हरिहरनी बंद गळ्याचा काळा कोट घातला होता. कोटाच्या बटनामधून सोन्याची चेन खिशापर्यंत गेली होती. काळ्या रंगाची पॅन्ट, काळे शूज, हातात जवळपास सर्व बोटांमध्ये वेगवेगळ्या खड्यांच्या अंगठ्या होत्या. हातात पंजाबी माणसाप्रमाणे अस्सल सोन्याचे कडे होते. पिवळेधमक! गळ्यातील रुद्राक्षाच्या माळेतील काही रुद्राक्ष दिसत होते. गळ्याभोवतालची सुकलेली कातडी सैल पडलेली होती. मध्यम उंची, मध्यम बांधा, चेहरा महाराष्ट्रीयन, मिश्या पान खाल्लेल्या तोंडावर धुरकट वाटत होत्या. चेहरा तेलकट होता. नाकाची पातळ पाळी सतत फुरफुरत होती. मधूनच हात घट्ट धरण्याच्या लकबीमुळे गालावरची कातडी ताणली जात होती. कपाळावर विशिष्ट आठ्या होत्या. नजर भिरभिरणारी, चौकसपणे फिरत होती. डोळे पिंगट होते. कपाळावर केस विरळ होते. डोक्यावर उरलेले पांढुरके केस घट्टपणे मागे बसले होते. एकूणच हरिहर पाताळयंत्री, खुनशी वाटत होते.

जिल्हाधिकाऱ्यांसमोर ते बेफिकीरपणे बसले. बरोबरच्या पी.ए.ने त्यांना काही कागदपत्रे दिली. तो मागे जाऊन संजयच्या बाजूला बसला.

''काय परिस्थिती आहे मालाडची?''

''परिस्थिती आटोक्यात आहे. आमची आता त्यावरच चर्चा सुरू होती.'' जिल्हाधिकारी

''मग कमिशनरसाहेब काय म्हणताहेत?''

''काळजी करण्याचं कारण नाही. संध्याकाळपर्यंत परिस्थिती नॉर्मल होईल. पोलिसांना लाठीमार किंवा जास्त धावपळ करावी लागणार नाही. तरीही सावधगिरीचा उपाय म्हणून हेल्मेटधारी शिपाई तैनात करण्यात आले आहेत.''

''गुड !''

''परंतु रॉयट, परवा झालेला बॉम्बस्फोट पाहता परिस्थितीवर कडक लक्ष ठेवणं आवश्यक आहे.''

''यू आर राईट सर !''

''अहं! आम्हाला असं सांगू नका. सतत बॉम्बस्फोट आणि खुनाचे पुनःपुन्हा होणारे प्रकार कायदा-सुव्यवस्था ढासळल्याचा परिणाम आहे.''

जिल्हाधिकारी गप्प.

''विरोधकांना उत्तर देणं अवघड जातं आहे. आम्ही या सर्व प्रकाराबाबत विशेष चौकशीची मागणी करणार आहोत. दिवसाढवळ्या सामान्य नागरिक मारले जात आहेत. तुमच्या उत्तराने आमचं समाधान होणार नाही.''

जिल्हाधिकारी गप्प.

''तुम्ही यामागची कारणं शोधायला हवीत. जे-जे जबाबदार आहेत, त्यांच्याविरुद्ध

कारवाई करायला हवी. सामान्य नागरिकांना मुक्तपणे फिरता यावं याची काळजी तुम्ही घेणं जरुरी आहे. खबरदारी घेणं तुमची जबाबदारी आहे. आम्हाला याविरुद्ध आवाज काढावा लागेल.''

जिल्हाधिकारी गप्प.

कमिशनरही काही बोलत नव्हते. फक्त खासदारच बोलत होते. खासदारांनी बरीच तणतण केली. काही वेळाने चहा-बिस्कीटे झाली. जिल्हाधिकाऱ्यांनी त्यांना एकंदर परिस्थिती सांगितली.

आता विषय दुसरीकडे गेला. खासदारांनी काही निवेदने दिली. काही वैयक्तिक आणि काही सार्वजनिक जीवनाशी निगडित. मालाडमधील तो विषय निघाला.

''तुम्ही मासेमारीसंबंधातल्या त्या आदेशाबाबत विचार करावा.''

''कोणता?'' जिल्हाधिकारी.

''मासेमारीच्या हक्काबाबतचा तो आदेश'' हरिहरने आठवण करून दिली. जिल्हाधिकाऱ्यांनी कमिशनरकडे पाहत मान हलवली.

''मी पाहतो. अभ्यास करून याबाबत निर्णय घेतो.''

''आमच्या लोकांना न्याय मिळावा हीच आमची इच्छा. शेवटी प्रश्न सर्व कोळी बांधवांचा आहे. एकट्यापुरता निर्णय होता कामा नये.''

''नाही. मी पाहतो.''

खासदारांनी निरोप घेतला.

''खासदारांना डॉ. कटियारबाबतचं प्रकरण महत्त्वाचं वाटत नाही. मासेमारीचा आदेश महत्त्वाचा वाटतोय; पण तुमचा काय संबंध?''

''जिल्हाधिकारी म्हणून माझा काही संबंध नाही?''

''म्हणजे?''

''मालाडच्या नदीतली मासेमारी आणि जवळच्या तलावातल्या मासेमारीच्या हक्काबाबत वाद आहे. दर वर्षी मासेमारीचे हक्क ठेकेदारीने वैती नावाच्या व्यक्तीला देण्यात येतात. आता ठेकेदारी देण्याइतपत फारशी मासेमारी होत नाही, परंतु कायदेशीर हक्क अबाधित राहावेत म्हणून वैती दर वर्षी परवान्याचे नूतनीकरण करून घेतो. नूतनीकरणाची कार्यवाही पर्यावरण-विभागाच्या अखत्यारीतल्या पर्यावरणमंडळाकडे आहे.''

''मग तुमच्याकडे ते कशाला येतात?''

''पर्यावरणमंडळाचा अतिरिक्त कार्यभार सध्या माझ्याकडे आहे.''

''ओ. आय.सी.''

''मग आदेश काढून टाका''

''ठेकेदारी चालू ठेवण्याचे आदेश न काढता नवीन ठेक्याबाबत अर्ज मागवणं

कायद्यात बसत नाही. खासदारसाहेबांनी तोच आग्रह धरला आहे – फक्त वैतीची ठेकेदारी पुढे चालू न ठेवता नवीन अर्ज मागवण्यात यावेत.''

''खासदारांचा एवढा आग्रह समस्त कोळ्यांची व्होट बँक मिळविण्यासाठी आहे. आम्हाला नियमानुसार जाणं भाग आहे. मलातर फक्त अतिरिक्त कार्यभार आहे.''

जिल्हाधिकाऱ्यांच्या बोलण्यात खंबीरपणा दिसून येत नव्हता.

''आपण अहवाल घेऊन मंत्रालयात जाण्यापूर्वी मालाड-परिस्थितीबाबत चर्चा केलेली बरी नाही का?'' जिल्हाधिकारी.

''यस!'' कमिशनर.

कमिशनरांनी त्यांच्याबरोबरचे कागद बाहेर काढले. दोघांनी मग मालाडमधील वस्ती, प्रत्येक स्तरावरील कायदेशीर मागण्या, नागरीसुविधांचे प्रश्न, गुन्हेगारी वस्ती, मोहल्लेमधील परिस्थिती, तडीपार लोकांची सद्य:स्थिती, गेल्या दोन वर्षांतील चोऱ्या, जबरी चोऱ्या, हल्ले, खुनी हल्ले, खून, दरोडे, बलात्कार यांच्या घटना, निवडणुकीमधील परिस्थिती, राजकीय पक्षांची स्थिती, नेतेमंडळींचा एकंदर विचारप्रवाह या सर्व बाबींची चर्चा केली. डी.सी.पी. शेलार आणि निवासी उप-जिल्हाधिकारी आपआपले मुद्दे टिपून घेत होते. दोन स्टेनोग्राफर मीटिंगमधील शब्दनूशब्दाची नोंद करत होते.

डॉ.कटियारबद्दल माहिती ऐकली आणि संजयलाही आश्चर्य वाटले. ते पर्यावरणतज्ज्ञ; परंतु त्यांची दुसरी बाजूही तेवढीच धक्कादायक होती. डॉ.कटियारचे गूढ मोठे होते.

पर्यावरण आणि कोळ्यांसाठी लढणारा डॉक्टर पैसा मिळाल्यावर बिघडला. त्याची नियत बिघडली आणि तो गुन्हेगारी जगतात सामील झाला. पर्यावरण आणि कोळी लोकांकरता वाटणारा डॉक्टर पैसा भरपूर मिळाल्यानंतर एकदम बिघडला. अगदी गुन्हेगारी जगतात गेला. त्यांचा शेवटही त्यामुळे मोठा रहस्यमयपणे झाला होता.

डॉ. कटियार यांचा खून झाला की नाही, ही बाब सध्यातरी स्पष्टपणे समजणारी नव्हती.

■

संजयने वैती कुटुंबांना भेटण्याचे ठरविले. 'जहागीरदार-अहवाल आणि आता एका पर्यावरणतज्ज्ञाचा मृत्यू या दृष्टीनेही तपास करण्यास काय हरकत आहे?' असे त्याच्या मनात आले. मात्र धीरेन कटियारची बेटिंगबाबतची वस्तुस्थिती विचारात घेतली, तर दुसरे काही कारण असण्याची शक्यता कमी होती. सुपारी कोणास दिली असल्यास झिपऱ्याच्या माणसाकडून माहिती लगेच मिळणार होती.

कमिशनरांनी हेड ऑफिसमध्ये जाऊन, परिस्थितीचा आढावा घेऊन मंत्रालयातील बैठकीला जावयाचे ठरविले. जिल्हाधिकारी त्यांचा अहवाल करण्याच्या मागे लागले.

कमिशनर, डी.सी.पी. शेलार व संजय बाहेर आले. गाडीत बसल्यावर कमिशनर संजयला म्हणाले, "संजय, मी तुझ्याबरोबर येणार होतो; परंतु मालाडची ती घटना आता मंत्रालयानेही गंभीररित्या घेतली आहे. मला हा प्राथमिक अहवाल घेऊनच जावं लागेल. वेळ मिळाला, तर मी रात्री कुलाब्याला येऊन भेटण्याचा प्रयत्न करीन. नाहीतर मोबाईलवरून आपण संपर्कात राहू."

"ठीक आहे सर"

"तुला संरक्षण लागेल?"

"सर, कुकरी टोळीचे बहुतेक सर्व जण अलिबाग परिसरात असावेत. मी मुंबईत आहे, हे त्यांना माहीत नाही. मीही इथे जास्त वेळ थांबणार नाही. मालाडला काही माहिती मिळते का पाहीन. रात्री आम्ही परत जाऊ."

"तू आता मालाडला जाणार?"

"लगेच परत येईन."

"ठीक आहे. टेक केअर."

कमिशनरांनी मुख्यालयात आल्यानंतर पुन्हा एकवार फोनवरून मालाड-परिस्थितीची विचारणा केली. फॅक्सवरून आलेल्या अहवालावरून स्वत: एक अहवाल तयार केला आणि निघाले. कमिशनर गेल्यानंतर संजय चर्चगेटला आला. तेथून मालाडला लोकलनेच निघाला. बरोबर झिपऱ्याच्या माणसाला न घेता क्राईम ब्रँचच्या विश्वास पाटीलला दादर स्टेशनवर मोबाईलवरून बोलाविले.

चर्चगेट स्टेशनमध्ये घरी जाणाऱ्या चाकरमान्यांच्या गर्दीला अजून सुरुवात झालेली नव्हती. गर्दी वाढायची होती. 'पिक अवर' सुरू व्हायचा होता. संजय दारात उभा होता. गाडी एक-एक स्टेशन घेत पुढे जात होती. संजयसमोर अस्मिताचा चेहरा आला. 'अस्मिता कुठे असेल?' गुरुमणींनी तिला घरी आणता येईल की नाही याबाबत सांगितले नव्हते. संध्याकाळी त्यांनी काय करावयाचे ठरविले? पुन्हा कमिशनरांनी बोललेले ते वाक्य संजयला आठवले आणि तो विचारात पडला. 'आपण खरोखरच अध्यात्माच्या मार्गाला जाऊ का? ते अळीचं स्वप्न?' अजूनही संजयला आपण कोणत्यातरी कोड्यात अडकल्यासारखे वाटत होते. पोलिसाच्या नोकरीत आणि आयुष्यातही इतक्या अडचणीत, विचारांच्या खोलवर कृष्णजालात अडकल्याचे त्यांना आठवत नव्हते. लोकलमध्ये तोंडावर गरम हवा येत होती. स्टेशन येतील तशी गर्दी वाढत होती. संजयच्या डोक्यात विचारांच्या मुंग्यांचे वारूळ वाढत होते.

दादरला विश्वास पाटील आला, तशी संजयच्या विश्वासबरोबरच्या बोलण्यात

विचारांची शृंखला मागे पडली.

माणसांच्या लोंढ्यामधून ते दोघे मालाड स्टेशनबाहेर आले. रिक्षा करून दोघांनी भंडारवाड्याकडे जाण्याचे ठरविले; परंतु रिक्षावाला येण्यास तयार होईना. जवळजवळ स्टेशनपर्यंत वातावरणात तणाव होता. शेवटी संजयने डिपार्टमेंटचे कार्ड दाखवले. रिक्षावाल्याचा नाइलाज झाला; परंतु चेहऱ्यावर भाव होतेच – 'पोलीसवाल्याने रिक्षाने कशाला जायचं? हवं तर पोलीसगाडी मागवावी.' विश्वासने मालाड पोलीस स्टेशनला कॉन्टॅक्ट करण्याबाबत सुचविले; परंतु संजयने नकार दिला.

भंडारवाडा तणावग्रस्त होता. १४४ कलम पुकारण्यात आले होते. रस्त्यावरील लोक घाईघाईने घरी जात होते. दुकाने बंद होती. रस्त्यावरील फेरीवाले गायब होते. हेल्मेटधारी होमगार्डचे खास पथक रस्त्यातून फिरत होते. कोपऱ्याकोपऱ्यावर पोलीस होते. बिल्डिंग, चाळीतून लोक रस्त्यावरील तमाशा पाहत होते. अफवांचे पीक आले होते. अगदी हिंदू-मुस्लीम दंगलीसदृश बातम्या कानावर येत होत्या. स्वयंसेवी संघटना रस्त्यावर उतरल्या होत्या. डोक्याला विशेष पट्ट्या लावून वातावरण शांत ठेवण्याचा प्रयत्न करत होत्या. डॉ. कटियारची संघटना लोकांना शांतता राखण्याचे आवाहन करत फिरत होती; परंतु तिचा उद्देश लोकांनी घराबाहेर न पडता घरात राहण्याबाबतच होता. त्यांनी लोकांना जबरदस्तीने घरी ठेवण्याचा प्रयत्न चालवला होता. पोलीस त्याकडे दुर्लक्ष करत होते. शेवटी कायदा व सुव्यवस्था महत्त्वाची होती. वातावरण स्फोटक नव्हते. दंगाधोपा न होता परिस्थिती आटोक्यात आणण्याचा प्रयत्न पोलीसविभाग करत होता. मधूनच एखादी पोलीस-गाडी जात होती. रस्त्यावर वाहनांची गर्दी कमी होती. मुंबईच्या नेहमीच्या जनजीवनाशी तुलना करता एकदम शुकशुकाट होता. भंडारवाडा तणावग्रस्त होता. मधूनच लहान पोरांचे एखादे टोळके पुढे येई. परंतु पोलिसांना पाहताच वाडीत-चाळीत घुसून गायब होई.

भंडारवाड्याच्या अलीकडेच संजयने रिक्षा थांबविली आणि ते दोघे चालू लागले. वातावरण जास्त तणावपूर्ण वाटत होते. पोलिसांची गर्दीही वाढत होती. मध्येच दोघांना काही पोलिसांनी त्यांच्या नवखेपणाकडे पाहून अडवलेही; पण डिपार्टमेंटचे कार्ड पाहताच ते बाजूला उभे राहिले.

वैतीच्या घरी सर्व जण होते.

संजयला पाहताच म्हादूचा भाऊ पुढे आला. घरी वातावरण बरेच सुधारल्याचे दिसत होते. संजयला बरे वाटले.

''त्या दिवशी तुमच्या घरी वातावरण ठीक नव्हतं. मीही घाईत होतो. त्यामुळे जास्त बोलता आलं नाही. आजही बाहेर वातावरण ठीक नाही; परंतु तुमच्याशी

बोलायला हरकत नाही.''

वैतीचा भाऊ पुढे आला.

''या साहेब!''

''डॉ.कटियारवर तुम्हा लोकांचं बरंच प्रेम दिसतंय.''

''मायबाप माणूस, आम्हाला कोळ्याचा आधार! पर्यावरणाचा आमच्याशी किती जवळचा संबंध हे त्यांनीच आम्हाला सांगितलं. आम्ही मासेमारी करत विष खात होतो. विष विकत होतो.''

संजय वैतीच्या भावाचे बोलणे ऐकत होता. डॉ.कटियार कोळी लोकांशी भावनिक पातळीवर खूपच जवळचा होता. त्याच्या बोलण्यातून संजयला तो अगदी त्यांच्या कुटुंबापैकी एक वाटला. आदरणीय वाटला. त्यामुळे कटियारच्या बेटिंगच्या अनुषंगाने काही बोलणे मूर्खपणाचे होते.

''वातावरण कसं आहे? मला जरा टेन्शन वाटत होतं.''

''बंद पूर्ण आहे. मात्र गडबड होणार नाही साहेब. हा भंडारवाडा आहे. स्टेशनबाजूला शांत आहे. तुम्ही पाहिलं असेलच. बंद उस्फूर्त आहे.''

''काल रॉयट झाली.''

''किरकोळ प्रकार झाले. तुम्हाला अधिक माहिती असेलच.''

संजयने अधिक विषय वाढवला नाही. त्याला जास्त वेळ थांबावयाचे नव्हते. गुरुमणींनी वेळ सांगितली होती.

''तुमच्या भावाच्या मृत्यूबाबत अजून चौकशी सुरू आहे. काही विशेष माहिती मिळालेली नाही.''

''आमचा भाऊ कोणत्या भानगडीत नव्हता. त्याच्या मृत्यूबाबत संशय घेण्यासारखं काही घडलंय असं आम्हाला वाटत नाही. तुम्हाला चौकशीत काही आढळलं तरच.''

''अजूनतरी नाही.''

''एक विचारायचं आहे. तुमची कोर्टात कसलीतरी केस आहे म्हणालात. कोणती केस?''

''साहेब, केस जुनीही आहे, नवीनही.''

''म्हणजे?''

''सांगतो. फार पूर्वीपासून मालाड नदीत आणि खेकडा तलावामधल्या मासेमारीचे हक्क आम्हाला होते.''

''सर्वच हक्क तुम्हाला कसे? मग इतर कोळ्यांनी काय करायचं?''

''थोडं आणखीन मागे जाऊन सांगावं लागेल. मालाडच्या परिसरातल्या सर्व जमिनीवर जेरबाई ट्रस्टचा हक्क. ब्रिटिशांनी ट्रस्टला सर्व हक्क लेखी दिल्याची

त्यांच्याकडे कागदपत्रं आहेत; परंतु आम्हा कोळ्यांच्या हक्काबाबत वाद घातल्याचा कुठेही उल्लेख किंवा न्यायालयीन प्रकरण नाही. आमच्याकडेही याचा कागदोपत्री पुरावा नाही. तरीही गेल्या काही वर्षांतील मासेमारीच्या हक्कांबाबतचा ठेका आमच्याकडे आहे. हा ठेका आता तलावापुरता आणि नदीतल्या काही भागापुरता आहे. जेरबाईच्या ट्रस्टकडे संपूर्ण मालाडचे हक्क आहेत. आमच्याकडे काही भागापुरते मर्यादित हक्क आहेत; परंतु आमचा मासेमारीचा व्यवसाय परंपरागत आहे. यावरून संपूर्ण जेरबाईच्या स्वामित्वाला आमचा प्रखर विरोध आहे. प्रकरण याबाबतच न्यायालयात आहे.''

''न्यायालयातली तुमची बाजू कशी काय आहे?''

''आम्ही लढायला मागे हटलो नाहीये; परंतु आता आमचे जातभाईच खोडा घालायला निघाले आहेत.''

''म्हणजे?''

''बिल्डर लोकांनी भंडारवाड्यातल्या लोकांना फितवलं आहे. जेरबाईच्या प्रस्तावाला मंजुरी द्या. मग प्रत्येकाला राहायला फ्लॅट देतो, अशी निरनिराळी आमिषं ते दाखवतायंत.''

''म्हणजे तुमचे हक्क जवळजवळ सोडा.''

''पण आम्ही हटणार नाही. आम्ही दर वर्षी टेंडर भरतो. परंपरागत हक्क प्रथम आमचा.''

''पण सर्व समाजाला घरं मिळणार असतील आणि त्यांनी जेरबाई ट्रस्टला लिहून दिलं तर?''

''आमच्या समाजाची मासेमारी आणि मासेमारीचा व्यवसाय महत्त्वाचा आहे. तो धंदा तीन खोल्यांकरता सोडणं योग्य होणार नाही.''

संजयला वैतीचा भाऊ बराच खंबीर दिसून आला.

''तुमच्यावर याबाबत कोणीतरी दबाव आणत असेल. कोण आहे या सर्वांच्या मागे?''

''खासदार हरिहर!''

संजयने खासदाराचे नाव ऐकले आणि संजय दचकला. कारण काही वेळापूर्वी ती जिल्हाधिकाऱ्याकडे याच विषयाबाबत आग्रह धरत होता. खासदारांना मालाडच्या दंग्यापेक्षा वैतीच्या प्रकरणात जास्त रस होता.

''तुमचा वकील कोण आहे?''

''आमचा जातवालाच आहे. विश्वासू आहे.''

''प्रकरण आता कुठे आहे?''

''हायकोर्टात!''

''हायकोर्टातला वाद कोणात आहे?''

"जेरबाई ट्रस्ट आणि आमच्यात."

"तुम्हा दोघांत समझोत्यासाठी प्रयत्न सुरू असतील."

"प्रयत्न विरुद्ध बाजूने करताहेत; परंतु आम्ही आमच्या मताशी ठाम आहोत."

संजयला वैतीचे ते बोलणे संशयास्पद वाटत होते. खासदारांनी घेतलेला रस आणि मालाडच्या बहुतेक सर्व जातबांधवांनी जेरबाईला दिलेला होकार पाहता वैतीचा विरोध कितपत टिकेल याची शंका होती.

संजयने वैतीशी एकट्याशी बोलण्याची इच्छा व्यक्त केली.

दोघे बाहेर आले. गल्लीत शुकशुकाट होता. बाहेर चिटपाखरूही नव्हते. दिवस संपून सूर्यास्ताची वेळ जवळ येत होती. पश्चिमेकडील आकाश धूसर लालसर दिसत होते. ढग नव्हते; परंतु वातावरण कुंद वाटत होते. मात्र भकास नव्हते. संजयने दोन्ही हात खिशात घातले होते. रस्त्याशेजारच्या दगडावर एक पाय ठेवून वैतीच्या भावाकडे संजयने एकवार रोखून पाहिले.

"मला थोडी माहिती हवी. परंतु ही गोष्ट आपल्या दोघांतच राहू दे."

"होय साहेब!"

संजयने मुशी कट्यारीबाबतची माहिती थोडक्यात सांगितली.

वैतीच्या भावाच्या चेहऱ्यावर आश्चर्याचे भाव उमटले.

"साहेब, याबाबत मला फारशी माहिती नाही. आमच्या चुलत्यापैकी एक म्हातारा अजूनही जिवंत आहे. त्याला विचारू या. तो पुढे कोपऱ्यावरच राहतो."

संजयने घड्याळाकडे पाहिले. जाताजाता भेटत असेल तर पाहावे असा त्याने विचार केला.

"चला. माझी हरकत नाही."

संजय, वैतीचा भाऊ आणि विश्वास पाटील निघाले. जाताना कोणीही बोलत नव्हते. रस्ता निर्जन होता. कोपऱ्यावरचा पोलीस-शिपाई त्यांना हटकण्याच्या दृष्टीने पुढे झाला; परंतु सिव्हिल ड्रेसमध्ये असूनही विश्वास पाटील आणि संजयला त्याने ओळखले.

ती कच्च्या बांधकामाची खोली होती. चालत आत गेल्यावर झाडाच्या बाजूने परसदारात आले. अंगणात एक म्हातारा कॉटवरच पडला होता. अंगात काहीही नव्हते. फक्त नाड्याची निळ्या-पांढऱ्या पट्ट्याची अर्धी चड्डी होती. तोंडात बिडीचे थोटुक होते. काळा-सावळा देह, हात-पायाच्या काड्याच होत्या. मरता मरत नाही आणि जगण्याची इच्छा नाही, अशा अवतारातच तो देह लोखंडी पट्ट्याच्या कॉटवर पडला होता. ते तिघे जवळ गेले, तरी त्याने हालचाल केली नाही.

वैतीच्या भावाने जवळ जाऊन मोठ्या आवाजात म्हटले, "गणाबा, तुम्हास्नी भेटाया आयलोय."

"कसचं काम?"

मोडक्या खुर्चीत संजय बसला आणि खुर्ची कॉटजवळ घेतली. वैतीचा भाऊ कॉटवर बसला. विश्वास दरवाजात उभा होता. आवाजाच्या टप्प्याच्या बाहेर. म्हातारा तोपर्यंत सावरून बसला. शेजारच्या लोट्यातून पाणी प्याला. हातानेच तोंड पुसले. कोणी बोलायला जवळ बसत नव्हते. म्हातारा एकाकी वाटत होता. आजूबाजूला त्याची काळजी घेणारेही कोणी फारसे नव्हते. घरात राहूनही बेवारशी. संजयला वाईट वाटले.

म्हादू वैतीच्या भावाने मुशी कट्यारीचा विषय काढला.

म्हातारा ताठ झाला. डोळे विस्फारून तो संजय आणि वैतीकडे आळीपाळीने पाहू लागला.

संजयकडे जवळ जाऊन विचारले.

"तुम्ही कोण?"

संजयने आपली ओळख दिली. म्हाताऱ्याने दीर्घ श्वास घेतला. गणाबाने सरळ बसत कॉटवर मांडी घातली. नवीन बिडी शिलगावली. एक दीर्घ बिडीच्या धुराचा श्वास घेतला. बोटाने टिचकी वाजवली.

■

गणाबाने तिला पाहिले होते. गुजराथी, थोडीशी जाडसर बांधा, आखूड नाक, नाकात चांदीची चमकी, छातीचा उभारा लक्षणीय! तिच्या कमरेच्या वरच्या भागातील वळ्या पाहून गणाबा चेकाळला. ती एरियात नवीन आली होती. तिचा नवरा स्टेशनजवळ स्पेअरपार्टचे दुकान चालवत होता. खाणाखुणा सुरू झाल्या. गणाबाने तिची चाल बरोबर ओळखली होती. पापलेट खाण्यासारखा होता. गणाबा, रमेश आणि मुस्लीम मोहल्ल्यातील रमीझ असे तिघे जण पोरीच्या मागे लागण्यात पटाईत होते. त्यांनीही गुजराथी बरोबर हेरली होती.

पंधरा-तीन आठवड्यातच त्यांनी चांगली प्रगती केली. एक दिवस त्यांनी तिला बरोबर उचलली. मालाड नदीच्या आणि तळ्याच्या मधोमध खारफुटीची मोठी झुडपे होती. पहिल्या धारेची दारू पिऊन ही पोरे निघाली; तिच्याबरोबर मस्ती केली. त्यांचा कार्यक्रम ठरावीक वेळी ठरावीक दिवशी व्हायचा. एक दिवस मात्र गणाबाला दारूची किक उतरवणारी गोष्ट समजली.

एकदा त्यांनी भंडारवाड्यातील कृष्णा पाटीलला गुजराथी बेन बरोबर मजा मारण्याचे आमंत्रण दिले. कृष्णा खूश होऊन खास इंग्लिश दारूची बाटली घेऊन आला. गणाबा, रमेश आणि कृष्णाने दारू ढोसली आणि छापा-काटा करत

गुजराथी बरोबर पाळीपाळीने मस्ती करू लागले. रमेश तर्र झाला होता. रमेश गुजराथी बेनबरोबर होता. कृष्णा तिच्या अंगावरून नुकताच हात फिरवून आला होता. कृष्णा खूश होता, परंतु तो दारूच्या धुंदीत होता; बरळत होता.

''गणाबा, मी आज तुझ्यावर खूश आहे. काय फाकडू माल दिलास!''

कृष्णा इंग्लिश बोलू लागला. गणाबाला त्यातले काही समजत नव्हते.

''गणाबा, मी तुला एक शिक्रेट सांगणार आहे. कोणाला बोलू नकोस.'' तोंडावर तर्जनीचे बोट ठेवून कृष्णा म्हणाला आणि त्याने हळूच शीळ वाजवली.

कृष्णाचा काका संबा पाटील दर अमावस्येला मालाड नदीवर जात होता. त्याने भगताला हाताशी धरून उपासना सुरू केली होती. त्याचे म्हणणे होते की, मालाड नदीत साती आसरा आहेत. त्यांना बळी दिला, तर संपूर्ण कोळीलोकांचा मुखत्यार मिळेल. भगताकडे एक कट्यार होती. त्या कट्यारीने तो बळी देणे आवश्यक होते. अनेक दिवस ते बळी शोधत होते. बळी १४ वर्षांची मुलगीच हवी होती. कारण अनेक वर्षांपूर्वी असाच एका कोळ्याने आपल्या मुलीचा बळी दिला होता आणि तो समस्त कोळ्यांचा मुखत्यार झाला होता. त्या कट्यारीचे नाव 'मुशी कट्यार.'

आता त्या कट्यारीला बळीची आवश्यकता होती. त्याशिवाय तिची जादू चालणार नव्हती. कट्यारीने मालाड नदीतील साती आसरांची शांती केली, तरच शक्ती मिळणार होती.

कृष्णा पाटलाचा काका संबा पाटील आता चौदा वर्षाच्या पोरीच्या शोधात होता. लवकरच पोरगी पाहून तिचा बळी दिल्यावर तो सर्व कोळ्यांचा मुखत्यारा होणार होता.

गणाबाने कृष्णाचे ते बोल ऐकले मात्र, तो एकदम सावध झाला. सर्व जण बाईचा कार्यक्रम संपवून घरी आले. मात्र गणाबासमोर कृष्णाचा खाकी, अर्ध्या चड्डीतील काका डोळ्यांसमोर आला. दर अमावस्येला तो मालाड नदीवर जातो ते पाहण्याची त्याची उत्सुकता वाढली. अमावस्येला घराबाहेर पडण्याची प्रथम त्याला भीती वाटली; परंतु त्याने पाहण्याचे ठरविले आणि धाडस केले.

गणाबा अमावस्येच्या रात्री मालाड नदीवर आला. आठची वेळ होती. ज्या ठिकाणी गणाबा पोरी घेऊन येत होता तिथूनच पुढे थोडे चालत गेल्यावर कपारीच्या खोबणीत गणाबाला कृष्णाचा काका दिसला. तो लाल लंगोटीवर होता. त्याच्या समोर भगत बसला होता. काळ्याकुट्ट अंधारात वाऱ्याची फडफड होत होती आणि तो भगत त्याच्यासमोर मंत्र म्हणत बसला होता. ते खूप वेळ बसले होते. गणाबाला जास्त वेळ बसणे भीतिदायक वाटत होते. त्याला तो भगताचा उग्र चेहरा पाहून आणखीन भीती वाटली. त्याच्या अंगातून भीतीची लहर गेली. गणाबा हळूच मागे सरकला आणि घरी आला. गणाबा भीतीने थरथरत होता. त्याची भीती आठवडाभर

गेली नाही. अंगात ताप असल्यागत त्याची अवस्था झाली.

काही दिवसांनंतर कृष्णा पाटलाच्या काकाचा मृतदेह मालाडच्या त्या कपारीत लोकांना आढळून आला. मुंडके धडावेगळे झालेले होते. रक्ताने न्हालेले ते मुंडके, त्याचे ते डोळे पाहून गणाबाच्या काळजाचा ठोका चुकला. संपूर्ण भंडारवाड्यातील लोकांत भीतीची लाट पसरली. तो अमावस्येचा दिवस होता. त्यानंतर भंडारवाड्यात अधून-मधून दिसणारा तो भगतही नाहीसा झाला. कोणीही त्याच्याबाबत बोलले नाही. कृष्णा पाटीलच्या घरातील माणसे एकाएकी मरू लागली. कृष्णा पाटीलने आणि त्याच्या कुटुंबाने भंडारवाडा सोडला आणि ते सातपाटीला जाऊन राहिले. 'मुशी कट्यार' कोणाकडे गेली काही समजले नाही. त्या दिवसापासून गणाबाने खारफुटीच्या जंगलात पोरी घेऊन जाणे बंद केले. अमावस्येला तर मालाड नदीचे नावदेखील घेतले नाही.

संजय ऐकत होता. मुशी कट्यारीबाबत हा वेगळा पैलू पाहून त्याला आश्चर्य वाटले. नरबळीची ही प्रथा कोणत्या ना कोणत्या कारणाने आशेने, इच्छेने पुन:पुन्हा डोके वर काढत होती.

आताही त्याच कारणाने ही बाब पुन्हा प्रकाशात आली होती. 'सर्पराज महाराज याचबाबत कुठेतरी गुंतला असावा.' संजयसमोर अस्मिताचा चेहरा आला आणि ती किती धोक्यात आहे याची जाणीव त्याला झाली. गुरुमणींचे ते वाक्य त्याच्या कानात घुमू लागले- इन्स्पेक्टर, अमावस्यापूर्वी तिचा शोध घेणं आवश्यक आहे - अमावस्येपूर्वी अस्मिता सापडणं आवश्यक आहे - अमावस्येपूर्वी अस्मिताची सुटका करणं आवश्यक आहे. संजय दोन्ही हातांची बोटे एकमेकांत अडकवून, डोळे एकटक करून गणाबाकडे पाहत होता. गणाबाची नजर शून्यात होती.

गणाबाचे सांगाड्यासारखे शरीर पाहून त्याला आश्चर्य वाटले. एके काळी हे शरीर हवी ती स्त्री उपभोगीत होते; आज ते शरीर कॉटवर जर्जर अवस्थेत होते, कळाहीन, तेजहीन होते. भोवताली कोणीच काळजी घेण्यास नव्हते; विचारपूस करायला नव्हते.

कातरवेळ होत होती, काळरात्रीचा पगडा वाढत होता.

गणाबाची नजर शून्यात होती. गणाबा-गणाबा !!

झाडांची सळसळ होत होती, पक्ष्यांची हळूच फडफड होत होती. सगळे दबून बसत होते. वातावरण धीरगंभीर होत होते. स्फटिकांच्या न हलणाऱ्या, न बदलणाऱ्या घट्ट आवरणाप्रमाणे हवा स्थिर होती; पण नाही. तो तरंग, ती वावटळ तिथेच होती. संपूर्ण वातावरणात तिने आपले हात-पाय पसरले होते. ती स्वस्थ नव्हती. मुंग्यांच्या प्रचंड झुंडी याव्यात त्याप्रमाणे ती सर्व बाजूंनी येत होती.

मोबाईलचा आवाज आला, तसा संजय भानावर आला. पलीकडे गुरुमणी होते.

"इन्स्पेक्टर, कुठे आहात ?"

"मालाडला!"

"व्हॉट?" गुरुमणी जोरात बोलले.

"होय, थोडी चौकशी करण्यासाठी इथे आलो आहे. मी निघतोच आहे !"

संजयची नजर गणाबाच्या भकास चेहऱ्याकडे जात होती. वैतीचा भाऊ आता तंबाखू बाहेर काढून मळू लागला होता. गणाबा बिडी झटकत आकाशाकडे पाहत होता.

"इन्स्पेक्टर!" पलीकडे गुरुमणी एकदम अस्वस्थ झाल्याचे संजयच्या लक्षात आले.

"येस!"

"तुमच्याबरोबर कोण-कोण आहे?" संजयने कोणकोण आहे ते सांगितले. कोणाबरोबर आलो तेही सांगितले.

"तुम्ही मोबाईल त्या विश्वास पाटलांच्या हातात द्या आणि विश्वास पाटील सांगतात त्याचप्रमाणे करा. वेळ अजिबात घालवू नका. तुम्ही अत्यंत धोक्यात आहात. तत्काळ निघा."

संजय चक्रावून गेला. तो कोणत्या धोक्यात आहे त्याला समजेना. त्याने विश्वास पाटीलला हाक मारली. त्याने त्याच्या हातात मोबाईल दिला.

"पलीकडे महत्त्वाची व्यक्ती आहे. ती सांगेल त्याप्रमाणे करा. त्यांचं म्हणणं आहे की, मी अत्यंत धोक्याच्या परिस्थितीत आहे."

विश्वास पाटील शांतपणे उभा होता. एकदम संजयनेच असे म्हटल्यावर तो साफ गोंधळून गेला. आजूबाजूला पाहू लागला. त्याच्याकडे कोणतेच हत्यार नव्हते.

मोबाईलवर कोणाचातरी अधिकारवाणीचा आवाज ऐकला, तसा विश्वास शांत झाला; परंतु त्याने पुढचे जे काही ऐकले, ते ऐकून तो संजयकडे संशयाने पाहू लागला. त्यांच्या बोलण्याचा अर्थ त्याला लागत नव्हता.

"काय झालं?" संजय म्हणाला.

"त्यांनी दोन-तीन कांदे आणि लसुणाची गड्डी लगेच घ्यायला सांगितली." संजयने वैतीच्या भावाला कांदे व लसूण लगेच मिळवायला सांगितले. वैतीचा भाऊही संजयकडे पाहू लागला; परंतु इन्स्पेक्टरना उलट विचारण्याचा त्याने

प्रयत्नच केला नाही.

संजय पुढचे जास्त बोलू शकला नाही. त्या मुंग्यांनी संजयच्या शरीराचा ताबा घ्यायला सुरुवात केली होती. एक-दोन-तीन; गणती नव्हती. संजयच्या रोम-रोमांवर, संपूर्ण चेतनाशक्तीवर त्या हल्ला करत होत्या. टोळधाड आली होती. संजयच्या हाताला हळूहळू घाम येऊ लागला. शरीरावर घर्मबिंदू चमकू लागले. त्याचे संपूर्ण शरीर घामाने थबथबत होते; परंतु संजयला ते दिसत असूनही काहीच जाणीव होत नव्हती.

'हे काय? आपण बोलत का नाही?' भोवताली वैतीचा भाऊ, विश्वास पाटील त्याला फिरताना दिसत होते; परंतु ते काहीच बोलत नव्हते. त्यांना संजय बोलावत होता, परंतु ते दूरवर जात होते.

"अरे, तुम्ही मला का घाबरता? माझ्यापासून लांब का जात आहात?"

"विश्वास! वैती!!

विश्वास! वैती!!"

"हे काय? अरे, तुम्ही लांब का जात आहात. मला घाबरू नका."

संजयला आपण खूप-खूप उंच जात असल्यासारखे वाटले. 'अरे, मी इतक्या उंच का चाललो आहे? खूप हलकं वाटतंय. खूप शांत वाटतंय. खूप-खूप शांत वाटतंय!'

"विश्वास! वैती!!

"विश्वास! वैती!!"

संजय खाडकन झोपेतून जागा झाला. त्याने समोर पाहिले. गणाबा शून्यात नजर लावून कॉटवर शांतपणे बसला होता. विश्वास पाटील संजयला खांद्याला धरून हलवत होता. वैतीही समोर उभा होता.

"साहेब, तुम्ही ठीक आहात?"

"अं, होय!"

"थोडी चक्कर आल्यासारखं झाले असावं," विश्वासकडे पाहत तो म्हणाला.

"आपण निघू या!"

मोबाईल विश्वासच्या हातात होता. विश्वासचा चेहरा चिंतातुर होता. त्याने वैतीला बरोबर येण्यास सांगितले; पण संजयने 'गरज नाही दोघे जाऊ' म्हटले. पण आता विश्वास सांगत होता त्याप्रमाणे जायचे होते.

तिघे बाहेर आले. विश्वासच्या तोंडाला कोरड पडली होती. घाई करणे आवश्यक होते. दोघे चालत होते, परंतु वाहन मिळत नव्हते. रिक्षा दिसत नव्हती. खाजगी वाहनही नव्हते. रस्त्यावर चिटपाखरूही नव्हते. सगळीकडे शुकशुकाट होता.

मरण कळा! मरण कळा!!

कातरवेळ! संपूर्ण दिवेलागण होत होती. अंधाराचे साम्राज्य वाढत होते. आजूबाजूला कृष्णछाया वाढत होत्या. रस्ता निर्जन होता. हेल्मेटधारी शिपाई काळ्या आकृत्यांप्रमाणे दिसत होते. संजयचे संपूर्ण शरीर हलके होत होते. त्याला शांत वाटत होते. शरीराचा जडपणा जाणवत नव्हता.

मुक्त-मुक्त!

जीवन किती स्वच्छ! सुंदर!

शांत शीतल!

संपूर्ण रस्ता करडा वाटत होता; परंतु चालताना त्याचे काहीच वाटत नव्हते.

विश्वास पाटील संजयची चाल पाहून थोडा वेळ गोंधळून गेला; परंतु मोबाईलवरील तो आवाज ऐकताच सावध झाला. संजय कोणत्यातरी धोक्यात आहे एवढेच समजले होते.

"विश्वास, तुमचं ध्येय इन्स्पेक्टरांना महालक्ष्मी मंदिरापर्यंत घेऊन यायचं आहे. मोबाईल बंद ठेवू नका. सतत माझ्याशी संपर्कात राहा. जर काही अडचण आली, तर तुमच्या कमिशनरांशी सरळ संपर्क साधा. त्यांनाही मी ही परिस्थिती सांगत आहे. इन्स्पेक्टरांची शरीरावस्था मला सांगा!"

त्यांना नक्की काय हवं होते हे विश्वासला प्रथम कळेना!

"ते चालताना अडखळताहेत. आम्ही दोघांनी दोन्ही बाजूनं त्यांना धरलं आहे, परंतु त्यांना चालता येईल असं वाटत नाही. मघाशी मोबाईल देताना थोडी चक्कर आल्यासारखं वाटतं असं म्हणाले. ते उठले, त्यांनी मोबाईल दिला; पण बाहेर आल्यावर त्यांना स्वत:ला सांभाळणं अवघड जातंय असं वाटतंय."

"त्यांचे डोळे कसे आहेत ?"

"डोळे कुठेतरी दुसरीकडेच पाहताहेत असं वाटतंय. आता त्यांचं स्वत:वर नियंत्रण आहे, असं वाटत नाही."

"त्यांना थोडं आडवं झोपवा. तुम्ही जो कांदा आणि लसूण घेतला आहे, त्याचे दोन थेंब त्यांच्या कानांत घालता आले तर पाहा. घाई करा."

विश्वास पाटील आता थोडा टेन्शनमध्ये आला. हा काहीतरी नक्कीच गंभीर प्रकार आहे, असे त्याला वाटू लागले. संजयला फेफरे किंवा मिरगी असाच काही आजार असावा, असे त्याला वाटले. त्याने वैतीच्या भावाला परिस्थिती सांगितली. दोघांनी त्याला रस्त्याच्या कडेला बंद दुकानाच्या पायरीवर झोपवले. कानात कांदा आणि लसणीच्या रसाचे दोन थेंब घातले. संजयला तत्काळ हॉस्पिटलमध्ये नेणे आवश्यक होते; परंतु संजयचे शब्द त्याला आठवले. मोबाईलमधून जशा सूचना येतील त्याप्रमाणेच करा.

विश्वासला एकट्याला संजयला घेऊन स्टेशन गाठणे अवघड होते. त्याने

वैतीच्या भावास बरोबर येण्यास सांगितले. वैतीच्या भावाच्या अंगात फक्त विजार होती. वर तो उघडाच होता. तो विचारात पडला; परंतु इन्स्पेक्टरची अवस्था पाहून त्याने तो विचार सोडून दिला.

रस्ता निर्जन होता. वाहतूक नाही; काहीच नाही. त्यांनी बरेच अंतर चालत काढले.

मोबाईलवरून पुन्हा आवाज आला.

''इन्स्पेक्टरला उभे धरून चालवू नका; शक्यतो शरीर आडवे धरा. उजवा कान जमिनीकडे राहू द्या.'' आता विश्वासचे काम आणखीन कठीण झाले. त्यांनी रस्त्यातच समोरून येणारी गाडी थांबवली. विश्वासने संजयच्या खिशातील ओळखपत्र दाखवत संजयला स्टेशनला घेऊन जाण्याची विनंती केली.

संजयला त्या दोघांनी मालाड स्टेशनला आणले. विरारहून येणारी जलद लोकल नुकतीच स्टेशनमध्ये येत होती. गाडीत गर्दी कमी होती. त्यांनी त्याला बाकड्यावर आडवे झोपवले. त्याचे डोळे सताड उघडे होते. उजवा कान जमिनीकडे होता. संजय निश्चेष्ट पडला होता. आता विश्वासला त्याच्याकडे पाहणे भीतिदायक वाटत होते. नक्की काय झाले याचा अंदाज नव्हता.

संजयचे अंग बर्फासारखे थंडगार पडले होते.

विश्वास संजयकडे साशंकतेने पाहू लागला. 'हा खरोखरच जिवंत आहे का?'

स्टेशन येत होतं; जात होतं. संध्याकाळी चर्चगेटकडे जाणाऱ्या त्या गाडीला गर्दी नव्हती. काही लोक चढत होते; काही उतरत होते. काही संजयकडे संशयाने पाहत होते. विश्वासच्या मनावरील ताण वाढत होता. मधून-मधून दोघे संजयकडे पाहत होते. प्रत्येक क्षण दिवसागणिक वाटत होता. दोघांना कधी एकदा मुंबई सेंट्रल स्टेशन येते, असे झाले होते. मधून-मधून वैतीचा भाऊ कांद्याचा वास त्याच्या नाकाजवळ धरत होता.

गाडी मुंबई सेंट्रल स्टेशनमध्ये आली आणि विश्वास पाटलाला हायसे वाटले. त्या दोघांनी त्याला आडवे धरून बाहेर आणले.

वेळ रात्रीची होती. प्लॅटफॉर्मवर स्वत: कमिशनर हजर होते. त्यांना पाहून विश्वास टरकला. घाबरत-घाबरत त्यांनी काय घडले ते सांगायला सुरुवात केली; परंतु कमिशनरांनी त्याला थांबवले. संजयला तशाच अवस्थेत स्ट्रेचरवर ठेवण्यात आले. दोघे जण घाईघाईत स्ट्रेचर घेऊन स्टेशनबाहेर आले. बाहेर ॲम्ब्युलन्स उभी होती. विश्वास व वैतीचा भाऊ आत बसले. सर्व जण महालक्ष्मी मंदिराकडे निघाले. सर्व सिग्नल आणि नियम तोडून १० मिनिटांत गाडी सायरन वाजवत महालक्ष्मीच्या मंदिराजवळ आली.

विश्वास आणि वैतीचा भाऊ गोंधळलेल्या अवस्थेत होते. त्यांना वाटले,

संजयला हॉस्पिटलमध्ये हलवले जाईल; परंतु त्याला चक्क महालक्ष्मी मंदिरात आणले होते.

कमिशनरांनी विश्वासकडून संजयचा मोबाईल हातात घेतला.

मंदिरातील सर्व लोकांना बाहेर काढण्यात आले होते. मंदिराच्या पायरीवर काही पोलीस उभे होते. महालक्ष्मीच्या दर्शनाकरता मंदिर बंद ठेवण्यात आले होते. संपूर्ण मंदिरात शुकशुकाट होता. इतर वेळी सतत गर्दीचे महालक्ष्मीचे मंदिर आज बंद ठेवण्यात आले होते.

महालक्ष्मीच्या मूर्तीच्या समोरील सभामंडपात गुरुमणी उभे होते. त्यांच्या अंगात धोतर होते. हातात रुद्राक्षाची माळ होती. चेहरा तणावाखाली होता. गुरुमणींबरोबर आणखीन तिघे जण होते. तिघेही गुरुमणींप्रमाणेच धोतर नेसून उभे होते.

सभामंडपात तुळशीच्या पानांची मोठीच्या मोठी शय्या तयार करण्यात आली होती. संजयच्या अंगातील सर्व कपडे काढण्यात आले. फक्त जांघेवर संजयला उघडेच झोपविण्यात आले. नजर महालक्ष्मीच्या मूर्तीकडे! शून्यात नजर लावून पाहत असल्यागत संजयचे डोळे तसेच उघडे होते.

गुरुमणींच्या बरोबरची पांढऱ्या केसांची व्यक्ती पुढे आली. त्यांनी कमिशनरांना सांगितले,

''तुमच्या मित्रांना वेळ न दवडता यांच्या हृदय आणि नाडीची तपासणी करायला सांगा.''

कमिशनरांनी त्यांच्या मित्राला खूण केली. डॉ.बावधनकर शेजारी उभे होते. कमिशनरांच्या खास आग्रहावरून ते आले होते. डॉ.बावधनकर पुढे झाले.

संजयला त्यांनी भरभर तपासले. त्याचा हात हातात घेऊन नाडी पाहिली. स्टेथास्कोपने त्यांची संपूर्ण छाती तपासली. हृदयांच्या ठोक्यांचा अंदाज घेतला.

बावधन यांनी कमिशनरकडे पाहत म्हटले,

''He is dead! No heart beat, No pulse.''

कमिशनरांना धक्का बसला.

''आर यू शुअर?''

''Absolute.''

कमिशनरांनी गुरुमणी आणि त्यांच्या सहकाऱ्यांकडे पाहून हातानेच खूण केली – Go ahead!

गुरुमणी पुढे झाले. शेजारच्या होमकुंडात त्यांनी समिधा रचावयास सुरुवात केली. एक जण काळी मिरी, तीळ, मोहरी व लाल मिरची यांची धुनी करून संपूर्ण सभा मंडपात फिरवू लागला. एक जण बॅगेतून पिवळसर रंगाची पूड करून

संजयच्या तुळशीच्या शय्येभोवती, कुंडाभोवती आणि सभागृहाच्या चारी कोपऱ्यांत त्यांच्या विशिष्ट आकृत्या काढू लागला. समुद्रातून मातीच्या मडक्यामधून पाणी आणण्यात आले. ते संपूर्ण सभागृहात तुषाररूपाने फेकण्यात आले. स्वच्छ पाणी घेण्यात आले. काही ठिकाणी धिष्ण्या होत्या. वेदीची रचना विशिष्ट पद्धतीची होती. पूर्व-पश्चिम समांतर बाजूची. अग्नीचितीचा आकारही लक्षात येत नव्हता, पण बहुधा अलजा असावा. मात्र संपूर्ण मांडणी यजुर्वेदातील नियमांचे काटेकोर पालन करूनच करण्यात आली होती. कमिशनरांना याची फारशी माहिती नव्हती. परंतु धिष्ण्या आणि वेदीच्या उत्तरेला केरकचऱ्याकरता असलेल्या जागेवरून - उत्कराहून थोडाफार अंदाज येत होता. प्रत्येक जण आपआपल्या जागी स्थानापन्न झाले. कमिशनरांनी महालक्ष्मी मंदिरातील होम पाहिला होता. देवीचा सहस्त्रचंडी होम पाहिला होता. कमिशनरांना याबाबत थोडी माहितीही होती; परंतु गुरुमणी विशिष्ट अवस्थेत बसले होते. सर्वांच्या दिशा पश्चिमेकडे होत्या. प्रत्येकाच्या हातात समिधा होत्या आणि काही छोट्याछोट्या गोळ्या होत्या.

त्यांनी मंत्रोच्चाराला सुरुवात केली. सुरुवातीची गणेश-स्थापना, अग्निपूजा, भूमिपूजा, गुरुपूजा यांची आवर्तने झाली. तिघेही एका सुरात खड्या आवाजात म्हणत होते. त्यांची तिघांचीही बैठक विशिष्ट पद्धतीची होती; नीट समजत नव्हती.

त्यांनी अथर्ववेदातील सूक्ते म्हणावयास सुरुवात केली. कमिशनरांना काही सूक्ते माहीत होती. गुरुमणींचा आवाज त्या रात्रीच्या वातावरणात सुरू झाला. मात्र कमिशनर एकदम दचकले. आत्तापर्यंतच्या आयुष्यात त्यांनी अनेक वेळा वेदमंत्रांचा घोष ऐकला होता. विशेषतः मद्रास येथे त्यांनी काही ठिकाणी याचा अनुभव घेतला होता. एका वेळी पाचशे-पाचशे लोकांचा उद्घोष ऐकला होता.

परंतु शास्त्रीय संगीतातील प्रत्येक रागदरीचा अवलंब करीत वेदाचा तो उद्घोष ऐकून कमिशनर आश्चर्यचकित झाले.

निर्जन, शांत काळोखी रात्र! समोर महालक्ष्मीची तेजस्वी मूर्ती. दूरवर वरळी सी फेसवर प्रकाशाचे नयनमनोहरी पुंजके सागरी लाटांवर हेंदकळत होते. कमिशनर दगडी कठड्यावर बसून, दोन्ही हात मांडीवर घट्ट धरून, डोळे विस्फारून एकटक गुरुमणींकडे पाहत होते. शेजारी डॉ.बावधनकरही उत्सुकतेने पाहत होते.

अथर्वशीर्षातील काही सूक्ते आणि वेदांसकट इतर काही अनोळखी सूक्ते यांचा योग्य मिलाफ करण्यात आला होता. आवाजात कधी गोडवा, कधी करारीपणा, कधी त्वेष ऐकून कोणत्याही संगीताशिवाय गाण्याची मैफल चालली आहे काय, असे न समजणाऱ्याला वाटत होते. परंतु तो एक संघर्ष चालला होता!

मृत्युंजय संघर्ष!

ती काळावरची चढाई होती.

समस्त चराचर सृष्टीच्या कर्दन काळाशी ती झुंज होती.

विश्वास पाटील आणि वैतीचा भाऊ बावचळून पाहत बसले होते. दुसरे कोणीच नव्हते. कोणालाही तिथे प्रवेश नव्हता.

तो सुष्ट आणि दुष्ट यांच्यातील घनघोर संग्राम होता.

तिघांची जुगलबंदी होत होती. खो-खोच्या खेळाप्रमाणे प्रत्येकाला विश्रांती देण्याकरता, पुढची तयारी अखंडपणे चालण्यासाठी - अविरतपणे चालण्यासाठी ते एकमेकांची जागा घेत होते. होमात सतत समिधा पडत होत्या. मधून-मधून हवीर्द्रव्ये टाकली जात होती. होमातून येणारा अग्नी विशिष्ट आकारात वर जात होता. होमातील जळणाऱ्या समिधांमुळे संपूर्ण परिसर एका विशिष्ट वासाने, धुराने भरून राहिला होता. कमिशनर, डॉ.बावधनकर, विश्वास, वैतीचा भाऊ त्या होमापासून दूरदूर सरकत होते. त्याचा जळजळीतपणा, विशिष्ट वास त्यांच्या सहनशक्तीच्या पलीकडे होता.

त्यांच्या आवाजातील जोश यत्किंचितही कमी होत नव्हता. या तिघांची एकमेकांना सांभाळून घेण्याची पद्धत विलक्षण होती. प्रत्येकाला काही काळ विश्रांती मिळत होती; परंतु प्रत्येकाचे लक्ष मंत्रघोष कोणत्या टप्प्यावर आहे, किती समिधा होमात पडताहेत, प्रत्येकाची चढती भाजणी, उतरती भाजणी, वेळ यांचा योग्य मेळ घातला जात आहे की नाही, यावर होते. काही वेळा तिघेही एकाच वेळी मंत्रघोष करत होते.

घसा कोरडा होतो की काय असा त्यांचा आवाज होता; परंतु त्यांच्या आवाजात दमछाक दिसून येत नव्हती. अंगातून बाहेर येणाऱ्या घामाकडे त्यांचे लक्ष नव्हते. कपाळावरील घाम डोळ्यांवरून खाली येऊ नये म्हणून कपाळाला विशिष्ट पट्ट्या बांधल्या होत्या. छोटे-छोटे रुमाल हात पुसण्यास होते. पुढे होऊन होमाजवळ हवीर्द्रव्ये टाकत मंत्रघोष म्हणण्याकडे सतत एकाचे लक्ष होते. त्याला लागणारी प्रत्येक गोष्ट त्याने मागण्यापूर्वी ती हातात तयार ठेवली जात होती.

आता मंत्रोच्चारात

फट्! स्वाहा!

फट्! स्वाहा!

यांची आवर्तने येऊ लागली. मंत्रघोषातील आवाजही लंबकाप्रमाणे एकदम दीर्घ उच्चाराने येऊ लागला. होमातील ज्वाला उंच-उंच जात होत्या.

त्यांचा संग्राम सुरू होता. संजय तुळशीशय्येवर निपचित होता. त्याची नजर महालक्ष्मीच्या तेजोमय मूर्तीकडे होती. महालक्ष्मीच्या गर्भागृहात सर्वत्र छोटे-छोटे दिवे लावण्यात आले होते. दिव्यातील ज्योती शांतपणे हवेच्या, होमाच्या धुराच्या तालावर डोलत होत्या. मूर्तीचा चेहरा शांत, तेजस्वी दिसत होता.

संजयचे अंग बर्फासारखे थंडगार पडले होते.

त्यांचा संग्राम सुरू होता. कर्दनकाळाशी संग्राम सुरू होता. घड्याळातील वेळ पुढे जात होती. काळोख वाढत होता. होमातील धुराचे लोट आसमंत बेधुंद करत होते. ती जीवघेणी लढाई सुरू होती.

मंत्रघोष सुरू होता.

काळ पुढे जात होता. मंत्रघोष पुढे जात होता. होमकुंड अखंड, निरंतर अग्निशिखा वर सोडीत होते. होमाच्या धुराने आसमंत तटतटून जात होता. तिघांच्या मूर्ती निश्चल-निश्चेय-अचल दिसत होत्या.

संजयचे अंग बर्फासारखे थंडगार!

रात्रीची मध्यरात्र होण्यास काही अवधी होता. तिघांच्या आवाजात पूर्वीसारखाच जोश होता.

मध्येच गुरुमणी उठून उभे राहिले. होमातील विभूती त्यांनी घेतली आणि संजयच्या कपाळावर ठासून लावली. त्यांच्या तिघांपैकी एक जण आता संजयच्या भोवताली फिरू लागला. दोन्ही हातांचे तळवे अंगठ्याजवळ एकत्र ठेवून हाताचे छत्र संजयच्या डोक्यावर धरू लागला.

मंत्रघोष थांबला नाही.

आता दोघे जण संजयच्या दोन्ही बाजूंना उभे राहून दोन्ही हातांचे छत्र संजयच्या डोक्यावर धरू लागले.

तिकडे होमामधील समिधांची उतरती भाजणी सुरू झाली. समिधा होमात पडतच होत्या. मंत्रघोष सुरूच होता.

संजयचे अंग अजूनही बर्फासारखे थंडगार होते.

नजर महालक्ष्मीच्या मूर्तीकडेच होती. आता तिघांचेही लक्ष संजयकडे होते. होमाजवळून आता तिघेही संजयकडे आले. दोघे जण महालक्ष्मीच्या मूर्तीकडे तोंड करून त्याच्या डोक्यावर छत्र धरून होते. गुरुमणी संजयच्या पायाकडे आले. तिघेही वीरासनात बसले होते.

संपूर्ण चराचराला शांत करावयास निघाल्याप्रमाणे त्यांच्या मंत्रघोषाची लय कमीकमी होत होती. आसमंत स्थिर होत होता. मोठ्या जलाशयातील संपूर्ण गढूळ पाणी खळबळून जावे आणि नंतर हळूहळू जलाशय स्वच्छ व्हावा त्याप्रमाणे आसमंत न्हाऊन निघत होता. त्यांचे चेहरे घामाने चिंब भिजले होते; परंतु ते अत्यंत तेजस्वी दिसत होते. ते तीन शिलेदार होते!

मानवी-अमानवी लढ्यातील तीन शिलेदार!

संजयने डोळ्यांची हालचाल केली. आत्तापर्यंत संपूर्ण हलके-हलके वाटणारे शरीर आता त्याला जडशीळ वाटत होते. स्वत:च्या शरीराचीच घृणा वाटत होती.

उठायचे त्राण नव्हते, जणू शरीरातील सर्व शक्तीच नाहीशी झाल्यासारखी झाली होती. समोर महालक्ष्मीची मूर्ती होती. संजयला क्षणभर आपण कोण, आपण कोठे आहोत, आपण काय करतो आहोत याचे भानच राहिले नाही. त्याची संपूर्ण विचारशक्तीच नाहीशी झाली होती. खूप भूक लागली! तहान लागली! काय हवे? काहीच समजत नव्हते. कोणीतरी आपल्याला सांगावे, आपण कोण? आपणाला काय हवे? पण छे! त्याच्यात बोलण्याची ताकद नव्हती. ऐकण्याची ताकद नव्हती. 'संजय, तू कुठे आहेस? भोवताली कोण आहेत? कुठेतरी पाहिल्यासारखं वाटतंय. चेहरे ओळखीचे वाटतायत; परंतु आपल्याला आठवत का नाहीये?

'हे सर्व इथं काय करतायंत? त्यांना काय हवंय? हे सर्व काय बोलतायंत?

'माझ्याशी का बोलत नाहीत?

'त्या मुंग्या?

'कुठे गेल्या त्या मुंग्या? प्रचंड झुंडी! प्रचंड झुंडी!' संजय घाबरला.

'मला खूप रडावंसं वाटतंय. पण डोळ्यांतून पाणी का येत नाही. माझा आवाज त्यांना ऐकू जात नाही? ते इतक्या दूरवर का आहेत? कोणीतरी जवळ यावं, माझ्याशी बोलावं. पण ते इतके दूर का?'

संजय भानावर आला. त्याच्या संपूर्ण अंगाला मुंग्या आल्यासारखे होत होते. संपूर्ण शरीर अवघडल्यासारखे होत होतं. कोणीतरी घट्ट बांधून ठेवल्यासारखे शरीर कुठेतरी दबून बसले होते. संजय उठण्याचा प्रयत्न करू लागला.

गुरुमणी पुढे झाले.

संजयच्या मानेखाली हात घालून त्यांनी त्याला बसविले. संजयने दोन्ही हात आधारासाठी बाजूला ठेवले. त्याचे दोन्ही हात तुळशीशय्येवर होते. हात सुन्न होते. पाय सुन्न होते. संपूर्ण शरीर सुन्न होते. जाणीव नव्हती. संजयने संपूर्ण शरीरावर हात फिरवून पाहिला.

'अरे, हे माझंच शरीर आहे? मीच आहे संजय! संजयने मानेला झटका दिला. आळोखेपिळोखे दिले. मानेतून सणकन एक कळ गेली. संजयने मान सावरली. गुरुमणी बाजूला बसले. संजयने समोर पाहिले. महालक्ष्मीची तेजस्वी मूर्ती होमकुंडाच्या धूसर वातावरणात, छोट्याछोट्या दिव्यांच्या प्रखर उजेडात शांतपणे उभी होती. संजय एकटक पाहत होता. महालक्ष्मीची मूर्ती, अत्यंत तेजस्वी मूर्ती!

संजयने वळून गुरुमणींकडे पाहिले. तोच तजेलदार चेहरा, तीच धीरगंभीर मूर्ती! संजयने गुरुमणींकडे पाहून स्मित केले. संजयने आपला हात त्यांच्या हातात दिला.

संजय उठून उभा राहिला. अजून शरीरावरील अर्धनग्न अवस्थेची त्याला शुद्ध नव्हती. गुरुमणींनी त्याला हाताशी धरून महालक्ष्मीच्या गर्भागृहात आणले. महालक्ष्मीच्या

मूर्तीच्या तो जसाजसा जवळ जाऊ लागला, तसेतसे संजयचे अंग थरथरू लागले. संजयच्या हातापायांना कंप सुटू लागला. पुन्हा तोल जाऊन पडतो की काय असे त्याला वाटू लागले. गुरुमणींनी त्याला घट्ट धरले होते.

संजयच्या सर्वांगाला घाम सुटला होता. त्याचे काटक, शिडशिडीत शरीर धूसर प्रकाशात चमकत होते. अडखळत-अडखळत संजय गर्भागृहात आला. पायातून गोळे येतायत की काय असे त्याला वाटत होतं. गुरुमणींनी त्याला दंडाला धरून महालक्ष्मीच्या पायाशी बसविले. संजय कोलमडून खाली बसला.

संजयच्या डोळ्यांतून अश्रू वाहू लागले. अश्रूंच्या धूसर पडद्याआडून संजय महालक्ष्मीच्या तेजस्वी मूर्तीकडे पाहत होता. संजयचे संपूर्ण शरीर प्रफुल्लित होत होते; नवजीवन प्राप्त करत होते. गुरुमणींनी त्याला घट्ट धरले होते. ते शांत बसून होते; अबोल होते.

संजय सावध झाला.

सूर्योदयाची वेळ झाली होती. आकाश लालभडक झाले होते. सूर्य दिसत नव्हता. पहाट झाली होती, परंतु महानगराला पूर्ण जाग आली नव्हती. पहाट झाली होती, परंतु रस्त्यावरील दिवे अजूनही रस्ता प्रकाशमान करण्याचे काम करत होते. रात्रीचा गारवा अजूनही शिल्लक होता. आसमंत धूसर होते.

ते त्याला हाताला धरून समुद्रातील पाण्याकडे घेऊन गेले. फक्त तीन वेळा त्याने समुद्राच्या अस्वच्छ पाण्यात डुबकी मारली. त्यांनी त्याला पुन्हा महालक्ष्मीच्या मंदिरात आणले. त्याला त्याच अवस्थेत महालक्ष्मीसमोर बसविण्यात आले. त्याचा चेहरा ताजातवाना होता. संजय पूर्णतः शुद्धीवर होता. गुरुमणींनी उत्तरविधी तासाभरात संपविला. ते दोघेही आणि त्यांचे सहकारी तिथे होते.

ते बाहेर आले, तेव्हा आकाश स्वच्छ, निरभ्र होते. लखलखीत प्रकाशात मुंबईकरांची सकाळची धावपळ सुरू झाली होती. रात्रीच्या विश्रांतीनंतर नवीन उत्साहाने, नवीन जोमाने वृत्तपत्रांचे विक्रेते, दूधवाले, भाजीवाले यांची धावपळ सुरू झाली होती. सकाळच्या शाळेतील विद्यार्थ्यांच्या बसेस रस्त्यातून उत्साहाने जात होत्या. महानगराला पूर्णतः जाग आली होती. महालक्ष्मीसमोरचा पेडर रोड वाहनांच्या आवाजाने आसमंताला जाग आणत होता.

सकाळच्या न्याहारीला सर्व एकत्र आले होते. संजयच्या कपाळावर कानाला पूर्ण आच्छादित करणारी पांढरी पट्टी होती. फक्त तीनच लसणांच्या पाकळ्यांचा काळा दोरा गळ्यात बांधलेला होता. आता तो दोरा कोणालाही दिसत नव्हता. संजयने आकाशी रंगाचा शर्ट घातला होता. त्याची पॅन्ट पांढरी शुभ्र होती. संजयचा चेहरा आनंदी होता.

न्याहारीला कमिशनर होते, डॉ.बावधनकर होते, गुरुमणी होते, त्यांचे दोघे

सहकारी होते. संजयने सर्वांना ओळखले होते. फक्त गुरुमणींचे एक सहकारी आणि डॉ.बावधनकर यांची ओळख नव्हती. डॉ.बावधनकर पुढे झाले. त्यांनी संजयची पूर्ण तपासणी केली. हृदयाची स्पंदने आणि नाडी नॉर्मल होती.

"He is perfectly ok."

कोणीच काही बोलत नव्हते. सर्वांची नजर गुरुमणींकडे होती. गुरुमणी शांत होते. त्यांचा चेहरा सकाळच्या वातावरणात उत्साही दिसत होता. रात्रीच्या विधीचा कोणताही तणाव चेहऱ्यावर दिसत नव्हता. ते तिघेही आनंदी दिसत होते.

संजयला मालाडपासून महालक्ष्मीपर्यंतची सर्व हकिकत समजली. मात्र त्याची कारणमीमांसा कळली नाही.

गुरुमणी म्हणाले, "काही घटना घडतात, त्यातून अपंग न होता सहीसलामत बाहेर पडणं महत्त्वाचं असतं. अन्यथा तुमचं पुढचं संपूर्ण आयुष्य उद्ध्वस्त होतं! इन्स्पेक्टर, तुमची गतजन्माची पुण्याई म्हणून वाचलात. आम्ही निमित्तमात्र आहोत. त्या दोघांनी तुम्हाला इथपर्यंत आणलं; तुम्हाला ती विरारची जलद गाडी मिळाली; वेळ न घालवता महालक्ष्मीच्या मंदिरात आम्हाला तो विधी करता आला, याला या सर्व घटनांमधली छोटी-मोठी माणसं तुमच्या साहाय्याला धावली. तुम्ही म्हणून धडधाकट आहात."

"सर्पराज महाराज एवढे शक्तिमान आहेत का की, व्यक्तीच्या जवळ न जाता तिला ते मृत्यूच्या दारात पाठवू शकतात?" कमिशनर

गुरुमणींनी प्रश्नाला उत्तर दिले नाही; परंतु त्यांनी त्यांच्या सहकाऱ्यांकडे पाहून स्मित केले.

सर्वांनी नाश्ता केला. चहाचा कार्यक्रम सुरू झाला. गुरुमणींच्या हातात दुधाचा ग्लास होता.

गुरुमणींचे डॉक्टर-सहकारी आता घसा साफ करत बोलू लागले.

"एखाद्या गोष्टीकडे, घटनेकडे पाहताना त्याला सर्वंकष गोष्टी कारणीभूत असतात, तशाच तात्कालिक गोष्टीही कारणीभूत असतात. इन्स्पेक्टर का सहीसलामत जिवंत राहिले, याला कारण आमचा विधी आहे. त्याचबरोबर या विधीला लागणाऱ्या योग्य काळ वेळाची आखणी करण्यास तो तुमचा कॉन्स्टेबल विश्वास पाटील, तो मालाडमधला वैती, ती विरार लोकल, थोडक्यात यांना महालक्ष्मी मंदिरापर्यंत आणणाऱ्या सर्व छोट्या-मोठ्या गोष्टी कारणीभूत आहेत."

'सर्पराज महाराजांबाबत बोला', कमिशनर मनाशीच म्हणत होते.

"मी सर्पराज महाराजांबाबतच बोलणार आहे." कमिशनर दचकले. डॉक्टरांकडे रोखून पाहू लागले. त्यांचा चेहरा निर्विकार होता.

"आपण सर्व दिवस आणि रात्री, उष्ण आणि थंड यांच्या तालावर चालणारे

प्राणी आहोत. आपल्या शरीराचे सर्व व्यवहार साधारण २५-३० अंश तापमानावर योग्य प्रकारे होतात. हा तापमापक १५ अंशांच्या खाली जसजसा येईल, तसतसे शरीराला त्या तापमानाशी जुळवून घ्यावे लागते. तापमापक ३० अंशांच्या वर गेल्यावरही त्या तापमानाशी जुळवून घ्यावे लागते; परंतु याला मर्यादा आहेत. आपणा सर्वांना हे माहीत आहे. अत्यंत प्रतिकूल परिस्थितीला आपण जिवंत राहू शकत नाही.

''संपूर्ण आयुष्य आपण रात्रीच्या गर्भात काढू शकत नाही, तद्वत संपूर्ण आयुष्य प्रकाशातही काढू शकत नाही. उत्तर-दक्षिण ध्रुवावर याचा अनुभव येतो. अशा वातावरणात शारीरिक बदलांना तोंड देणं नेहमीच अवघड जातं.

''पृथ्वीची गती, सूर्याचा प्रकाश, रात्र-दिवस यांचा खेळ, विविध नक्षत्रांचा परिणाम यांच्या सहयोगाने आपण लाखो वर्षे आपली शारीरिक-मानसिक प्रगती करत आलो आहोत. आपला शारीरिक मानसिक गुंता वाढविला आहे.

''डोळ्यांनी पाहण्याची शक्ती, कानाने ऐकण्याची शक्ती, नाकाने वास घेण्याची शक्ती, शरीराच्या स्पर्शाने जाणण्याची शक्ती, वाचाशक्ती, जिव्हेने ग्रहण करण्याची शक्ती, इतर प्राण्यांच्या तुलनेत आपण पुढे आहोत; पण या सर्व शक्तींना मर्यादा आहेत; परंतु काही लोक या शक्ती अमर्याद करू शकतात. काहींनी या शक्ती अमर्याद केलेल्या आहेत. आपण त्याला 'सिद्धी' म्हणतो; परंतु मुळात या अमर्याद शक्ती आपल्यात आहेतच. विश्वाची वास्तवातील सर्व शक्तिमान ऊर्जा आणि मनुष्याची ऊर्जा यांच्यातील अंतर जसजसे कमी होत जाईल तसतशी ही अमर्याद शक्ती मिळू लागते. आत्मा आणि परमात्मा, द्वैत आणि अद्वैत, तू आणि मी, तू तोच मी, मी तोच तू, तुम्ही सर्व शक्तिनिशी एकरूप होता तेव्हा. संपूर्ण जग तुमच्या हातात राहते. तुम्हाला काहीही शक्य होते.''

''सर्वशक्तिमानाशी एकरूप होताना ती शक्ती एखाद्याला मरणाच्या दारात ठेवायला वापरणं कितपत योग्य? सर्वशक्तिमानशी एकरूप झाल्यानंतर अशी सारासार मती राहत नाही काय?'' कमिशनर.

''आण्विक शक्ती प्राप्त झाल्यानंतर ती विधायक कार्यासाठी वापरायची की विघातक कामाकरता वापरायची, याचं तारतम्य त्याच्या हातात आहे.''

''सर्वच शक्तिमान झाले तर काय होईल?''

''वास्तवात असं काहीच नाही.''

''दिवसाची वेळ संपल्यानंतर रात्रीची वेळ, रात्रीची वेळ संपल्यानंतर दिवसाची वेळ. सृष्टीचक्र, मानवचक्र अविरत आहे. कोण किती शक्तिमान आहे, त्याच्याकरता सृष्टीचक्र थांबत नाही. सर्वच क्षणभंगुर आहे. उत्पत्ती, स्थिती आणि लय यांची शृंखला न संपणारी आहे. काल-आज-उद्या हा संसाराचा नियम आहे.

जेव्हा एक व्यक्ती सर्वशक्तिमान होत असते, त्याच वेळी त्याचा विनाश करणारी दुसरी शक्ती तयार होत असते.''

''याचा अर्थ चांगल्याचाही नाश आहे, वाइटाचाही नाश आहे.''

''अगदी बरोबर! व्यक्तीही तीन गोष्टींची मिळून बनलेली आहे – शरीर, मन आणि आत्मा. प्रत्येक गोष्ट एकमेकांशी संबंधित आहे. मानवी शरीर म्हणजे स्वत:ला दुरुस्त करणारी, नियमित करणारी स्वयंभू यंत्रणा आहे. याचा उगम 'जीवन शक्ती'शी आहे. किंवा 'ऊर्जेशी' आहे. चायनीज तत्त्वज्ञानात यीन आणि यांग याची सतत रस्सीखेच सांगितली आहे. भारतीय संस्कृतीत ही रस्सीखेच दुहेरी नाही; तिहेरी आहे. ऊर्जा सतत तयार होणं, तिची स्थिती आणि तिचा लय होणं ही अविरत क्रिया आहे. या क्रिया तीन शक्ति-स्वरूपात किंवा तीन भागांत आहेत; तीन प्रकृतींमध्ये आहे. तीन गुणांत आहे. तीन भावांमध्ये आहे. आपण भावाला गुणाचे स्वरूप दिले. गुणाला प्रकृतीचे स्वरूप दिले. प्रकृतीला शक्तीचे स्वरूप दिले. या तीन शक्तींची आपण पूजा करतो. या तीन शक्तींची तत्त्वे हेच गीतेचे मूळ सार आहे. गीतेचा आत्मा आहे. ब्रह्मा-विष्णू-महेश; त्रिगुणात्मक; सत्त्व-रज-तम.

''सर्पराज महाराज ज्या पद्धतीने तयार झाला, त्याला जी परिस्थिती मिळाली, जी शक्ती प्राप्त झाली, त्याचा वापर तो मानवी शरीराचं रक्त घोटून अधिक शक्ती मिळविण्यासाठी करत आहे. ज्या मानवाच्या उदरात जन्म घेतला त्याचाच बळी घेऊन तो हे करत आहे.

योगविद्येतील प्रगती करत करत सर्पराज महाराजाने अनिमा, लघीमा, गरिमा यांसारख्या अनेक सिद्धींमधील कर्णभेद-सिद्धी प्राप्त केली. आवाजाने एखाद्यावर हुकूमत मिळवणं, आवाज-स्वर यांच्या आघाताने दुसऱ्यावर नियंत्रण करणं, त्याला मरणाच्या दारात नेण्याइतपत छळ करणं त्याला शक्य आहे. शक्ती विधायक कामाऐवजी त्यांनी दुसऱ्याचा नाश करण्यासाठी, छळाकरता तिचा वापर केला.''

''पण ही शक्ती दुसऱ्याला ठार करण्याइतपत वापरता येऊ शकते का?''

''समोरची व्यक्ती कितपत ताकदवान आहे त्यावर अवलंबून आहे. आपले इन्स्पेक्टर मागच्या पुण्याईवर जगले-तारले-वाचले. आम्ही फक्त वेळेवर थोडीफार मदत केली. याच्यापेक्षा कर्नल फुरसुंगीकरांच्या पत्नीने दिलेला संघर्ष अधिक तीव्र होता. ती स्त्री स्वत: साधनेतली होती. सर्पराज महाराज तिला त्रास देऊ शकले, परंतु मरणाच्या दारात नेऊ शकले नाहीत. मात्र त्यामुळे अस्मिता कोणत्या धोक्यात आहे, ती कुठे आहे याबाबत निष्कर्ष काढणं, तिचा शोध घेणं सोपं गेलं.''

डॉ.बावधनकर म्हणाले, ''तुम्ही वैद्यकीय क्षेत्रातले आहात. तात्त्विकदृष्ट्या विचारमीमांसा ठीक आहे; पण वैद्यकीयदृष्ट्या याचं समर्थन कसं शक्य आहे?

याला कोणती चाचणी आहे?''

पौर्वात्य संस्कृतीत आयुर्वेद सर्वमान्य होता. आयुर्वेद पूर्णत: ज्योतिषविद्येशी निगडित आहे. नक्षत्र, ऋतू, सात्विक-राजस-तामसी वृत्ती, कफ-पित्त-वात प्रकृती, वनस्पती, मात्रा-मंत्र ही एक वेगळी, शाश्वत साखळी आहे. वेद काळात याचा पूर्ण अभ्यास झाला. आयुर्वेद हे शारीरिक आणि मानसिक विकाराचे योग्य निदान करणारे, त्यावर योग्य उपचार करणारे परिपूर्ण शास्त्र आहे. आपल्या हाताशी याची सर्वंकष सिद्धी नाही. तुटक-तुटक ज्ञानावर काम चालतं. सर्वसामान्य लोकांत विश्वासार्हता नाही. विद्या परिपूर्ण असून योग्य लोकांच्या हाती नाही. योग्य वापर नाही. नष्ट संस्कृतीमधले सर्वोच्च ज्ञान आता पूर्णत: आपल्या हातात नाही. पाश्चिमात्य संस्कृतीने पूर्णत: यांत्रिक, भौतिक तत्त्वज्ञानावर रेनिसन्समध्ये वेग घेतला. ॲलोपॅथीचा पाया अन्न, पाणी आणि वातावरणातले बदल यांशी संबंधित आहे. औषधोपचारांचा पाया मुख्यत: आकर्षण आणि अनाकर्षण यांवर आधारित आहे. सर्व आजार शरीराशी आणि भौतिक वास्तवाशी संबंधित आहेत; मन-मानसिक-विकार यांशी निगडित नाही. पाश्चिमात्य तत्त्वज्ञानानुसार फक्त शारीरिक आजारांवर उपाय करून मानसिकता सांभाळण्याचा, सुधारण्याचा प्रयत्न केला जातो. मनोव्यापार-मनोविकारांबाबत फार उशिरा विचार करण्यात आला. फ्रॉईड-जंग यांनी त्याबाबत विचार-संशोधन सुरू केलं. परंतु त्यांचे संपूर्ण संशोधन लैंगिक भावना, लैंगिक शक्ती आणि स्वप्न-निद्रा इथपर्यंतच मर्यादित होते.

''शमामिक किंवा जादूटोण्याच्या जगातून वैद्यकीय शास्त्र ॲलोपॅथीपर्यंत, त्यानंतर मनोविकारापर्यंत आले. आज पाश्चिमात्य वैद्यकीय शास्त्र ऊर्जाशक्तीपर्यंत आलेले आहे. प्रत्येक गोष्टीसाठी ऊर्जाच महत्त्वाची. विशेषत: शारीरिक-मानसिक चलन-वलनाला ऊर्जेची आवश्यकता असते, किंबहुना ऊर्जा हेच सर्वंकष विचारांचे, शक्तीचे केंद्र आहे, याची जाणीव झालेली आहे. त्याची स्पष्ट दखल पाश्चिमात्य संस्कृतीने आता ॲक्युपंक्चर-ॲक्युप्रेशर या उपचारपद्धतींच्या अभ्यासाने घेतली आहे. आपल्या आयुर्वेदाकडे सर्वांचं लक्ष पुरेसं गेलेलं नाही.''

''इन्स्पेक्टरशी झालेला प्रकार नक्की कसा झाला असावा?''

''मेंदूचं नियंत्रण कुठे आहे? कुठेच नाही. एकमेकांशी समन्वय साधून शारीरिक-मानसिक नियंत्रण सांभाळले जाते. मन ही त्रिमितीच्या पलीकडची एक शक्ती आहे; ऊर्जा आहे.

''वैद्यकीयशास्त्रानुसार मेंदूमध्ये दोन प्रकारची रासायनिक द्रव्यं स्पष्ट दिसून येतात. मेलेटोनिन आणि सेरेटोनिन. संध्याकाळची वेळ होता होता सेरेटोनिनची मात्रा कमी कमी होत जाते. रात्रीचा अंधार वाढत जाईल, तसतशी कातरवेळेपासून मेलेटोनिनची मात्रा वाढायला सुरुवात होते. रात्री साधारण दोन-अडीचपर्यंत ती

वाढत जाते. पहाटे पहाटे अडीच-तीनच्या दरम्यान सेरेटोनिनची मात्रा वाढायला सुरुवात होते. दोन्ही रासायनिक द्रव्यं शरीराची प्रत्येक हालचाल, क्रिया, प्रक्रिया, घात-आघाताशी संबंधित आहेत. प्रत्येक शक्तीशी संबंधित आहे. कान, डोळे, नाक, जिव्हा, त्वचा यांच्या प्रत्येक कार्याशी संबंधित आहेत. मेंदूतल्या पिनल ग्रंथींमध्ये तिसरे रासायनिक द्रव्य आहे.

''बिटाकार्बोलाईन हे मेलेटोनिन आणि सेरेटोनिनवर नियंत्रण ठेवतं. रथाचं सारथ्य करणारा सारथी ज्याप्रमाणे घोड्यांच्या दोऱ्या हातात धरून संपूर्ण रथावर नियंत्रण ठेवतो, त्याप्रमाणे हे द्रव्य मेलेटोनिन आणि सेरेटोनिनच्या साहाय्याने संपूर्ण शरीरावर, मनावर नियंत्रण ठेवतं. अष्टांगयोगामध्ये हे आज्ञाचक्राशी संबंधित आहे.

''परंतु हे आज्ञाचक्र अधिक शक्तिमान केलं, तर ती व्यक्ती स्वत:वरच नाही तर इतरही व्यक्तींवर, प्राणिमात्रांवर, चराचरावर नियंत्रण करू शकते.

सर्पराज महाराजांनी योग्य दिशेने इतरांवर नियंत्रण ठेवण्याइतपत प्रगती केलेली आहे.''

डॉ. बावधनकर ऐकत होते. कमिशनर ऐकत होते.

संजय खिडकीजवळ पडद्यांच्या फटीतून दिसणाऱ्या समुद्राकडे पाहत होता. कालचा सर्व प्रसंग पुन:पुन्हा आठवण्याचा प्रयत्न करत होता. डोळ्यांपुढे ती व्यक्ती त्याच्यासमोर पुन:पुन्हा येत होती. गणाबा! गणाबा! तोच हातापायाचा सांगाडा! काळसर, फक्त नाड्यांची अर्धी चड्डी घातलेली; काळया पट्ट्यांच्या कॉटवर पडलेली; झाडांच्या पानाकडे डोळे लावून शून्यात पाहणारी; भकास नजरेची – गणाबा! गणाबा! संजय अस्वस्थ झाला.

गुरुमणी संजयकडे रोखून पाहत होते. संजयला मूकपणे विचारत होते, 'इन्स्पेक्टर, ठीक आहात? आता काहीही होणार नाही. आम्ही तुमच्या पाठीशी आहोत.'

एक डॉक्टर बोलत होते. डॉ.बावधनकर ऐकत होते. कमिशनर ऐकत होते.

''होमोस्टॅसीस – शरीराचं उष्णता-नियंत्रण ही वैद्यकीय शास्त्रापुढची एक गूढ क्रिया! डॉ.बावधनकरांना त्याची माहिती होती; परंतु त्याची व्याप्ती, त्याचा संबंध संपूर्ण मानवशास्त्राशी, मानव-इतिहासाशी होता. एखाद्याला एका आयुष्यात समजावून घेता येणारी ती घटना नव्हती. प्रकाश-उष्णता-अंधार-शीतपणा या गोष्टी सेरेटोनिन आणि मेलेटोनिन यांच्याशी घनिष्टपणे निगडित, तर बिटाकार्बोलाईनबाबत सर्वच शास्त्रज्ञांना उत्सुकता! अंगठ्याचा वापर योग्यरित्या करावयाला मानवाला लाखो वर्षं घालवावी लागली. इतर प्राण्यांपासून सर्वश्रेष्ठत्व होण्यास जो कालावधी लागला, ते पाहता मानवी विकासाचा गुंता समजणं सोपं नव्हतं. योगविद्येतून काही

गोष्टी तत्काळ शक्य होत्या. शॉर्टकट! कारण योगविद्या प्रत्यक्ष ऊर्जेशी संबंधित. प्रत्यक्ष मेंदूवर नियंत्रण, मनावर नियंत्रण, तू आणि मी, मी आणि तू, तू तोच मी, सर्वांमध्ये मी आणि सर्वकाही माझ्यामध्ये.''

डॉ.बावधनकरांची मती गुंग झाली. कमिशनर ऐकत होते; परंतु त्यांची बुद्धी तोकडी पडत होती. त्यांना वैद्यकीयशास्त्र अनभिज्ञ होते.

''योगविद्येतल्या अंतिम चरणातल्या लोकांची सारासार बुद्धी अधिक प्रगल्भ, सर्व इच्छा–आकांक्षा, विकारांच्या पलीकडे जायला हवी. सर्पराज महाराजांनी एवढी प्रगती केल्यावरही त्याच्यातली खुनशी वृत्ती, सुडात्मक भावना कशी काय राहिली?''

''योगविद्येत तुम्ही संकल्प कसा ठेवला, यावर अंतिम ध्येयाची सिद्धी, त्याचा वापर अवलंबून आहे. सर्पराज महाराज ज्या स्थितीत जन्मले, ज्या स्थितीत वाढले, त्यामुळे त्यांचे संपूर्ण आयुष्य दिशाहीन, स्वकेंद्रित, पूर्णतः स्वार्थी होते. मूळ पिंड बदलणं सोपं नाही. त्याला खूप मेहनत घ्यावी लागते. शक्यता आहे की, त्यांच्या पूर्वजांनीही अशीच वाईट वाट चोखाळली असावी.''

''कालचा विधी नक्की कोणता होता?''

''बंधमुक्तीचा!''

''पण तुम्ही तर साधारण अश्वमेध-राजसूय यज्ञाप्रमाणे मांडणी केली होती. ''

''यज्ञविधीची मांडणी, संकल्पना सर्वसाधारण सारखीच. फक्त कोणत्या कार्यासाठी, उद्देशासाठी यज्ञविधी करायचा, त्या दृष्टीने तयारी करावी लागली.''

आता कमिशनरांनी तोंड उघडले. ''मी मद्रासला असाच यज्ञविधी पाहिला होता. एका वेळी पाचशे-पाचशे ऋत्विज मंत्रघोष करत होते.''

''यज्ञाचा आवाका वाढवण्यासाठी, व्याप्ती वाढवण्यासाठी वेदींची मांडणी न समजता येणारी स्वस्तिकाची होती. ज्यांना माहिती असेल, तेच ओळखू शकत होते. बंधन तोडण्यासाठी आम्ही सुदर्शन चक्राप्रमाणे स्वस्तिकाचा आकार धारण केला.''

''यज्ञामध्ये टाकण्यात येणाऱ्या वस्तूंचा आणि मंत्रांचा काय संबंध?'' डॉ.बावधनकर

''बंधनमुक्त करण्यासाठी सर्वशक्तिमान ऊर्जा आणि इन्स्पेक्टरांची शक्ती यांचा फक्त मिलाफ करायचा होता. यज्ञात टाकण्यात येणारी हवीर्द्रव्यं आणि आमचा मंत्रोच्चार हा सर्व खटाटोप दोन्हींमध्ये संपर्क तयार करण्याबाबत होता. टेलिफोनच्या वायरप्रमाणे. आम्ही फक्त संपर्काचं माध्यम होतो.''

''जर कालचा विधीच झाला नसता, तर काय झालं असतं?'' डॉ.बावधनकरांनी पुन्हा विचारले.

आता दुसरे डॉक्टर मध्येच बोलले, तसे गुरुमणी गप्प बसले.

''वैद्यकीय शास्त्रात 'Ondine' चा प्रकार माहीत असेलच, डॉक्टर!''

“होय.”

कमिशनरांकडे पाहत डॉक्टर म्हणाले, “डॉ.बावधनकरांना माहीत आहे; पण तुम्हाला माहीत नसावा.”

कमिशनरांनी मानेनेच नकार दिला.

डॉक्टर बोलू लागले. ऊर्जे

“आपण श्वासोच्छ्वास करतो. प्रत्यक्षात आपण फक्त श्वास घेत असतो. उच्छ्वास जी अशुद्ध हवा बाहेर काढतो, त्यासाठी शरीर वेगळी हालचाल करत नाही. त्याकरता कोणतीच यंत्रणा नाही. हवेतला दाब आणि शरीरातल्या हवेच्या दाबाच्या फरकातल्या दाबामुळे आपोआप हवा बाहेर येते. 'Ondine' ही व्यक्तीमधली अशी अवस्था आहे की, त्यात श्वासोच्छ्वासाची क्रिया आपोआप होणारी होते, पण शरीराकडून हवा बाहेर खेचली जात नाही. विशेषत: झोपेत ही क्रिया झाली, तर व्यक्ती सरळ कोमामध्ये जाते. अशा पेशंटना कृत्रिम श्वासोच्छ्वासाखाली ठेवावं लागतं. वैद्यकीय शास्त्र याबाबत अजूनही अनभिज्ञ आहे. या प्रकाराचं गूढ अजूनही उलगडलेलं नाही. आमच्या दृष्टिकोनातून याचा संबंध सर्वंकष ऊर्जेशी आहे. सर्वशक्तिमान ऊर्जेपासून एकदा स्वतंत्र झाल्यानंतर शरीर-मन-आणि वेळोवेळची स्थित्यंतरे यावर त्या व्यक्तीचं आयुष्य अवलंबून असतं. परंतु श्वासोच्छ्वास हा मरेपर्यंत सर्वशक्तिमानाशी एकरूप होण्याचा प्रयत्न करणारा मानवाचा एकच दुवा आहे; छोटा, परंतु अत्यंत शक्तिमान! म्हणूनच संपूर्ण योगविद्या या एकाच दुव्यावर सतत कार्यरत होत असते. त्या सर्व शक्तिमानाशी पुन्हा संपर्क साधण्यात काही यशस्वी होतात. 'Ondine' हा वैद्यकीय शास्त्रानुसार धोकादायक प्रकार. यामध्ये व्यक्ती कोमामध्ये जाऊन मृत्यू पावण्याची शक्यता असते. परंतु प्रत्यक्षात त्या व्यक्तीकडून सर्वशक्तिमान ऊर्जेशी संपर्क साधण्याचा तो नकळत होत असलेला प्रयत्नच आहे. अपुऱ्या ज्ञानामुळे, अपुऱ्या शक्तीमुळे तो अयशस्वी होतो. वैद्यकीयशास्त्र म्हणते, तो कोमामध्ये गेला. आम्ही म्हणतो, ती व्यक्ती अयशस्वी झाली. जगातले सर्व लोक, सर्व मानवजात ही ondine च्या वाटेवर जात आहे. ज्यांना जाणीव आहे, ते योगविद्येतून ती यशस्वी करण्याचा प्रयत्न करतात. ही परिस्थिती लाखात एखाद्या प्रकरणी पाहायला मिळते. सर्वशक्तिमान ऊर्जेकडे जाणारे सर्वच आहेत, परंतु अगदी जवळ जाणारी लाखामध्ये एखादीच व्यक्ती असते. त्यातही पुन्हा यशस्वी होणारी व्यक्ती हजारो वर्षांतून एकदाच तयार होते; अजिंक्य होते.

“इन्स्पेक्टरांना काहीच केलं नसतं, तर काल तुम्ही त्यांना मृत म्हणून जाहीर केलं असतं. काही काळानंतर शरीरातल्या सर्व यंत्रणा निकामी होत जातात. बऱ्याच वेळा Cardiac Arrest नावाखाली मृत म्हणून जाहीर केलं जातं. पण मला वाटतं ती व्यक्ती Immobile झालेली असते; मेलेली नसते. यांत्रिक क्रिया पूर्णत: बंद

झाल्या, याचा अर्थ व्यक्ती मृत झाली, असं म्हणता येणार नाही.''

डॉक्टरांना याविरुद्ध बोलता आले नाही. डॉ. बावधनकर गप्प बसले. कारण शरीरातील इतर क्रिया बंद झाल्या तरीही मेंदू कार्यरत असतो, ही गोष्ट डॉक्टर तांत्रिकदृष्ट्या योग्य बोलत होते.

''परंतु इथे तुमच्या ज्योतिषशास्त्राचा संबंध कुठे येतो?'' कमिशनरांनी आता मनातील मुख्य अडचण बाहेर काढली.

''योगाभ्यासात प्राणायाम हाही श्वासोच्छ्वासाचा प्रकार आहे; पण तुम्ही नेहमी ज्याप्रमाणे श्वासोच्छ्वास करता त्यापेक्षा वेगळा, परंतु हा तुम्हाला इतर सर्व मानवी मनापासून वरच्या श्रेणीत घेऊन जातो. यामध्ये तुम्हाला मग सूर्यनाडी (इडा), चंद्रनाडी, पिंगळा, सुषुम्ना यांतील फरक कळू लागेल. तुम्ही यात प्रगती केली, तर तुम्हाला आपल्या सूर्यमालिकेतल्या इडा नाडीत कोणते ग्रह येतात, पिंगळा नाडीत कोणते ग्रह येतात हेही कळेल. तुम्ही आणखीन प्रगती केली, तर इडा, पिंगळा, सुषुम्ना नाडीवरून नक्षत्र कशी, कोणत्या प्रकारात येतात ते समजेल. श्वासोच्छ्वासाच्या या योगाभ्यासातून तुम्हाला मूलाधारचक्र ते सहस्त्रधाराचक्रापर्यंतचा अभ्यास केल्यानंतरच मूळाधारचक्र हे कृतिका नक्षत्राच्या अधिपत्याखाली कसे आहे आणि त्याचा प्रवास अभिजित नक्षत्रापर्यंत कसा होतो हे समजेल. नक्षत्र २७ आहेत; परंतु सहस्त्रधाराचक्र अभिजित नक्षत्राखाली येतं. ते २८ वं नक्षत्र आहे.''

''पण प्रत्यक्षात २७ नक्षत्र आहेत.''

''तुमचं म्हणणं बरोबर आहे. आपण सर्वज्ञ झालो, तरी आपल्या अंतिम अंताबाबत मौन पाळायचं. मृत्यू माहीत असला, तरी त्याबाबत बोलायचं नाही, समोरच्या व्यक्तीला सांगावयाचा नाही, असा ज्योतिषशास्त्रातला एक दंडक आहे. अभिजित नक्षत्र सहस्त्राधार चक्राखालचे हे अंतिम नक्षत्र आहे. म्हणूनच ज्योतिषशास्त्रात नक्षत्र २८ असली तरी सांगताना, बोलताना २७ नक्षत्रांपर्यंतच विचार करायचा असतो, शेवटाबाबत मौनच पाळायचे असते.

''प्राणायामामधला श्वासोच्छ्वास हा आंतरिक अनुभूती आणि वैश्विक अनुभूती, तिची व्याप्ती, मर्यादा आणि शक्ती यांची जाणीव करून देतो. ही क्रिया चटकन समजणारी नाही. याकरता खूप मेहनत घ्यावी लागते.

''ऊर्जेमधली ही जाणीव खूप सराव केल्यानंतर तयार होते. योगी व्यक्तीला एकदा ही जाणीव झाल्यानंतर शारीरिक ऊर्जेची आणि वैश्विक ऊर्जेची जाणीव आपोआप होते. संपूर्ण शरीरातली ऊर्जा आणि संपूर्ण विश्वातली ऊर्जा यांत फरक दिसून येत नाही. हिंदू तत्त्ववेत्ते काही वेळा आत्मा आणि परमात्मा असे दोन भाग पाडतात, तर काही वेळा या दोन्ही गोष्टी एकच असल्याचं स्पष्ट करतात. या ऊर्जेची जाणीव कोणाला एका भावात होते, कोणाला द्विभावात होते, तर कोणाला

अनेक भावांत होते. शेवटी हिंदू-तत्त्वज्ञानात याला गुणाची जोड देऊन सत्त्व-रज-तम किंवा उत्पत्ती-स्थिती-लय किंवा ब्रह्मा-विष्णू-महेश या तत्त्वांवर स्थिर होते.

''ऊर्जेच्या अनुभवाद्वारे संपूर्ण विश्वाच्या ऊर्जेचं दर्शन होतं. हिंदू-दर्शनशास्त्र हे पूर्णत: ऊर्जेच्या विकासावर, ऊर्जेच्या ज्ञानावर ती ऊर्जा आधारित आहे.''

''मग इथे काळाचा संबंध कुठे येतो? हिंदूशास्त्रात कल्प, युगं यांचा उल्लेख आहे, त्याचा काय संबंध?''

''मानवाचं अस्तित्व हाच काळ आहे. जोपर्यंत मानव आहे तोपर्यंत काळ आहे. युगाची कल्पना हिंदू-तत्त्वज्ञानात काळाशी संबंधित आहे, तशीच व्यक्तीच्या आयुष्याशी संबंधित आहे. प्रत्येक गोष्टीशी, प्रत्येक क्षणाशी संबंधित आहे; संपूर्ण ऊर्जेशी संबंधित आहे.

''ही युगाची कल्पना सर्वंकष आहे. ती फक्त ठरावीक ठिकाणी लागू आहे असं काही नाही. म्हणजे असं – हृदयाची स्पंदनं प्रत्येक मिनिटाला ६०. संपूर्ण दिवसभरात म्हणजे प्रतिदिन ८६,४०० इतक्या वेळा होतात. त्याच्या निम्मी केली तर ४३,२०० इतकी होतात. फुप्फुसाचे म्हणजे नाडीचे ठोके प्रति मिनिट १५ होतात. हे ठोके प्रतिदिन २१,६०० होतात. याची दुप्पट केल्यानंतर येणारी संख्या ४३,२०० होते. तसंच १२ राशींची एक फेरी होण्याकरता लागणारा कालावधी प्रतिदिन ८६,४०० इतका होतो. त्याची निमपट केल्यानंतर येणारी संख्या ४३,२०० इतकी होते. आता ४३,२०० ही जादुई संख्या आहे. संपूर्ण ज्योतिषशास्त्रात हीच संख्या पुन:पुन्हा आलेली आढळून येईल. एक युगाचा कालावधी धरताना ४३,२०० इतकी वर्षे धरण्यात आली आहेत. ७० मन्वंतरांचं एक युग होतं. युगं चार आहेत. सत्य, त्रेता, द्वापार आणि कली. सध्याचं युग कलियुग आहे. मानवी आयुष्याच्या अवस्था चार आहेत. त्याचा संबंध ब्रह्मचर्य (सत्य), गृहस्थाश्रम (त्रेता), वानप्रस्थाश्रम (द्वापार), संन्यासाश्रम (कली) असा येतो.

''मघाशी म्हटल्याप्रमाणे, ४३,२०० ही जादुई संख्या आहे. शरीराचा समतोल आणि विश्वाचा समतोल यांचा काटेकोर किंवा अगदी तंतोतंत समन्वय झाल्याचं दिसून येईल. वैश्विक शक्ती आणि मानवी शक्ती यांना जोडणारा श्वास हा दुवा आहे. प्रत्येक श्वास हा मूळ पाया धरून वैश्विक शक्तीच्या श्वासापर्यंतचा हा प्रवास आहे. तुम्ही तुमची स्वत:ची ओळख करून घ्या. सर्व विश्वाची ओळख आपोआप होईल.''

■

आकाशात सूर्याची लालसर पाऊलवाट शेवटचे अस्तित्व दाखवत होती. काही छोटेछोटे पुंजके चंदेरी कडांनी लालसर रंग फेकत होते. पूर्वेकडून रात्रीचा काळोख झपाट्याने पुढे येत होता. कुलाब्याच्या त्या भूशिराजवळ शांतता होती. गुरुमणी आणि संजय नौदलाच्या सफेद रंगातील यांत्रिक गस्तीच्या नौकेकडे उत्सुकतेने पाहत होते. बरोबर कर्नल फुरसुंगीकर होते. तसेच त्यांचे वेस्टर्न नाव्हल कमांडचे मित्र आणि काही नेव्हीचे अधिकारी होते. रात्रीकडे झुकणाऱ्या संध्याकाळची हवा बोचरी होती. सर्व जण दगडी पायऱ्यांवर उभे होते. सर्व जण उत्सुकतेने गुरुमणी आणि संजयकडे पाहत होते. सर्वांकडे हात करत गुरुमणी आणि संजय फायबरच्या तराफ्यावरून गस्ती बोटीत गेले.

डेकवरच्या बाकड्यावर दोघेही बसले. नौदलाच्या त्या बोटीचा एकच ऑफिसर थोडा वयस्क वाटत होता. बाकी तिघे जण एकदम पोरसवदा तरुण होते. कुलाब्याचा किनारा हेंदकाळत दूर होत होता. क्षितिजावर काळोख पसरला होता. समुद्राच्या पाण्याचे तुषार उंच उडत होते; परंतु आता पाणी पूर्णत: काळसर दिसत होते. मुंबईचा झगमगाट प्रखर होत होता. आजूबाजूला दिसणाऱ्या बोटींवरील दिवेही प्रखर होत होते. त्या बोटींच्या सावल्या काळ्याकुट्ट होत होत्या. कारखान्यातील रात्रीच्या दिव्यांच्या प्रकाशाप्रमाणे बोटी दिसत होत्या.

नौदलाची बोट सफाईदारपणे आणि झपाट्याने पुढे जात होती. साधारणत: २० मिनिटांत मांडव्यापर्यंत बोट आली. त्यांना किहीमचे दिशास्थान नक्की माहीत होते. किहीमच्या ज्या बंगल्यात जावयाचे होते अगदी बरोबर त्याच्या आसपासच गस्ती नौका आली असावी. ऑफिसर्सनी दोघांनाही तयार राहण्यास सांगितले. त्यांनी रबरी पडाव खाली सोडला आणि दोरीची शिडी त्यात फेकली. त्यांच्यामधील एक जण खाली उतरला. त्याने शिडी घट्ट धरली. प्रथम गुरुमणी खाली उतरले. त्यानंतर संजय रबरी पडावावर आला. नौदलाचा आणखीन एक तरुण खाली आला. दोघे जण दोन टोकाला पडावमध्ये बसले. गुरुमणी व संजय मध्ये होते. त्यांनी जोरात वल्हे मारण्यास सुरुवात केली. रबरी तराफा जोरजोरात हेंदकाळत होता. लाटांचे फटकारे जोरजोरात बसत होते. काही वेळा पाणी आतमध्ये उडत होते. रात्रीच्या अंधारात समुद्राच्या लाटांचा आवाज सोडला, तर सर्वकाही शांत होते. नौदलाच्या त्या लोकांना किनारा चांगलाच परिचयाचा असावा, कारण किनाऱ्यावर सर्वकाही सारखेच दिसत होते; परंतु ते नेहमीच्या पायवाटेने निघाल्यासारखे पडाव पुढे नेत होते. संजय खूप वेळा किहीमला आला होता; परंतु बंगल्यात समुद्राच्या बाजूने तो प्रथमच येत होता. किहीमच्या किनाऱ्याची ओळख पटकन होत नव्हती. पडाव झपकन पुढे आला. साधारण गुडघाभर पाण्यापर्यंत पडाव आल्यानंतर दोघे पाण्यात उतरले. त्यांनी पडाव हाताने ओढत किनाऱ्यावर आणला.

गुरुमणी व संजय किनाऱ्यावर उतरले. दोघांनी न बोलता हात हातात घट्ट धरून निरोप घेतला.

संजयने किनाऱ्यावर उभे राहून पडावाकडे पाहिले. रात्रीच्या अंधारात पडाव दूरदूर जात होता. तो दिसेनासा होईपर्यंत ते दोघे थांबले. मग दोघे मागे वळून चालू लागले.

बंगल्यामध्ये दिवे लावलेले दिसत होते. भोवताली काळोख होता. समुद्राच्या लाटांचा आवाज आणि हवेचा फटकारा अंगावर घेत दोघे दाराशी आले. झिपऱ्याने फाटक उघडले.

सर्व जण न बोलता आत आले.

बंगल्यात आल्यावर संजयला एकदम रिलॅक्स वाटले. दोघे प्रथम बाथरूममध्ये जाऊन फ्रेश झाले. झिपऱ्याने संजयकरता चहा तयार ठेवला होता. खरेतर संजयला आता ड्रिंक्स घेण्याची जबरदस्त इच्छा झाली होती. गुरुमणी नसते, तर एव्हाना संजयने सुरुवातही केली असती; परंतु परिस्थिती आणि वातावरण पुरेसे पोषक नव्हते.

जेवण रात्री ९ वाजता घ्यावयाचे ठरले.

गुरुमणी आता संजयसमोर येऊन ऐसपैस बसले.

"तुम्ही आता कसे आहात? ठीक वाटतं काय?"

"होय."

"इथं आल्यामुळे तुम्हाला जरा उत्साहित वाटलं असेल."

"होय."

"इथून पुढे मला वाटतं, तुम्हाला बरीच जबाबदारी घ्यावी लागेल."– गुरुमणी थोडं गंभीर होत म्हणाले - "कारण आता लढाई छुपी नाही. आपण कोण आहोत हे त्यांना माहीत आहे. त्यांच्याशी दोन वेळा भेट झाली. तिसरी भेट ही निर्णायक होईल. आपण त्याकरता थोडा वेळ घेऊ."

"अस्मिता कुकरी गँगच्या ताब्यात आहे. आता सर्पराज महाराजांनी आश्रम सोडला आहे. अस्मिताला आता ते कुठे घेऊन जातील याबाबत काही कल्पना करता येईल का?"

"आता वेळ रात्रीची आहे; परंतु दुपारी याबाबत मी थोडा विचार केला. बळीच्या विधीमध्ये सर्पराज महाराजांनी कोणत्यातरी सिद्धीकरता उद्दिष्ट ठेवलं असावं. काही बळी गोरेगावमध्ये दिले. गोरेगावचा आश्रम उद्ध्वस्त झाला आहे. त्यामुळे वेदीकरता त्याला जागा शोधावी लागेल. गोरेगावचा आश्रम सुसज्ज होता. आता तिथून बाहेर पडल्यानंतर लोकवस्तीपासून दूर, निर्जन जागा किंवा मोठं खाजगी क्षेत्र या ठिकाणी तो जाईल. त्याकरता या कुकरी गँगची तो मदत घेईलच. अस्मिता त्याचं लक्ष्य

असेल, तर तो रायगड परिसरात येईल का? अस्मिताला ते आणखीन कुठे घेऊन जातील, याबाबत विचार करावा लागेल.''

''मी मालाडला गेलो. तिथे मला एका वेगळ्या गोष्टीची हकिकत समजली.''

गुरुमणी पायांची बैठक बदलत संजयकडे पाहत म्हणाले, ''हो, तुम्ही मालाडला गेलात त्याबद्दल विचारायचं राहूनच गेलं. सांगा तुमची खबर.''

संजयने जहागीरदार अहवाल, त्यामधली मुशी कट्यारीची कथा आणि मालाडच्या गणाबाने सांगितलेली त्याची कट्यारीची कथा गुरुमणींना ऐकवली.

''मोठी अद्‌भुत कथा आहे. एखाद्या आख्यायिकेच्या मागे मोठं रहस्य असतंच. पुराणातील कथा अशाच चमत्कारपूर्ण आहेत; परंतु प्रत्येक कथेमागे कोणतातरी मानवी जीवनाचा पैलू पाहावयास मिळतो. याची थोडी चौकशी करावी लागेल. कथा जरी स्थानिक असली तरी त्यातही सत्य असतं.''

संजयने गुरुमणींना तोंडावर बोट ठेवून चूप बसायला सांगितले.

गुरुमणी एकदम गप्प झाले. त्यांनी इकडे-तिकडे पाहिले. त्यांना काहीच दिसले नाही. संजय शांतपणे उभा राहिला. झिपऱ्या आणि नाडर दोघेही तयारीत होते. नाडरने हाताच्या खुणेनेच निरोप दिला होता. बंगल्यात कोणीतरी घुसत असल्याची चाहूल लागताच संजयने पुढे होऊन दिवे घालवले.

खोलीत अंधार झाला. बाहेर व्हरांड्यात लाईट होती.

संजय गुरुमणींकडे जात एकदम हळू आवाजात म्हणाला, ''तुम्हाला झिपऱ्या हाताला धरून किचनकडे घेऊन जाईल. काही गडबड झाली, तर किचनमध्येच राहा, बाहेर अजिबात येऊ नका.''

गुरुमणी गोंधळून गेले. बंगल्यात कोणीतरी येत असल्याचा कसलाच आवाज आला नाही. त्यांना कसे काय समजले, हा प्रश्न गुरुमणींना होताच; परंतु आता गुरुमणींच्या प्रश्नाला उत्तर द्यायला त्यांना वेळ नव्हता. तिघेही सावध झाले होते.

संजय खिडकीजवळ गेला आणि बाहेरचा कानोसा घेतला. एका खिडकीतून दुसऱ्या खिडकीकडे गेला, खिडकीवरील पडद्याची फक्त बोटाने जराशी हालचाल झाली मात्र, खिडकीची काच खळकन फुटली. संजयने जमिनीवर झेप घेतली. सर्व खिडक्यांतून गोळ्यांचा पाऊस पडत होता.

युद्धाला तोंड फुटले होते.

झिपऱ्या आणि गुरुमणी किचनकडे धावले होते. नाडर लाकडी जिन्याने वर गेला होता. संजयला तळमजला लढवायचा होता. तो गुडघ्यावर चालत बेडरुममध्ये गेला आणि जमिनीतील जागा उघडी केली. हवी असलेली पिस्तूल घेऊन तो बाहेर आला. त्याने खिडकीच्या कडेला उभे राहून बाहेर पाहिले. त्यांना सर्व बाजूंनी घेरले होते. संजयला कोणी दिसत नव्हते.

संजयने मेन स्विच बंद केला. संपूर्ण बंगला काळोखात गेला. आता बाहेरचा संधिप्रकाश मोठा वाटत होता. संजय पुन्हा खिडकीजवळ आला. त्याने एकवार सभोवार निरखून पाहिले.

इतक्यात वरून नाडरने गोळीबाराला सुरुवात केली. संजयच्या समोरच एक जण खाली पडला. संजयने खिडकीतून कंपाउंडवरून खाली येणाऱ्याला गोळी घातली.

संजय आणि नाडर जास्त वेळ तग धरू शकणार नव्हते, कारण बंगला सर्व बाजूंनी वेढला होता. ते संख्येने जास्त होते; परंतु संख्या जेवढी कमी करता येणे शक्य होईल, तेवढी कमी करावयाचे उद्दिष्ट संजयने ठेवले होते.

संजय जिन्याने वर गेला. नाडर पुढची बाजू पाहत होता. संजयने गॅरेजच्या बाजूला पाहिले.

गॅरेजमध्ये अगोदरच हालचाल सुरू झाली होती. संजयने फियाटपाशी सरकणाऱ्या एकाला गोळी घातली. पाठीमागे गोंधळ वाढला, कारण बहुधा त्यांना ते अपेक्षित नसावे.

परंतु संजयने वर येऊन चूक केली होती.

झिपऱ्या किचनमध्येच राहिला. तो बाहेर आला नाही. त्यामुळे समोरचे गेट उघडून काही जण बेधडक आत घुसले. दिवाणखाना त्यांनी ताब्यात घेतला.

जिन्याच्या बाजूला उभे राहत, एकाने आवाज दिला.

"इन्स्पेक्टर, खाली या. नाहीतर येथूनच घराला आग लावू."

संजयने वरूनच विचारले.

"तुम्हाला काय हवं?"

"इन्स्पेक्टर, खाली ये, हुशारी नको दाखवायला."

संजय विचार करत होता. झिपऱ्या काय करतोय? साला बाहेर का येत नाही.

संजयने नाडरकडे पाहत त्याला वरच थांबण्याची सूचना केली.

"ठीक आहे. मी खाली येतो आहे. तुमची हत्यारे बाजूला धरा."

संजय खाली आला.

दारात छमिया उभा होता. हातात छोटे पिस्तूल होते. ते पिस्तूल होते एवढाच फरक, नाहीतर गल्लीतील शेंबड्या पोरानेही त्याला कानफटात दिली असती; परंतु कुत्र्याच्या हातात पिस्तूल होते. डोळ्यात थंडगार विषारी नजर! छमिया एकदम किरकोळ बांध्याचा, परंतु एकदम खुनशी. त्याच्या लंगडेपणामुळे तो आणखीन खुनशी दिसत होता.

"आता नाकात गांजा भरू नकोस. ते पिस्तूल खाली टाक."

छमियाच्या तोंडात कायम तीच सुरुवात. त्याची काही माणसे नाकाने पावडर हुंगत होती. परंतु तो सर्वांनाच बोलताना त्याच पद्धतीने बोलत होता. जणूकाही छमिया सोडून जगातील यच्चयावत सर्व मंडळी नशाबाज आहेत.

''सांभाळ, तुझ्यावर आमचं लक्ष आहे.'' छमिया संजयच्या हाताकडे पाहत म्हणाला.

''तू गेल्या वेळी बॉम्बमधून वाचलास, परंतु आता आम्ही तुला सोडणार नाही. तुझे दिवस भरले.''

बाकीचे तोपर्यंत वरून नाडरला घेऊन आले होते. झिपऱ्या आणि गुरुमणींनाही ढकलत-ढकलत काही जण घेऊन आले. त्यांची संख्या जास्तच होती. संजयला उगाचच चुकल्यासारखे वाटले. नौदलाच्या कमांडोंना घेऊन यायला हवे होते, असे राहून-राहून वाटू लागले. कमिशनरांनी तशी सूचना केली होती; परंतु संजयने ती बाब फारशी मनावर घेतली नव्हती.

''चला आता लवकर.''

त्यांनी सर्वांना ढोसलत ढोसलत बाहेर आणले. त्यांनी चौघांना वेगवेगळ्या कारमध्ये घातले. जखमी झालेल्या चौघांना त्यांनी वेगळ्या गाडीत ठेवले आणि गाड्या बाहेर काढल्या.

आता सर्व गाड्या किहीमच्या छोट्या रस्त्यातून जात होत्या. गाड्यांचे हॉर्न अजिबात वाजवले जात नव्हते. अलिबाग रोडला गाड्या आल्या तशा सर्व गाड्या विभक्त झाल्या.

संजयची गाडी मांडव्याकडे जात होती. संजयला त्यांच्या कृतीचा अर्थ कळत नव्हता. त्याला झिपऱ्याची आणि नाडरची काळजी नव्हती. अशा परिस्थितीला तोंड कसे द्यावयाचे हे त्यांना माहीत होते, परंतु त्याला गुरुमणींबद्दल मात्र काळजी वाटत होती. रात्रीच्या अंधारात मांडवा रोड वाहनांनी गजबजला होता. वाहनांचे दिवे रस्ता उजळून टाकत होते. हवा थंड होती; परंतु संजय मात्र हताश झाला होता.

मांडव्याला त्यांनी त्याला एका बोटीवर हलविले. जेटीवर कोणीही नव्हते. सगळीकडे सामसूम होते. संपूर्ण जेटी ताब्यात घेतल्याप्रमाणे परिस्थिती वाटत होती.

ती बोट मोठी होती; पण आधुनिक नव्हती. सुसज्ज होती, पण घाणेरडी होती. बहुधा कोळ्यांची मासेमारींची होती. वास कुजल्यासारखा होता. बरेच दिवस तिची स्वच्छता झालेली नव्हती. बोट बहुधा त्यांनी चोरून आणली असावी. त्यांनी संजयला खालच्या डेकवर आडव्या बाकड्याला हात बांधून ठेवले. घाणेरड्या वासाने संजयचे तोंड आणखीन गुदमरून गेले. उलटी होते की काय, असे वाटत होते.

बोट समुद्रात मुंबईच्या दिशेने जात होती; परंतु ती काही वेळाने एलिफंटा बेटाच्या दिशेने निघाली. संजयला आकाशातील फक्त चांदणे दिसत होते. नक्षत्र ओळखता येत नव्हते; परंतु आकाश निरभ्र आणि स्वच्छ दिसत होते.

संजय चांदणे पाहतपाहत सुटकेचा विचार करू लागला.

बोट संथपणे चालली होती. बहुधा ती नौदलाच्या तटरक्षक दलाच्या नजरेला येऊ नये याची ते काळजी घेत होते. संजयने आजूबाजूला पाहिले. जवळच स्वयंपाकाचा स्टोव्ह होता. तो दोरीने बांधून ठेवला होता. जवळ एक पत्र्याचा डबा होता. घाणेरड्या मच्छीच्या वासात स्टोव्हच्या रॉकेलचा वास संजयला बरा वाटत होता. बराच वेळ संजय स्टोव्हकडे पाहत होता. त्याने एकवार कानोसा घेतला. सर्व जण डेकवर होते. त्याने पाय लांब करून पत्र्याचा डबा पायाने जवळ ओढला. डबा बराच जड होता. डबा ओढता ओढता संजयची दमछाक झाली. हातापर्यंत डबा येताच त्याने डब्याचे झाकण पायानेच काढले. डबा पालथा केला. आतमध्ये चहापूडीबरोबरच एका डबीत असलेली माचीस बाजूला केली. त्याने माचीस बांधलेल्या हातात धरली. न पाहता माचीस पेटवण्याचा प्रयत्न केला. पहिल्या प्रयत्नात माचीस पेटल्याचे पाहिले, तसे त्याने स्टोव्हला लाथ मारली. दोनतीन लाथेमध्ये त्यातील पुरेसे रॉकेल बाहेर येऊ दिले.

पुढील पायरी आता धोकादायक होती, परंतु धोका स्वीकारणे क्रमप्राप्त होते. त्याने पुन्हा माचीस पेटवली.

बोटीच्या हिंदोळ्यात आणि समुद्राच्या त्या वाऱ्यात काडी काम करेल की नाही शंका होती. त्याने काडी पुन्हा पेटवली. तिसऱ्या प्रयत्नात संजयला यश आले. स्टोव्हचा भडका उडाला. संजयकडेही रॉकेलची आग येऊ लागली.

संजय मोठ्याने किंचाळला. डेकवरचे लोक वरून खाली पाहू लागले.

स्टोव्हचा भडका पाहताच दोघे जण घाईघाईने खाली आले. एक जण मोठी बादली घेऊन पाणी मारू लागला. आग संजयकडे येत असलेली पाहताच दुसऱ्याने संजयचे हात सोडले. संजय आगीपासून सावरण्याकरता मागे सरकला. ज्याने त्याला सोडवले त्याच्या तोंडावर संजयने एकच जबरदस्त फटका दिला, तसा तो खाली पडला. त्याला पडलेला पाहून दुसरा पाण्याची बादली संजयला मारण्याकरता उगारून पुढे आला.

संजयने जळता स्टोव्ह हातात घेतला आणि त्याच्या डोक्यात हाणला. तो जोरात किंचाळून खाली पडला. वरून दोघे जण मजा पाहत होते; परंतु दोघेही खाली पडल्याचे पाहताच सावध झाले. परंतु तोपर्यंत उशीर झाला.

संजयने पुढे होऊन पाण्यात उडी मारली. संजयने खोल बुडी मारली.

संजय पुढे गेला नाही. तो बोटीच्या दुसऱ्या बाजूला आला. त्याने बोट एका

हाताने पकडली होती. बोटीतील सर्व जण संजयने ज्या दिशेने उडी मारली त्या बाजूला प्रखर लाईट सोडून शोधू लागले. संजयचा पत्ता त्यांना लागला नाही. काही वेळानंतर त्यांनी प्रयत्न सोडून दिले.

बोट पुढे जात होती. संजय बोटीच्या मागच्या बाजूला खाच घट्ट पकडून निघाला होता. बोट थोड्या वेळाने एलिफंटा बेटाकडे आली. संजयने बोट सोडून दिली. पोहत पोहत तो किनाऱ्यावर आला. आता त्याने स्वत:कडे पाहिले. संजय क्वार्टर पँट आणि टी शर्टमध्ये होता. पायात काहीही नव्हते. तो खाऱ्या पाण्याने नखशिखांत भिजलेला होता. थंड हवा लागताच त्याचे शरीर थरथरू लागले. किनाऱ्यावरच्या चिखलात स्वत:ला सांभाळत संजय कसातरी किनाऱ्यावर आला. रात्र खूप झाली होती.

दिवसभर प्रवासी, पर्यटकांनी गर्दी करणारी ती जेटी, तो डोंगरावर जाणारा रस्ता; आता शुकशुकाट होता. रात्री उशिरा चालणारी एखादी चहाची, पानतंबाखूची टपरी आणि काही हॉटेल्स फक्त सुरू होती. बाकी बहुतेक दुकाने बंद होती. बेटाच्या पायऱ्या चढताना संजयला ओशाळल्यागत होत होते. तरीही एका बाजूला त्याने आडोशाला अंगातील कपडे काढून पाणी पिळून काढले आणि कपडे पुन्हा घातले.

बोटीवरील छमिया आणि त्याचे दोघे-तिघे साथीदार बोटीवरून खाली येऊन डोंगरावर जात होते. संजयने ज्यांना मारले होते ते बहुधा बोटीवरच होते. संजयने सावधपणे त्यांना पुढे जाऊ दिले आणि त्यांचा पाठलाग सुरू केला. डोंगरावर जाणाऱ्या पायऱ्या आणि काही लोकांची वर्दळ यामुळे संजयला पाठलाग करणे सोपे जात होते. तरीही काही लोकांच्या नजरा संजयकडे पुन:पुन्हा जात होत्या. त्याला नजरेने उत्तर देणे अवघड जात होते. ते सर्व डोंगरावर आले. त्रिमूर्तीच्या भव्य मूर्तीजवळ तो काही काळ उभा राहिला. इतिहासकालीन भग्न अवशेष सगळीकडे होते. तेथील गुंफा या जगप्रसिद्ध होत्या. अंधाऱ्या उजेडातील तिथले वातावरण धीरगंभीर होते. शिवाच्या त्रिमूर्तीची जगप्रसिद्ध कोरीव लेणी त्या गुंफेमध्ये होती. काही पर्यटक रात्रीच्या उजेडात त्यावर प्रकाशाचा झोत पाडून पाहत होते. अंधारामध्ये खालून प्रकाश पडल्यानंतर त्या मूर्तीमध्ये दिसणारा भाव मूर्तीला जिवंतपणा आणत होता. जणूकाही मूर्ती जिवंत असल्यासारखी वाटत होती. संजयचे लक्ष पुन:पुन्हा मूर्तीकडे जात होते.

मात्र संजयला आपली नजर आवरती घ्यावी लागली. त्याला आता छमिया आणि त्याच्या साथीदारांकडे पाहावयाचे होते. ते थोडा वेळ तेथे थांबले आणि त्यांनी पुन्हा चालावयास सुरवात केली.

आता संजयला त्यांचा पाठलाग करणे जड जात होते. आता ते डोंगराच्या

पलीकडे एलिफंटा बेटावरील गावाकडील रस्त्याला जात होते. रस्ता सुनसान होता. त्या रस्त्यावर कोणीही नव्हते. निर्मनुष्य रस्त्यावर छमियाचा पाठलाग म्हणजे एक कसरत होती. पायाखाली रस्ता नीट दिसत नव्हता. तरीही ठेचकळत अडखळत संजय त्यांच्या मागावर निघाला होता.

छमियाचे एलिफंटा गावाकडे जाणे संजयला गूढ वाटत होते.

परंतु ते गावाच्या अलीकडे पुन्हा डोंगर चढू लागले. काही वेळाने ते एका गुहेजवळ आले.

संजय दगडधोंडे सांभाळत झाडाच्या बुंध्याच्या आडोशाने पुढे सरकला.

संजयला आश्चर्याचा धक्का बसला.

संजयला तो दाढीधारी दिसत होता. काही ठिकाणी रिचार्जेबल बॅटरी ठेवण्यात आल्या होत्या. गुहेत पुरेसा प्रकाश होता. ती दाढीधारी व्यक्ती एका बाजूला थोड्या उंच जागेवर बसली होती. त्याच्या शेजारी एक परदेशी व्यक्ती होती. गोरापान लालबुंद चेहरा, अंगामध्ये पांढरा शर्ट होता; परंतु छातीवरील एक दोन बटने निघालेली होती आणि अंगात जीनची पँट होती. तो बहुधा अमेरिकन असावा. संजयने जसे त्या व्यक्तीला पाहिले होते तशीच ती बसली होती. तो सर्पराज महाराज होता. सर्पराज महाराजाला पाहताच संजयला डोक्यातून सरकन भीतीची शिरशिरी गेल्याचा भास झाला.

संजयला मालाड आणि महालक्ष्मीपर्यंतचा प्रकार आठवला आणि त्याचे अंग थरथरू लागले. पुन्हा संजयला पश्चात्ताप झाला. डोंगराच्या पायथ्याशी कमिशनर किंवा नौदलाशी संपर्क साधला असता तर बरे झाले असते, असे वाटू लागले; परंतु आता त्याचा विचार करून उपयोग नव्हता. समोर जे काही आहे त्या परिस्थितीला तोंड देण्याचे त्याने ठरवले.

संजयला जास्त पुढे जाता येत नव्हते. तिथले बोलणेही ऐकू येत नव्हते; परंतु एकंदर तिथल्या परिस्थितीवरून छमिया जाम घाबरला होता. संजय निसटल्याचा बहुधा त्यांच्यावर राग काढला जात असावा. सर्पराज महाराज वेडावाकडा चेहरा करून बोलत होता. शेजारी उभे असलेला अमेरिकन मात्र मख्ख चेहरा करून त्यांच्याकडे पाहत होता.

काही वेळ ते बोलत राहिले.

त्यानंतर त्यांनी त्या अमेरिकनला काहीतरी सांगितले. तो पुढे झाला आणि त्याने एक मूर्ती समोर ठेवली. संजयला हा प्रकार दुर्मीळ मूर्तीच्या स्मगलिंगसारखा वाटत होता. परंतु मूर्ती देणारा अमेरिकन होता आणि घेणारा सर्पराज महाराज! हा प्रकार विचित्र वाटत होता. कारण मूर्ती नेहमी परदेशी लोकच घेऊन जाणारे. त्यांना ती आंतरराष्ट्रीय बाजारपेठेत मोठ्या किमतीस विकता येत असे, परंतु तिथला प्रकार

उलटा वाटत होता. काही वेळ ते बोलत राहिले. त्यानंतर छमियाच्या साथीदाराने ती मूर्ती एका बॅगेत ठेवली आणि सर्व बाहेर जाण्यास निघाले. तो अमेरिकन तेथेच थांबला.

सर्पराज महाराज मध्ये होता. काही जण पुढे काही जण मागे अशी ती वरात बाहेर पडली. ते लोक पुन्हा परत चालले होते.

संजयने काही वेळ जाऊ दिला.

संजयला पाहताच तो अमेरिकन दचकून उभा राहिला.

"हू आर यू ? "

संजयने त्याला उत्तर दिले नाही. तो पुढे झाला. तो जरी उंच होता, तरी मारामारीच्या प्रकारातील दिसत नव्हता. संजयने मानेला हात घातला.

"डोन्ट आस्क मी हू आर यू?" संजयने तडकावले.

"यू टेल मी हू आर यू?"

त्याने झटापट करावयाचा प्रयत्न केला; परंतु संजयने कानाखाली आवाज काढला, तशी त्याला संजयच्या हाताची ताकद कळली. तरीही त्याने नन्नाचा पाढा चालू ठेवण्याचा प्रयत्न केला. संजयने आणखी एक फटका बरगडीखाली दिला, तसा तो पोपटासारखा बोलू लागला.

त्याचे नाव डॅनियल लेंफायते होते. ते त्याचे खरे नाव नव्हते; पण पासपोर्टवर तेच नाव होते. तो संशोधक म्हणून भारतात आला होता; परंतु तो संशोधक नव्हता. त्याचे संशोधनाचे क्षेत्र राजस्थान होते. परंतु तो एलिफंटावर संशोधन करत होता. तो अमेरिकन विद्यार्थ्यांचा प्रतिनिधी म्हणून आला होता; परंतु तो प्रतिनिधी नव्हता. तो दुर्मीळ वस्तूंच्या व्यापारातील तज्ज्ञ होता. तो स्मगलिंगमधील गुंड नव्हता; परंतु त्याचा व्यापार-व्यवहार बेकायदेशीर होता. श्रीमंत लोकांना वस्तू पुरवण्याचे काम तो करत होता.

सर्पराज महाराजाला त्याने अशीच दुर्मीळ वस्तू दिली होती. त्याची डिलिव्हरी त्याने नुकतीच केली होती. ती एक देवीची मूर्ती होती. देवीचे नाव इराडी!

संजयने हे नाव कधीच ऐकले नव्हते.

डॅनियलने त्या देवीच्या मूर्तीची कथा ऐकवली.

संजयने एकदा स्वत:च्या अवताराकडे पाहिले आणि डॅनियलला कपडे काढावयास सांगितले. डॅनियल संजयकडे संशयाने पाहू लागला; परंतु अखेर आढेवेढे घेत त्याने कपडे काढले. संजय त्याला तसाच नागवा ठेवून त्याचे कपडे घेऊन गुहेच्या बाहेर आला. बरोबर एक रिचार्जेबल बॅटरीही त्याच्याकडून घेतली. थोडे अंतर पुढे जाऊन त्याने डॅनियलचे कपडे घातले. त्याला पॅंट ढगळ बसत होती. शर्ट प्रमाणाबाहेर होता; परंतु बेल्टमुळे संजयने कपडे कसेतरी घातले. संजयला आता

बरे वाटले. त्याने आपले कपडे हातात घडी घालून घेतले. संजयला आता थोडा हुरूप आला. सर्पराज महाराजाला पाहिल्यापासून मात्र संजयची पाठ एकदम कडक झाली होती. देवीची मूर्ती आणि सर्पराज महाराज यांचा विचार करत संजय चालला होता. रस्त्यावर बॅटरीच्या उजेडात भरभर चालण्याचा प्रयत्न करत होता. त्याला छमिया आणि त्याच्या गँगला गाठावयाचे होते. आता खरोखरच निर्णायक लढा चालू झाला होता.

त्रिमूर्ती मूर्तीच्या अलीकडे थोडीशी मोकळी पटांगणासारखी जागा होती आणि पलीकडून येणारा रस्ता बरोबर त्या पटांगणात येत होता. दिवसा त्या ठिकाणी सहलीसाठी आलेले मुंबईकर खेळाचे मैदान करत होते. गावाकडून येणारा रस्ता एकदम त्या पटांगणात येत होता. त्यामुळे पटांगणात येईपर्यंत त्रिमूर्ती परिसरातील भाग स्पष्ट दिसत नव्हता.

संजयला काठावर उभे राहावे लागले. ते सर्व एका रांगेत उभे होते. एकदम दोघांनी बॅटरीचे झोत त्याच्या अंगावर सोडले. संजयच्या चेहऱ्यावर येणाऱ्या प्रकाशामुळे डोळे अंधारल्यासारखे झाले. त्या गडबडीत तो अडखळला. स्वत: सावरण्यापूर्वीच,

"इन्स्पेक्टर, गडबड नाय पाहिजे." तो छमियाचा आवाज होता.

"परदेशी लोक आपले पाहुणे आहेत. त्याचे कपडे काढून घेणं शोभत नाही. भिकारीपणा करायचा, तर आमच्याकडे कर." छमिया सभ्यपणे बोलायचा आव आणत होता.

"त्याच्या हातातली बॅटरी घ्या. इन्स्पेक्टर, झाला तेवढा तमाशा पुरे. आता यापुढे गडबड करशील, तर ती तुझी शेवटची बरं."

एकाने संजयचे अंग चाचपून पाहिले. छमियाकडे पाहत नकारात्मक मान हलवली. संजयने डॅनियलचे कपडे काढून घेतले; परंतु त्याचा मोबाईल डॅनियलकडेच होता. त्यामुळे त्याने मोबाईलवरून त्रिमूर्ती गुहेतील त्याच्या सहकाऱ्याला सूचना दिल्या. छमिया आणि त्याची गँग तिथेच होती. संजय पुन्हा अडकला.

सर्व जण पायऱ्या उतरून खाली येत होते. संजयने आजूबाजूला पाहिले; परंतु काही करता येण्यासारखी परिस्थिती नव्हती. सर्पराज महाराजामुळे एक प्रकारच्या कडेकोट बंदोबस्तात नेल्यासारखे सर्व जण जात होते.

सर्व बोटीवर आले. संजयला त्यांनी डेकवर केबिनबाहेरच्या एका पोलला बांधले. काही जण समोर बसून होते. सर्वांची नजर संजयकडे होती. सर्पराज महाराजाने एकवार संजयला नखशिखान्त पाहिले. संजय सर्पराज महाराजाला डोळसपणे प्रथमच पाहत होता.

सडपातळ शरीराची मध्यम शरीरयष्टी. शरीराची अंगकांती तुकतुकीत होती.

वयाचा अंदाज येत नव्हता. छोटे, पण सरळ नाक. चेहऱ्यावरील दाढीचे केस अर्धवट पिकलेले होते. तीच काय ती उतारवयाची खूण. अन्यथा वयाचा अंदाज करणे अवघड. डोळे शांत होते; परंतु संजयला कोठेतरी त्या डोळ्यांत विखारीपणा किंवा अतृप्तता दिसत होती. अंगात भगवे कपडे घातलेले होते. चालण्याची ढब एकदम तेज होती. संजय सर्पराज महाराजांची तुलना गुरुमणींशी करत होता. काहीतरी, कोठेतरी फरक होता. पण काय तो संजयला समजत नव्हता.

"तुझ्यामुळे गोरेगावचा आश्रम उद्ध्वस्त झाला. आमचं बरेच नुकसान झालं. आमच्या कार्यक्रमात तुझा अडथळा आम्हाला खूपच त्रासदायक होतो आहे." सर्पराज महाराज मिठ्ठास वाणीने बोलत होता.

"त्या मुलीला सोडून द्या. ती एका सेनाधिकाऱ्याची मुलगी आहे."

"या भूतलावरची सर्व लेकरं आमच्यासाठी आहेत. आमच्या कार्यक्रमात तुझा अडथळा योग्य नाही."

"तुमची ही भाडोत्री गँग बेकार आहे. तुम्हाला जास्त काळ आमच्याशी लढा देता येणार नाही. मुलगी परत करा."

"सर्व सत्ताधीश आमच्या पायाशी आहेत. आम्हाला कोणी अडवू शकणार नाही. बेटा, तू वेगळ्या भ्रमात आहेस. ती मुलगी म्हणजे आमचं स्वर्गाचं द्वार आहे."

"तुम्हाला यश मिळणार नाही. तुम्ही नाद सोडून द्या. संपूर्ण पोलीस-विभाग आणि नौदल आता तुमच्यामागे हात धुऊन लागलं आहे."

"त्याच्याशी लढा देण्याची शक्ती माझ्यात आहे. मी काय करू शकतो, ते तू मालाडमधून प्रवास करताना अनुभवलं नाहीस काय?" सर्पराज महाराजांच्या चेहऱ्यावर कडवट स्मित दिसत होते.

सर्पराज महाराज इतका शांतपणे बोलत होता. समुद्राच्या लाटांवर हलणारी ती बोट आणि लाटांचा आवाज, मधूनच दूरवरून येणारा बोटीचा प्रकाश! सर्व जण गुपचूप तो प्रकार पाहत होते. हाताची घडी घालून सर्पराज महाराज एकटक संजयकडे पाहत होता.

संजयच्या पोटात एकदम खड्डा पडला. सर्पराज महाराजांची विखारी नजर संजयच्या डोळ्यांत तलवारीच्या धारदार पात्याप्रमाणे घुसत होती. संजयच्या डोक्यात गुरुमणींचे ते शब्द घणाचे घाव घातल्याप्रमाणे घुमत होते. 'इन्स्पेक्टर, तुमची पुण्याई चांगली म्हणून तुम्ही वाचलात. तुमची पुण्याई चांगली म्हणून तुम्ही वाचलात.'

सर्पराज महाराजासमोर संजय बंदिवान होता. 'हा आपला शेवट आहे का? सर्पराज महाराजांशी लढा शक्य नाही का?' संजयला गळ्यातल्या स्फटिकमाळेची

जाणीव झाली. 'गुरुमणींनी महालक्ष्मी मंदिरातल्या विधीनंतर घातलेली ती माळ आपलं संरक्षण करेल का?' संजय स्वस्थपणे समोर पाहत होता.

"सर्पराज" संजय एकेरीवर आला. "तुझी शक्ती मर्यादित आहे. माणसाचा नाश करणारी आहे. तिची मात्रा जास्त वेळ चालणारी नाही. लोकांना तू जास्त काळ फसवू शकणार नाहीस."

सर्पराज महाराज छद्मीपणे हसला. मान वळवून एकवार एलिफंटा बेटाकडे पाहिले आणि केबिनमध्ये आत गेला.

छमियाने दोरखंड पकडला. दुसरा हात कमरेवर ठेवत त्याने संजयकडे पाहिले.

"महाराजांची ताकद तू पुरेशी पाहिलेली नाहीस. मनात आणतील, तर तुला माकड करतील. हसू नकोस. परमनंट हिप्नॉटिझम तुला माहीत नाही. तू आयुष्यभर माकडासारखे चाळे करत फिरशील. महाराज फार मोठे आहेत."

संजयने छमिया आणि त्याच्या माणसांकडे पाहिले. सर्व जण भीतियुक्त चेहऱ्याने पाहत होते. संजयला त्यांच्या डोळ्यातील भाव समजला. ते खरोखरच सर्पराज महाराजाला खूपच घाबरत असावेत.

संजय दूरवर एलिफंटा बेटाकडे पाहत होता. पायऱ्यांवरील व पायवाटेवरील लाईट आणि किनाऱ्यावरील लाईट वेधकपणे दिसत होती. 'इराडी देवी? इराडी देवी? कुठली देवी? सर्पराज महाराजाला का हवी होती? बळीच्या विधीकरता तिची आवश्यकता होती का? डॅनियलने सांगितलेली हकिगत आणि सर्पराज महाराजाचा विधी 'यांचा संबंध कुठे येतो.' संजयला एकदम भुकेची आठवण झाली. त्याला खूप भूक लागली होती.

बोट संथपणे चालली होती. मुंबई बेटावरील झगमगाट दूरदूर जात होता. संजयला काळोखाच्या साम्राज्याकडे जात असल्याचा भास होत होता. भूक लागली होती. झोप येत नव्हती. पुन्हा झिपऱ्या, नाडर, गुरुमणी यांची आठवण आली. 'काय झालं त्यांचं? ते कुठे असतील? कमिशनरचा संपर्क झाला नाही तर ते कुठे शोधतील मला? आतापर्यंत त्यांनी शोध सुरू केला असेल; परंतु पाण्यातल्या त्या बोटीवर शोध घेण्याचं त्यांना कसं समजेल?' छमिया आणि त्याच्या गँगने बोटीवर आपला तळ ठेवला होता. त्यामुळे सर्वच अंधारात होते. 'पण हे कुठेतरी ठिकाण ठरवतीलच. अस्मिता? अस्मिता आता कुठे असेल? गुरुमणींना अस्मिताचा ठावठिकाणा पाहता आला, तर शेवटी तिथे सर्वांची समोरासमोर भेट होईलच; परंतु अस्मिता कुठे आहे? अलिबागला का अशीच कुठेतरी बोटीवर?' जर तिला नवीन बोटीवर ठेवले असते, तर शोध अवघड होता; परंतु गुरुमणींनी दोन्ही ठिकाणे बरोबर सांगितली होती. त्यामुळे तिसरे ठिकाण कुठेही असले तरी ते नक्कीच बरोबर सांगतील, असा संजयला विश्वास होता. संजय स्वतःलाच समजावून सांगत होता.

विचाराच्या साखळीत संजय घुमत होता. त्यातच त्याला पेंग आली. मान खाली सोडून संजयला झोप लागली. किती वेळ गेला ते त्याच्या लक्षात आले नाही. डेकवरच्या गडबडीने संजय सावध झाला. त्याने आजूबाजूला पाहिले. सर्वत्र काळोखाचे साम्राज्य होते. बोट जोरजोरात हेलकावे खात होती. डेकवर बहुतेक सर्व जण आले होते. त्यामुळे संजयला दूरवर पाहता येत नव्हते. थंडगार आणि जोराचा वारा सुटला होता. लाटांचाही मोठा आवाज येत होता. समुद्र खवळला होता का? काही समजत नव्हते. सर्व जण वाऱ्याला तोंड देत उभे होते.

बोटीवरून छोटी होडी सोडण्यात येत होती. त्याचबरोबर हवेने भरलेला मोठा रबरी तराफाही सोडण्यात आला. सर्वांना गटागटाने पाठवण्यात येत होते. प्रथम छमियाच्या काही गुंडांना अगोदर पुढे पाठवण्यात आले. त्यानंतर सर्पराज महाराज आणि छमिया यांना पाठवण्यात आले. संजयला त्याचा हात बांधलेल्या अवस्थेत होडीत ठेवण्यात आले. होडीत पडताक्षणी होडीचा हिसका बसला. संजयची उरलीसुरली सर्व झोप उडाली होती. पाठीतून एक सणकन कळ आली. संजय थोडा घाबरलाही होता. तो चुकून पाण्यात पडला असता, तर बांधलेल्या हातांनी त्याला पोहोताही येणार नव्हते आणि खात्रीने जलसमाधीची शक्यता होती. झोपलेल्या अवस्थेत संजय समुद्राचे खारे पाणी अंगावर घेत होता. होडी छोटी होती. एका दणक्यात ते कुठेतरी खडकाळ ठिकाणी आले. ठिकाण नक्की कळत नव्हते. संजयला दंडाला धरून उभे करण्यात आले. समुद्राच्या लाटा आणि उत्तररात्रीचा बेफाम वारा! सर्वांना सांभाळून चालावे लागत होते.

सर्व जण खडकावरून सांभाळत चालत होते. ओलसर दगडावरून चालताना पाय घसरून पडण्याची जास्त शक्यता होती.

'खांदेरी, उंदेरी की अलिबागचा किल्ला?'

अचानक संजयला किल्ल्याच्या महाद्वारावरील ती मोठी चौकट दिसली. 'नक्कीच अलिबागचा किल्ला!' ते सर्व जण अलिबागच्या किल्ल्याच्या दाराशी आले होते.

एकेकाळच्या मौजे नवघरच्या समुद्राच्या खडकावरील ती मराठ्यांची चौकी होती. शिवकाळात अलिबागचा किल्ला बांधण्यात आला होता. मराठा आरमाराचा सेनानी कान्होजी आंग्रेचा सुप्रसिद्ध वाडाही तिथे होता. वाडा तीन वेळा आग लागून जळून गेला होता. आता फक्त देवीचे मंदिर आणि गणेशमंदिर शिल्लक होते.

सर्व जण पद्मावती-मंदिरापासून पुढे चालत निघाले. किल्ल्यात आल्यावर संजयला बरे वाटले. पाण्याचा जोरही कमी वाटत होता. आजूबाजूला काही घरे होती, परंतु ती बंद होती. वेळ रात्रीची होती. काही कुत्री उभी राहून भुंकण्याच्या तयारीत होती, परंतु कोणाचाही आवाज येत नव्हता. बहुधा छमियाच्या लोकांचा

त्यांना सराव असावा. सर्व जण किल्ल्याच्या दुसऱ्या बाजूला आले. मोठी तटबंदी होती. मोकळ्या पटांगणाच्या एका कोपऱ्यात तटाला लागून विहीर होती. विहिरीत पाणी नव्हते. विहीर कोरडी होती. सर्व जण पायऱ्या उतरून विहिरीत जाऊ लागले. ती विहिरीसारखी जागा नव्हती. प्रत्यक्षात तो भुयारी मार्ग होता. समुद्राच्या पाण्याचा मोठा आवाज येत होता. छमियाचे लोक बॅटरीचे झोत टाकत रस्ता दाखवत होते. आजूबाजूस खडकातून पाणी पाझरत होते. संजयच्या मनावर दडपण आले. पायऱ्या संपल्या. आता चिंचोळी वाट दिसत होती. सर्व जणांना एकदम जाता येत नव्हते. रांगेत जावे लागत होते. ते खूप खाली आले होते. छतातून झिरपलेले पाणी स्पष्ट दिसत होते.

रिचार्जेबल बॅटरीच्या उजेडात काळसर दगडी गुहा धुरकट दिसत होती. खूप मोठी जागा होती. समोर मोठा चौथरा होता. वीस-पंचवीस लोक सहज बसू शकत होते. बाजूला दगडामध्ये मोठमोठ्या चौकटी खोदलेल्या होत्या. त्यामध्ये एक व्यक्ती आरामात झोपू शकत होती. संजयला अशाच एका चौकटीत ठेवण्यात आले.

त्या चौथऱ्यावर छमियाच्या गुंडांनी त्या देवीची मूर्ती ठेवली. सर्पराज महाराज समोर बसून देवीकडे पाहत होते. बहुधा देवीच्या मुखाच्या दिशेबाबत त्यांचा निश्चित निर्णय होत नव्हता. बऱ्याच वेळानंतर त्यांनी देवीची योग्य दिशेत स्थापना केली. सर्पराज महाराजाने एकवार संजयकडे पाहत काही सूचना छमियाच्या लोकांना दिल्या. सर्पराज महाराज खूप दूरवर असल्यामुळे काय सांगितले जात होते, ते संजयला ऐकू येत नव्हते; परंतु बहुधा संजयवर कडक नजर ठेवणेबाबत दम दिला जात होता.

सर्पराज महाराज पुढे गुहेच्या अंतर्भागात निघून गेला. छमियाचे दोघे लोक संजयवर नजर ठेऊन होते. काही जण आतबाहेर करत होते.

संजयला झोप लागली.

कोणीतरी त्याला हलवून जागे केले. संजयला प्रथम आपण कोठे आहोत ते समजेना; परंतु तो लगेच भानावर आला. तो गुहेतच होता. त्या देवीची मूर्ती समोरच चौथऱ्यावर होती. छमियाचे काही लोक संजयवर नजर देऊन होते.

संजयला खाण्याकरता त्यांनी सँण्डविच समोर ठेवले. एकाने त्याचे हात मोकळे केले. संजयने इतरांकडे न पाहता सँण्डविच खायला सुरुवात केली. पाणी प्यायल्यावर त्याला थोडे बरे वाटले. त्या बॅटरीच्या प्रकाशात वेळेचा अंदाज येत नव्हता. दिवस आहे की अजून रात्रच आहे, हेही कळत नव्हते. भुकेमुळे संजयचे तिकडे लक्षच नव्हते. समोरच्या छमियाच्या लोकांकडे पाहूनही अंदाज करता येत नव्हता.

संजयला पुन्हा हात बांधून कोनाड्यात ठेवण्यात आले.

सर्पराज महाराज आले. पूर्णत: ताज्यातवान्या आणि प्रफुल्लित चेहऱ्याने त्यांनी एकवार संजयकडे पाहिले आणि त्यांनी मूर्तीच्या जवळ बैठक मारली. सर्पराज महाराज आणि संजयच्या मध्ये छमियाचे काही लोक होते; परंतु संजयला मूर्तीचा काही भाग दिसत होता.

मूर्तीची प्रतिष्ठापना करून पूजा सुरू झाली होती. सर्पराज महाराजांनी धीरगंभीर आवाजात देवीचा उद्घोष सुरू केला होता. खूप वेळ मंत्रपठण चालले होते.

सर्पराज महाराज पूजा आटोपून उठले. तेव्हा त्यांच्या चेहऱ्यावर थकवा किंवा मरगळ दिसत नव्हती. सर्पराज महाराजांचा चेहरा तसाच धीरगंभीर दिसत होता; परंतु नजर विखारी होती.

काही वेळाने, संजयसमोरील छमियाचा माणूस बाजूला झाला. सर्पराज महाराज संजयकडे येत होता. त्यांनी संजयकडे रोखून पाहिले. संजयने एकवार स्वत:च्या गळ्यातील माळेचे स्मरण केले आणि सर्पराज महाराजांकडे पाहिले.

"आता तुमचा कोणताही अडथळा आम्हाला थांबवू शकत नाही. बेटा, तुझा आम्हाला थोडा त्रास झाला; पण आम्ही त्याची भरपाई करू."

संजय सर्पराज महाराजांकडे पाहत होता.

"मानवी रक्त पिऊन शक्ती वाढविता येण्याची मनातली संभावना काढून टाक. यातून कोणाचंच भलं नाही होत सर्पराज महाराज. स्वत:च्या अस्तित्वासाठी माणसं मारणं ही साधनेच्या मार्गातली बाब नाही."

"इन्स्पेक्टर, कोणीतरी कोणासाठी संपूर्ण शरीर दिल्याशिवाय प्रगती होत नाही. स्त्रीने संपूर्ण शरीर अर्पण केल्याशिवाय पुरुषाला नवीन संतती तयार करता येत नाही. शक्ती मिळवण्यासाठी मानवी रक्त तत्काळ उपलब्ध होऊ शकणारं माध्यम आहे."

"तुमच्या साधनेकरता हीच देवी महत्त्वाची का आहे?"

"इन्स्पेक्टर, यासंबंधी बहुतेक सर्व गोष्टी तुला माहीत आहेत. तरीही शेवटी सांगायचं म्हणून सांगतो. या देवीला हजारो वर्षांचा इतिहास आहे. तिचा निश्चित कालावधी सांगणं कठीण आहे. अफगाणिस्तानात तक्षशिलेच्या उत्तरेला गांधारजवळ एके काळी या देवीचं मोठे शक्तिकेंद्र होतं. सर्व कापालिकांची ती मुख्य देवी होती. द्रोणाचार्यांनी अश्वत्थाम्याला जे संहारक ब्रह्मास्त्र दिलं, ते या देवीमुळेच! द्रोणाचार्यांनी या देवीची खास उपासना केली होती. मुळात ब्राह्मण असलेल्या द्रोणाचार्यांना कापालिकांनी या साधनेकरता खूप मदत केली. मात्र अश्वत्थाम्याला ही विद्या देताना द्रोणाचार्यांनी देवीची अनुमती घेतली नाही. शिरस्ता मोडला. या देवीचं माहात्म्य इजिप्त ते आसामपर्यंत होतं. या देवीचा कोप झाला, तो प्रथमत: अलेक्झांडरच्या

यावनी आक्रमणाने आणि त्यानंतर महंमद पैगंबराच्या लोकांनी मूर्तिपूजेविरुद्ध चालवलेल्या मोहिमेमुळे. मक्केमधल्या काबाच्या मंदिरात महमदाच्या अनुयायांनी अनेक मूर्तींची तोडफोड केली. त्यात इराडी देवीची मूर्ती होती. त्या वेळी लाट आणि उझा या मूर्ती फोडण्यात आल्या; परंतु कुरेशी लोकांनी सुमन्नत आणि इराडी देवीची मूर्ती यशस्वीपणे हलवली. इराडी देवीची मूर्ती गांधारमधून काबाच्या मंदिरात, काबाच्या मंदिरातून सिंधच्या वाळवंटात आणि तिथून घारापुरी बेटावर कशी आली, ही त्या-त्या वेळच्या परिस्थितीची घटना आहे. मात्र ही देवी इराडी देवीच आहे, जी सुप्रसिद्ध देवी गांधार इथे पूजली जात होती. या देवीला जागृत करण्याइतपत माझ्यात शक्ती आहे. त्यानंतर विश्वकर्मा मीच होईन.''

संजय सर्पराज महाराजांकडे अगदी भारावून गेल्याप्रमाणे पाहत होता. सर्पराज महाराज बोलत होता. डोळ्यांत एक जबरदस्त नशा दिसून येत होती. संजयला काही काळ त्या नशेत घुसमटून गेल्यागत झालं.

''सर्पराज महाराज, तुझा शेवट जवळ आला आहे. हा सगळा भ्रम मनातून काढून टाक. आपण आता आधुनिक, विज्ञानाच्या जगात आहोत. तुला यश मिळणार नाही.''

सर्पराज महाराजांच्या डोळ्यांत नाराजी आली. तो आपली विखारी नजर संजयवर रोखून म्हणाला,

''तू अज्ञानात आहेस. मला डिवचण्याचा प्रयत्न करतो आहेस. अर्थात, मी जी शक्ती मिळवीन ती पाहायला तू इथे जिवंत असणार नाहीस. मात्र तुझ्या मनात तू कसलीतरी आकडेमोड करतो आहेस. मला जर थोपवण्याचा किंवा असाच काही विचार असेल, तर ते विसर! माझ्याभोवती संरक्षक कवच आहे.''

''माझ्या मनातल्या आकड्यांची कथा ऐकायची आहे? तर ऐक.

''मी जेव्हा कॉलेजमध्ये होतो तेव्हा मला मटका खेळायचा नाद लागला होता.''

संजयच्या या बोलण्यावर सर्पराज महाराज संजयकडे रोखून पाहू लागला. छमिया आणि त्याची माणसेही संजयकडे उत्सुकतेने पाहू लागली.

''आम्ही मटक्याच्या आकड्यांसाठी योग्य नंबर शोधण्याकरता इराण्याच्या हॉटेलमध्ये मोठेमोठे चार्ट घेऊन बसायचो. मी आणि माझे मित्र कुलाबा-फोर्टपासून वरळी-दादरपर्यंतची सर्व हॉटेल्स फिरायचो. फक्त इराण्याच्याच हॉटेलमध्ये आम्ही बसायचो. इराण्याच्या पाणी कम चाय आणि सिगारेट या दोन गोष्टींवर आम्ही आकडे शोधायचो. खुला बंद-खुला बंद, अनेक वेळा आम्हाला रनिंग पान लागायचं. म्हणजे तीन आकडे ओपन आणि क्लोजवर. सर्वात जास्त मी यशस्वी व्हायचो. मी का यशस्वी व्हायचो हे कोणालाच कळायचं नाही. मात्र याकरता माझी मनाशी

एक शकुन पाहण्याची पद्धत होती. इराण्याच्या हॉटेलात काऊंटरवर लाल चेहऱ्याचा इराणीच पाहिजे. त्याने चौकड्यांचाच शर्ट घातला पाहिजे. याकरता मी कुलाब्यापासून दादरपर्यंत फिरायचो. लाल चेहऱ्याचा इराणी आणि चौकड्याचा शर्ट घातलेला दिसला की, मी पाणी कम चायची ऑर्डर द्यायचा. चार्ट टेबलवर टाकून बसायचो. मग मला आकडे आपोआप सुचायचे. मी जो आकडा निश्चित करायचो त्याला पाऊणने गुणायचो. बस्स! मला नक्कीच माल मिळायचा. खूप दिवस माझी थेअरी चालली; परंतु नंतर मात्र लाल तोंडाचा इराणी भेटला नाही आणि पाऊणच्या गुणाकाराचा मला विसर पडला. माझा मटका लावण्याचा नाद गेला. पाऊणच्या गुणाकाराचा लाभ त्यानंतर झाला नाही.''

सर्पराज महाराजाला राग आला. त्याने छमियाकडे पाहत म्हटले, ''या मूर्खाला घेऊन जा. पुन्हा इथे आणू नका.''

छमियाच्या दोघा माणसांनी संजयला ढकलत-ढकलत बाजूला नेले. संजय ढेचकाळत-चालत सर्पराज महाराजाकडे पाहत म्हणाला.

''पाऊणच्या गुणाकाराचा मोठा लाभ मला लवकरच मिळणार आहे. सर्पराज महाराज, तुझा शेवट आलेला आहे.''

संजयला त्याने ढकलत नेले. ज्या मार्गाने ते गुहेत आले होते त्याच्याऐवजी ते आता दुसऱ्या बाजूला जात होते. ते एका खोलीतून बाहेर आले. ते पायऱ्या चढून वर आल्यावर ते किल्ल्याच्या बाहेर आले. अलिबागच्या किल्ल्याजवळच्या खडकावर ते उभे होते. किल्ल्यातील गुहेतून सर्व जण किल्ल्याच्या बाहेरच्या खडकावर आले होते. वेळ संध्याकाळची होती. म्हणजे संजयने एक पूर्ण दिवस त्या गुहेत काढला होता. सूर्य समुद्राच्या क्षितिजावर शेवटच दर्शन देत होता. भरती होती. सर्वत्र पाणी होते. अलिबाग शहरातील दिव्यांचा प्रकाश हळूहळू प्रखर होत होता. किल्ल्याच्या परिसरापेक्षाही हा खडकाचा भाग मोठा होता; परंतु काही ठिकाणी समुद्राच्या पाण्याची मोठी डबकी होती. गोड्या पाण्याचा साठा किंवा विहीर नव्हती. त्यामुळे अलिबागचा किल्ला या जागेवर बांधला नसावा. छमियाचे दोघे साथीदार संजयला घेऊन चालले होते. संजयला हालचाल करणे अत्यंत आवश्यक होते.

त्या दोघांच्या हातात पिस्तूल होते. एक जण मागे होता. एक जण पुढे होता. दोघेही शार्प शूटर होते. गेम करण्याचे काम त्यांच्यावर सोपवले होते. संजयने लघुशंकेकरता त्यांना खूण केली. दोघांनी एकमेकांकडे पाहिले. एक जण पुढे झाला. त्याने संजयचे हात सोडले. संजयला संधी मिळाली. ज्याने त्याचा हात सोडला त्याचा हात त्याने तसाच पकडला. पुरुषाने स्त्रीच्या हातात हात घालून पकडावा त्याप्रमाणे नाजूकपणे त्याच्या हातात हात घातला. हाताच्या कोपऱ्यापर्यंत त्याला वर खेचला आणि उलटा हात फिरवला. कराटेची युक्ती वापरली. त्या

खडकामध्ये तो पाठीवर पडला. परंतु तो बेसावध होता. संपूर्ण शरीर गोगलगायीप्रमाणे गोळा करून पाठीवर पडावयाच्या ऐवजी तो दणकन पाय फाकवून खाली पडला. डोक्याचा मागचा भाग जबरदस्तपणे खडकावर आदळला. संजयला त्याच्याकडे पुन्हा पाहावयाची गरज नव्हती. संजयने चपळाईने त्याला पुन्हा उचलून वर उभे केले. त्याच्या हातातून पडणारे पिस्तूल तसेच हातात पकडले. पिस्तूल भरलेले होते; मोठे होते. त्याचे शरीर सांभाळत त्याने पिस्तूल छमियाच्या दुसऱ्या माणसावर फायर केले. त्याने झाडलेल्या गोळीने त्याच्या छातीचा वेध घेतला. छमियाच्या माणसानेही गोळी लगेच झाडली होती; परंतु संजय नशिबाने वाचला. गोळी दंडाला फक्त चाटून गेली होती. संजयने पुन्हा पिस्तूल चालवले. तो एक किंचाळी मारून खाली पडला. संजयने त्याच पिस्तुलाने हाती धरलेल्या माणसालाही गोळी घातली. त्याला खाली फेकून दिले. पुढे होऊन समोरच्या दुसऱ्या माणसाच्या हातातील पिस्तूल काढून घेतले.

आता संजय सावध झाला. दोन पिस्तुले होती, त्यामुळे संजय खूश झाला.

संजयने एकवार अलिबाग शहराकडे पाहिले. समुद्रातून पलीकडे जावे असे त्याला एकवार वाटले; परंतु समुद्र धोकादायक होता. अलिबाग शहर आणि अलिबाग किल्ल्याच्या मध्ये अर्धा किलोमीटर अंतर अत्यंत धोकादायक होते. मध्ये काही भोवरे होते. ते पार करून किनारा गाठणे अवघड होते. समुद्र खवळलेला होता. भरती होती. संजयने विचार बदलला. गुहेच्या आतमध्ये जाण्यापेक्षा त्याने छमियाच्या लोकांची बाहेर येण्याची वाट पाहण्याचे ठरवले. निदान ओहोटीपर्यंततरी वाट पाहण्याचे ठरवले. कारण ओहोटीनंतर अलिबागपर्यंतचे संपूर्ण पाणी मागे जात असे. किल्ला आणि अलिबागमधील वाळूतून चालत जाणे सोपे होते.

संजयने खूप वेळ वाट पाहिली, परंतु कोणीच आले नाही. संजयला सुचेना. गुहेत उतरणेही धोकादायक वाटत होते, परंतु आता धोका स्वीकारणे आवश्यक होते. इतक्यात कोणीतरी येत असल्याचा आवाज आला. दगडाच्या कपारीच्या मागे झोपून संजय पाहू लागला. अंधार झाला होता. बॅटरीचा उजेड बाहेर आला. दोघे जण बाहेर आले.

संजयने त्यांना पुढे जाऊ दिले आणि पाठीमागून गोळी झाडली. दुसरा सावध होण्यापूर्वीच त्याला गोळी घातली. संजयने मेलेल्या गुंडाच्या हातातील पिस्तूलमधील गोळ्या काढून पिस्तूल भरून घेतले आणि पुन्हा सज्ज झाला. मात्र आता गुहेतील लोक सावध झाले असावेत, कारण कोणीच पुढे येत नव्हते. संजयने बॅटरी न लावता गुहेत उतरण्याचे ठरवले. अंधारातून आवाज न करता उतरणे धोक्याचे होते. बाहेर येताना पाहिलेला रस्ता आठवून संजय अंदाजाने पुढे जात होता. संपूर्ण पायऱ्या खाली उतरून आल्यावर पुढचा रस्ता त्याच्या लक्षात येईना. बॅटरीचा उजेड पाडणेही धोक्याचे होते. आत वाट एकच नव्हती. रस्ते दोन–तीन ठिकाणी जात

होते. संजय पिस्तूल हातात धरून पुढे चालू लागला. पुढे थोडीशी हालचाल दिसली, तसा तो बाजूला झाला. संजय गुहेमध्ये खूप पुढे आला होता. समोरून येणारी व्यक्ती संजयपर्यंत न येता अगोदरच बाजूला गेली; परंतु त्याने फिरवलेल्या बॅटरीच्या उजेडामुळे संजयला गुहेचा एकंदर अंदाज आला. संजयने पुढे न जाता आजूबाजूला गुहेचा अंदाज घेतला. काही वेळानंतर संजय इराडी देवीच्या खोलीपर्यंत आला. संजय सावध होता. देवीच्या खोलीतील प्रकाश संजय उभा होता त्या जागेपर्यंत येत होता. संजयचे गुहेच्या अंतर्भागाकडे लक्ष गेले आणि तो एकदम चमकला. संजयला ज्या मार्गाने गुहेत आणले होते आणि ज्या मार्गाने गुहेच्या बाहेर नेण्यात आले होते, तो संपूर्ण मार्ग डोळ्यांसमोर आणल्यानंतर गुहेचा आकार त्याला एखाद्या मोठ्या होडीसारखा वाटला. मात्र ज्या मार्गाने ते सर्व जण गुहेत उतरले होते त्या बाजूचा रस्ता उभा शिडीप्रमाणे होता, तर बाहेर जाण्याचा मार्ग निमुळता, हळूहळू पायऱ्या उतरत जाणारा होता.

संजय मागे फिरला. त्याला गुहेचा अंदाज आला होता. त्याने गुहेतील इतर खोल्या पाहायला सुरुवात केली. एका खोलीत त्याला हवी ती वस्तू मिळाली. संजय परत आला. आता बहुतेक सर्व जण इराडी देवीच्या खोलीत आले होते.

त्यांनी अस्मिताला त्या खोलीत आणले होते. सर्वांच्या चेहऱ्यावर उत्सुकता दिसत होती. संजय अंधारातून त्या लोकांच्या हालचाली पाहत होता. संजयला गोरेगावच्या आश्रमातील प्रसंग आठवला. सर्पराज महाराजांनी अस्मिताच्या बळीच्या विधीकरता तयारी सुरू केली होती. अस्मिताला त्यांनी एका वेताच्या खुर्चीला बांधून ठेवले होते. सर्पराज महाराजांचे काही साधक इतर तयारीला लागले होते. इराडी देवीच्या समोर एका चबुतऱ्यासारख्या दगडावर एका मोठ्या पसरट ताटामध्ये पूजेचे साहित्य ठेवण्यात आले. त्या चबुतऱ्यावर आणखी एक वस्तू दिसत होती. ती एक कट्यार होती,

'मुशी कट्यार!'

संजयला त्याबाबत निश्चित अंदाज येईना; परंतु ती कट्यार आधुनिक वाटत नव्हती. संस्थानिकांच्या काळातील एखाद्या राजाकडील खास शोभेच्या वस्तूप्रमाणे ती कट्यार दिसत होती; चमकत होती. कट्यारीची मूठ मौल्यवान दगडाची होती. फिकट हिरव्या रंगाची ती मूठ आणि त्यावरील खडे तिथल्या कमी प्रकाशातही चमकत होते. अनेकांची नजर अस्मिताबरोबर त्या कट्यारीकडेही जात होती.

संजयला काही सुचेना. घाई करणे आवश्यक होते. विधीला सुरुवात झाली होती.

संजय मागे फिरला.

आता हातातील बॅटरीचा उजेड गुहेतील इतर भागात सोडून अस्मिताला कसे

मुक्त होईल, याचा विचार तो करू लागला. वेळ कमी होता.

संजयचे लक्ष पुन:पुन्हा निमुळत्या होत जाणाऱ्या गुहेच्या बाहेरील पायऱ्या पायऱ्याने जाणाऱ्या रस्त्याकडे जात होते. संजय गुहेच्या दाराशी थोडा अलीकडे आला आणि बॅटरीने गुहेतील छतांचा अंदाज घेतला. त्याने बॉम्ब छताच्या कपारीत ठेवले. बॉम्बची वायर गुहेच्या दाराशी बांधून ठेवली. संजय इराडी देवीच्या खोलीजवळ आला. त्याने एका खांबाच्या मागे उभे राहून एक दगड भिरकवला. दगडाचा आवाज ऐकून छमियाचा एक माणूस पुढे येऊन पाहू लागला. त्याने बॅटरीचा झोत फेकला. त्याला संशयास्पद काही दिसले नाही. तो परत निघून गेला. संजय चरफडला. त्याने पुन्हा एक दगड आत भिरकावला. या वेळी मात्र दोघे जण पुढे आले. एक जण बॅटरी नाचवत पुढे येत होता. दुसऱ्याच्या हातात पिस्तूल होते. या वेळी मात्र दोघे जण न थांबता गुहेच्या दरवाजाकडे दबकत-दबकत चालत होते. संजय सावधपणे इराडी देवीच्या खोलीजवळ उभा राहिला. वेळ धोकादायक होती.

संजयचे संपूर्ण लक्ष फक्त अस्मितावर होते.

मोठा आवाज झाला आणि दरड कोसळल्याप्रमाणे दगड आत भिरकावले गेले. संजय डोके पोटाशी घेऊन खाली बसला होता. संजयची पाठ काही दगडांनी सालपडून गेली; परंतु लगेच उभे राहणे आवश्यक होते. दगड-धोंड्यांपाठोपाठ पाण्याचा मोठा लोंढा आला. बॉम्बने आपले काम चोख केले होते. गुहेला थोडे भगदाड पडले होते. त्यातून पाणी भसाभस आत येत होते. संजय पुढे झाला, तोपर्यंत संजयच्या अंगावर पाण्याचा लोंढा आला.

सर्वत्र गोंधळ झाला. जो तो सैरावैरा धावू लागला. प्रत्येक जण किल्ल्यातील गुहेच्या तोंडाकडे धाव घेऊ लागला. त्यांनी मोठी चूक केली होती.

संजय स्वत:ला सांभाळत पुढे झाला आणि त्याने अस्मिताची खुर्ची पकडली. पाणी तुफान वेगाने आत येत होते आणि सर्व जण जीव तोडून गुहेच्या बाहेर जाण्याकरता प्रयत्न करत होते. पाण्याच्या प्रवाहाचा जोर कमी होईपर्यंत संजय अस्मिताची खुर्चीतून सुटका करण्यासाठी प्रयत्न करू लागला. इराडी देवीची खोली आणि तटाकडील गुहेच्या तोंडाची बाजू या खूप खोलवर होत्या. त्यामुळे पाणी मोठ्या वेगाने साठत होते. सर्व जण पायऱ्यांवरून वर जाण्याचा प्रयत्न करत होते, परंतु सर्व जण एकाच वेळी जाण्याचा प्रयत्न करत होते, त्यामुळे कोणालाच जाता येत नव्हते. पाण्याच्या मोठ्या फटकाऱ्याने काही बेशुद्ध झाले. काहींना तत्काळ जलसमाधी मिळाली.

संजयने जमिनीवर घट्ट पाय रोवून अस्मिताची खूर्चीतून सुटका केली. दोघे पूर्ण पाण्याखाली गेले होते. संजयने श्वास रोखून धरला. अस्मिताच्या कमरेभोवती हाताचा वेढा घालून तो काही क्षण उभा राहिला. त्याने मग पाण्याखालूनच

प्रवाहाच्या विरुद्ध जाण्यास सुरुवात केली. गुहेच्या कडेच्या दगडाला – कपारीला घट्ट पकडून संजयने पुढे जायला सुरुवात केली. आता पाण्याचा वेग कमी झाला होता, परंतु पाणी गुहेच्या छतापर्यंत पोहोचले होते.

संजयने हातांच्या तीन-चार फटकाऱ्यात गुहेची निमुळती वाट पकडली. संजयला अस्मिताची काळजी होती. कारण ती श्वास रोखून किती वेळ राहू शकेल, याचा त्याला अंदाज नव्हता. एकमेकांना सांभाळत ते पुढे जात होते. संजय भगदाडाच्या बाजूला आला. उसळी मारून तो अस्मितासह गुहेच्या बाहेर आला. संजय आणि अस्मिता दोघेच या वाटेने आले होते. बाकीच्या कोणीही धाडस केले नव्हते.

संजयने उलटी करून पोटातील पाणी बाहेर काढले. त्याने अस्मिताकडे पाहिले. ती गुदमरून गेली होती. संजय धडपडत उभा राहिला. त्याने अस्मिताला खडकावरच पाठीवर झोपवले आणि पोटावर दोन्ही हाताचे तळवे ठेवून अस्मिताला उलटी करावयास भाग पाडले. दोन-तीन वेळा हाताने दाब दिल्यावर एकाएकी अस्मिताने मान वर करून उलटी केली. ती बेशुद्ध होती.

संजय चिंताक्रांत झाला. त्याने तिच्या गालावर दोन्ही बाजूला थपडा मारून पाहिल्या. अस्मिताने कोणताही प्रतिसाद दिला नाही. संजयने तिला पोटावर झोपवले आणि पुन्हा पाठीवर दाब देऊन पाहिले.

ती बेशुद्ध होती. संजय ओठ आवळून तिच्याकडे पाहू लागला. बॅटरीचा उजेड तिच्या तोंडावर सोडून पाहिले. संजयला तिच्या चेहऱ्यावर कोणताच फरक दिसेना. संजयने हलवून जागे करण्याचा प्रयत्न केला.

ती बेशुद्ध होती. संजयने खाली वाकून आपले ओठ तिच्या ओठांवर ठेवले. तोंडाने श्वास देऊन संजयने प्रयत्न चालू ठेवले.

अस्मिता ठसका देतदेत खडकावर धडपडली. संजयने तिच्या दंडाला पकडून तिला बसवले. खारट पाणी तोंडात जाऊन तिच्या नाकाची जळजळ वाढली होती. पोटातही खारे पाणी गेल्याने तिचे पोट ढवळल्यासारखे झाले होते.

अस्मिताने जोराची उलटी केली. थोडा वेळ बसल्यावर तिने संजयकडे पाहिले. रात्रीच्या बॅटरीच्या उजेडात अस्मिताने तोंड झाकून घेतले आणि रडू लागली. संजय तिच्या शेजारी बसला. तिच्या दंडाला धरून त्याने तिला शांत करण्याचा प्रयत्न केला. अस्मिता संजयच्या कुशीत शिरून हमसून रडू लागली. संजय गोंधळून गेला. अस्मिताला कसे आवरावे ते त्याला समजेना. अस्मिताने थोड्या वेळाने स्वत:ला सावरले.

"माफ करा, मला स्वत:ला सावरता आले नाही." अस्मिता बाजूला झाली. तिने स्वत:ला सावरले. संजयही उभा राहिला.

“आता काळजीचे कारण नाही. सर्व संकटातून तुम्ही सुटलात. रिलॅक्स, शांत व्हा.”

ते दोघे पुन्हा खडकावर बसले. रात्र होती; परंतु रात्र किती शिल्लक होती हे लक्षात येत नव्हते. भरती संपून पाणी खाडीतून निघून जाईपर्यंत थांबणे भाग होते. गुहेतून कोणी चुकून येणार नाही, याचीही काळजी होती. संजय मधूनमधून पाणी निघून जाण्याची वेळ पाहत होता. बॅटरीचा झोत पाण्यावर टाकून पाहत होता. संजयने अस्मिताची चौकशी सुरू केली, परंतु आता चौकशीचा नूर वेगळा होता. दोघांचीही मरणाच्या दारातून सुटका झाली होती. रात्रीचे प्रहर संपत होते. दोघांच्याही आता इतर विषयांवर गप्पा सुरू झाल्या होत्या. त्या एकाकी खडकावर भुकेचा विसर पाडण्याकरता एकमेकांशी बोलत राहणे हाच एक उपाय होता. अस्मिता मोकळेपणे बोलत होती. संजयच्या पाठीचा ठणका वाढत होता; परंतु त्याचे अस्मिताच्या आवाजाकडे, बोलण्याकडे लक्ष होते.

पहाटेची तांबडफुटी दिसू लागली. दोघांनाही आता भूक लागली होती. संजय पाण्यावर बॅटरीचा झोत टाकून पाहत होता. एकाएकी पाणी मागे जाऊ लागले. संजयच्या चेहऱ्यावर स्मित आले.

“चला, पाणी मागे जाते आहे. जायला हरकत नाही.”

दोघेही उठले. हळूहळू खडकातून चालू लागले. गुहेच्या तोंडाजवळ आले. गुहा पाण्याने गच्च झाली होती. किती लोक मेले, किती जिवंत राहिले होते कोणास ठाऊक! इराडी देवीने बळी घेतले होते, पण सर्पराज महाराजाला यश मिळाले नव्हते. विधी पूर्ण झाला नाही.

दोघे हळूहळू चालत होते. भरतीचा चिखल आणि वाळू यांनी जागोजागी निसरडे झाले होते. संजय अस्मिताचा दंड पकडून तिला धरून नेत होता. बॅटरीच्या छोट्या उजेडात ते रस्ता शोधत होते. अलिबागच्या किल्ल्यापलीकडे खडक होता. त्यामुळे किल्ल्याचे अंतर बरेच होते. खडकाळ भाग पार करून ते किल्ल्याजवळ आले. परंतु दोघांनाही घाई झाली होती. त्यांनी खाडीतून जाण्याचे ठरवले. किल्ल्यात जाऊन उपयोग नव्हता. पहाटेच्या अंधूक प्रकाशात ते चालत होते.

संजय सावध झाला. त्याच्या तिखट कानाला चाहूल लागली. त्याने अस्मिताला मागे खेचले. संजय स्तब्ध उभा राहिला. अस्मिता गोंधळून संजयकडे पाहू लागली. संजयची नजर समोर होती. त्याने बॅटरीचा छोटा झोत समोर टाकला. अस्मिताच्या तोंडातून अस्पष्ट किंकाळी बाहेर पडली.

समोर सर्पराज महाराज उभा होता.

नखशिखान्त भिजलेला सर्पराज महाराज पुढे उभा होता. संपूर्ण शरीरावर भगवा पायघोळ अंगरखा जागोजागी चिकटला होता. डोक्यावरील केसातून आणि

अंगावरून पाणी निथळून ओघळत होते. ओले केस, ओली दाढी, चेहरा कळाहीन आणि निस्तेज दिसत होता.

"हलकट कुत्र्या, माझ्या संपूर्ण विधीचा सत्यानाश केलास! तुला पकडला त्याच वेळी ठार करायला हवं होतं. तुला आता माझी शक्ती दाखवतो. तू आयुष्याचा लुळापांगळा झाल्याशिवाय तुला माझी शक्ती समजणार नाही."

अस्मिता भयचकित नजरेने सर्पराज महाराजाकडे पाहत होती. तिच्या हाताची बोटे संजयच्या दंडात घट्ट रुतली होती. संजय तिला सावरून उभा राहण्याचा प्रयत्न करत होता. संजय मनातून चरकला होता.

"सर्पराज महाराज, तुझा कर्णभेद माझ्यावर यशस्वी होणार नाही."

अस्मिताला संजयने बाजूला केले. गळ्यांतील माळेचे मणी दोन्ही कानात सरकवले. माळ संपूर्ण गळ्यांभोवती चिकटली. बॅटरीचा झोत सर्पराज महाराजावर सोडत संजय पुढे म्हणाला,

"माझ्या गळ्यातल्या माळेकडे पाहा. तुला माझ्यापर्यंत येताच येणार नाही."

"तू भ्रमात आहेस. माझी शक्ती तू पाहाच आता." असे म्हणून सर्पराज महाराज खाली वाकला. समुद्राची वाळू हातात धरून अर्घ्य सोडीत मंत्र म्हणू लागला.

संजय आणि अस्मिता दोघांनी खाली पडलेले दगड उचलून, वाळूसकट सर्पराज महाराजाच्या अंगावर फेकण्यास सुरुवात केली. सर्पराज महाराजाला त्यामुळे काही फरक पडला नाही. त्याचे मंत्रपठण सुरूच होते. संजय पुढे झाला. त्याने सर्पराज महाराजाला लाथ मारण्याकरता पाय उगारला, परंतु संजयला त्याच्याजवळ जाताच येईना. सर्पराज महाराजाने स्वत:ला विशिष्ट सीमारेषेत ठेवले होते. एकदम सुरक्षित कवचात सर्पराज महाराजाचे मंत्रपठण सुरू होते.

"अस्मिता, आपण काहीतरी केलं पाहिजे. अन्यथा हा नीच पुन्हा मागे लागेल."

अस्मिता गोंधळून पाहू लागली. दोघांनाही काही सुचेना. संजयने सर्पराज महाराजाच्या तोंडावर उजेड टाकला. सर्पराज महाराजाचे डोळे वेड्या माणसाच्या डोळ्यांप्रमाणे चमकत होते. डावा हात कमरेवर होता. परंतु लक्ष उजव्या हाताच्या अर्घ्याकडे होते. संजयने गळ्यातील माळेला हात लावला आणि डोळे मिटून घेतले.

त्याच्या डोळ्यांसमोर शुभ्र ठिपका झगझगत होता आणि भोवताली अंधार! पुन्हा शुभ्र, झगझगीत ठिपका पुढे-पुढे जाऊ लागला. भोवताली काळे वर्तुळ तयार होऊ लागले. पुन्हा शुभ्र ठिपका आत आला. त्या ठिपक्यामध्ये काळा ठिपका येत होता. काळा-शुभ्र, काळा-शुभ्र, कृष्ण-धवल, कृष्ण-धवल, वर्तुळामागे वर्तुळ, वर्तुळामागे वर्तुळ!

एकदम हिरवेगार डोंगर पुढे आले. संपूर्ण हिरव्यागार डोंगरावरून त्याची नजर पठारावर गेली. सगळीकडे हिरवे गालिचामय कुरण होते. स्वर्गमय! फक्त गवत! हिरवे गवत! फक्त गवत. हिरवे गवत. त्याची नजर हळूहळू मखमली गालिचावरून जाऊ लागली. शांत सुखद! शांत सुखद! नाही. कसलातरी आवाज येत होता. नजर पुढे जात होती. पठार संपत नव्हते. हिरवा गालिचा अखंड होता. रंग! रंग हिरवा रंग! मुलायम हिरवा रंग!

डोंगर संपले. पठार संपले. हिरवा गालिचा होताच. रंग होताच. अचानक शुभ्र फेसाळ आकृती पुढे आली. ती आकृती ऐटीत धावत होती. पुढचे दोन्ही पाय झेपावून टाकत होती. ती एकटीच होती. पांढरी शुभ्र होती. धवल होती. तो अबलख वारू तुफान वेगाने धावत होता. त्याच्या डोळ्यांमध्ये त्वेष होता. पायांमध्ये रग होती. संपूर्ण पठार, डोंगरमाती थरथरत होती; हादरून गेली होती. तो वारू संपूर्ण हिरवा रंग लाथाडत येत होता. हिरव्या रंगाचे वर्तुळ होत होते. तो वारू आता ठिपक्यासारखा होत होता.

परंतु त्याचा त्वेष, त्याची रग संपूर्ण आसमंताला धडकी भरावयास लावत होती. तो ठिपका विजेच्या चपळाईने धावत होता. त्या वारूला एकच शिंग होते. तो वारू सुसाट वेगाने पुढे येत होता.

संजय दचकून जागा झाला. संजय वाळूत पडला होता. अस्मिता त्याला वर उचलण्याचा प्रयत्न करीत होती.

"काय झालं?"

अस्मिता संजयकडे चमकून पाहत होती. संजय उठण्याचा प्रयत्न करत होता. संजयने पुढे होऊन खाली पडलेली बॅटरी हातात घेतली. तो संपूर्ण चिखलाने बरबटून गेला होता. अस्मिताचा चेहरा गोंधळलेला होता.

"तो उठण्याचा प्रयत्न करतोय?"

"कोण?"

तो सर्पराज महाराज.

संजयने समोर पाहिले. सर्पराज महाराज वाळूत उभा राहण्याचा प्रयत्न करत होता. एक हात त्याने छातीवर धरला होता. सर्पराज महाराजाचा आवाज बंद होता. त्याच्या तोंडातून रक्त बाहेर येत होते. काय झाले ते संजयला समजेना. सर्पराज महाराजांचे मंत्रपठण थांबले होते.

"त्याच्या तोंडातून रक्त कसं काय येतंय?"

अस्मिता संजयकडे डोळे विस्फारून पाहू लागली.

"तुम्हीच त्याला लाथ घातली!"

"मी?"

संजय स्वत:कडे विस्मयाने पाहू लागला.

"हो, तुम्ही त्याला लाथ घातली. तो जवळजवळ दहा फूट लांब जाऊन पडला. आता तो पुन्हा उठण्याचा प्रयत्न करतोय."

संजय पुढे झाला. त्याने सर्पराज महाराजाच्या तोंडावर बॅटरीचा झोत टाकला. त्याच्या तोंडातून रक्त वाहत होते. छाती दाबून वेदना आटोक्यात आणण्याचा तो प्रयत्न करत होता. त्याचा चेहरा आक्रसल्यासारखा वेदनामय झाला होता.

"तू राक्षस आहेस. तू राक्षस आहेस. माझी साधना नष्ट केलीस. माझी शक्तीं नष्ट केलीस. हरामखोरा, त्या मुशी कट्यारीने तिचा बळीचा विधी पूर्ण कर. तू शक्तिमान होशील. अजूनही वेळ गेलेली नाही. हिच्यासारख्या हजारो मुली तुला मिळतील. तू स्वत:कडे पाहा." सर्पराज महाराज तारस्वरात ओरडत होता.

"तू सर्वशक्तिमान मुखत्यारा होशील. तू मुखत्यारा होशील. जागा हो."

"सर्पराज महाराज, मी जागाच आहे. तुझ्यासारखा नीच नाही. मानवी रक्त पिणारा तू रासवट आहेस! मानव जातीला कलंक आहेस. तू जगण्याच्या लायकीचा नाहीस. मानव हाच क्षणभंगूर प्राणी आहे. थोड्या आयुष्याचा वापर सर्व मानवजातीच्या कल्याणाकरता वापरायच्या ऐवजी सर्वनाश करायला निघालास! तूच जिवंत राहण्याच्या लायकीचा नाहीस."

सर्पराज महाराज कळवळत होता. हातपाय झाडत उभे राहण्याचा प्रयत्न करत होता. अचानक सर्पराज महाराजाचा चेहरा शांत झाला. त्याचा आवाज बदलला.

"बेटा, खरंच जागा हो. मी पूर्ण विधी केला आहे. फक्त हा एकच बाकीचा विधी पूर्ण कर. आता मी मरण पंथालाच आहे. पण तू ती बाकी पूर्ण कर. माझ्यासाठी पूर्ण कर. तू मोठा हो. शक्तिमान हो. मला त्या शक्तीची आसक्ती नाही, परंतु मला माझ्या डोळ्यांनी तो पूर्ण झालेला पाहू दे. त्याचं यश मला पाहू दे. तू ती सिद्धी मुशी कट्यारीच्या रूपाने तुझ्याजवळ ठेव."

सर्पराज महाराजांची मोहिनी वाढत होती. क्षणभर संजय त्याच्या आवाजाने भारावून गेला; परंतु अस्मिताचा स्पर्श आणि ती गळ्यातील माळ त्याला त्या भयावह वादळापासून रोखून धरत होती. संजय जागा झाला.

"नाही सर्पराज, तुला ते सुख मिळणार नाही. आतापर्यंत घेतलेल्या बळींच्या पापांचं प्रायश्चित्त तुला घ्यावंच लागेल. तुला विधी पूर्ण झाल्याचं सुख मिळणार नाही."

सर्पराज महाराज दीन होऊन संजयला विनवणी करत होता. संजयच्या दंडामध्ये अस्मिताचा हात घट्ट होत होता. अस्मिताचा थरकाप झाला होता.

अचानक पायाखालची वाळू हलू लागली. संजयने पायाखाली पाहिले. पाणी वाहत होते. ओहोटीनंतरचा दोन तासांचा प्रहर संपून भरतीला सुरुवात होत होती. आता त्या खाडीत समुद्राचे पाणी मोठी उसळी मारून येणार होते. लवकरात

लवकर ते किनाऱ्याला गेले नसते, तर जलसमाधी! पाणी इतक्या प्रचंड वेगाने येणार होते की, त्यामध्ये होणारे भोवरे, खालची घुसळणारी वाळू आणि पाण्याचा वेग यांमध्ये कोणीही जिवंत राहू शकणे शक्य नव्हते.

"पाणी! अस्मिता पाणी! आता अजिबात थांबता येणार नाही. किनारा धावतपळत गाठावा लागणार आहे. चल, लवकर चल." संजय एकदम सावध होऊन पुढे जाऊ लागला.

त्याचे लक्ष पुन्हा सर्पराज महाराजाकडे गेले. क्षणभर संजय दचकला. अस्मिताही संजयला घट्ट पकडून सर्पराज महाराजाकडे पाहत होती.

सर्पराज महाराजाभोवती ते हळूहळू येत होते. ते संख्येने पुष्कळ होते. त्या सर्वांची पाठ काळी होती. नांग्या खूपच लांब होत्या. भाजीपाल्याच्या पालथ्या टोपलीएवढे मोठेच्या मोठे खेकडे सर्पराज महाराजाभोवती येत होते. संजयने आयुष्यात एवढे मोठे खेकडे पाहिले नव्हते. सर्पराज महाराजापासून काही फुटांवरच होते. संजय आणि अस्मिता त्याला पाहून मागे सरकले.

पाणी वाढत होते.

संजयने सर्पराज महाराजाच्या चेहऱ्याकडे पाहत म्हटले, "सर्पराज महाराज, समुद्राची शांती, इराडी देवीची शांती, मुशी कट्यारींची आराधना या सर्वांचा तुझ्यावर कोप झाला आहे. तुझा मृत्यू तुझ्या भोवताली फेरे धरतो आहे. तो पाहा, तुला मी म्हटलं होतं. आठवतं का, मला मोठा लाभ होणार आहे. माझा लाभ म्हणजे तुझा मृत्यूच आहे! या जागेचं वैशिष्ट्य तुला माहीत नाही. ही अलिबागची खाडी आहे. समुद्राच्या भरती-ओहोटीमधलं पाणी किती दूरवर खेचलं जातं, ते फक्त इथंच पाहायला मिळतं. भरतीच्या आणि ओहोटीच्या पाण्याची ताकद, पाण्याचा हिंस्रपणा इथंच पाहायला मिळतो. तिथीला ३/४ ने गुणल्यावर भरतीची वेळ समजते. आता ३/४ हा शुभशकुन आहे. भरती सुरू होते आहे. पाणी येते आहे ते पाहा."

सर्पराज महाराज हात–पाय झाडत खेकडयांना बाजूला करण्याचा प्रयत्न करत होता, परंतु ते आता त्याच्यावर चाल करून जात होते. सर्व बाजूंनी! ते दृश्य थरकाप आणणारे होते. संजयला ते पाहावेसे वाटत होते, परंतु अस्मिताने त्याचे लक्ष पाण्याच्या पातळीकडे वेधले.

दोघे धावू लागले. किनाऱ्याकडे पळू लागले. मध्येच अस्मिताचा पाय घसरला. संजयने तिला सावरून वर उचलले. आता ते दोघे अक्षरशः जीव तोडून धावत होते.

पाणी आता पोटरीच्या वर आले होते. पाण्याचा वेगही वाढला होता. संजयला अस्मिताला सांभाळून धावत जावे लागत होते. परंतु आता धावता येत नव्हते.

पाण्यातून वेगाने चालणे एक कसरत होती; संजय थरथरत होता. ते पाण्याच्या तडाख्यात सापडले असते, तर जिवंत राहणेच अवघड होते! मोठमोठ्या भोवऱ्यांतून पोहत जाणे भयंकर अवघड होते.

दोघेही वेगाने पाणी कापत चालत होते. ते किनाऱ्यापासून दहा फुटांवर आले. समोर शासकीय विश्रामगृहाचे गेट दिसत होते, परंतु मध्ये अंतर कमी दिसत असूनही पल्ला लांबचा वाटत होता.

''अस्मिता धाव! अस्मिता धाव!''

अस्मिता रडकुंडीस आली. संजय तिला अक्षरश: ओढत नेऊ लागला. पाणी कमरेएवढ्या उंचीला आले. आता पाणी त्यांना मागे खेचू लागले होते.

'अरे देवा!' संजय मनातून चरकला. पाणी मागे खेचून त्यांना नेऊ लागले असते, तर किनारा गाठणे अशक्यच होते. संजय सर्व शक्ती लावून अस्मिताला खेचून पुढे जाऊ लागला.

''अस्मिता, पुढे चल. अस्मिता धाव! अस्मिता धाव!''

संजयचा घसा कोरडा झाला. संजय वेड्यासारखा हात मारू लागला. अचानक त्याला दगड लागला. दोघेही विश्रामगृहाजवळच्या मोठ्या दगडाजवळ आले होते. पाणी मात्र खेचतच होते. संजयने दगडाच्या कपारीत घट्ट हात रोवला आणि अस्मिताचा हात घट्ट पकडून तो तिला ओढू लागला. आता पाणी छातीपर्यंत आले होते; परंतु संजयला आता पाण्याची भीती वाटत नव्हती. आता आधाराला दगड होता.

''अस्मिता, घाबरू नकोस. मी दगडाला घट्ट धरलं आहे.''

संजय दगडाला घट्ट पकडून पुढे आला. पाण्याच्या लाटांचा तडाखा बसत होता, परंतु संजय मान खाली घालून त्या चुकवत होता. एकएक दगड पकडत तो पुढे जात होता. ते पायऱ्यांवर आले.

पाणी एकदम शांत झाले. ते दोघे पायरीवर उभे होते. लाटांच्या आणि पाण्याच्या ओढीच्या ते बाहेर आले होते.

अस्मिताने एकवार मागे पाहिले. संपूर्ण खाडीत पाणी पसरले होते. वाळू, खडक कशाचाही मागमूस नव्हता. फक्त अलिबागचा किल्लाच दिसत होता. सगळीकडे पाणीच पाणी होते. चटावलेल्या जिभा काढल्याप्रमाणे समुद्राच्या लाटा किनाऱ्यावर येऊन भडिमार करत होत्या. समुद्राची गाज वाढली होती. फेसाळत्या लाटा आणि ते पाणी पाहून अस्मिता क्षणभर हसली आणि एकदम रडू लागली.

संजयचे आता तिच्याकडे लक्ष नव्हते. संजयने एकवार स्वत:कडे पाहिले. दूरवर पाणी आणि किल्ला पाहिला. हाकेच्या अंतरावरील तो किल्ला; परंतु मध्ये पाण्याच्या रूपातील काळदरी होती. संजय पायरीवर बसला आणि एकाएकी हसू

लागला. त्याचे जोरजोरात हसणे पाहून अस्मिता दचकून त्याच्याकडे पाहू लागली. परंतु संजयचा चेहरा पाहून क्षणभर ती रडायची थांबली आणि तीही हसू लागली. संजय आता अस्मिताकडे पाहत होता. सकाळच्या त्या समुद्राच्या गाजेमध्ये अस्मिताचे हास्य आता त्याला एकदम हवेहवेसे वाटू लागले होते. संजय तिच्याकडे टक लावून पाहत होता. दोघेही एकमेकांजवळ बसले. हात एकमेकांच्या हातात होते.

रात्रभराच्या जीवघेण्या संघर्षामुळे संजयचे स्वत:कडे अजिबात लक्ष नव्हते. गुहेमधील बॉंबस्फोटामध्ये पाठीला बसलेला मार आणि सर्पराज महाराजाबरोबर झालेली झटापट! संजयची पाठ जखमांनी भरून गेली होती. पुन्हा खाऱ्या पाण्याने ठणका जोरात वाढला होता. संजय आणि अस्मिता शासकीय विश्रामगृहात आले. त्यांनी तिथल्या शिपायाला घेऊन प्रथम हॉस्पिटलचा रस्ता पकडला. संजयने हॉस्पिटलमध्ये पाऊल टाकले, त्या वेळी गुरुमणी नौदलाच्या बोटीवरून अलिबागच्या किल्ल्यावर पुन:पुन्हा जाण्याबाबत आग्रह धरत होते.

रात्री दोन वेळा नौदलाच्या विशेष पथकाने छापे टाकले होते; परंतु संजय, अस्मिता, सर्पराज महाराज आणि सर्व लोक त्या वेळी विहिरीखालीच गुहेत होते. सर्पराज महाराजाच्या हालचालींबाबत किल्ल्यातील ठरावीक लोकांना माहिती होती, परंतु सर्पराज महाराजाच्या आत्यंतिक प्रभावामुळे त्या लोकांनी नौदलाच्या लोकांना ठावठिकाणा कळू दिला नव्हता. त्यांनी किल्ल्याचा आणि सर्व घरांचा शोध घेतला होता; परंतु त्यांच्या हाती काहीच आले नव्हते. बोटीवर कमिशनर, कर्नल फुरसुंगीकर होते; परंतु गुरुमणींच्या दिशादर्शनाबद्दल संशय निर्माण झाला होता. गुरुमणी हताश झाले होते; परंतु तितकेच काळजीत होते.

सकाळी-सकाळी बोट पुन्हा हार्बरकडे न्यावयाच्या तयारीत असतानाच संजय आणि अस्मिता अलिबाग शहराच्या हॉस्पिटलमध्ये भरती झाल्याची सूचना वायरलेसवरून मिळाली.

कमिशनर आणि फुरसुंगीकर गुरुमणींसह हॉस्पिटलकडे निघाले. नौदलाच्या लॉंचनी ते अलिबाग शहरात आले.

दोघांनाही सुखरूप पाहून सर्वांना आश्चर्याचा धक्का बसला. कर्नलला अस्मिताकडे पाहून क्षणभर काही सुचेना. बापलेकीने एकमेकांना घट्ट मिठी मारली. गुरुमणीदेखील सद्‌गदित झाले.

सर्वांना दुसरा धक्का बसला, तो म्हणजे दोघेही किल्ल्याच्या खालील तळगुहेत होते. सर्वांनी संजयकडून दोन दिवसांचा वृत्तान्त ऐकला.

गुरुमणींची कूटकविता कमिशनरांच्या झटकन डोळ्यांसमोर आली.

पाणीच पाणी चोहीकडे

हातावरती काठावरती
पाऊणकीची वाट चिखलाची
जलदुर्गात घेऊन जाई!
भिऊ नको पाहू नको
वरती फिरून पाहू नको
एक पायरी दोन पायरी
पायरी पायरी अनेक पायरी
पायरी पायरी घेऊन जाई!
पाताळातील होडी पाही
अंधकाराचा राक्षस तिथे
फतकल मारून बसला आहे
रेशीम धागा मुलायम तो
भक्षिणीच्या बंधनात आहे !

कमिशनरांना ती कूटकविता जशीच्या तशी आठवत होती. प्रत्येक शब्दागणिक अर्थ होता. पाऊणकीच्या भरती–ओहोटीची वाट अलिबागच्या किल्ल्यात जात होती. सर्पराज महाराजाने संजय आणि अस्मिताला त्या होडीसदृश पाताळातील होडीत ठेवले होते.

गुरुमणी पुन:पुन्हा किल्ल्यात खाली जाणारा मार्ग शोधण्यास सांगत होते. कमिशनर दाक्षिणात्य होते. तरीही गुरुमणींनी कूटकवितेची फोड करून सांगितली होती; परंतु नौदलाला शोध घेता आला नाही. त्यांना किल्ल्याच्या विहिरीतील तळघरातील वाट शोधता आली नाही. विहिरीतून जाणारी वाट मिळाली असती, तर अस्मिता आणि संजयला एवढा जीवघेणा संघर्ष करावा लागला नसता. पाण्याखाली काय चालल होते याचा त्यांना पत्ताच नव्हता. गुहेबाहेर आल्यानंतरही सर्पराज महाराजांबरोबर झालेली झटापट नौदलाच्या नजरेत आली नाही. त्यांची सर्व नजर फक्त किल्ल्यावरच स्थिर होती. कमिशनरांनी कूटकवितेचा मार्ग धरून योग्य प्रकारे तपास न केल्याबद्दल स्वत:लाच दूषण दिले. त्यांनी गुरुमणींची माफी मागितली.

अस्मिताच्या आईला घेऊन येण्याकरता निरोप गेला होता. कमिशनरांनी रायगड पोलीसविभागाच्या मदतीने हॉस्पिटलजवळ विशेष सुरक्षा तासाभरात तयार केली. आपत्कालीन पथकाला बोलावण्यात आले. गुहेतील मृतदेह बाहेर काढण्याचे काम तत्काळ सुरू करण्यात आले. सर्व प्रकार वृत्तपत्रांपासून दूर ठेवण्याच्या कडक सूचना देण्यात आल्या. सर्पराज महाराजांचा मृतदेह शोधण्याकरता खास पाणबुडे

बोलवण्यात आले; परंतु ओहोटी संपून पाणी पूर्णत: मागे गेल्याशिवाय प्रेताचा शोध घेणे अवघड होते.

कमिशनरांनी आपल्या कामास सुरुवात केली.

कर्नल अस्मिताच्या आईला आणण्याकरता बाहेर उभे होते. त्या खोलीत फक्त संजय, अस्मिता आणि गुरुमणी होते. संजयला गुरुमणी सुखरूप पाहून आनंद झाला.

झिपऱ्या, नादर आणि गुरुमणींना दोरीने बांधून छमियाच्या लोकांनी कर्नाळ्याजवळच्या आडवळणाला गाडीतच सोडून दिले होते. गाडी रस्त्यापासून खूप बाजूला होती. कोणीही येणारे नव्हते. तिघांनीही दोरीतून सुटका करण्याचा प्रयत्न केला; परंतु यश आले नाही. गाडीकडे कोणाचे लक्ष गेले नसते, तर भुकेने तडफडून बेशुद्धीच्या मार्गाचाच रस्ता होता. गुराखी किंवा शेतकरी किंवा खेड्यातील कोणी येईल या आशेवर त्यांनी खूप वेळ वाट पाहिली. दुपार होऊन गेली होती. पुन्हा रात्र झाली असती, तर अन्नपाण्याविना राहणे अवघड झाले असते. तोंडाला चिकटपट्ट्या होत्या. त्यामुळे ओरडून लक्षही वेधता येत नव्हते.

परंतु नशीब बलवत्तर होते. सायंकाळी चारच्या सुमारास पदभ्रमण करणारा एक गट जात होता. त्यांना ती गाडी आडवळणाला, रस्ता नसलेल्या जागी पाहून संशय आला. प्रथम त्यांनी दुर्लक्ष केले; परंतु भोवताली कोणीच दिसले नाही, तशी त्यांची उत्सुकता वाढली.

त्यांनी दरवाजा तोडून सर्वांची सुटका केली. गाडीत पेट्रोलची टाकी रिकामी होती. दोरीतून सुटका करून घेतल्यानंतर तिघांनाही लगेच पनवेलला हलवले गेले. वाशीजवळ लाँचने त्यांना नौदलाच्या हेडक्वॉर्टरला आणण्यात आले होते; परंतु गुरुमणी स्वस्थ बसले नाहीत. त्यांनी लगेच दुसरे दिवशी संध्याकाळी कुलाबा किल्ल्याच्या आसपास शोध घेण्यास सांगितले; परंतु सर्पराज महाराजांचे लोक आदल्या रात्रीच बोटीवरून आले होते. नौदलाचे लोक शोध घेत होते. त्या वेळी सर्पराज महाराजाचा विधी सुरू होत होता.

"पण सर्पराज महाराज खरोखरच मेला असेल का?" गुरुमणी

"तुम्हाला शंका वाटते का?" संजय चहाच्या कपाला तोंड लावत म्हणाला.

"तो जिवंत राहणं शक्यच नाही." अस्मिता हसून म्हणाली.

"का?"

"काकासाहेब, यांची लाथ इतक्या जोरात बसली की, तो जवळजवळ दहा फूट लांबवर फेकला गेला. लाथेने माणूस इतका लांब फेकला जातो, हे मला अशक्यच वाटत होतं. मला कोणी अस सांगितलं असतं, तर माझा विश्वासच बसला नसता, परंतु मी प्रत्यक्ष डोळ्यांनी पाहिलं. तो अक्षरश: रक्त ओकत होता."

"तो जवळच पडला असेल. माणूस इतक्या लांब लाथेने कसा काय जाऊ शकतो?"

"अरे, कमाल आहे. तुम्हीच उठून पाहिलं ना?"

"आता मात्र काही ते अंतर आठवत नाही; परंतु मी त्याला लाथ मारली, याबाबत मी अजून साशंक आहे."

"काकासाहेब, यांचं काहीही ऐकू नका. मी सांगते तसंच घडलं."

गुरुमणींच्या चेहऱ्यावर स्मित होते.

"अस्मिता सांगते तेच बरोबर आहे."

संजय चमकून म्हणाला. "पण मी पहिल्यांदा लाथ मारली. मला जवळही जाता आलं नाही. म्हणून मी तुमची माळ कानात घालून तुमचं स्मरण केलं."

"डोळे मिटल्यानंतर त्यांनी जयभवानी, जगदंबा, असं काहीतरी बोलल्याचं ऐकू आलं. माझं लक्ष नव्हतं. नंतर मात्र घोड्यासारखं खिंकाळणं ऐकू आलं. मी सावध होऊन पाहण्यापूर्वीच यांनी सर्पराज महाराजाला लाथ घातलीदेखील! अगदी कराटेपटूने लाथ झाडावी तशी."

"देवीचं नाव, घोड्याचं खिंकाळणं, छे काहीतरीच! माझा नाही विश्वास बसत." संजय मान हलवत म्हणाला.

"पण असंच घडलं."

गुरुमणींनी अस्मिताला हात धरून गप्प बसायला सांगितलं. "तुम्ही कोणाचंतरी स्मरण केलं असेल."

संजयकडे पाहत गुरुमणी म्हणाले. "जाऊ दे!"

संजय आता गुरुमणींकडे पाहत म्हणाला. "ठीक आहे; परंतु देवीचं नुसत स्मरण करून सर्पराज महाराजांसारख्या व्यक्तीला लाथ घालून मारणं शक्य आहे का?"

अस्मिता अजूनही बोलणार होती. तिच्या डोळ्यांत नाराजी दिसत होती. पण गुरुमणी पुढे म्हणाले. "प्रतिकूल परिस्थिती किंवा गंभीर प्रसंगांत आपण देवीचं स्मरण करतो. आपल्या मातेचं स्मरण करतो. त्यात काही वेगळं असं काही नाही."

"ते काहीही असो. तो रक्त ओकत होता, हे खरं आहे. त्याहीपेक्षा मी आतापर्यंतच्या आयुष्यात इतके मोठे खेकडे पाहिले नव्हते. इतके मोठे खेकडे! त्यांची पाठ भैयाच्या भाजीच्या टोपलीएवढी होती. त्या सर्वांनी सर्पराज महाराजाला घेरले होते. त्यांच्या त्या भयावह नांग्यांपुढे तो जिवंत राहणं अशक्यच आहे!" संजय

"तुम्ही विषय बदलता आहात" अस्मिता खोचकपणे म्हणाली.

"विषय तोच आहे. मी कुठे बदलला?" संजय त्रासिकपणे म्हणाला.

''ठीक आहे. आता मी तुम्हाला एक गोष्ट सांगतो.'' गुरुमणी पायावर पाय आडवे टाकत म्हणाले.

''तुम्हाला आईच्या काळजाची कथा माहीत आहे का?''

संजय आणि अस्मिता आपल्याच विचारात आणि नादात गुंग होते. त्यांना गुरुमणी एकदम काय म्हणतात ते कळेना. दोघेही चूप बसले.

''एकदा जंगलातून जात असताना एका व्यक्तीला राक्षसाने अडवले. तो त्याला खाऊन टाकणार, एवढ्यात तो म्हणाला, 'मला खाऊ नकोस. मी तुझी इतर कोणतीही इच्छा पूर्ण करेन.' राक्षसाने सांगितलं, 'मी तुला जिवंत सोडीन, परंतु तुझ्या आईचं काळीज मला आणून दे.' तो तयार झाला. स्वत:चा जीव वाचवण्यासाठी त्याने स्वत:च्या आईकडे काळीज मागितलं. त्याच्या आईने त्याला काळीज काढून दिलं. ते घेऊन राक्षसाकडे चालला होता. वाटेत तो एका ठिकाणी ठेच लागून खाली पडला, तरी त्या काळजातून आवाज आला, 'बाळा, तुला कुठे लागलं नाही ना?' आईची माया अशी आहे. तुम्ही कितीही कृतघ्न असला, तरी ती सदैव तुमच्या रक्षणाकरता पाठीशी राहते. तिचं नुसतं स्मरण हेही तुम्हाला मोठ्या संकटाशी लढा द्यायला ताकद देतं; शक्ती देतं. मातेची शक्ती, स्त्रीशक्ती ही आत्मिक ताकद आहे.''

''पण....'' संजयने बोलण्यासाठी तोंड उघडले.

''चूप! आता काही बोलू नका.'' अस्मिताने एकदम अधिकारवाणीने संजयला दामटले.

संजयने गुरुमणीकडे पाहिले. ते गालातल्या गालात हसत होते. गुरुमणी उठणार एवढ्यात कर्नल आणि अस्मिताची आई आले. अस्मिता धावत जाऊन तिच्या आईला बिलगली. मायलेकींनी बराच वेळ एकमेकींना घट्ट धरले.

कर्नल आणि अस्मिताच्या आईने संजयचे आभार मानले; परंतु कर्नलच्या मनात विचार येत होते. आता संजयशी तिचे नाते औपचारिक राहिलेले नव्हते. ते आणखीन दृढ होणार होते. मूक नजरा बरेच काही सांगून जात होत्या.

सर्व जण निघाले. अस्मिता मागेच राहिली होती. तिने संजयचे हात हातात घेऊन हळुवार दाबले. अचानक पुढे होऊन गालाचे चुंबन घेतले आणि ती झटकन बाजूला झाली. ती दरवाजाजवळ गेली आणि तिने मागे वळून पाहिले. संजय त्या गोड धक्क्यातून अजिबात सावरला नव्हता. तो तिच्याकडे पाहतच राहिला. दोन्ही हात पलंगावर ठेवून त्याने उठायचा प्रयत्न केला.

संजयच्या पाठीतून सणकन कळ आली. तोंड वाकडे करत संजय पुन्हा पलंगावर झोपला. अस्मिता निघून गेली होती.

■

हॉस्पिटल–कर्मचाऱ्यांनी बेड साफ केला. नवीन चादर, नवीन बेडशीट घातली. संजय कॉटवर बसला. डॉक्टरांचा राऊंड सुरू झाला होता. संजयला ए.सी. रूममध्ये ठेवण्यात आले होते. डॉक्टरांनी त्याच्या जखमा पाहिल्या आणि नर्सेसनी संजयच्या जखमांचे ड्रेसिंग सुरू केले. झिपऱ्या, नाडर उभे राहून पाहत होते.

हॉस्पिटलचा स्टाफ निघून गेला. डॉक्टर निघून गेले. नर्सेसही निघून गेल्या.

संजयने कपडे बदलले आणि रिलॅक्स झाला.

झिपऱ्याने बनवलेला खास नाश्ता संजय घेऊ लागला.

संजय खिडकीबाहेरील रस्त्यावरील वर्दळ पाहत होता. सूर्य बराच वर आला होता. परंतु सूर्याची किरणे अद्याप रूममध्ये आली नव्हती. ए.सी.च्या आवाजाची घरघर तेवढी ऐकू येत होती. रस्त्यावरील कोणताही आवाज आत ऐकू येत नव्हता.

"झिपऱ्या, काय बातमी?" संजय आता तयार झाला होता.

"बॉस, तो महाराज मेल्यापासून कुकरी गँगची पळापळ सुरू झाली. आता अलिबागमधले कुकरीचे सगळे उरलेसुरले लोक गायब झालेत. त्या किल्ल्याच्या गुहेत बरेच म्होरके मेले. पण बॉस, खासदार हरिहरच त्याच्यामागचा मुख्य माणूस आहे. उस्मानभाईची वट आता वाढेल."

"मला त्या डॉक्टरची गेम कोणी केली ते सांग."

"डॉक्टर खासदाराकडे १०० कोटी रुपये मागत होता. मालाडच्या प्रकरणातून अंग काढून घेण्यासाठी खासदार एवढी रक्कम द्यायला तयार नव्हता. खासदाराचं आणि डॉक्टरचं पूर्वीही दोन-तीन वेळा बिनसलं होतं. या वेळी खासदाराने त्याचा गेमच करायचं ठरवलं होतं. त्याने तायशेट्टीला ऑर्डर केली. तायशेट्टीच्या माणसाने डॉक्टरला गाठून बेटिंगचा गेम तयार केला. डॉक्टरला बेटिंगमध्ये फसवलं. त्याच्या ते लक्षात आलं नाही. रक्कमेवरून वाजलं आणि तायशेट्टीच्या लोकांनी संधी घेतली."

"डॉक्टरला दारू पाजली. कुत्र्याला चेंबरमध्ये घातलं."

"चेंबरमध्ये?"

"बॉस, कुकरी गँगचे लोक दर वेळी ब्लेड वापरतात. या वेळी त्यांनी डॉक्टरला दारू पाजली आणि एअरटाईट रूममध्ये टाकून दिलं. तासाभरानंतर मृतदेह बाहेर काढले आणि बांद्र्याजवळ चालत्या गाडीतून सोडून दिलं."

"एअरटाईट रूम कशी काय?"

"मी काही पाहिलेली नाही, पण ऐकून आहे की, मोठ्या ग्लास-पॅनेलचा बॉक्स तयार केल्यावर सर्व बाजूने एअरटाईट करतात. गुदमरून मेल्यावर मृतदेह बाहेर काढतात."

"अशा पद्धतीने मारण्याचं कारण?"

"काही वेळा सावज हवं ते करायला तयार होतं. मारहाण करावी लागत नाही. धमकी देण्याची गरज पडत नाही. डॉक्टरला मात्र त्यांना संपवायचंच होतं."

"म्हादू वैतीचं काय? त्यालाही त्यानं संपवलं."

"होय, मानेजवळ फटका देऊन बेशुद्ध केलं. त्याला आणि कैलासच्या हातापायाला दोऱ्या बांधून तिरपं अधांतर पकडलं. वरून तुळई अंगावर टाकली. वडाळ्याला हा प्रकार त्यांनी पहाटे केला. कारखान्यात कोणीही नव्हतं. त्यांना गेम व्यवस्थित करता आला."

"म्हणजे आता आपल्याला सगळं लक्ष खासदारांवर ठेवावं लागेल."

"हो."

"खासदार त्या सर्पराज महाराजांच्या मृत्यूमुळे सावध झाला असेल."

"चौकशी करावी लागेल."

"खासदार आणि त्याचा तो बुक्क दोघांच्यावर पाळत ठेव. त्याच्या सगळ्या हालचाली पाहू आणि मग ठरवू."

"ठीक आहे."

दरवाजाजवळ गडबड ऐकू आली, तसं सर्वांचं लक्ष दरवाजाकडे गेलं.

पुढे होऊन झिपऱ्याने दरवाजा उघडला.

अस्मिता आत येत होती.

तिच्या हातात मोठाच्या मोठा फुलांचा बुके होता. अस्मिता पुढे येत होती. संजयचा चेहरा खुलला. त्याने झिपऱ्याकडे आणि नाडरकडे पाहिले. दोघेही न बोलता बाहेर पडले.

"गुडमॉर्निंग!"

"इतक्या लवकर! तुम्ही अलिबागमध्येच आहात की काय?"

"अंहं. प्रथम हे घ्या तुम्हाला भेट."

"आभारी आहे."

"ही भेट माझ्याकडून नाही बरं."

"म्हणजे?"

"डॉ.पिपा झाग्रोस यांची भेट."

"व्हेरी नाईस!"

"हो तर, तुम्ही माझी सुटका केलीत, त्याबद्दल त्यांनी शुभेच्छा पाठवल्यायंत."

"पण त्यांची कुठे भेट झाली?"

"आम्ही सगळे कालच घरी गेलो."

"आज मी इकडे येणार समजल्यावर त्यांनी ही भेट दिली. तू एकटी कशी काय आलीस?"

"मी एकटी नाही. तुमच्या कमिशनरांबरोबर आले."

"कॉटच्या शेजारी बसत अस्मिता म्हणाली. आता तब्येत कशी आहे?"

"जखमा भरून येतायंत. एक-दोन दिवसांत ठीक होईल. तुझ्या आईची तब्येत कशी आहे?"

"आता ती छान आहे."

संजय अस्मिताकडे पाहत होता. अस्मिता फ्रेश दिसत होती. संजयला तिच्याकडे पाहतच राहावंस वाटत होतं. संजयने तिचा हात हातात घेतला. अस्मिताने हात मागे घेतला नाही. ते खूप वेळ बोलत होते. ठरावीक असा काही विषय नव्हता.

कमिशनर आले. तशी अस्मिता उठून उभी राहिली.

"मी आल्यामुळे डिस्टर्ब झालं नाही ना?"

अस्मिताने लाजून मान फिरवली.

"संजय" खुर्चीत बसत कमिशनर म्हणाले, "आता तुझी तब्येत कशी आहे?"

"एक–दोन दिवसांत ठीक होईल."

"अजून प्रकरण संपलेलं नाही. सर्पराज महाराज संपला, परंतु भोवतालची बरीच महत्त्वाची माणसं अजून जाळ्यात आलेली नाहीत."

"खरंय!"

"खासदार हरिहर हे आपलं लक्ष्य ठेवण्यात आलं आहे."

"सर!"

"आम्ही त्यांच्या हालचालींवर नजर ठेवली आहे; परंतु कुकरी गँगही आता जास्त संघटित झाली आहे. त्यांचे बरेचसे लोक मेले आहेत. खासदारांचे कार्यकर्ते आता कोणताही पवित्रा घेण्यापूर्वी त्यांच्या मागे लागावं लागेल."

"दोन दिवसांचा वॉच करून रिपोर्ट आल्यावर मी तुमच्याशी बोलतो. तोपर्यंत माझी तब्येतही ठीक होईल."

"तू आता चांगली विश्रांती घे. घाईचं कारण नाही." अस्मिताकडे पाहून कमिशनर म्हणाले, "तुम्ही इथेच थांबणार का?"

"हो. मी दुपारनंतर येईन."

"ठीक आहे."

कमिशनर खास भेटायला आल्यामुळे संजय खूश झाला. बाहेर जाताना कमिशनरांचे लक्ष फुलांच्या परडीकडे गेले.

"Oh! Beautilful!"

अस्मिता लाजेने चूर झाली. कमिशनर संजयकडे पाहत बाहेर गेले.

"Oh! Beautilful!" अस्मिता नक्कल करत म्हणाली.

एवढ्या पदांवरून एवढा चावटपणा बरोबर नाही.

"ते काय चावट बोलले नाहीत. "

"होय तर!" डोळे मोठे करत अस्मिताने म्हटले.

■

हॉस्पिटलमधून सुटका झाल्यानंतर किहीमला आल्यावर संजयला बरे वाटले. तो हॉस्पिटलच्या वातावरणाला कंटाळला होता. हॉस्पिटलमध्ये बरेच दिवस गेल्याने पुढील कारवाई ठप्प झाली होती.

संजय आता एकटा होता. गुरुमणींच्या बरोबर राहिल्यामुळे संजयला बाटलीस हात लावता आला नव्हता. संपूर्ण दिवस संजयने सामिष आहार, मद्य आणि विश्रांती घेण्यात घालवला. मधूनमधून अस्मिताचा आवाज मोबाईलवरून होताच.

दुसरे दिवशी सकाळी संजय फ्रेश होता. टिपॉयवर तंगड्या टाकून त्याने पेपर वाचन संपवले.

"झिपऱ्या"

"बॉस"

"त्या खासदाराचा रिपोर्ट काय ते पाहण्याअगोदर आपण हेडक्वॉर्टरहून आलेला रिपोर्ट पाहू या."

झिपऱ्याने सी.डी. आणि काही पेपर्स संजयला आणून दिले.

संजयने सर्व सीडी कॉम्प्युटरवर ऐकल्या. खासदार हरिहरने गेल्या अनेक दिवसात केलेले टेलिफोन आणि मोबाईलवरील संभाषण यांचे ते ध्वनिमुद्रण होते. खासदाराच्या बोलण्यात काहीही माहिती बाहेर येत नव्हती. सर्वसामान्य व्यक्तीप्रमाणे त्याचे व्यवहार होते. त्याने पक्षातील कार्यकर्त्यांशी झालेले बोलणेही ऐकले; परंतु राजकीय चर्चा, देवाण-घेवाण यापलीकडे काही समजून येत नव्हते. झिपऱ्यानेही फोनवरचे बोलणे ऐकले. कोणताही परवलीचा शब्द किंवा इतर सूचना त्याच्याही नजरेला आल्या नाही. त्याने पेपर्स पाहिले. खासदाराला शासनाने दिलेल्या संरक्षणातील पोलिसांचे अहवाल पाहिले. खासदाराच्या हालचाली पूर्णत: राजकीय होत्या. काही ठरावीक अँन्टी सोशल एलिमेंट्सच्या भेटी-गाठी आणि चर्चा होती, परंतु कुकरी गँगच्या कोणाशीही संबंध किंवा भेट घेतल्याबद्दल कोठेही उल्लेख नव्हता. संबंध स्पष्ट होत नव्हते. संजयने सी.डी. आणि कॅसेट पुन:पुन्हा पाहिले.

"झिपऱ्या, खासदार चलाख आहे. कुकरीशी त्याचा कुठेही संबंध नाही, हे कसं शक्य आहे? कुठेतरी चॅनेल असलं पाहिजे. काहीतरी पद्धत ते वापरत असावेत."

"बॉस, खरंय! माझ्या माणसांनी खूप दिवस वॉच केला; परंतु खासदाराचा मागमूस समजला नाही. म्हणून आम्ही त्याच्या राहत्या घराभोवती चौकशी केली."

“मग?”

“बॉस, खासदाराचा बंगला आहे. त्याच्या आसपास राहणारे बरेच जण त्याच्या पक्षातलेच आहेत. आम्ही शेजारच्या घरात चौकशी केली. खासदाराच्या उजव्या बाजूला त्याच्या पक्षातल्या एका कार्यकर्त्याचं रो-हाऊस आहे. आम्ही खासदाराच्या बंगल्याऐवजी त्याच्या पक्षातल्या शेजारच्या लोकांवर नजर ठेवली. रात्री ११.३० वा. शेजारच्या बंगल्यातली गाडी बाहेर पडली आणि आम्ही पाठलागाकरता तीन गाड्या वापरल्या.”

“मग काही विशेष मिळालं?”

“खासदार हरिहर आम्हाला खारला मिळाला.”

“कसं काय?”

“खासदाराचं रात्रीचं येणं–जाणं या शेजारच्या घरातून होतं. कुकरी गँगची माणसं खासदाराला खारच्या फ्लॅटवर भेटतात.”

“अच्छा, म्हणजे रात्रीच्या हालचाली या त्याकरता आहेत. खारची जागा एकदम सिक्युरिटीखाली असेल.”

“अजिबात नाही.”

“म्हणजे?”

“त्या इमारतीतल्या बऱ्याच फॅमिली भारताबाहेर आहेत. इमारतीला दोन वॉचमन पहाऱ्यावर असतात. त्यामुळे सर्वांचं दुर्लक्ष आहे.”

“म्हणजे गोरेगावपेक्षा खारवरच आपल्याला लक्ष केंद्रित करायला हवं.”

“होय.”

■

प्रिन्स ऑफ वेल्स म्युझियम, दक्षिण मुंबई.

संजयने एक–दोन वेळा या ‘प्रिन्स ऑफ वेल्स म्युझियम’ वस्तुसंग्रहालयाला भेट दिली होती, परंतु संपूर्ण संग्रहालय त्याला कधीच मन भरून पाहता आले नव्हते.

डॉक्टर पत्रीकर हे वस्तुसंग्रहालयाचे मुख्य क्युरेटर होते. डॉक्टरांच्या केबिनबाहेर संजय उभा राहिला. त्याने शिपायाकडून निरोप दिला. संजयची चौकस नजर भिरभिरत होती.

संजयला केबिनमध्ये जाण्याकरता जास्त वेळ ताटकळत उभे राहावे लागले नाही. संजय डॉक्टरांच्या केबिनमध्ये गेला. डॉक्टरांची केबिन खूपच मोठी होती.

खोलीचे छत जवळपास २० फुटांच्या वर होते. मुंबईसारख्या ठिकाणी आजकाल एवढ्या उंचावर छत पाहावयास मिळणे दुरापास्त! छतामधून येणारा पंखा लांबलचक नळकांडे घेऊन खाली आला होता. केबिनला दोन्ही बाजूंनी जवळपास सहा ते सात फूट उंचीच्या खिडक्या होत्या. संध्याकाळची वेळ असूनही झगझगीत प्रकाश बाहेरून येत होता. केबिन मोठी होती. काही कपाटांमधून पुस्तके ठेवल्याचे दिसत होते. एका बाजूला दुसऱ्या खोलीत जाणारा दरवाजा होता. कपाटे, दरवाजे तपकिरी–काळसर रंगाचे होते. केबिन एकदम हवेशीर होती; परंतु एवढ्या मोठ्या संग्रहालय-प्रमुखाचे कार्यालय मात्र एकदम साधे होते. एकदम सिंपल! कोणताही भपका नव्हता. लाकडी खुर्ची, वेलवेटचे मोठे, लाल रंगातील आच्छादनाचे टेबल, तसेच अभ्यागतांकरता समोर तीन खुर्च्या होत्या. टेबलवर पेनस्टँड होते. संपूर्ण टेबलवर मोठी काच होती. टेबलवर दुसरे काही नव्हते. शेजारी छोट्या टेबलवर टेलिफोन, पाण्याचा जग होता. दोन ग्लास स्वच्छ पाण्याने भरलेले होते. दोन्ही हात खुर्चीच्या हातावर ठेवून डॉक्टर पत्रीकर त्यांच्या खुर्चीत बसले होते. डॉक्टरांच्या मागे खिडकीतून वस्तूसंग्रहालयाच्या आवारातील बगिचा दिसत होता.

"या इन्स्पेक्टर, वेलकम!" डॉक्टर पत्रीकर खुर्चीतून उठून उभे राहत म्हणाले. त्यांनी ओणवे होऊन संजयचा हात हातात घेतला.

संजयने खुर्चीत बसून अंग थोडे सैल सोडले. संजयची नजर अजूनही भिरभिरत होती. ती नजर आता डॉक्टर पत्रीकरांवर स्थिर झाली होती. डॉक्टर पत्रीकर मध्यम उंचीचे, कृश शरीरयष्टीचे होते. डोळ्यांवर बारीक, मेटल-फ्रेमचा चष्मा होता. केस काळेभोर. उभट गोरा चेहरा. त्याच्या सडपातळ लांब हातावर जाडजूड शिरा दिसत होत्या. हाताची बोटे लांबसडक होती. बोटांमधील पेरे मोठाली होती. डॉक्टरांनी पिवळसर चौकड्यांचा शर्ट घातला होता. सोबर दिसणारी पँट. 'डॉक्टर' नावाला शोभणारा पोषाख दिसत नव्हता. पुरातत्त्व–संशोधक डॉक्टर पत्रीकर सिंधू संस्कृतीबाबत तज्ज्ञ मानले जात होते. पन्नाशीच्या आतील डॉक्टरांचे वय त्यांच्या पदाच्या मानाने खूपच लहान वाटत होते.

"मी काल विद्यापीठात गेलो होतो. प्राध्यापक शेवाळे यांच्याशी भेट झाली. तुमची आणि माझी भेट तिथेच झाली असती; परंतु थोडक्यात चुकामूक झाली."

"मी थोडा घाईत होतो. मला तुम्ही तिथे याल याची कल्पना नव्हती. मी तिथेच थांबलो असतो."

"हरकत नाही, आपली भेट इथेच व्हायची होती." पत्रीकरांनी बेल दाबली. शिपायाला चहा आणण्यास संगितले. "मी प्राध्यापकांनाही बोलावलं आहे." डॉक्टरांनी स्वच्छ पाण्याचा ग्लास संजयसमोर ठेवला.

संजय आजूबाजूला पाहत म्हणाला, "तुम्ही एवढ्या मोठ्या संग्रहालयाचे

प्रमुख! परंतु तुमचं कार्यालय एकदम सिंपल!''

''फंड्स! इन्स्पेक्टर फंड्स. वुई आर व्हेरी शॉर्ट ऑफ फंड्स!''

''इंटरनॅशनल फंडही मिळत नाही.''

''दिवसेंदिवस फंड मिळवणं अवघड जातं आहे. हा व्यापही वाढतो आहे. नवीन संशोधन, नवीन जबाबदारी, त्यामुळे ओढाताण होते आहे.''

''तुमच्याकडे पाहून मला जरा आश्चर्य वाटतं.''

''म्हणजे?''

''पुरातत्त्ववेत्ता म्हणजे मला वाटलं खूप वयस्क असाल. तुम्ही तर फारच तरुण दिसता.''

''तुमचा डॉक्टर या उपाधीमुळे गोंधळ झालेला दिसतो. परंतु मी जवळजवळ पन्नाशीकडे आलो आहे.''

चहा घेता घेता डॉक्टर म्हणाले, ''खाकी वर्दीतल्या लोकांशी सहसा आमचा संबंध येत नाही. तुम्हाला भेटल्यानंतर एक वेगळा अनुभव येत असल्याचं वाटतंय.''

संजय गालातल्या गालात हसला. ''आमची भेट बहुतेकांना नकोशी असते. पोलिसांचा ससेमिरा सगळ्यांनाच जीवघेणा वाटतो.''

''आम्हाला चांगला अनुभव मिळो, एवढीच अपेक्षा करतो.''

चहा घेता घेता डॉक्टर म्हणाले, ''माझं टेबलावरचं काम उरकून घेतो. तोपर्यंत तुम्ही संग्रहालयात एक फेरफटका मारा. आपण कुठेतरी हॉटेलात बसू. एखादं ड्रिंक घेऊ!''

संजय खूश झाला. ''गुड आयडिया.''

चहापान झाले.

संजय बाहेर आला. तो वस्तुसंग्रहालयाच्या पहिल्या माळ्यावर आला. त्याने कलादालनातील रंगकर्मींची चित्रकला पाहावयास सुरुवात केली. पोटमाळ्यावर मोहेंजोदारो व हडप्पामधील ग्रेट बाथच्या उत्खननाची चित्ररूपातील मांडणी पाहत असतानाच पत्रीकरांचा शिपाई बोलविण्यास आला.

''वस्तुसंग्रहालयात नवीन वस्तूंची भर किंवा नवीन दालन सुरू केल्याचं दिसत नाही.''

''अलीकडे आम्हा लोकांच्या बदल्या वारंवार होत आहेत. नवीननवीन ठिकाणे उत्खननाखाली येत आहेत. संशोधनामुळे काम वाढलं आहे. कर्मचारीवर्ग अपुरा आहे. त्यामुळे दुर्लक्ष होतंय. खरं आहे.''

''मोहेंजदारो संस्कृती कशी नष्ट झाली, कशामुळे नष्ट झाली, याबाबत नवीन काही?''

"अनेक आडाखे लावण्यात आले. भूकंप, महापूर, रोगाची साथ, धुळीचं वादळ, परकीय हल्ला; परंतु चित्र स्पष्ट होत नाही. त्या वेळेचा पुरावाही अपुरा आहे".

"परंतु तो आर्य आणि स्थानिक समूह यांच्यातला संघर्ष होता का?"

डॉक्टर काही बोलले नाही.

दोघेही गाडीत बसले. डॉक्टरांनी मोबाईलवरून प्राध्यापक शेवाळेंना सरळ हॉटेलवर येण्यास सांगितले. संजयने गाडी हर्निमन सर्कलकडून पुढे घेतली. संध्याकाळच्या संधिप्रकाशात कार्यालये बंद होत होती. शेअर बाजारातील गर्दी कमी होत होती. रस्त्यांतून बँका, शासकीय, खाजगी संस्थां, कंपन्यांमधील चाकरमान्यांचे घोळके, बॅगा-पिशव्या-थैल्या सांभाळत घराच्या ओढीने धावपळ करत होते.

दोघेही हॉटेलमध्ये थोडे लवकरच आले होते. फोर्टमधील ते हॉटेल सी–फूडकरता प्रसिद्ध होते. संजयला पाहताच हॉटेल–मॅनेजर पुढे आला आणि त्यांना कोपऱ्यातील एका टेबलकडे घेऊन गेला. गुलाबी रंगाच्या भिंतीवर मॉर्डन आर्टची वेधक चित्रे उठून दिसत होती. खुर्च्या खास तपकीरी कापडी आच्छादनाच्या नक्षीकामाच्या होत्या. टेबलावर तपकिरी रंगातील कशिदाकाम केलेले कापडी आच्छादन होते. टेबलावर छोट्या धातूच्या फ्लॉवरपॉटमध्ये गेंडेदार टपोरे गुलाबाचे लालभडक फूल होते. दोघेही खुर्चीत बसले. वेटरने थंडगार पाण्याचे स्वच्छ ग्लास ठेवले. त्याच वेळी हातात धरण्यासाठी छोटेछोटे नॅपकीन्स समोर ठेवले.

पाणी पिता–पिता डॉक्टरांनी विचारले, "तुमचं हे नेहमीचं हॉटेल?"

"नाही. मात्र मला इथलं सी–फूड खूप आवडतं."

"हो, खरं आहे. आम्हीही कधीकधी इथे येतो."

"तुमच्या ड्रिंकच्या कंपनीने आपण खूश झालो."

"मी कधीतरी घेतो. तुम्ही डिपार्टमेंटचे असल्यामुळे घेत असाल, अशी थोडी शक्यता वाटली. खरी ठरली."

वेटरने भाजलेले पापड, तिखट चकली आणि स्पेशल पुदिना चटणी आणून ठेवली.

संजयने ऑर्डर दिली. सुरुवातीलाच व्हिस्की आणि पापलेट फ्राय, ड्राय फ्राय केलेले किंग प्रॉन्स मागवले. डॉक्टर खूश.

"तुमच्या पार्सलांबाबत बोलण्यापूर्वी आपण थोडी पार्श्वभूमी लक्षात घेऊ. तोपर्यंत प्राध्यापकही येतील."

संजयने टेबलावरच्या ग्लासकडे पाहिले. लालभडक मदिरेच्या रंगाकडे पाहत

त्याने डॉक्टरांना चिअर्स केले आणि त्यांच्याकडे पाहून मान हलवली.

दोघांनीही ग्लासमधील व्हिस्कीचे दीर्घ घुटके घेतले. संजय आता रिलॅक्स झाला.

डॉक्टर पत्रीकर बळींच्या प्रथेबाबत सांगू लागले, "बळींची प्रथा फार पूर्वीपासूनची आहे. मानव अप्रगत अवस्थेत होता, त्या वेळी अरिष्टांना तोंड देताना मानवी शक्ती असाहाय्य होत होती. त्याला समर्पण, तेही मानवी शरीराचं हाच उपाय होता. हाच अंतिम उपाय त्यांना वाटत होता. नरमेध, पशुमेध याचं मूळ असं होतं; परंतु यातून तयार झाला तो धार्मिक संघर्ष! याबरोबरच राजकीय संघर्ष; परंतु मानवी बळींचा विधी नव्या उपासनेतही राहिला.

"सिंधूच्या खोऱ्यात बाहेरून आलेला प्रगत समाज हा पुरुषसूक्त मानणारा सूर्योपासक होता. होमहवनाचा विधी करणारा होता. त्यांनी स्थानिक नागरजीवन जगणाऱ्या द्रविड लोकांवर हल्ला केला. त्यांची लुटालूट केली. स्थानिक लोक त्यांच्याशी शस्त्राने लढा देऊ शकले नाहीत. स्थानिक द्रविड लोक एकतर नवीन संस्कृतीत मिसळून गेले किंवा दक्षिणेकडे सरकले. हे नवीन आलेले लोक यज्ञविधी करत. पृथ्वी, आप, तेज, वायू, आकाश, अग्नी यांची सूक्ते गाऊन पूजा करत. यज्ञविधीमध्ये प्राण्याची, तर कधीकधी ते मानवाची आहुती देत. त्या काळी नरमेधाचा विधी जाहीरपणे केला जात होता. ज्याला हा विधी करायचा असे, त्याला स्वतःच्या घरावर काळे झेंडे लावावे लागत होते. नरमेधाकरता मिळालेल्या व्यक्तीबाबतही नियम होते. ही व्यक्ती कोणती असावी, कशी मिळवावी, अशी व्यक्ती मिळाल्यानंतर तिच्या सग्यासोयऱ्यांशी कसा व्यवहार करावा, त्या व्यक्तीला बळी देईपर्यंत कसं ठेवावं, तिला काय खायला द्यावं, त्याच्या इच्छा कशा पूर्ण कराव्या, अगदी काटेकोर नियम! कोणाच्याही नियंत्रणाशिवाय या नियमांचं पालनही केलं जाई. धर्मनियमांप्रमाणे हे लोक मानवी आहुती देण्याऐवजी कालांतराने अश्वमेधसारख्या यज्ञात घोड्याचा बळी देत होते; परंतु मानवी बळी थांबले, असे म्हणता येत नाही. बळींचा विधी चालूच होता.

"निरनिराळ्या प्राण्यांच्या बळीचा विधी आणि नरमेध हा प्रकार इराण-इराक ते सिंधू खोऱ्यापर्यंत सर्वत्र दिसून येत होता. या पद्धतीत पूर्वी फक्त मानवी बळी होता. कालांतराने त्याची जागा वृषभ-बळी, अश्व-बळी, गज-बळी, यांनी घेतली. त्यानंतर निरनिराळ्या प्राण्यांचा बळी देताना आकाशातल्या नक्षत्रांचा आणि त्याशी संबंधित आख्यायिकांचा आधार घेण्यात आला. नक्षत्रांचे बदल होत गेले. तसेच राजकीय आणि धार्मिक बदल होत गेले. तसतसा बळींच्या विधीत बदल होत गेला. त्यामुळे अश्व, गज, अज, सर्प, श्वान, मस्य, बोकड यांच्या बळींचेही विधी होऊ लागले. बळींचा विधी हा प्रकार सार्वत्रिक होता. एका विशिष्ट भागात, लोकांत

किंवा कालावधीत नव्हता. तो पूर्वीपासून चालत आला होता. कितीही राजकीय, धार्मिक बदल झाले तरी प्रथा नष्ट झाली नाही.

"वेदांमधला उल्लेखलेला रुद्र हा शिव आहे. मात्र हा रुद्र देव स्थानिक द्रविड संस्कृतीमधला आहे. स्थानिक संस्कृतीतला त्वष्टा हा देवही रुद्राप्रमाणे दिसायला भयंकर आहे. 'याची पूजा करणाऱ्या मूर्तिपूजकांचा सर्वनाश करा' असा संदेश वेदांमध्ये देण्यात आला आहे. वेदामध्ये याचा उल्लेख स्थानिकांशी निगडित आहे. 'त्वष्टा देवतेची मूर्ती फोडा. त्यांची पूजा करणाऱ्याचा नाश करा.' हा उल्लेख नंतर त्वष्टा - रुद्र, पशुपती - शिव असे नवीननवीन मुखवटे घेत वैदिक संस्कृतीत घुसला आणि शिवाची सर्वमान्य प्रतिमा तयार झाली. वेदातल्या उल्लेखानुसार रुद्राला यज्ञात आहुती म्हणून पाच प्राणी अर्पिले जात होते. त्यांपैकी एक मनुष्यप्राणी होता. वैदिक युगाच्या प्रारंभी व ऋग्वेदात शिवदेव आढळत नाही. वैदिक साहित्याच्या शेवटच्या विभागात शिवदेवाचा प्रादुर्भाव झाला. त्या काळात यदुवंशातला वासुदेव - कृष्ण अवतीर्ण झाले. त्याच वेळी पाशुपत संप्रदायाचा पुनरुद्धारक लकुलेश नावाचा पुरुष प्रेतातून अवतरला. अशा रीतीने शैव व वैष्णव पंथाचा ठसठशीत वेगळेपणा तयार झाला.

"पाशुपत संप्रदायाचा मिळतेजुळतेपणा हा आदिम संस्कृतीशी जवळीकता दाखवणारा आहे. आदिम संस्कृतीचा उग्रपणा यात दिसून येतो. या संप्रदायाने इ.स. पूर्व तिसऱ्या आणि चौथ्या शतकांत पुन्हा उचल घेतली असावी. पंथामध्ये कापालिक, अघोर, कालमुख हे शैवपंथ अघोर पंथीय होते. यांपैकी कापालिक हा पंजाबमध्ये, कालमुख हा मध्य प्रदेशात अस्तित्वात होते. दोन्हीही पंथांमध्ये शिवप्रसादाकरता नरबळीची प्रथा होती. अघोर पंथामध्ये केसांचे जानवे आणि मानवी मणक्यांच्या माळा, हातात रक्ताने माखलेले शीर, जठेत हाडांचे तुकडे अशी आभूषणं होती. ही सर्व लक्षणं आदिम संस्कृतीशी तादात्म्य दाखवणारी आहेत. त्वष्टा, रुद्र या देवतांच्या आठवणी करून देणारी आहेत. आदिम संस्कृतीत बळींची प्रथा कोणत्या पराकोटीला गेली होती, याची प्रचिती देणारी आहेत."

■

"तुम्ही सांगत असलेली बाब ही भवभूतीच्या 'मालती - माधव' या नाटकातल्या नरबळीची आठवण आणणारीही आहे."

"Exactlly, तो नरबळीचा प्रकार अघोरी पंथातल्या कापालिक पंथीयांचा होता."

"नमस्कार!" लांबूनच प्राध्यापक शेवाळे यांनी संजय आणि डॉक्टर पत्रीकरांना

अभिवादन केले.

संजयने थोडे उभे राहत अभिवादन केले.

''या, या तुमचीच वाट पाहत होतो. अजून खरीखुरी सुरुवात झालेली नाही.''

''मी काही मोठी कंपनी देणार नाही. औषधापुरता तोंडी लावणारा आहे.''

''हरकत नाही. इथे कोणी तळीराम व्हायला आलेलं नाही.''

संजयने वेटरला खूण केली.

प्राध्यापक शेवाळे स्थानापन्न झाले. वेटरने व्हिस्कीचा ग्लास त्यांच्यासमोर ठेवला. लालसर मद्याचा फेस येत होता. वेटरने प्राध्यापकांना विचारून आईस क्यूब टाकला. वरून भरपूर सोडा.

फसफसत येणारा ग्लास प्राध्यापकांनी तोंडाला लावला. एक दीर्घ घोट घेतला.

''तुमचा कोणता विषय सुरू होता?''

''नरबळी'' डॉ.पत्रीकर म्हणाले.

''या एवढ्या चांगल्या कार्यक्रमाला नरबळीची कहाणी बरोबर नाही.'' प्राध्यापक हसत हसत म्हणाले. त्यांनी पुढे होऊन काटेरी चमच्याने ड्राय फ्राय प्रॉन्स उचलला आणि ते तोंड भरून खाऊ लागले.

''तुम्ही नरबळी किंवा बळीची सर्वसाधारण परंपरा सांगितलीत. पाशुपत - शिव संप्रदाय किंवा आखाती देशातल्या पद्धतीत देवीला बळी किंवा सर्पराज महाराजाने केलेला इराडी देवीशी संबंधित विधी यांचा काही संबंध आहे का ?''

''हो तर, स्त्रीशक्ती ही मानवाला पहिल्यापासून गूढ आणि भयचकित करणारी होती. तिला सांभाळणं, प्रसन्न करणं याकरता मानवाने खूप प्रयत्न केले असावेत. कारण की, स्त्री मुख्यत: संतती देत होती आणि ज्याला दुसरा पर्याय नव्हता. समाजाचे वर्चस्व हे चागंल्या व भरपूर संततीवर अवलंबून होते. ही बाब प्राणिमात्रांमध्येही लागू होती. स्त्रीशक्तीची जोपासना योग्य प्रकारे करताना मानवाने खूप प्रयत्न केले. खूप प्रगती केली. याचं फलित काय? अनेक ठिकाणी लोकसमूहावर स्त्रियांचं वर्चस्व निर्माण झालं. काही ठिकाणी संपूर्ण पुरुष-समाज स्त्रियांच्या हुकमतीखाली आला असावा. अनेक ठिकाणी पुरुषांना गुलाम ठेवलं असावं, परंतु अशी बाब कुठेच स्पष्ट दिसून येत नाही किंवा याबाबत ठामपणे सांगता येत नाही; परंतु याला आधार देताना दुसरा खुलासा विचारात घेतला तर यात अयोग्य असं काही वाटणार नाही.

''स्त्रीशक्तीची पूजा, योनिपूजा ही भरत खंडातली प्राचीन संस्कृती. सिंधू संस्कृतीत आणि आखाती देशात दोन्हीकडे ती असावी. लिंगपूजेमध्ये बळीचा विधी

हा अविभाज्य भाग होता. शक्तीच्या पूजेमध्ये लैंगिक शक्ती महत्त्वाची! तिला प्रसन्न करण्याकरता नरबळीचा प्रकार द्रविड संस्कृतीत सरसकट होत होता. त्याच वेळी लैंगिक शक्ती ही आध्यात्मिक प्रगतीकरताही वापरली जात होती. शाक्तपंथ किंवा अलीकडच्या नाथपंथामध्ये याचा स्पष्ट खुलासा मिळतो. या शक्तीची तत्त्वं किंवा विचारधारामध्येही ही शक्ती 'उत्पत्ती - स्थिती - लय' यांची कारक आहेत. हे तत्त्वही त्या काळी मान्य असावं. गीतेमध्ये श्रीकृष्णांनी सांगितलेलं त्रिगुणांचं तत्त्वज्ञान हे प्रथम सांगितलेलं नाही. ते पूर्वीपासूनच होतं. विशेषत: आदिम, द्रविड संस्कृतीत या शक्तींमध्ये उमा – काली ही नाश–विनाश यांची कारक होती, तर लक्ष्मी ही स्थिती - सुबत्ता - स्थिरता यांची कारक होती आणि सरस्वती ही नदीची जीवनदायी–उत्पत्तीची कारक होती.

आशियाई संस्कृतीत स्त्रीशक्तीचा प्रभाव आत्यंतिक होता. उमा - लक्ष्मी - सरस्वती ही त्रिसूत्री – तीन तत्वं द्रविड संस्कृतीतली होती. ही त्रिगुणात्मक तत्त्वं, सत्त्व-रज-तम या तत्त्वांशी म्हणजे आध्यात्मिक शास्त्रातल्या योगसूत्राशी संबंधित होती आणि त्याच वेळी कफ - पित्त - वात या वैद्यकीय त्रिसूत्रीशी जवळीकता दाखवणारी होती. द्रविड संस्कृती ही वैदिक संस्कृतीपूर्वीची अत्यंत प्रगत संस्कृती होती.

''शक्तिपूजा आणि इराडी देवीची पूजा याबाबत प्राध्यापकच सांगतील'' असे म्हणून डॉ. पत्रीकरांनी समोरचा ग्लास हातात घेतला.

प्राध्यापक शेवाळे यांनी समोरच्या टेबलावरील नॅपकीन हातात घेतला. तोंड नॅपकिनने हळुवारपणे साफ केले. मिशांचे केस हलणार नाहीत, याची काळजी घेतली. शेवाळेंचा चेहरा राकट होता; परंतु हालचाली हळुवार होत्या. संजयचे त्यांच्या प्रत्येक हालचालीकडे लक्ष होते. प्राध्यापक शेवाळे आपल्याच तंद्रीत होते. त्यांनी संजयकडे पाहत बोलावयाला सुरुवात केली.

''इन्स्पेक्टर, तुम्ही त्या देवीबाबत जी माहिती दिली त्या अनुषंगाने आम्ही एलिफंटा बेटाला भेट दिली. इराडी देवीचं हस्तांतर ज्या गुहेत झालं ती जागा म्हणजे गुहा आम्ही पाहिली. आता आपण एलिफंटा बेटाचा इतिहास पाहण्यापूर्वी साधारण या संपूर्ण परिसराचा मुंबईसकट विचार करू. इतिहासात मुंबई बेटाची ओळख आधुनिक काळात पोर्तुगीजांनी इंग्रज राजाला हे बेट सन १६०० मध्ये भेट दिलं अशी आहे. त्यापासून सुरू होतो आधुनिक इतिहास. मुंबई बेटाची त्यापूर्वीची ओळख ही महत्त्व नसलेलं ओसाड बेट म्हणूनच होती. मुंबईजवळचा वसईचा भाग सम्राट अशोकाच्या काळात शूर्पाणक बंदर म्हणून प्रसिद्ध होता. प्राचीन काळी व्यापारी दळणवळण मोठ्या प्रमाणात होतं. अंबरनाथ इथलं महादेव-मंदीर, वसईजवळची

कण्हेरी लेणी, जोगेश्वरी इथली लेणी, महाकाली इथली लेणी आणि एलिफंटा बेटावरची लेणी ही सातव्या शतकातली भरभराटीची किंवा उत्कर्षाची ठिकाणं म्हणायला हरकत नाही. म्हणजे गुप्तकाळापर्यंत इथली लोकवस्ती किंवा सुधारणा या प्रगत होत्या. त्या काळी मुंबईच्या सात बेटांचा उल्लेख ग्रीक, रोमन साहित्यातही दिसून येतो. पूर्वेकडची ही संस्कृती त्या लोकांना अद्भुत नगरीप्रमाणे वाटत होती. मुंबई बेट सागरी मार्गावरच्या दळण-वळणाकरता जसं आज महत्त्वाचं केंद्र आहे, तसंच ते पूर्वीही होतं. भारतीय समाज त्या वेळी आध्यात्मिकदृष्ट्या प्रगत अवस्थेत होता. जिथेजिथे शिवमंदिर तिथेतिथे शक्तिपूजा होत होती. म्हणजे कण्हेरी गुंफा, जोगेश्वरी गुंफा, एलिफंटा गुंफा ही अगोदरची शक्तिपीठं मानली, तर त्यातलं जास्त योग्य शक्तिकेंद्र एलिफंटा धरता येईल किंवा असेल.

''कापालिक - अघोरपंथीय हे अशा स्मशानवत्, एकान्त जागी शक्तिपूजा करत. ही पद्धत या पंथाने एके काळी शक्तिपूजा करणाऱ्या पंथाकडून घेतली.

''इराडी देवीबाबत सांगण्यापूर्वी प्रथम इराडी या नावाबाबत सांगतो. मेसापोटेमिया म्हणजे आताच्या इराकमध्ये इराडी नावाचा प्रांत आहे. पूर्वी ज्या ठिकाणाचं दैवत त्या ठिकाणचं नाव देण्याची अनेक ठिकाणी प्रथा होती. त्यामुळे इराडी देवी हे नाव इराडी प्रांतातल्या देवीला होते. इराडी देवीची ही मूर्ती घारापुरी बेटावर आली म्हणजे त्या काळी आखाती देशापासून मुंबईपर्यंत या देवीची माहिती होती; परंतु त्याचबरोबर दळणवळण आणि लोकांचा संपर्कही होता. म्हणजे या शक्तिपूजेची माहिती द्रविड संस्कृतीच्या काळापासून दोन्हीकडे होती. इराडी देवीचं नाव आता इथे कोणालाच माहीत नाही. देवीचं अस्तित्वही नाही. तिचे अवशेष मिळाले. इतर शक्तिस्थानं मात्र अजूनही नावानिशी अस्तित्वात आहेत. या देवीची माहिती नाही. याचं कारण एवढंच म्हणता येईल की, या देवीची पूजा ही निषिद्ध मानलेली होती.

''कापालिक पंथ - या अघोरपंथीयांची ही देवी होती. त्यांच्या अखत्यारीतली ही पूजा होती. हा पंथ कठोर उपासना करणारा, नरमेधाचा सरसकट वापर करणारा अघोरपंथ होता. याचा जनमानसावर अत्यंत विपरीत परिणाम झाला. मात्र योगविद्येतल्या शाक्त पंथाप्रमाणे सिद्धी मिळविण्यासाठी धडपडणारा हा अत्यंत डाव्या विचारसरणीचा पंथ होता. कापालिकांचे नीति-नियम समाजाच्या सर्वसाधारण नियमांना - बंधनांना छेद देणारे होते. बरेचसे चार्वाक संहितेच्या जवळ जाणारे होते. त्यामुळे समाजाच्या बंधनातून बाजूला होऊन काहींनी याचा गुप्तपणे पाठपुरावा केला. हा प्रकार सर्व धर्मांतील लोकांपर्यंत होता. अगदी अनेक बौद्ध धर्मीयही कापालिक होते. यावरून या पंथाच्या आकर्षणाची व्याप्ती लक्षात येईल.

''तक्षशिलेच्या उत्तरेला गांधार प्रांतात कापालिकांचे मोठे केंद्रस्थान होते. इराडी देवीची महती मेसापोटेमियापर्यंत होती. तिची पूजा नरमेधाची होती.

''मुहम्मद पैगंबरांनी मक्केवर हल्ला केला, तेव्हा मक्केतल्या काबाच्या मंदिराच्या संरक्षणासाठी कुरेशी टोळ्या होत्या. या कुरेशी टोळ्यांनी मुहम्मद पैगंबरांच्या अनुयायांना कडवा विरोध केला. परंतु मुहम्मदाने काबाच्या मंदिराचा ताबा घेतला आणि तिथल्या जवळपास ३६० मूर्त्यांचे तुकडे केले. या मंदिरातल्या तीन मुख्य देवता होत्या– उझ्झा, लाट आणि सुमन्नत. यांपैकी मुहम्मदाने उझ्झा आणि लाट या दोन देवता नष्ट केल्या. परंतु सुमन्नतची मूर्ती त्याला मिळाली नाही. कुरेशी टोळीमधल्या काही एकनिष्ठ लोकांनी ही मूर्ती हलवली आणि ते मूर्तीसह गायब झाले. संशोधकांच्या मते, या सुमन्नत मूर्तीबरोबर इराडी या मूर्तीचा गांधारपर्यंत प्रवास झाला. गांधारमधून कापालिकांच्या अखत्यारीत ती प्रथम ढोलविरा आणि नंतर सोमनाथमध्ये आली.

''सोमनाथ हे शिवलिंगाकरता प्रसिद्ध आहे; परंतु ही गोष्ट नंतरची. मूलत: हे स्थान शक्तिपूजेचं स्थान आहे. सोमनाथ - सुमन्नत हे शब्दही त्याच्याशी जवळीक दाखवणारे आहेत. मात्र इराडी देवीची ही मूर्ती ग्रीक आणि मुसलमान आक्रमणात गांधारमधून ढोलविरा - कांडला - ते शूर्पाणक म्हणजे वसई असा प्रवास करत घारापुरीमध्ये आली. कापालिका या मूर्तीची आराधना घारापुरीमध्ये गुप्तपणे अनेक वर्षं होत होती. परंतु ब्रिटिशांच्या कालावधीत या कापालिकांच्या प्रथेला कडवा विरोध होऊन आळा बसला. सुमन्नत आणि इराडी या दोन्ही देवता उग्र होत्या. नरमेधाच्या बळीचा स्वीकार करणाऱ्या होत्या.

''परंतु एलिफंटा बेटावर या देवीचं स्थान इतरांच्या नजरेला आलं नाही. त्याचं कारण गुप्तता हेच आहे. कापालिकांची ही पूजा अत्यंत गुप्त होत होती. त्यांची संघटनाही मर्यादित होती. या बेटाला हत्तीवरून 'एलिफंटा बेट' असं म्हणण्यात येऊ लागलं. प्रत्यक्षात बेटाचं नाव 'घारापुरी' असं होतं. घारापुरी नावावरून बोध होत नाही; परंतु नावातल्या 'पुरी' या शब्दावरून या बेटावरची वस्ती एके काळी खूप मोठी असावी, असं वाटतं. 'पूर' हा शब्द द्रविड आहे. हा शब्द नगरापेक्षा मोठ्या शहरांना लागू होतो. 'घारापुरी' नावाला मागे 'अ' लावल्यानंतर मात्र 'अघोरपुरी' हा शब्द सर्वकाही खुलासा सांगून जातो.''

''म्हणजे हे बेट एके काळी नरमेधाचं केंद्र होतं?''

''असं अनुमान काढणं शक्य आहे.''

संजय ग्लासामधील व्हिस्कीकडे पाहत होता. 'प्राचीन अवशेष काहीच नाहीत. पण शैव-वैष्णवांच्या खोदकामावरून कापालिकांचं मोठं शक्तिकेंद्र किंवा शक्तिपूजा घारापुरीमध्ये होत असावी, असं अनुमान काढता येईल का? अघोरपंथीयांची एवढी मोठी जा-ये किंवा वसाहत होती का? माहीम आणि अलिबागची वस्ती खूप लांब होती. त्या काळचं दळणवळण कसं असावं? त्या बेटावर कोणाचं नियंत्रण किंवा

राजकीय वर्चस्व असेल?' संजय प्रश्नार्थक मुद्रेने दोघांकडे पाहत होता.

"प्राचीन काळी धर्मसत्ता राजसत्तेपेक्षा महत्त्वाची होती. त्या काळी सर्वसाधारणपणे सर्वांचा आदर्श हा सिद्धी मिळविणं, चमत्कार करणं, आध्यात्मिक शक्तीच्या योगाने जनमानसावर आपला दबाव प्रस्थापित करण्याकडे होता. जशी आज दिल्ली, मुंबई ही राजकीय, व्यापारी, आर्थिकदृष्ट्या महत्त्वाची केंद्रं आहेत, तसंच पूर्वी घारापुरी हे महत्त्वाचं केंद्र असावं. नावावरून हे शक्तिपूजेचं महत्त्वाचं केंद्र असावं."

संजय विचारात पडला.

"ऐतिहासिक पुरातत्त्ववेत्त्यांचं संशोधन समाधान करत नाही; परंतु स्थानिक नावं आणि एकंदर परिस्थितीनुसार विचार करावा लागतो."

"मुंबई प्राचीन काळी निश्चितच महत्त्वाचं केंद्र असावं."

वेटरने जेवणाकरता प्लेट मांडण्यास सुरुवात केली. फिश, चिकन खूप खाल्ल्यामुळे निम्मेअधिक जेवण झाले होते. त्यामुळे कोणीही रोटी - नान खायला तयार झाले नाही. तडका मारलेली डाळ आणि स्टिम्ड राईसवर सर्वांनी जेवण आटोपते घेतले.

सर्वांचे जेवण झाले, तेव्हा डॉ.पत्रीकर थोडे अडखळत असल्यासारखे दिसत होते. मात्र प्राध्यापक शेवाळे व्यवस्थित होते.

सर्व जण बाहेर पडले, तेव्हा रात्र बरीच झाली होती.

संजयने गाडी बाहेर काढली आणि फ्लोरा फाऊंटनकडून म्युझियमकडे घेतली. रात्रीच्या उजेडात मुंबईचा प्रसिद्ध हुतात्मा चौक पिवळसर रंगात झळाळत होता. 'रात्रीची मुंबई' ही एक वेगळीच अनुभूती होती. नीरव शांत. 'ब्रिटिशांच्या काळात घोडागाड्या, बग्गी, घोड्यांच्या टापांचे आवाज रात्रीच्या वातावरणात वेगळेच भासत असतील. घोड्यांचं फुरफुरणं आणि टापांचे आवाज, रात्रीच्या घोड्यावरच्या रखवालदारांचे होशियारचे आवाज कानाला कसे भासत असतील?'

सर्व जण म्युझियममध्ये आले, तेव्हा इमारतीभोवतालचा प्रकाश सोडला, तर कशालाच जाग नव्हती. गेटवर वॉचमन होता, परंतु आतमध्ये भुताप्रमाणे शांतता होती.

"तुम्हाला खूपच एकाकी वाटत असेल. इतकी शांतता. शेजार नाही!"

"आमच्या क्वॉर्टर्स चर्चच्या बाजूला आहेत. माळी, वॉचमन, इतर कर्मचाऱ्यांची निवासे आहेत. कधीकधी रात्री खूप उशीर झाल्यानंतर मात्र म्युझियममध्ये खूपच एकाकी वाटतं."

"भीती वाटत नाही?"

"मुंबईत रात्र आणि दिवस सारखेच आहेत. रात्रीचं एवढं एकाकी वाटत नाही.

आमचा व्यवसायही असा आहे. बऱ्याच वेळा निरनिराळ्या ठिकाणी मोहिमेवर काम करावं लागतं. गावाबाहेर, शहराबाहेर, वस्तीपासून दूर; कधी स्मशानात, कधी जंगलात तर कधी वाळवंटात! त्यामानाने इथलं वास्तव्य काहीच नाही. जुन्या वाड्यातल्या, महलमधल्या वास्तूंमध्ये राहताना रात्रीच्या बऱ्याच वेळा तणाव वाटायचा. त्याहीपेक्षा उघड्यावरच्या जागेत साधे तंबू टाकून काम करणं अत्यंत धोक्याचं! पाऊस वारा यांचा धोका. जंगली श्वापदे, साप, किडे यांच्यापासून बचाव करणे, थंडी वाऱ्यापासून सांभाळत काम करणं ही एक मोठी परीक्षाच!''

''म्हणजे तुमचं काम जितकं दिसतं तेवढं ग्लॅमरस नाही.''

''नक्कीच नाही.''

सर्व जण म्युझियममध्ये आले. डॉ.पत्रीकर त्यांना ऑफिसमध्ये घेऊन न जाता शेजारच्या खोलीत घेऊन गेले. खोलीत एक मोठे टेबल होते. कधी काळी म्हणजे ब्रिटिश आमदानीत गोरा साहेब बहुधा त्या टेबलवर बिलियर्ड्स खेळत असावा किंवा खोलीचा वापर स्मोकिंग रूम म्हणूनही होत असावा.

डॉ.पत्रीकरांनी मोठा लाकडी खोका त्या टेबलवर ठेवला. हिरव्यागार बिलियर्ड्सच्या टेबलवर तो लाकडी खोका उत्सुकता वाढवत होता. पत्रीकरांनी टेबलावरील अधांतरी टांगलेले लाईट्स सुरू केले. बिलियर्ड्स–टेबलावरील हिरवा रंग जास्त झळाळत होता.

डॉ.पत्रीकरांनी प्राध्यापक शेवाळेंकडे पाहिले. त्यांनी मानेनेच होकार दिला. पत्रीकरांनी खोका उघडण्यास सुरुवात केली. उत्खननात काम करण्याची सवय असल्याने डॉ.पत्रीकर प्रत्येक खिळा काळजीपूर्वक काढत होते. त्यांनी खोका पूर्णत: उघडा केला. आतमधील थर्मोकोलचा भाग हळुवारपणे सुटा केला. एक एक भाग बाजूला ठेवून शेवटी प्लॅस्टिक आवरण बाजूला केले.

इराडी देवीची मूर्ती समोर होती.

संजयची मान कडक झाली. अलिबागला मूर्ती हस्तगत केल्यानंतर संजयने स्वत:च्या देखरेखीखाली ती खोक्यात ठेवली होती. तिला कोणताही धक्का लागणार नाही, याची काळजी घेतली होती. सुदैवाने किल्ल्यातील बॉम्बस्फोटात आणि नंतरच्या पाण्याच्या लोंढ्याचा मूर्तीवर परिणाम झाला नव्हता.

डॉ.पत्रीकर बोलत होते.

''इराडी देवीच्या ठिकाणाबाबत आणि तिच्या अस्तित्वाबाबत आपण बरीच माहिती घेतली आहे. आम्ही तुम्हाला जास्तीत जास्त खुलासा केला आहे. आता आपण या मूर्तीबाबत थोडी माहिती घेऊ.

''मूर्तीकरता वापरण्यात आलेला हा दगड इथला नाही. पिवळसर–पांढरा दगड हा मूळ दगड आहे. हा पाषाण डोलोराईट प्रकारातला आहे. आखाती देशात हा

मुबलक प्रमाणात आढळतो. मूर्तीवर एक प्रकारचं लालसर पुटण किंवा आवरण आहे. भरत खंडातल्या ज्या देवीच्या मूर्ती आहेत त्या पद्मासनात किंवा एक पाय म्हणजे उजवा पाय डाव्या मांडीवर या अवस्थेत दिसून येतात. भरत खंडातल्या मूर्तीच्या आकारातला रेखीवपणा, कमनीयता आणि प्रमाणबद्धता या मूर्तीत दिसून येत नाही.

"भारतीय देवतांच्या मूर्तीमध्ये देवी असूनही नितंब, स्तन यांचा उभारा किंवा पुष्टपणा हा प्रमाणाबाहेर दाखविण्यात येतो. कंबर खूपच निमुळती दाखवली जाते. शरीराचे सर्व अवयव जास्तीत जास्त मुक्त आणि गोलाकार दिसून येतात.

"मूर्तीची बैठक दोन्ही पाय एकत्र जुळवून घेतलेली आहे, मेसोपोटेमियम पद्धतीची. मूर्तीचे अवयव ओबड–धोबड वाटतात. अवयव विलगलेले नाहीत. एकत्रितपणे दिसतात. मानेचा भाग अस्पष्ट आहे. देवीचा एक हात आशीर्वादाकरता पुढे आहे. दुसरा हात मांडीवर आहे. मूर्ती इजिप्शियन थोट देवतेप्रमाणे आहे. देवीच्या केसांची ठेवण ग्रीको - रोमन पद्धतीची आहे.

"देवीच्या पायाशी ही चिन्हे पाहा. ही खरोष्ट लिपी - चित्रलिपी आता द्रविडियन लिपीप्रमाणे गूढ राहिलेली नाही.

'हे देवी! हे प्रेमदेवते!!
हा प्रसाद स्वीकार कर. आमच्यावर प्रसन्न हो.
आमच्या साधनेला यश मिळू दे. आमची भरभराट होऊ दे.
हे देवी! हे प्रेमदेवते!!'

"मूर्तीचा हा जो हात वर आहे, बॅबिलोनीयन मूर्तीमध्ये या हातात कलश आहे. इथे कलश नाही. हाच हात युद्धाचा पवित्राही आहे. जणू दुष्ट शत्रूंचा नाश करण्यासाठी हा हात उगारलेला आहे! या ठिकाणी हातातला कलश मूर्तीची पूजा करणाऱ्यांना किंवा मूर्तीला नतमस्तक होणाऱ्या भक्ताला आशीर्वाद देण्यासाठी, प्रसाद देण्यासाठी, तीर्थ देण्याकरता आहे.

"हॉटेलमध्ये मघाशी सांगितलं होतं, अनेक नावाच्या, अनेक प्रकारच्या आराध्य देवता अनेक ठिकाणी आहेत; परंतु त्याचे मूळ त्रिगुणात्मक सर्वत्र एकच आहे. या तीन मुख्य देवता. पुन्हा एकवार सांगतो. त्या श्रीलक्ष्मी, श्रीसरस्वती आणि श्रीगौरी. आता या कोणाच्या अर्धांगिनी, ही बाब थोडा वेळ बाजूला ठेवू. यांपैकी गौरी उग्र आहे. सिंह तिचे वाहन आहे. ती युद्धदेवता आहे. दुसरी श्रीसरस्वती. ही कमळावर बसलेली आहे. शेजारी ग्रंथ आहे, हातात वीणा आहे. ही कलेची देवता आहे. तिने शृंगार केलेला आहे. तिसरी श्रीलक्ष्मी. ही कमळावर बसलेली आहे. ती संपत्तीची द्योतक आहे. दिसायला सुंदर आहे. हिरेमाणके यांनी नटलेली आहे. शांत समाधानी चेहरा, हातात कमळ. एक हात आशीर्वादाकरता

दुसऱ्या हातात आहे. ती सोन्याची नाणी भक्तांना देते आहे. पुरुषसंस्कृतीत या तिन्ही देवता वेगवेगळ्या दाखवलेल्या आहेत. दत्त अवतारात किंवा त्रिमूर्तीमध्ये ब्रह्मा, विष्णू आणि महेश या तिन्ही मूर्ती एकत्रित दाखवलेल्या आहेत. मात्र गौरी, सरस्वती, लक्ष्मी या कुठेही एकत्रित पाहायला मिळत नाहीत.

''प्राचीन काळी या तीनही देवतांचं स्तोम होतं. चंद्र–सूर्य या उपासकांपूर्वी या देवींची पूजा शक्तिपूजा म्हणून वेगवेगळ्या स्वरूपात अनेक ठिकाणी केली जात होती. शक्तिपूजकाला पुनर्जन्माचं - अमावस्या - पौर्णिमा या स्थित्यंतराचं महत्त्व जास्त वाटत होतं. कालांतराने या साधनेत बदल होत गेले. तीनही देवतांचं महत्त्व कमी करण्याकरता पुरुष-देवतांना पुढे आणण्यात आलं.

''तुम्ही आता ते पाहाच.'' असे म्हणत त्यांनी देवीच्या वर अधांतरी ठेवलेला बल्ब थोडा खाली ओढला. खोलीतील सर्व लाईट्स बंद करण्यात आले.

त्यांनी प्रथम देवीच्या समोरून प्रकाश सोडला.

डॉक्टर, प्राध्यापक आणि संजय तिघेही देवीच्या मुखाकडे पाहत होते.

देवीचे मोठे डोळे, तिचे पुढे आलेले हात, तिचा अभिनिवेश अत्यंत उग्र वाटत होता. चेहरा युद्धाला निघालेल्या युद्धदेवतेप्रमाणे दिसत होता. प्राध्यापकांनी देवीच्या मुखावर थोडा वेळ प्रकाश तसाच राहू दिला आणि त्यानंतर प्रकाश बाजूला केला. संजयच्या चेहऱ्यासमोर एकदम काळोख झाला. देवीची उग्र मूर्ती त्याच्या डोळ्यासमोर तशीच दिसत होती. संजयला अंधारल्याने एकदम चाचपडल्यासारखे झाले.

प्राध्यापकांनी प्रकाश पुन्हा देवीच्या चेहऱ्यावर उजव्या बाजूने सोडला. देवीच्या चेहऱ्यात आता बराच बदल वाटत होता. फक्त एका बाजूचा भाग प्रकाशात देदीप्यमान झाल्यासारखा दिसत होता. अर्धा चेहरा काळोखात होता. फक्त एकच बाजू दिसत होती. परंतु सर्वांचे लक्ष चेहऱ्यावर केंद्रित झाले. चेहरा उग्र दिसत नव्हता. एकाएकी तिच्या चेहऱ्यावरील भाव दृश्यमान झाले. संजयचे डोळे विस्फारले. देवीचा चेहरा हसरा वाटत होता. चेहऱ्यावर रागीट किंवा उग्र भाव अजिबात दिसत नव्हते. संजयने डॉक्टर आणि प्राध्यापकांकडे पाहिले. अर्धवट पिवळसर लालसर प्रकाशात त्यांचे चेहरे उत्सुक वाटत होते.

काही वेळाने प्राध्यापकांनी पुन्हा डावीकडून देवीच्या चेहऱ्यावर प्रकाश सोडला. पुन्हा चेहऱ्यात बदल पाहावयास मिळाला. तिघांच्याही चेहऱ्यावर उत्सुकता आली. इराडी देवीच्या चेहऱ्यावर उग्र भाव दिसत नव्हते. आता चेहरा आनंदीही दिसत नव्हता. आता तिची मुद्रा शांत दिसत होती.

एवढ्याशा मूर्तीत अनेक भावांचे दर्शन पाहून संजय थक्क झाला. त्याची झोप पळाली.

''आता आपण भावमुद्रेबाबत बोलू या. चेहऱ्यावर दृश्यमान होणारा भाव हा

मानवाच्या प्रगतीचा अंतिम टप्पा आहे. पोपटसदृश पक्ष्यांसह अनेक प्राण्यांना वाचाशक्ती आहे. अनेक प्राणी आवाजावरून आपल्या भावना व्यक्त करतात. डोळ्यांतूनही भावनाविष्कार होतो; परंतु संपूर्ण चेहऱ्यावरच्या साठ स्नायूंच्या साहाय्याने संपूर्ण भावनांचा अविष्कार दाखवण्याची मानवाची प्रगती ही सर्व प्राणिमात्रांवर कडी करणारी आहे. राग, भीती, आनंद, दुःख, नैराश्य, प्रेम, तिरस्कार वगैरे हे भावनेतले नवरसाचे पदर फक्त मानवच आणि एकाच चेहऱ्यावर दाखवू शकतो.''

''इराडी देवी ही या तीन देवींपैकी कोणतीतरी एक असावी का? मग ती कोणती?'' संजयने थोडे आळसातच विचारले. चेहऱ्यावर मदिरेची नशा आली होती. डोळे झापड मारत होते.

प्राध्यापक शेवाळे यांनी डॉ.पत्रीकरांकडे पाहिले. तोंड खाकरून साफ केले. त्यांनी आपले दोन्ही हात बिलियर्ड्सच्या टेबलाच्या लाकडी काठावर ठेवले.

प्राध्यापक मध्येच म्हटले, ''वेरुळच्या लेण्यांमधल्या सुरुवातीच्या लेण्यांत गौतम बुद्धाची पांढरी शुभ्र बसलेली मूर्ती आहे. आता त्या मूर्तीचा पांढरा लेप खूपसा निघून गेलेला आहे. परंतु मी खूप वर्षांपूर्वी वेरुळला भेट दिली होती. त्या वेळी संपूर्ण सफेद रंगातली मूर्ती मी पाहिली होती. या मूर्तीच्या चेहऱ्यावर अशा प्रकारचे तीनही भाव पाहायला मिळतात. मात्र गौतम बुद्धाच्या मूर्तीमध्ये समोरून दिसणारे भाव शांत मुद्रेचे आहेत. तिचा एका बाजूने दिसणारा चेहरा खिन्न भावाचा आहे आणि दुसऱ्या बाजूने दिसणारा चेहरा आनंदी मुद्रेचा आहे.

''इसवी सनापूर्वी मूर्तिकार चेहऱ्यावर वेगवेगळे भाव दाखवणाऱ्या मूर्ती बनवू शकत होते. त्या वेळचे कलाकार जेवढे प्रगत होते तेवढीच साधना करणाऱ्या लोकांची अध्यात्मातली प्रगतीही खूपच होती. मानसशास्त्र म्हणून पाश्चिमात्य लोकांचं आताचं जे नवीन वैद्यकीय शास्त्र फ्रॉईड-युंग यांच्यापासून आलं आहे, त्याबाबत खरंतर पौर्वात्य संस्कृतीत खूप आधीपासूनच लोकांनी प्रगती केली होती. फक्त त्याला मुखवटा आध्यात्मिक जगाचा होता.

''वैद्यकीय शास्त्रानुसार मेंदूच्या डाव्या भागात सकारात्मक भावना निर्माण होतात, तर मेंदूच्या उजव्या भागात नकारात्मक भावना निर्माण होता. शरीराच्या डाव्या भागावरचं नियंत्रण मेंदूच्या उजव्या भागातून होतं, तर शरीराच्या उजव्या भागावरचं नियंत्रण मेंदूच्या डाव्या भागातून होतं. चेहऱ्यावरचे भाव दाखविताना मानवी मन दोन्ही प्रकारच्या भावनांवर नियंत्रण ठेवण्याचा प्रयत्न करतं. त्यामुळे गौतम बुद्धाच्या मूर्तीमध्ये समोरच्या बाजूने दिसणाऱ्या मुद्रेवर शांत भाव दिसतात. ही अवस्था म्हणजे योग्याची अवस्था. एखादा माणूस सर्व भावनांवर नियंत्रण ठेवणारा, आध्यात्मिक अनुभूती मिळविणारा झाला म्हणजेच तो योगी झाला. 'सतत शांत राहा. सर्व भावनांवर नियंत्रण ठेवा. त्यांच्या आहारी जाऊ नका.' हे

म्हणूनच योग्याचं सांगणं असतं; संदेश असतो.

"आपल्या चेहऱ्यावरच्या भावना आपल्याला पाहता येत नाहीत. तो उत्स्फुर्त आविष्कार आहे. समोरच्या व्यक्तीकडे पाहिल्यावर किंवा आरशात पाहिल्यावरच त्याची जाणीव होते."

"समोरून चेहऱ्यावर भाव शांत दिसणं आवश्यक असताना इराडी देवीचा भाव समोरून उग्र कसा?"

"योग्याची अवस्था ही प्रगत अवस्था; परंतु आपली साधना, संकल्प किंवा एखादी सिद्धी मिळवण्यासाठी त्याच भावनांचा आविष्कार समोरून हवा.

"इराडी देवी सिद्धी मिळविण्यासाठी होती. तिचा विधी नरमेधाचा होता. नरमेध स्वीकारणारी देवी उग्र देवता होती. त्या वेळच्या विचारसरणीनुसारच नव्हे, तर मानवाच्या मनात आत्यंतिक भीती, दुःख, द्वेष तयार झाल्यानंतर त्याला शांत करण्याकरता तेवढ्याच ताकदीची भीती, दुःख, द्वेष यांचा अविष्कार होणं आवश्यक आहे. उग्र देवीच्या मुखाला नरमेधातल्या रक्ताचा सडा, रक्ताची धार हाच त्यावरचा उपाय. म्हणून समोरून दिसणारा चेहरा उग्र दिसतो.

"शरीराचा समतोल भावनांच्या आविष्कारावर अवलंबून आहे. तसंच भावनांचा आविष्कार हा शरीराच्या निरोगी किंवा सुदृढ अवस्थेवर अवलंबून आहे.

"पौर्वात्य वैद्यकीय शास्त्र पाश्चिमात्यांच्या वैद्यकीय शास्त्रातल्या मेकॅनिकल फिलॉसॉफीपेक्षा उच्च दर्जाचं होतं, असं म्हणता येईल. त्यात चेहऱ्यावरच्या तीन प्रकारच्या भावनांचं दर्शन ढोबळमानाने दिसून येतं. व्यक्ती अत्यंत उग्र, तापट स्वभावाची असेल, तर त्याची प्रकृती - पित्त प्रकृती. अत्यंत आनंदी चेहऱ्याची व्यक्ती असेल, तर त्या व्यक्तीची प्रकृती - कफ प्रकृती आणि शांत प्रकृतीची व्यक्ती असेल, तर त्याची प्रकृती - वात प्रकृती. म्हणजे व्यक्तीला कोणत्या ना कोणत्या अवस्थेत सतत फिरत राहावे लागते. यावर नियंत्रण ठेवणं एवढंच आपल्या हातात आहे."

"इराडी देवीच्या नरबळीची माहिती घेता घेता आपल्या पूर्वजांनी केलेल्या अनेक संशोधनाची आणि प्रगतीची माहिती झाली." संजय म्हणाला.

"परंतु आपल्या पूर्वजांनी खरोखरच आध्यात्मिक पातळीवर खूपच प्रगती केली होती. या इराडी देवीसारख्या परंपरा म्हणा किंवा चालीरीती म्हणा यांमुळे उपयुक्त आणि मानवाला हितकारक बाबी बाजूला पडल्या."

"खरंय !"

डॉ.पत्रीकरांनी खोलीतील सर्व दिवे लावले. खोली प्रकाशाने स्वच्छ झाल्यासारखी वाटली. बराच वेळ अंधारात राहिल्याने संजयचे डोळे दिपल्यासारखे झाले. वातावरण

एकदम शांत होते. इराडी देवीची मूर्ती छोटी दिसत होती. परंतु तिचे रहस्य खूप खोल होते; खूप वर्षे मागे घेऊन जाणारे होते. कधी काळी तिच्या हातातील कलशामध्ये मानवी रक्त होते. मानवी रक्ताची धार त्या कलशात वाहत होती. समोरून येणाऱ्या भक्तगणांच्या मुखात त्या रक्ताची धार पडत होती. प्रत्येकाचे रक्ताने माखलेले मुख कसे दिसत असेल? काही महत्त्वाच्या व्यक्तींच्या किंवा सर्व समुदायाच्या रक्ताचा लाभ होण्याकरता झुंबड उडत असे. संपूर्ण वातावरण पाहणाऱ्याला भीतिदायक दिसत असे. संजयला सर्पराज महाराजांच्या गोरेगावच्या आश्रमातील तो नरमेधाचा प्रसंग आठवला आणि संजयच्या अंगातून सरकन भीतीची लहर गेली.

"खूपच भयानक!"

डॉ. पत्रीकर संजयकडे रोखून पाहत होते.

"तुम्ही ठीक आहात?"

संजयने स्वत:ला सावरत 'होय' म्हटले.

डॉक्टरांनी वातावरण हलके करण्यासाठी म्हटले.

"कराग्रे वसते लक्ष्मी
करमध्ये तु सरस्वती
करमुले तू गौरी!
हे संस्कृत सुभाषित पुढे म्हणते,
प्रभाते करदर्शनम्!
सर्वांचे मूळ स्त्री आहे. स्त्रीचे रक्त आहे!

'सर्वकाही स्त्रीशक्तीमध्ये आहे. तिच्याशी लीन हो. तिला शरण जा. तिला प्रसन्न करून घे!' "

तरीही संजयच्या मनामध्ये इराडी देवीसमोरचा बळीचा विधी पुन:पुन्हा येत होता. इराडी देवीपुढे कित्येक मानवी देह तडफडले असतील. देवीची मूर्ती कृष्णछायेप्रमाणे भीतिदायक वाटत होती. खूपच भयानक! मनाला खूप खोलवर कुठेतरी काळोखात घेऊन जाणारी. कृष्णविवरात घुसमटायला लावणारी. संपूर्ण मनावरील नियंत्रण उद्ध्वस्त करायला लावणारी. झपाटणारी. लासवट!

संजयला त्या देवीचे दर्शन, तिचे अस्तित्व नकोसे झाले. त्याला मन खूप जड होत असल्यासारखे वाटले. मनावर हजारो मणांचे ओझे वाढते की काय, असे त्याला वाटत होते. संजयला प्रथमत: नैराश्य जाणवले. त्यानंतर मानसिक अवस्था कुंठित होत असल्यासारखे झाले. या सर्व वातावरणातून बाजूला होण्यास त्याचे मन तयार का होत नव्हते, हेच त्याला कळेनासे झाले. त्याला खूप खोल खोल कुठेतरी भरकटत गेल्यासारखे वाटत होते.

डॉ.पत्रीकरांनी संजयच्या खांद्यावर हात ठेवला. संजय भानावर आला. संजयने स्वत:ला सावरले.

■

मुंबईच्या सांताक्रूझ आणि वांद्र्यामधील खार उपनगर परिसरातील प्रत्येक इमारत, रस्ते, चौक यांना नावे होती; परंतु नावे असूनही रस्ते क्रमांकाने ओळखले जात होते. अमेरिकेच्या न्यूयॉर्कमधील ॲव्हेन्यू आणि स्ट्रीट हे क्रमांकाने जास्त प्रसिद्ध आहेत, तसेच खारमधील इमारतीचे नाव किंवा पत्ता सांगताना रस्त्याचा क्रमांक आग्रहाने सांगितला जाई. पूर्वी या परिसरात फक्त बंगले होते. मुंबईची गर्दी वाढली, तशी बंगल्यांची संख्या कमी होत गेली. स्टेशनजवळील हॉटेल्स, फेरीवाले, दुकाने, फळे-भाजीपाला विक्रेत्यांच्या गर्दीनंतर एक्सप्रेस हायवे लागत होता. त्याच्यानंतर लगेच उच्चभ्रू वस्तीला सुरुवात होत होती. काटकोनातील लांबलचक रस्ते, चायनीज हॉटेल्स, उडपी हॉटेल्स, रेस्टॉरंट्स, परमिट रूम्स, डिपार्टमेंटल स्टोअर्स, कपडे, विविध वस्तूंच्या शो-रूम्स, कंपन्यांची मोठी-मोठी कार्यालये, ज्युवेलरी, सौंदर्य-प्रसाधने यांची मोठाली दुकाने, हॉस्पिटल्स यांनी रस्त्याच्या दुतर्फा गजबजून टाकल्या होत्या. अगदी खारदांड्यापर्यंत.

वेळ सकाळची होती.

रस्ते गाड्या, मोटारी, रिक्षा, इतर वाहने यांनी तुडुंब भरलेले होते. सर्वांनाच कामावर जाण्याची घाई होती. ऑफिस, दुकाने, धंदा, व्यवसायाकरता सर्वांनाच बाहेर पडावे लागले होते. जो तो जीव तोडून धावत होता. वाहनांचा कर्कश आवाज त्यांना साथ देत होता. त्यांना आणखीन घाई करावयास लावत होता. बहुतेक सर्व लोंढे स्टेशनकडे जात होते. घड्याळातील प्रत्येक क्षणाचा वापर होत होता. रहदारी नियंत्रणात आणणारे ट्रॅफिकवालेही जीव तोडून गर्दी नियंत्रित करत होते.

वेळ सकाळची होती.

या पार्श्वभूमीवर खारदांडा आणि समुद्रकिनारा मात्र ओंगळ वाटत होता. समुद्रकिनारा स्वच्छ नव्हता. खारदांडा आणि समुद्रकिनारा पूर्णत: कोळ्यांच्या वस्तीने माखलेला होता. गावठाण, मच्छीबाजार, कोळ्यांच्या होड्या, पडाव, मोठाली जाळी, उघडी गटारे, ठिकठिकाणी घाणीचे ढीग, सगळीकडे मच्छीचा उग्र दर्प घुसमटून राहिला होता. दबला होता.

खारच्या रस्ता क्र.११ वर ती इमारत होती. तिचे नाव होते 'कोसला.' नाव ऐतिहासिक, परंतु इमारत आधुनिक होती. लाल - पिवळ्या रंगातील ती इमारत प्रशस्त होती. तिथे मोजकी कुटुंबे राहत होती. त्यातही अनेक फ्लॅट रिकामे होते;

बंद होते. अनेक फ्लॅटधारक कुटुंबे भारताच्या बाहेर युरोप किंवा अमेरिका किंवा आखाती देशात नोकरी–व्यवसायानिमित्त स्थायिक झालेली होती. भारतात वर्षातून क्वचित फेरी टाकणारी होती. तरीही इमारतीला वॉचमन होता. कडक पहारा होता.

सकाळी ११ वाजण्याच्या सुमारास लॉर्ड्स ट्रान्सपोर्टचा ट्रक 'कोसला'च्या गेटवर आला. ड्रायव्हर खाली येण्यापूर्वीच ट्रकच्या मागील भागातून काही जण उतरले. वॉचमनने चौकशी केली. पाचव्या माळ्यावर लाकडी खोक्यातील मालाची डिलिव्हरी होती. ड्रायव्हर गाडीतच थांबला. खाली उतरलेल्या दोघा-दोघांनी दोन लाकडी खोकी घेतली आणि ते पाचव्या मजल्यावर आले. इमारतीच्या प्रत्येक मजल्यावर चार ब्लॉक होते. पाचव्या मजल्यावरील दोन ब्लॉकमधील कुटुंबे भारताबाहेर होती. दोन ब्लॉक एकाच मालकाच्या नावे होते.

त्यांना सकाळी सकाळी विचारणारे कोणी नव्हते. चौकशी करणारे कोणी नव्हते. त्रास देणारेही कोणी नव्हते. मालाची डिलिव्हरी ज्या ब्लॉकमध्ये करावयाची होती ते दोन्ही ब्लॉक एका मालकाचे होते– खासदार हरिहर यांचे. खासदाराकडील डिलिव्हरी, त्यामुळे वॉचमनने जास्त खोलवर चौकशी केली नाही. योग्य शहानिशा केली नाही.

ते सर्व जण सराईत घरफोडी करणारे होते.

ते सर्व जण पाचव्या मजल्यावर आले. त्यांनी लाकडी खोक्यांतून घराचे दरवाजे तोडण्याची हत्यारे बाहेर काढली. ब्लॉकला सुरक्षायंत्रणा नव्हती. त्यामुळे धोक्याच्या सूचनेचा इशारा देण्याच्या घंटेची काळजी नव्हती. त्यांनी दरवाजे बिजागरीतून वेगळे केले. साधारण एका तासात संपूर्ण दोन्ही ब्लॉकची झाडाझडती केली. लाकडी खोकी हव्या त्या मालाने भरली आणि दरवाजे त्यांनी पूर्ववत लावले. ते सर्व खाली आले. वॉचमनने चौकशी केली नाही. सर्व जण त्याच्या डोळ्यांदेखत निघून गेले.

त्यांनी खासदार हरिहरचा ब्लॉक लुटला होता.

खासदार कुकरी गँगबरोबर महत्त्वाची गुप्त बैठक किंवा महत्त्वाच्या कामासाठी ब्लॉक वापरत होता. हरिहर आपल्या काही सहकाऱ्यांसह त्या ठिकाणी दुपारी आले. त्याच्या सराईत नजरेला ब्लॉकमधील वस्तूंची हलवाहलव झाल्याचे लक्षात आले. त्यांनी कपाटे आणि महत्त्वाच्या ठिकाणांची तपासणी केली. त्यांच्या लगेच लक्षात आले.

घरफोडी!

हरिहरने तत्काळ पोलिसांना कळवले. 'खासदाराच्या घरी घरफोडी!' बातमी खार पोलीस स्टेशनला गेली आणि पोलीस स्टेशन खडबडून जागे झाले. बातमी पोलीस-कमिशनरपर्यंत गेली. खासदारांचे निवासस्थान खारला होते, हे तोपर्यंत

पोलीस स्टेशनला माहीतच नव्हते. हरिहरने पोलिसांवर तोंडसुख घेतले. पोलीस-कमिशनरलाही दमदाटी केली. लोकप्रतिनिधी असल्याने सर्व जण गप्प बसले.

पोलिसांचे खास श्वानपथक कामाला लागले. परंतु कुत्र्याची झेप दूरवर गेली नाही. पोलीस-पंचनामा सुरू झाला. 'कोसला'च्या समोर पोलीस गाड्या वाढल्या. बघ्यांची गर्दी झाली. इतर वेळी तशी सामसूम दिसणाऱ्या त्या भागात येणाऱ्या–जाणाऱ्या बघ्यांच्या नजरा वाढल्या. प्रेसवाले येऊन धडकले. टी.व्ही. चॅनेलवाले आले. आखो देखा खेळ सुरू झाला. पोलिसांनी वॉचमनला फैलावर घेतले. उलट-चौकशी सुरू झाली. सकाळपासून फक्त लॉर्ड्स ट्रान्सपोर्टचा ट्रक येऊन गेला होता, त्यामुळे सर्व चौकशी त्या एका मुद्द्यावर केंद्रित झाली. चौकशी सुरू झाली. गाडीचा नंबर बोगस निघाला. ट्रान्सपोर्ट–कंपनी बोगस निघाली. मानखुर्दला हॉस्पिटलजवळ ट्रक सापडला; पण तो चोरीचा होता.

पोलिसांनी वॉचमनची अधिक चौकशी केली. 'लॉर्ड्स ट्रान्सपोर्ट' या बोगस नावाने आलेल्या त्या ट्रकचे ड्रायव्हर आणि इतर जण सारख्याच रंगाच्या फिकट निळ्या ड्रेसमध्ये आले होते. सर्वांच्या डोक्यावर जवळजवळ कानापर्यंत आलेल्या फ्रेंच टोप्या होत्या. प्रत्येकाच्या डोळ्यावर एकतर गॉगल होते किंवा चष्मे होते. ते झिरो नंबरचेच असावेत. सर्वांनी दाढ्या ठेवल्या होत्या. त्या बहुधा खोट्याच होत्या. सर्व प्रकार पूर्वनियोजित होता. ती सर्वांना गोंधळात टाकणारी घरफोडीची पद्धत होती. वॉचमन अधिक काहीच सांगू शकले नाहीत. वॉचमन नवशिके होते. पोलीस हैराण झाले.

घरफोडीत कोणत्या वस्तू गेल्या, याबाबत खासदारांनी समाधानकारक माहिती दिली नाही. पैशांची किंवा इतर वस्तूंची सत्य माहिती खासदारालाच माहिती नव्हती.

वस्तुस्थिती तशी नव्हती. कपाटातील काही पैसे घरफोडी करणाऱ्यांनी लंपास केले होते. हरिहरला घरफोडी झाल्याचे दुःख नव्हते; परंतु एका गोष्टीने खासदार हादरले होते. त्याची महत्त्वाची खाजगी डायरी नाहीशी झाली होती. डायरीतील मजकूर त्यांची पूर्ण काळी बाजू उघडी करणारा होता.

हरिहरने बुक्काला सांगितले. त्यांनी खाजगी गुप्तहेर संस्थेची मदत घेण्याचा निर्णय घेतला.

■

खासदाराची डायरी.

संजय एकदम खूश झाला.

परंतु त्याच्या चेहऱ्यावरील भाव डायरी वाचल्यावर एकदम बदलला. संजयचा

चेहरा रागाने लालेलाल झाला. झिपऱ्याने संजयला एवढे रागावलेले कधीही पाहिले नव्हते. झिपऱ्याच्या काळजाचा ठोका चुकला.

■

माणसाला खूप यश मिळाले, खूप पैसा मिळाला म्हणजे त्याच्या मनातील खूप मोठी इच्छा बाहेर पडते. माणसाला नाद लागतो; बाईचा, बाटलीचा, जुगाराचा. माणसाला खूप अपयश आल्यावरही माणूस दुखाने वेडापिसा होतो. माणूस ते दुःख विसरण्याचा प्रयत्न करतो. त्यासाठी तो एखाद्या बाईच्या आहारी जातो, बाटलीच्या आहारी जातो, जुगारात, बेकायदेशीर गोष्टीत झोकून देतो आणि शेवटी कपाळमोक्ष करून घेतो!

माणगावकराचे पिणे अलीकडे जास्त वाढले होते. कारण नक्की सांगता येत नव्हते. वकिलाचा व्यवसाय बुद्धिमत्ता सतत जिवंत ठेवणे, तिला सतत चालते-बोलते ठेवण्यावर अवलंबून. शरीराला नाद लागून भोके पडायला लागल्यावर मग व्यवसायाला भोके पडायला वेळ लागत नाही. माणगावकरचे पिणे घरच्यांच्याही लक्षात आले. मित्रांच्याही लक्षात आले. घरच्यांनी खोदून-खोदून विचारले; चौकशी केली. पिण्याचे कारण खरोखर काय होते, ते उघड झाले नाही.

माणगावकरांना नैराश्याचा झटका आला होता का? अपयश की प्रचंड यश? कोणतेच कारण स्पष्ट नव्हते. मग वस्तुस्थिती? माणगावकरांच्या अंतर्मनात दाट भीती पसरली होती. काळजी दिसत नसली तरी वाढत होती; स्पष्ट होत नव्हती. परंतु काहीतरी होते.

जेरबाई प्रकरण!

माणगावकरांना जेरबाई प्रकरणाची काळजी वाटत नव्हती. म्हादू वैती, कैलास जहागीरदार, डॉ.कटियार यांच्या मृत्यूमुळे प्रकरणात तडजोडीशिवाय पर्याय नाही, हे त्यांनी ओळखले होते. माणगावकरांनी त्या दृष्टीने विचार केला होता. म्हादू वैतीच्या भावाला त्याची कल्पना दिली होती. वकील सांगतो म्हटल्यानंतर म्हादू वैतीचा भाऊही कोर्टाची झंझट कमी व्हावी म्हणून तडजोडीला तयार झाला होता.

माणगावकरांनी पन्नालालला तडजोडीचा मनोदय मान्य असल्याचे सांगितले. माणगावकर या खूनखराब्यात पैशांबाबत जास्त आग्रही राहिला नव्हता. तरीही सौदा पन्नास कोटी रुपयांवर थांबला होता. माणगावकरांना पुढे जायचे नव्हते. हायकोर्टातील प्रकरण तडजोडीने मागे घेण्याचे ठरले. न्यायालयापुढे प्रस्ताव सादर करावयाचा होता.

तरीही माणगावकरांचे पिणे थांबले नव्हते. ते वाढत होते. त्याचे दुसरे कारणही

स्पष्ट होत नव्हते.

"सर!"

"येस!" माणगावकरांची स्टेनो समोर उभी होती.

"आपल्याला इन्स्पेक्टर संजयना भेटायचं आहे."

"मी पूर्वनियोजित वेळेशिवाय भेटत नाही. मी आता भेटू शकत नाही."

"सर, मी त्यांना सांगितलं; पण त्यांना तुमची आताच भेट घ्यायची आहे."

"पण मी अत्यंत महत्त्वाच्या कामात गुंतलो आहे. त्यांना सांगा मी भेटू शकणार नाही."

"सर, त्यांना जेरबाई प्रकरणाबाबत बोलायचं आहे."

"पण----" स्टेनो.

"त्यांना नाइलाजास्तव बळाचा वापर करावा लागेल, असं ते म्हणतायत."

"ही तर जबरदस्ती झाली." माणगावकर चरफडले.

"पाठवा आत त्यांना."

स्टेनो बाहेर गेली.

"सॉरी वकीलसाहेब." संजय आत येत म्हणाला. "पण काम महत्त्वाचं होतं. मला थोडं वेडवाकडं बोलावं लागलं."

"पोलीस–विभागाला धमकीशिवाय पुढे काम करता येत नाही का? हायकोर्ट वकिलाला धमकी देणं याचा परिणाम लक्षात घ्या." संजय उभा होता. माणगावकर तुसडेपणाने बोलत होते.

संजयने माणगावकरांच्या बोलण्याकडे दुर्लक्ष करत समोरच्या खुर्चीवर ठाण मांडले.

"जेरबाई प्रकरण गंभीर आहे. बोलणं आवश्यक होतं. आमचा नाइलाज झाला." संजय पुढे बोलत होता.

"बोला!"

"जेरबाई प्रकरण आता कोणत्या टप्प्यावर आहे?"

"आपण पोलीस–विभागाचे असला, तरी ही बाब मी आणि माझ्या अशिलाच्या अखत्यारीतली आहे. मला वाटतं, पोलीस–विभागाचा यात संबंध येत नाही."

"तुमचा अशील या प्रकरणामुळे मृत्यू पावला असा आमचा संशय आहे. म्हणून आम्ही चौकशी करत आहोत."

"जेरबाई प्रकरणात संशयास्पद मृत्यू व्हावा, असं काही नाही."

"त्यावर आम्हीसुद्धा विचार करत आहोत. आम्हाला जेरबाई प्रकरण कोणत्या टप्प्यावर आहे ते हवंय."

"जेरबाई प्रकरण आता तडजोडीसाठी आहे. आमच्या दृष्टीने प्रकरण आता

संपलं आहे.''

''म्हणजे?''

''जेरबाई ट्रस्टने मालाडच्या सर्व कोळ्यांना राहण्याकरता फ्लॅट देऊ केला आहे. आम्ही ती तडजोड मान्य केली आहे.''

''म्हादू वैतीच्या भावानेही?''

''होय.''

''प्रथम प्रकरण कोर्टात गेलं होतं, तेव्हा या प्रस्तावाला म्हादू वैती आणि त्यानंतर त्याचा भाऊही तयार नव्हता. आता एकदम फरक कसा आणि का पडला?''

''हा प्रश्न माझा अशील आणि आमच्यातला आहे. याबाबत तुमच्याशी मी चर्चा करू इच्छित नाही.''

''आम्हाला याचं कारण हवंय.''

''मी देऊ शकत नाही.''

''म्हणजे? जेरबाईच्या धमकीला घाबरून प्रकरण मागे घेतलं जाणार आहे का?''

''मी प्रथमच स्पष्ट केलं आहे. आम्ही तडजोडीला तयार झालो आहोत. यात धमकीला बळी पडण्याचा किंवा घाबरण्याचा प्रश्न येत नाही.''

''तुम्ही वैतीच्या भावाला तडजोडीकरता प्रवृत्त केलंत?''

''सर्व प्रकरणाबाबत चर्चा होऊन याबाबत निर्णय झाला आहे. मला वाटतं यापेक्षा मी अधिक सांगू शकत नाही.''

''या प्रकरणाचा संबंध जहागीरदार अहवालाशी आहे. तुम्ही प्रकरण मागे घेण्याचा निर्णय घेतला, त्या वेळी या अहवालाचा विचार केलात का?''

''मला अधिक काही बोलायचं नाही.'' माणगावकरांची पुढे बोलायची इच्छा नव्हती.

''ठीक आहे. आज इथेच थांबतो. पुन्हा गरज पडली तर अवश्य भेटायला येईन.''

''त्याची गरज पडणार नाही. प्रकरण तडजोड होऊन मिटलेलं असेल.''

संजय माणगावकरांच्या डोळ्यांत रोखून पाहत उठत होता. संजयची नजर माणगावकरांच्या प्रत्येक हालचालीवर होती. संजय दोन्ही हात टेबलवर ठेवून पुढे झाला आणि पुन्हा रोखून पाहिले.

संजय तसाच उठला आणि खुर्ची मागे घेत पाठीमागे सरकला. दरवाजापर्यंत चालत गेला. त्याने पुन्हा मागे वळून पाहिले.

''गुडबाय वकील साहेब.''

संजयला हवे ते पाहायला मिळाले होते.

संजय बाहेर आला.

■

लिंकिंग रोड.

बांद्रा आणि खारमधील तो भाग सर्वांच्या आवडीचा होता. सामान्य व्यक्ती ते गर्भश्रीमंत सर्वांनाच त्याचे आकर्षण होते. मुंबईत येणारी प्रत्येक नवीन वस्तू – अत्यंत स्वस्त, अत्यंत महाग; नवीन येणारी प्रत्येक फॅशन – अत्यंत माफक, अत्यंत महाग तेथे पाहावयास मिळत होती. खरेदी करणारे होते, बघे होते, विंडो शॉपिंग करणारे होते; हर तऱ्हेचे कपडे होते, सौंदर्यप्रसाधने होती. सजावटीच्या वस्तू होत्या, खाद्यपदार्थ होते; सर्वकाही होते. रस्त्यावर होते, दुकानात होते. रस्त्यावर वाहनांची तुफान गर्दी होती, तर फुटपाथ हर तऱ्हेच्या मालाने खचाखच भरलेला होता; हर तऱ्हेच्या लोकांनी भरला होता.

वेळ संध्याकाळची होती.

फुलपाखरू!

त्याने निळ्या जीनच्या पँटवर ढगळ टी शर्ट घातला होता. टी शर्ट डिझाईनचा होता. अनेक रंगांतील टी शर्ट पॅन्टमध्ये खोचलेला नव्हता. त्याच्या पायात शूज होते. तिने निळी जीनची पँट घातली होती. शर्ट घातला होता; परंतु शर्ट पॅण्टमध्ये खोचलेला होता. पायात हाय हिलचे सॅण्डल होते. ते तिच्या गोऱ्या कातडीला शोभणारे होते. शर्ट पॅण्टमध्ये खोचलेला तिला आवडत होता. त्याला शर्ट बाहेर काढल्यावरच मोकळे वाटत होते; परंतु तिने तक्रार केली नाही.

फुलपाखरू!

दोघे एकमेकांचे हात हातात घालून एकमेकांना सांभाळत जात होते. ती लगटीने त्याला अंग घासत होती. तिची अखंड बडबड चालू होती, परंतु त्याला कंटाळा येत नव्हता. ते संगीत त्या वेळेला त्याचे मन रिझवत होते.

फुलपाखरू!

ती अनेक गोष्टी खरेदी करत होती. अनेक गोष्टी पाहत होती. अनेक गोष्टींची चौकशी करत होती. तो तिला कोठेही अडवत नव्हता. मधूनमधून कानाशी हितगूज करत त्याची खरेदी सुरू होती.

फुलपाखरू!

दोघेही आज स्वच्छंदी होते.

"माझे पाय दुखायला लागले."

"पण इथे मी दाबू शकत नाही."

"खूप झालं. चावटपणा नको." दंडाला चिमटा काढत ती म्हणाली.

"मग काय करायचं."

"कुठेतरी बसू या. आपण त्या कोपऱ्यावरच्या हॉटेलमध्ये जाऊ या."

"अंहं!"

"मग?"

"समोर गुलाबी फुलांच्या गुच्छाच्या मागे."

"तिथे?"

"का?"

"ए.सी. नाही, गर्दी वाटते."

"एक आयडिया! दोघांमधली निवड आपण हेड-टेल वर करू."

"ठीक आहे."

त्याने हातात नाणे धरले. तिने 'हेड' म्हटले.

त्याने हाताचा तळवा उघडला. "टेल!"

"छट्, तुम्ही फसवलं."

"तुझ्यासमोरच तर मूठ उघडली."

दोघेही हॉटेलात घुसले.

"काय हवं?" त्याने वेटरकडे पाहत म्हटले.

"थोडंच काहीतरी खाऊ या."

"पण मग जेवण जायचं नाही."

"पुन्हा थोडी पायपीट केल्यावर भूक लागेल."

"नको बाबा."

"मग सँण्डविच."

"ठीक आहे."

त्याने सँण्डविच मागवले; पाठोपाठ कॉफी. स्पॅनिश बरिस्तामधील त्या कॉफीचा सुगंध त्याला आवडला. दोघेही रिलॅक्स झाले. त्याला तेथून उठावसे वाटत नव्हते. हॉटेलमधील संगीत शांतपणे ऐकत तिथेच बसावसे वाटत होते. बाहेरच्या रस्त्यावरील आवाज ऐकू येत नव्हता. हॉटेल वातानुकूलित होते, परंतु काचेपाठीकडून रस्त्यावरील गर्दी, वाहने दिसत होती. त्याला तिथे शांत वाटत होते. समोर तिचा चेहरा होता.

"पुढच्या आठवड्यात आम्ही सर्व पुण्याला जायचं ठरलंय. आईच्या विश्रांतीकरता."

"तुझं कॉलेज?"

"थोडे दिवस ऑफ."

''म्हणजे आम्हाला दर्शन नाही.''

''का? तुम्हीही या.''

''मी अजून काम संपवलं नाही.''

''पण ते लगेच संपेल का?''

''काहीच सांगू शकत नाही.''

''मग तुम्हीही थोडे दिवस ऑफ घ्या.''

हाताची बोटे टेबलवर वाजवत तो काचेबाहेर पाहत होता.

''मध्येच सोडून आल्यासारखं होईल. आता गाठ आहे ती म्होरक्यांशी.''

''म्हणजे?''

''प्रकरणाचा शेवट झालेला नाही. सूत्रधार अजून मोकळाच आहे.''

''तुम्हाला खात्री आहे.''

''मला सर्व माहीत आहे.''

''मग प्रकरण अवघड आहे का?''

''पुराव्यानिशी पकडणं आवश्यक आहे.''

''जाऊ दे तो विषय. आपल्या जेवणाचं वरळीलाच नक्की का?''

''खरं म्हणजे थोडं बँण्ड स्टँण्डला फिरून आलो असतो. त्याने तिच्याकडे डोळे बारीक करत म्हटलं.''

''खूप उशीर होईल.''

''हं''

''नाराज झालात?''

''नाही. तुझंही बरोबर आहे. नंतर कधीतरी जाऊ.''

ती आपल्या हाताची घडी टेबलवर ठेवून त्याच्याकडे पाहत होती. त्याला कसेतरी होऊ लागले. त्याने आपले दोन्ही हात तिच्या घडी केलेल्या हातावर ठेवले. त्याच्या पायाची पोटरी तिच्या पायाला घासत होती. दोघे एकमेकांकडे पाहत होते.

वेटर बिलाचे पाकीट हळूच बाजूला ठेवून निघून गेला.

खूप वेळ ते एकमेकांकडे पाहत होते.

''जाऊ या?''

''घाई आहे?''

''नाही. हॉटेल बंद होईपर्यंत बसण्याची तयारी आहे. हसत हसत तिने त्याचे हात हातात घेऊन दाबले. मला कुठंपर्यंत जायचं आहे माहीत आहे ना?''

''मग तुला का काळजी? ती तर माझी जबाबदारी आहे.''

''आमच्या घरी रात्री-बेरात्री, उशिरा आलेलं चालत नाही.''

“खूपच शिस्त आहे बुवा!”

“घर लष्करी अधिकाऱ्याचं आहे म्हटलं!”

“एवढी लष्करी शिस्त चांगली नाही. थोडी मोकळीक द्यायला हवी.”

“नाहीतर?”

“नाहीतर काय?” त्याने खिशात हात घातला आणि वेटरकडे बिल दिले.

“पण मला अजूनही समजलं नाही.”

“काय?”

“तुम्ही मला खरं सांगा. मघाशी कसं फसवलं?”

“पण मी खरंच फसवलं नाही.”

“बस झालं. लबाड! खरं सांगा.” तिने खूपच आग्रह धरला.

“ठीक आहे, सांगतो.

“पण मला त्या दिवशी पहाटे अलिबागला मी लाथ मारली, ती खरोखरच मी मारली का? याचं काय कारण?”

“अरेच्या, तुम्ही अजूनही त्या गोंधळात आहात?”

“मला उत्तर हवंय.”

“ठीक आहे.”

“मघाशी मी नाणं दोन्ही तळव्यामध्ये पकडलं होतं. मला हेड आणि टेल कोणत्या बाजूला आहेत ते कळलं होतं. तू हेड म्हटल्यावर मी हाताचा तळवा उलटा दाखवला. मी तुला नाणं दाखवत होतो. हाताचा तळवा उलटा केलेला तुझ्या लक्षात आला नाही. तुझ्यासमोरच तर उलटा केला!”

“लबाड!” तिने मारण्यासाठी हात उगारला.

“आता माझं उत्तर.” तिने त्याच्या बोटामध्ये आपली बोटे गुंतवत म्हटले.

“तुम्हाला पडलेलं स्वप्न, घोड्याचं स्वप्न, तुम्ही प्रत्यक्ष अनुभवलं होतं. तुम्ही मनाची एकाग्रता इतकी वाढवली होती की, स्वत:ला घोड्याचं स्वरूप दिलं होतं.”

“असं शक्य आहे?”

“स्वयंसंमोहन आणि गुरुजींची मदत यांमुळे ते शक्य झालं. तुम्ही अश्वशक्तीने त्याच्यावर हल्ला केला. सर्पराज महाराजांसारख्या जंगली श्वापदावर कोणताही प्रभाव टाकू शकत नव्हता. कारण तोही त्याच्या साधनेमुळे श्वापदाच्या पायरीवर पोहोचला होता. त्याची अधोगती झाली होती. तुम्ही फक्त स्वत:च्या शक्तीला अश्वशक्तीचे वाहन केले. त्याचा नाश झाला.”

“हे त्याच वेळी तू काही नाही सांगितलंस?”

“गुरुजींनी मला नंतर समजावून सांगितलं. तुम्हाला सांगण्यासाठी.”

“ते मलाही सरळ सांगू शकले असते.”

''त्या वेळी काय घडलं ते मी पाहिलं होतं. त्याचा चांगला खुलासा मी तुम्हाला करू शकले. गुरुजींच्या सांगण्यावर एखाद्या वेळेस तुमचा विश्वास बसला नसता.''

''आताही माझा विश्वास बसला नसेल तर!''

''अंहं! यापुढे मी जे सांगेन ते ऐकावंच लागेल.'' तिने हसत म्हटले. तिने त्याचा हात हातात घेतला आणि दुसऱ्या हातच्या बोटांनी रेघोट्या ओढू लागली.

त्याच्या शरीरावर रोमांच उभरू लागले. त्याने पटकन तिच्या हातावर आपला हात दाबला.

''ए. हे सहन होत नाही.'' त्याचा चेहरा पाहून तिच्या चेहऱ्यावर मंद स्मित आले.

ती मोठीच्या मोठी काच एकदम खळकन फुटली. गोळ्यांची एक फैर आत आली, परंतु बहुतेक गोळ्या छताकडे घुसत होत्या. छत डेकोरेटिव्ह होते. गोळ्या थडकून खाली येत नव्हत्या. त्याच्यात नैसर्गिक गुण होता. धोक्याच्या क्षणी त्याच्याकडून प्रतिक्षिप्त क्रिया आपोआप होत होत्या. त्याचा तो सर्वश्रेष्ठ गुण होता; दैवी गुण होता.

त्याने तिचे दोन्ही हात पकडले होते. दोन्ही पाय जमिनीवर ठेवून जोरात पुढे झेप घेतली. तो तिच्यासकट पुढे पडला. त्याने दुसऱ्या क्षणी तिला घट्ट मिठीत पकडून स्वत:भोवती कोलांटी मारत जमिनीवर लोळण घेतली. तिच्या तोडून अस्फुट किंकाळी बाहेर आली.

सर्वत्र आरडाओरड सुरू झाली होती. किंकाळ्या आणि आवाजाने हॉटेलचा तो दर्शनी भाग दणाणून गेला. जो तो सैरभैर धावत होता. त्यामुळे ते जास्तच मृत्यूच्या तोंडी जात होते. जे उभे होते ते बंदुकीच्या गोळ्यांना बळी पडत होते. सगळीकडे रक्ताच्या चिळकांड्या उडत होत्या. कोण लहान कोण मोठे; कोण म्हातारे कोण तरुण; कोण पुरुष कोण स्त्रिया! कशाचाच कशाला पायपोस नव्हता. सर्वकाही रक्तरंजित. मृत्यूचे तांडव.

त्याने स्वत:ला सावरले. एका क्षणात परिस्थितीचा अंदाज घेतला. जमिनीवर लोळण घेतच तो हॉटेलच्या मागच्या भागाकडे सरकला. आता बंदुकीच्या गोळ्यांचा आणखीन आवाज येत होता. त्याने मोठ्या टेबलचा आडोसा घेतला आणि बाहेर पाहिले. ते दोघे जण होते आणि फूटपाथवरून आत येण्याच्या प्रयत्नात होते. ते त्याच्यासाठीच येत होते, हे नक्की. परंतु त्यांनी खूपच मोठी पायवाट केली होती. मृतदेहांची. रक्ताच्या नाल्याची. त्याच्या ओठावर कडवटपणा आला. त्याने तिला बसवले आणि तोंडावर बोट ठेवून न बोलण्याच्या सूचनेसह हॉटेलच्या मागच्या बाजूला बोट करून जाण्याची खूण केली. तिच्या चेहऱ्यावरील भाव क्षणाक्षणात बदलत होते. आश्चर्य, भीती, पुन्हा आश्चर्य. ती न बोलता पाठीमागे घसरत घसरत

जात होती. तिने मागे वळून पाहिले. तिला पुन्हा आश्चर्याचा धक्का बसला. आता त्याच्या हातात छोटे पिस्तूल होते.

ते त्याने कोठून काढले ते तिला समजले नाही; परंतु तो आता मोक्याची जागा शोधत होता. त्याने पुन्हा मागे पाहिले. तिला पुन्हा पाठीमागे जाण्याची खूण केली. त्याने दुसऱ्या क्षणी आपली नजर पुढे वळवली. समोर येणारा निधड्या छातीचा होता. त्याच्या चेहऱ्यावर तो भाव स्पष्ट दिसत होता. वजनदार हत्यारामुळे त्याच्या हाताला पीळ पडलेला होता. सेमी ॲटोमॅटिक गन हातात सांभाळत तो पुढे येत होता. त्याचा हत्यारावर पूर्ण विश्वास होता. संजयने त्याला हॉटेलच्या आतमध्ये पाऊल ठेवण्याची संधी दिली. स्वत:ला सांभाळण्यासाठी संजयने एकवार खाली पाहिले. त्याला तेवढीच संधी पुरेशी होती. संजयने त्याच्या छातीचा वेध धरत गोळी झाडली. दुसरी गोळी त्याच्या कवटीचा वेध धरत झाडली. त्याला ते अनपेक्षित होते. डोळ्यांत आश्चर्याचे भाव आणत तो तिथेच कोसळला. त्याच्या मागचा घाईघाईत मागे जाण्याचा प्रयत्न करू लागला. परंतु संजयने त्यालाही संधी दिली नाही. त्याच्या गोळीने तो फूटपाथ आणि हॉटेलच्या मध्येच खाली कोसळला.

''बॉस.'' झिपऱ्याचा आवाज आला. तसा संजय गुडघ्यावर उभा राहिला.

''झिपऱ्या, खाली बस.'' संजयने एका हाताने पिस्तूल धरले होते. दुसऱ्या हाताने झिपऱ्याला खाली ओढले.

''मला थोडा उशीर झाला, पण टीप मिळाल्याबरोबर मी निघून आलो. माझ्या जवळच्या मोबाईलवर रिस्पॉन्स येत नव्हता.''

''मी मोबाईल ऑफ केला होता.''

संजयने अस्मिताला दंडाला धरून वर उठवले. अस्मिता थरथरत होती. अजूनही ती सावरली नव्हती. आजूबाजूला पडलेले लोक, विव्हळणारे लोक, मेलेले लोक आणि रक्त! ती संजयला घट्ट धरून उभी होती. झिपऱ्या उठून पुढे जाण्याच्या तयारीत होता.

''झिपऱ्या, मागच्या बाजूला चल.''

''पण बॉस, ते दोघंच होते. दोघांनाही तुम्ही उडवलं आहे. त्याशिवाय मी आणि नाडर. आपण आता तिघं आहोत.'' नाडरकडे पाहत तो म्हणाला. नाडर हातात पिस्तूल धरून सगळीकडे चौकस नजरेने पाहत होता. संजय आणि नाडरच्या हातातील पिस्तूल पाहून हॉटेलमध्ये जास्तच गोंधळ झाला.

''नको, आपण असं सर्वांसमोर राहणं धोकादायक आहे.'' त्याने अस्मिताच्या दंडाला धरले आणि हॉटेलच्या मागे जाऊ लागला. त्याच्या पाठोपाठ झिपऱ्या आणि नाडर आले.

पाठीमागे रिकामा कॉरिडॉर होता. त्याच्या मागे किचन होते. त्याच्या मागे पुन्हा

एक परमिट रूमचा हॉल होता. तो ओलांडून सर्व जण मागच्या बाजूला आले.

संजयने अस्मिताकडे पाहिले.

"तू ठीक आहेस?"

"अं! असं वाटतंय."

संजयने तिच्या सर्वांगाला चाचपून पाहिले. जखम कुठे दिसत नव्हती; परंतु संजयच्याच दंडाजवळ रक्त होते. त्याला चुरचुरल्यासारखे होत होते.

"तुमच्या दंडातून रक्त येतंय." अस्मिता रडवेला चेहरा करत म्हणाली.

"काळजी करू नकोस. जखम मोठी नाही. झिपऱ्या, हिला घेऊन तू सरळ पोलीस स्टेशनला जा. मी मालाडला जातो."

"मीही तुमच्याबरोबर येणार." अस्मिता संजयचा दंड घट्ट पकडत म्हणाली. "मी तुम्हाला या अवस्थेत सोडणार नाही."

"अस्मिता, वेडेपणा करू नकोस. तू माझी काळजी करू नकोस. ही लढाई आहे. इथे बंदुकीच्या गोळ्यांना तोंड द्यावं लागतं. त्यांच्याशी खेळावं लागतं. अजून तू या खेळात नवखी आहेस." तिला छातीशी घट्ट धरत तिच्या डोक्यावरून हात फिरवत संजय म्हणाला.

"झिपऱ्या, टॅक्सी थांबव."

झिपऱ्याने टॅक्सी थांबवली. झिपऱ्याने टॅक्सीचा दरवाजा उघडला. अस्मिता टॅक्सीत जाण्यास तयार नव्हती. संजयने तिला मिठीत घेतले. तिच्या केसांवर हळुवारपणे थोपटले. बळजबरीने तिला आत बसवली.

"झिपऱ्या, मी आणि नाडर मालाडला जातो. नंतर तुला फोन करतो."

"ठीक आहे बॉस." संजय टॅक्सी डोळ्यांआड होईपर्यंत उभा होता. रस्त्याच्या कोपऱ्यावर टॅक्सीच्या पाठीमागील लाल दिवे नाहीसे होताच त्याने नाडरकडे पाहत खूण केली.

वरळीचे रात्रीचे खास जेवण पुढे ढकलण्यात आले होते.

त्यांची मोटारसायकल भरधावपणे वेस्टर्न एक्सप्रेस हायवेवरून चालली होती. नाडर सफाईदारपणे ती चालवत होता. संजयचा हात पोटाजवळच्या पिस्तुलावर होता. ते मालाडच्या दिशने चालले होते. सांताक्रूझजवळ ते एका दुकानाजवळ थांबले. दोघांनीही आपल्या अंगातील शर्ट बदलले. नाडरने चौकड्याचा लाल शर्ट घातला, तर संजयने हिरव्या रंगाचा. आता संजयच्या डोक्यावर हिरव्या रंगाची कॅप होती. नाडरने झिरो नंबरचा चष्मा घातला होता. वेळ न घालवता ते दोघे पुन्हा हायवेवर आले.

रात्रीची वेळ होती. उपनगरात जाणारी वाहतूक तुडुंब होती, तरीही नाडर त्या गर्दीतून वेगाने जात होता. शक्यतो सिग्नल न तोडता ते जात होते. संजय मोबाईलवरून

हेडक्वार्टरशी बोलत होता. अस्मिताला घेण्यासाठी खास पोलीसपथक वांद्र्याच्या दिशेने निघाले होते. अस्मिताच्या आई-वडिलांनाही संरक्षण देण्याची सूचना देण्यात आली होती. सर्वांना पुन्हा नौदल हेडक्वार्टरकडे जाण्याच्या सूचना देण्यात आल्या होत्या. संजय कमिशनरशी बोलत होता. लढा अंतिम टप्प्यात आला होता.

हायवेवरून मालाडला जात असताना दोघेही थोडा वेळ थांबले. त्यांनी मागून येणाऱ्या गाड्यांचे निरीक्षण केले. कोणी पाठलाग करीत नाही, याची खात्री केली. त्यांना घाई नव्हती. आता दोघे रस्त्याच्या कडेला उभे राहून सँडविच खात होते. त्यांनी काही वेळ जाऊ दिला. पुन्हा दोघे निघाले.

त्यांनी मोटारसायकल भंडारवाड्यात न घुसवता आय.एन.एस. हमलाकडे जाणाऱ्या रस्त्यावर थोडी लांबवर ठेवली. ते नऊ वाजायची वाट पाहत होते. रस्त्यावर अजूनही गर्दी होती. उपनगर जागत होते. त्या दोघांनी रिक्षा केली आणि ते भंडारवाड्यात आले.

संजयच्या डोळ्यासमोर गणाबाची आकृती आली; काळसर; चिपाडाप्रमाणे तो सांगाडा उघड्या जागेवर कॉटवर पडलेला; संध्याकाळची ती वेळ! 'आता गणाबा कुठे असेल? भेटेल का?' संजयला त्या मुंग्या, कानातून येणारी मरणप्राय वेदना आठवली. संजय थरकला. 'सर्पराज महाराज?' ते वाईट स्वप्न संजयला आठवले मात्र संजय क्षणभर तेथेच उभा राहिला. नाडर त्याच्याकडे पाहत होता.

संजय गणाबाच्या घरी आला. त्याला गणाबाची बायको भेटली. गणाबा घरी नव्हता. संजयने गणाबाच्या बायकोला आपली ओळख सांगितली. त्याने म्हादू वैतीच्या भावाला भेटायची इच्छा असल्याचे सांगितले.

"त्यांचं घर त्या गल्लीच्या बाजूला हाय."

"मला माहीत आहे. मी त्याला त्याच्या घरी भेटणं योग्य नाही. त्याला धोका आहे. तुम्ही त्याला फक्त इकडे येण्याचा निरोप द्या. फक्त इन्स्पेक्टर संजय इथे आले आहेत, हे सांगा. बाकी काही बोलू नका. तुम्ही फक्त त्याच्याशी बोला."

गणाबाची बायको संशयाने पाहत होती; परंतु संजयने तिला खिशातील पोलीस-ड्रेसमधील ओळखपत्र दाखवले, तसा तिला धीर आला. गणाबाची बायको बाहेर पडली. नाडर योग्य जागा पाहून उभा राहिला. खूप वेळ झाला. गणाबाच्या बायकोचाही पत्ता नव्हता. 'म्हादू वैतीच्या भावाच्या घरी तर ते आले नसतील? का त्यांची यायची इच्छा नाही? खासदारांच्या लोकांची पाळत?' संजय तणावाखाली आला. त्याच्या सरळ घरी जावे, असे एकदा संजयच्या मनात आले होते; परंतु माणगावकरांशी बोलणी केल्यामुळे संजयची सर्व पाने उघडी झाली होती. संजय आता सरळ मैदानात आला होता. संजयवरील हल्ला हाच त्याचा पुरावा होता. खासदाराला आणि कुकरी गँगला संजय धोकादायक वाटत होता.

संजय वाट पाहत होता.

त्यांना जास्त वेळ अस्वस्थ व्हावे लागले नाही. ते दोघेही आले. वैतीच्या भावाने खाकी हाफ पँट आणि वर बिनबाह्याची जर्सी घातली होती. त्याचा चेहरा काळजीने काळवंडून गेला होता.

"साहेब, तुम्ही अचानक?"

"मला त्या हायकोर्टच्या केसबाबत बोलायचं आहे."

"साहेब, आता आम्ही त्यात तडजोड करायचं ठरवलंय."

"का?"

"खूनखराबा नको. मला माझ्या घरच्यांची काळजी आहे."

"मी माणगावकरला भेटलो होतो काही दिवसांपूर्वी. तो तुम्हाला फसवतो आहे. तुमच्या केसवर तो स्वत:च खूप पैशांची मागणी जेरबाईंकडे करतो आहे. तो ब्लॅकमेल करतो आहे जेरबाईच्या लोकांना."

"साहेब, तडजोड केली नाही तर सगळं घर उद्ध्वस्त करण्याची त्यांनी मला धमकी दिली आहे."

"तू घाबरतो आहेस?"

"साहेब, एके काळी मीही काही दिवस यामध्ये होतो. ही लफडी वाईट आहेत. एकदा पाय घसरला की, परत सुटका नाही. बायका-पोरं सांभाळून झगडणं अवघड आहे."

"त्यांनी तुझ्या भावाला मारलं. कैलास जहागीरदारला मारलं. डॉक्टर कटियारला मारलं. तरीही तू गप्प बसणार आहेस?"

"साहेब, त्यांच्याशी टक्कर घेण्याची माझी इच्छा नाही."

"तू कितीही बाजूला राहिलास, माघार घेतलीस, नाही म्हणालास, तरी यातून तुझी सुटका नाही."

"मला यात ओढू नका साहेब."

वैतीचा भाऊ अगतिकपणे बोलत होता. संजयला त्याच्या चेहऱ्यावर भीतीची दाट छाया दिसत होती. तो खरोखरच खूप घाबरला होता.

बाहेर कसलातरी आवाज झाला. नाडर आत येत होता. त्याने खूण केली.

"ठीक आहे. तू इथेच थांब. त्यांनी तुझ्या घराला आता घेरलं आहे. ते आता इकडे येतायत."

वैतीचा भाऊ रडकुंडीस आला. संजयला त्याच्याशी बोलण्यात काही अर्थ वाटला नाही.

"नाडर, चल."

दोघेही बाहेर आले. भंडारवाड्यात गल्ल्याबोळ भरपूर होते. त्यामुळे रस्त्यावरच

येणे गरजेचे नव्हते, तरीही त्यांनी रस्त्यावर यावयाचे ठरवले. परंतु त्यांना ते शक्य झाले नाही. त्यांचे स्वागत गोळ्यांनीच केले गेले. आवाज झाला, तसा अख्खा भंडारवाडा जागा झाला. संजय आणि नाडरनी प्रत्युत्तर पिस्तुलानेच दिले होते. नाडरच्या गोळीने एक रस्त्यातच पडला. दुसरा स्वत:ला वाचवण्यासाठी आडोशाला गेला. संजय आणि नाडर गणाबाच्या घराशेजारच्या गल्लीतून पाठीमागच्या गल्लीत येऊन भंडारवाड्याच्या बाहेर आले. त्यांना तिथेही अडवण्यात आले; परंतु तरीही त्या मानाने शत्रू बेसावध होते. ते सावध होण्यापूर्वीच संजय आणि नाडर मोटारसायकलवरून भरधाव निघाले. शत्रूपक्षाने स्टेशनच्या बाजूला आणि हायवेच्या बाजूला मोर्चेबांधणी केली होती. संजय तेथे येणार याचा बहुधा त्यांना अंदाज असावा. परंतु आय.एन.एस. हमलाकडे त्यांना गेलेले पाहून शत्रुपक्षाचा गोंधळ उडाला. त्यातून सावरेपर्यंत खूप वेळ गेला होता.

तरीही समुद्र किनारा येईपर्यंत शत्रूने त्यांना गाठले होते. भंडारवाडा ते आय.एन.एस. हमला चार–साडेचार किलोमीटर अंतर होते. ते किती लोक होते याचा अंदाज नव्हता, परंतु हेडलाईट पाहून संजयने अंदाज घेतला. त्यांनी गोळ्या झाडण्यापूर्वी संजयने त्यांच्या गाडीचे पुढचे टायर निकामी केले. समोर येणारी पहिली गाडी वेडीवाकडी होत रस्त्याच्या बाजूला गेली. रस्त्यामध्ये वाहनांची गर्दी होती, परंतु गोळीबाराच्या आवाजाने वाहने बाजूला होत होती. नाडर आपले कौशल्य पणाला लावत होता.

संजय निर्धास्त होता. सेंट्रीच्या इशाऱ्याकडे लक्ष न देता त्यांनी मोटारसायकल मिलिटरीच्या निषिद्ध क्षेत्रात घुसवली. ते सर्व जण त्याची वाट पाहत होते. त्याला लगेच ओळखण्यात आले. संजयने आत आल्याआल्या पाठीमागून येणाऱ्या गाड्यांची कल्पना दिली.

मशिनगन्स घेऊन काही सैनिक तयार होते. हरिहरच्या लोकांनी स्टेशनवर हल्ला करण्याचा प्रयत्न केला, परंतु त्यांचा टिकाव लागला नाही. त्यांनी आर्मीच्या गेटजवळच गाडी थांबवली. पुढे येण्याचा प्रयत्न केला. फाटक बंद होते; परंतु त्यांनी धाडस केले. ते पुढे येत होते.

संजय आणि नाडर दोघांनाही तटरक्षकदलाची पेट्रोलिंग करणारी बोट घेऊन जाण्यासाठी उभी होती.

रात्री अकरा वाजता कुलाब्याला त्यांची बोट आली, तेव्हा अस्मिता आणि तिचे आईवडील दोघेही वाट पाहत होते. अस्मिताला राहवले नाही. तिने पुढे होऊन संजयला घट्ट मिठी मारली.

सर्वांनी सुटकेचा निश्वास सोडला.

■

संजय सकाळी उशिराच उठला. आर्मीचे गेस्ट हाऊस, परंतु सर्व सोयी थ्री स्टार हॉटेलच्या होत्या. आर्मीच्या ऑर्डर्लीने त्याला डायनिंग हॉलमध्ये सकाळच्या ब्रेकफास्टकरता घेऊन न जाता बैठकीच्या रूममध्ये नेले.

रूममध्ये कर्नल फुरसुंगीकर, गुरुमणी आणि नाव्हल कमांडचे दोन अधिकारी होते.

संजयने गुरुमणींना नमस्कार केला.

संजयची नजर अस्मिताला शोधत होती, परंतु तिची भेट आता लगेच होणार नव्हती. काम प्रथम.

''या'' गुरुमणींनी संजयला न्याहाळत म्हटले.

संजय खुर्चीत बसला. त्याने आर्मीच्या दोघा अधिकाऱ्यांकडे पाहत हसून 'गुडमॉर्निंग' म्हटले. कर्नलनी तब्येत कशी आहे विचारले?

गुरुमणी म्हणाले, ''तुमची लढाई पुन्हा सुरू झाली तर!''

''होय. काल मला त्यांनी हल्ल्याचं लक्ष्य केलं होतं. थोडक्यात वाचलो.'' कर्नलकडे पाहत संजय म्हणाला, ''अस्मिता कशी आहे?''

''ती आता छान आहे. तुम्ही येईपर्यंत सर्वांना काळजी होती.''

''सर्व श्रेय आय.एन.एस. हमलाला. त्यांनी आयत्या वेळी चांगली मदत केली. मला अपेक्षित नव्हतं.'' संजय नाव्हल कमांडच्या लोकांकडे पाहत म्हणाला.

''थोड्या वेळात कमिशनर येतायत. तोपर्यंत तुम्ही ब्रेकफास्ट करून घ्या.''

''ठीक आहे.'' संजय तिथून उठला आणि डायनिंग हॉलमध्ये आला.

अस्मिता आणि तिची आई वाट पाहत होत्या. अस्मिताची आई संजयची विचारपूस करून तिथून बाहेर पडली. अस्मिता संजयला ब्रेकफास्ट देण्यात मदत करत होती. बांद्रा पोलीस स्टेशनला ती कशी गेली, तेथून नाव्हल कमांडच्या हेडक्वॉर्टरला कशी गेली, याची माहिती ती खाता खाता संजयला सांगत होती. संजय आपल्या विचारात गडप होता.

कमिशनर आले, तेव्हा बारा वाजायला आले होते. संजय पूर्ण तयार झाला होता.

''हॅलो संजय, कसा आहेस?'' कमिशनर उत्साहाने बोलत होते.

''मला वाटतं, आता आपली लढाई अंतिम टप्प्यात आली आहे; परंतु हरिहर नामानिराळाच आहे. त्याच्यावर हल्ला करणं, त्याला कैचीत पकडणं कठीण दिसतंय. तो अजून पडद्याआडच आहे.''

काय घडले ते संजयने रात्री मोबाईलवरून सांगितले होते. गुरुमणींकरता त्याने सर्व हकिकत पुन्हा सांगितली.

''म्हणजे आता न्यायालयीन खटला महत्त्वाचा आहे तर!'' गुरुमणी.

"होय. तो वैतीचा भाऊ आता माघारीच्या तयारीत आहे. वकिलाला जेरबाई ट्रस्टने पूर्णतः त्यांच्या तडजोडीपर्यंत आणलं आहे. वैतीचा भाऊ तयार झाला असता, तर आपण वकील बदलून संघर्ष चालू ठेवला असता; परंतु वैती हरिहरच्या लोकांनाच घाबरला आहे. त्याच्या कुटुंबाला धोका आहे."

"म्हणजे एकदा का कोर्टापुढे तडजोड झाली की, हरिहर पुढच्या कामाला मोकळा, असाच त्याचा अर्थ."

"होय."

"त्या जेरबाईच्या ट्रस्टला कुठे अडचणीत आणता येणार नाही का?"

"तोही हरिहरच्या तालावरचा आहे. त्यामुळे हरिहरला धक्का देता येत नाही. पुन्हा हरिहर खासदार. त्याला घटनेचंही संरक्षण आहेच. त्याने सर्व बाजूंनी आपल्या संरक्षणाची चांगली तयारी केली आहे. जेरबाईच्या लोकांना त्रास दिला, तर त्यांचाच फायदा होईल."

"हं!" गुरुमणी विचारात पडले. कमिशनर, कर्नल आणि नाव्हल कमांडचे अधिकारी यांनाही काही सुचत नव्हते.

"काहीतरी मार्ग काढला पाहिजे." गुरुमणी डोक्यावरची टोपी खाली घेत, डोक्यावरून हात फिरवत म्हणाले.

■

मरीन लाईनवरून गाडी मलबार हिलकडे जात होती. काळोख पसरल्याने क्षितिजाच्या अंधूक उजेडात समुद्रामध्ये जहाजे नांगरलेली दिसत नव्हती; परंतु जहाजावरील लाईट तारे चमकल्यासारखे दिसत होते. संजय समुद्रावरील पाण्याची झुळूक तोंडावर घेत गाडी चालवत होता. गाडी तीन बत्तीजवळ आली आणि यू टर्न घेत संजयने ती कमला नेहरू पार्ककडे वळवली. परत हँगींग गार्डनकडे न जाता मध्येच डावीकडे वळवली. मग त्याने गाडी मलबार हिलच्या पायथ्यापर्यंत आणली. पुन्हा डावीकडे भुलाभाई देसाई रोडने वळसा घालत शासकीय विश्रामधामाकडे घेतली.

संजयला रॉयल स्टोन या शासकीय विश्रामधामाकडे जायचे नव्हते. त्याने मध्येच एका इमारतीत गाडी घेतली. संजयने ओळख देताच गाडी तपासणी न करता आत सोडण्यात आली. इमारतीभोवती शुकशुकाट होता. पोलिसांच्या अस्तित्वाशिवाय नजरेला कोणी दिसत नव्हते. इमारतीपर्यंतच्या रस्त्यावरही गर्दी नव्हती. लागूनच राजभवनचे कंपाऊंड होते. जागा बरीचशी संरक्षित होती. ती वास्तू महाराष्ट्राच्या उच्च न्यायालयाच्या न्यायाधीशांकरता होती. अनेक न्यायाधीश तेथे

राहत होते. फक्त न्यायाधीश, सेवेने ज्येष्ठ!

संजयने गाडी पार्क केली आणि तो इमारतीत आला. त्याने लिफ्टने तिसरा माळा गाठला. प्रत्येक माळ्यावर दोनच न्यायाधीशांना फ्लॅट होते. संजयला न्यायमूर्ती बरचीवाला यांना भेटायचे होते. पूर्वनियोजित वेळ न ठरवता तो भेटावयास आला होता. बरचीवाला कसे स्वागत करतात याबद्दल संजयला खूपच काळजी वाटत होती. तो तणावाखाली होता. जराही चूक झाली तर ठरवलेली सगळी योजना उद्ध्वस्त होणार होती. संजय मधूनमधून हाताच्या मुठी घट्ट करत होता.

त्याने दरवाजावरील बेल दाबली, तशी साधारण पंधरा–सोळा वर्षे वयाच्या एका लहान मुलीने दरवाजा उघडला. ती बहुधा नोकराणी होती. न्यायमूर्तींना भेटावयाचे सांगितल्यावर तिने कोचावर बसावयास सांगितले. टिपॉयवर काही मॅगझिन्स आणि वृत्तपत्रे होती. सर्व इंग्रजी. एका बाजूला मोठी शोकेस होती. निरनिराळ्या चिनी मातीच्या, तसेच काही इतर वस्तू ठेवल्या होत्या. थोडा वेळ निघून गेला तसे संजयला जास्तच तणावपूर्ण वाटू लागले. उठावे आणि निघून जावे, असेही त्याला क्षणभर वाटले. एका पोलीस अधिकाऱ्याने न्यायमूर्तींना भेटावयाचे, तेही अनऑफिशियली म्हणजे मोठी घोडचूक होती; परंतु संजय ती करत होता.

बरचीवाला बाहेर आले. विजार आणि साधा बुशशर्ट घातला होता. त्या व्यक्तीने करड्या नजरेने संजयकडे पाहिले. बरचीवाला लालबुंद होते. मिश्या, डोळ्यांच्या भुवयांवरील केस सर्व पांढरेशुभ्र होते. हात जाडजूड होते. बरचीवाला यांना संजयने उठून उभे राहून सॅल्यूट केला.

"यस?"

"सर, मी अनऑफिशियली आलो आहे; परंतु प्रकरणही तसं गंभीर आहे. त्यामुळे माझा नाइलाज आहे."

"मी खाजगीरित्या कोणाला भेटत नाही."

"सर, या प्रकरणात अनेक लोक मृत्यू पावले आहेत. अनेकांचे जीव धोक्यात आहेत. म्हणून मला नियम तोडून समोर यावं लागलं."

बरचीवाला प्रश्नार्थक नजरेने संजयकडे पाहत होते.

"इफ प्रॉब्लेम इज ऑफ लॉ ॲण्ड ऑर्डर गो टू युवर हायरअप."

"नो सर, इट्स रिट पिटीशन बिफोर यू."

"बिफोर मी?"

"यस!"

"मग तुम्ही तुमच्या कौन्सुलशी बोला."

"पण मी त्या प्रकरणात पार्टी नाही."

"तुम्ही पार्टी नाही तर...."

"सर, तसं नव्हे. जेरबाई ट्रस्टविरुद्ध वैती प्रकरण उद्या बोर्डवर आहे. मला या याचिकेबाबत बोलायचं आहे."

"सॉरी ऑफिसर, मी याबाबत अनऑफिशली बोलू शकत नाही."

"सर, पण माझं म्हणणं ऐकून घेतलंत तर बरे होईल. अनेकांचे प्राण धोक्यात आहेत."

"दॅट इज युवर प्रॉब्लेम. मी बोलू शकत नाही."

"पण सर...."

"तुम्ही एकतर बेकायदेशीरपणे भेटायला आलात. आता माझ्यावर दबाव आणण्याचा प्रयत्न करत आहात. येथून निघून जा, अन्यथा मला तुझ्याविरुद्ध तक्रार करावी लागेल."

म्हातारा एकदम एकेरीवरच आला. संजयला काय बोलावे सुचेना. जादा बोलावे, तर सरळ हा आतच घालेल; परंतु संजयने एकवार बरचीवालाकडे पाहिले.

"ठीक आहे सर; परंतु तुम्ही उद्या या याचिकेची सुनावणी घेऊ शकणार नाहीत."

"व्हॉट?"

"यस, यू वील नॉट एबल टू हिअर इट."

बरचीवालांना काय बोलावे ते कळेना. समोरचा ऑफिसर काय बोलतो आहे तेच कळेना. त्याचा अर्थच लागेना.

"सर, मी उद्या पुन्हा तुमच्याकडे येईन. द ओन्ली रिक्वेस्ट इज यू कीप धिस ओन्ली यू अॅण्ड मी."

"......"

"गुड नाईट सर." संजय दरवाजाकडे गेला. पाठीमागे वळून पाहत त्याने दरवाजा हळूच बंद करून घेतला. बरचीवालांच्या चेहऱ्यावर प्रश्नचिन्ह तसेच उभे होते.

संजय खाली आला. त्याने गाडी बाहेर काढली आणि ब्रीच कँडीच्या दिशेने निघाला. त्याला दरदरून घाम फुटला होता. हायकोर्ट जजशी बोलताना तो इतका तणावाखाली होता की, बाहेर आल्यावर त्याला एकदम कोणत्यातरी सापळ्यातून बाहेर आल्यासारखे झाले. 'बरचीवाला तक्रार तर करणार नाही ना?' पुन्हा संजयला काळजी वाटू लागली. कमिशनरला याबाबत सूचना दिली होती; परंतु खरोखर बरचीवालाने तक्रार केली असती, तर सगळेच अडचणीत येणार होते. सर्वात धोका होता तो न्यायालयीन बेअदबीचा– कंटेम्प्ट ऑफ कोर्ट. संजयला पुन:पुन्हा वाटत होते, 'हा प्रयत्न आपण उगाचच केला.'

गुरुमणींशी संजयने मोबाईलवरून बोलून त्यांना काय घडले ते सांगितले.

गुरुमणींनी 'काळजी करू नका, शांत राहा' म्हणून सांगितले, तसा संजयला धीर आला. त्याने पुन्हा एकवार ठरविलेल्या योजनेकडे पाहिले. संजयला पुन्हा हुरुप आला.

गाडी कुलाब्याच्या नाव्हल हेड क्वॉर्टरच्या दिशेने चालली होती. त्याला परत जाण्याची घाई लागली.

■

उच्च न्यायालयाच्या दगडी इमारतीतील लांबलचक गोलाकार जिने चढून संजय वर आला. शरीराला थंडगार बोचणी देणारा थंडावा होता. पहिल्या माळ्यावर सत्तावीस क्रमांकाच्या खोलीत संजय आला. न्यायालयाची खोली मोठीच्या मोठी होती. खोलीचे छत वीस–पंचवीस फूट वर होते. न्यायाधीशांचा डायस खूपच वर होता. न्यायाधीशांच्या बसण्याच्या खुर्चीच्या मागे दरवाजा होता. तिथला शिपाई पगडी सांभाळत मधूनमधून न्यायाधीशांच्या येण्याची वाट पाहत होता. डायसच्या खालच्या पायरीवर न्यायालयाचे काही अधिकारी स्थानापन्न झाले होते. समोरच्या मोठ्या टेबलवर कायद्याची अनेक पुस्तके पडलेली होती. दोन ब्रिटिशकालीन न्यायाधीशांची मोठाली तैलचित्रे भिंतीवर होती. काचेच्या कपाटात भिंतीच्या कडेने लॉ -रिपोर्ट ओळीने ठेवण्यात आले होते. मधल्या जागेत लांबलचक बाकड्यावर अनेक लोक बसले होते, बरेच उभे होते. काळ्या कोटामधील वकीलमंडळी आत–बाहेर धावपळ करत होतीं. काही ज्युनिअर बोर्डावरून मॅटर पाहून आपल्या सिनिअरला शोधत होती. काही ॲथॉरिटीजचे बाडच्या बाड शिपायांकडून आणून ठेवत होती. अनेक वकिलांचे कारकून धावपळ करीत होते. न्यायाधीश अजून आले नव्हते. मधूनच पांढरी टोपी घातलेला कोर्टाचा शिपाई 'सायलेन्स' म्हणून ओरडत होता.

अकरा वाजले आणि न्यायाधीशांच्या खुर्चीमागील पडदे हलले. दोघे न्यायाधीश बाहेर आले आणि खुर्चीत स्थानापन्न झाले. न्यायमूर्ती सॅम बरचीवाला आणि न्यायमूर्ती दगडोजी लहाने.

सॅम बरचीवाला.

भारत–पाकिस्तान फाळणीच्या वेळी जीव मुठीत धरून बरचीवाला कुटुंब पाकिस्तानातील गुजरानवाला येथून आले. त्यांचे संपूर्ण घरदार दंगलीत उद्ध्वस्त झाले होते. आई-वडील दोघांसह बरचीवाला दंगलीच्या काळात मुंबईला आले.

माहिमच्या ट्रांझिट कँपमध्ये राहिले. गर्भश्रीमंतीत वाढलेल्या बरचीवाला यांच्या कुटुंबीयांना दोन वेळचे जेवणही मिळणे मुश्कील झाले होते. हालअपेष्टाला पारावार उरला नव्हता. फाळणीच्या दंगलीचा धक्का बरचीवालाच्या आई-वडिलांना सहन झाला नाही. काही वर्षात बरचीवालांचे आई-वडील वर्षभराच्या अंतराने मरण पावले. बरचीवाला नातेवाइकांच्या साहाय्याने आयुष्याशी झगडत होते. अर्धवट उपाशी राहून त्यांनी शिक्षण पूर्ण केले. कायद्याची पदवी संपादित करून त्यांनी वकिली व्यवसाय सुरू केला; परंतु त्यांचे मन त्यात रमले नाही. बरचीवाला न्यायाधीश बनले.

आणि आता त्यांना दगडुजी लहान्यासारख्या नाकाम व्यक्तीबरोबर न्यायदानाचे काम करावे लागत होते. बरचीवालांचे मन कधीकधी यामुळे विषण्ण होत असे. 'आपल्या आयुष्याशी नियती खेळ तर करीत नाही ना?' असे त्यांना राहूनराहून वाटत असे.

प्रतिकूल परिस्थितीमधून आल्याने बरचीवालाची न्यायदानातील तटस्थता खूपच कठोर होती; करडी होती. बरचीवाला निर्भीड, प्रगल्भ बुद्धीचे कायद्यातील तज्ज्ञ होते. क्रिमिनल लॉवर त्यांचे विशेष प्रभुत्व होते. अनेक पुस्तकांचे ते लेखक होते. त्यांची कायद्यावरील भाषणे ऐकणे हा एक सुखद अनुभव होता. विधी महाविद्यालय, विद्यापीठे आणि अनेक संस्थांची त्यांना विशेष व्याख्यानाकरता नेहमी बोलावणी येत असत. बरचीवालांनाही नेहमीच विद्यार्थ्यांशी हितगूज करणे आवडत असे. बरचीवाला लालबुंद चेहऱ्याचे, भेदक नजरेचे होते. त्यांचे बोलणे मात्र मृदू होते; समोरच्या व्यक्तीला संमोहित करणारे होते.

न्यायालयाच्या खुर्चीत मात्र एकदम अबोल. सर्व वकिलांवर वचक.

दगडोजी लहाने मात्र एकदम विरुद्ध. लहाने नावाप्रमाणे खरोखरच अल्प बुद्धीचे. ते उच्च न्यायालयाचे न्यायाधीश कसे झाले, हा एक वादग्रस्त भाग होता. त्यांचे इंग्रजीवरील भाषाप्रभुत्व सुमारच होते. वकिलीच्या कारकिर्दीत त्यांनी अनेक केसेस चालवल्या होत्या; परंतु गुणवत्तेवर त्यांनी फार कमी केसेस जिंकल्या होत्या. खाजगीत असे बोलले जात होते की, लहाने हे न्यायाधीशांना आपल्या बाजूने वळविण्यात कुशल होते. त्यामुळे अनेक खुनांच्या प्रकरणात, राजकीय प्रकरणात नेहमी दगडोजी लहानेंना पाचारण करण्यात येत होते. त्यांच्या राजकीय हितसंबंधांमुळेच त्यांना उच्च न्यायालयाच्या न्यायाधीशांच्या खुर्चीवर स्थानापन्न होता आले. त्यांच्या या पार्श्वभूमीमुळे न्यायदान-प्रक्रियांमध्ये नेहमी आणीबाणी निर्माण होत होती. त्यामुळे मुख्य न्यायमूर्तींना त्यांना सतत सांभाळावे लागत होते. दगडोजी लहानेंचा न्यायालयीन निर्णय म्हणजे सगळा गोंधळ! एकदम कोळसा. न्यायाधीशांमध्ये लहानेंना 'चारकोल जज' म्हणूनच संबोधले जात होते. त्यांचा न्यायालयीन निर्णयही

चारकोल जजमेंट म्हणून हिणवला जात होता. त्यांच्याबरोबर न्यायदान प्रक्रियेला बसणे म्हणजे 'चारकोल बेंच'!

सॅम बरचीवालांना आणि इतर न्यायाधीशांना हीच बाब नकोशी होती, परंतु चीफ जस्टीसना हे सर्व कोठेतरी अॅडजस्ट करावे लागत होते. दगडोजी लहाने यांच्याबरोबर डिव्हिजन बेंचवर बसावयाचे म्हणजे त्यांच्या जीवावर येई. उच्च न्यायालयातील स्टाफकडून कानावर शब्द येत होते.

'चारकोल बेंच! चारकोल बेंच!! शाला आपला तकदीर काय हे?'

परंतु चीफची ऑर्डर! त्यामुळे नाइलाज होता. तिकडे तक्रार करूनही त्याचा काही उपयोग होत नव्हता. बरचीवालांनी त्याच्याकडे न पाहताच टाय नीट केला. काळा कोट सरळ केला आणि खाली बसलेल्या कोर्ट ऑफिसरकडे पाहून मान हलवली.

केस पुकारण्यात आली. कोर्टाचे कामकाज सुरू झाले. दोन्ही बाजूचे अॅडव्होकेट सबमिशन देत होते. बरचीवाला 'यस! यस!' यापलीकडे तोंड उघडत नव्हते. शेजारी बसलेले दगडोजी लहाने खाली मान घालून बसले होते. मधूनमधून वर पाहत ते कोर्टातील लोकांना न्याहाळत होते. काही केसेसची सुनावणी पुढे ढकलण्यात आली. काहींना तारखा देण्यात आल्या. वकिलांची कुजबुज चालली होती. मधूनच कोर्टाचा शिपाई 'सायलेन्स' म्हणून ओरडत होता.

जेरबाई प्रकरण अजून यायचे होते.

संजय एका बाजूला उभा राहून शांतपणे कोर्टातील वातावरण न्याहाळत होता. संजय सिव्हिल ड्रेसमध्ये होता.

बारा वाजले.

जेरबाई प्रकरण पुकारण्यात आले. दोन्ही बाजूंचे वकील उभे राहिले. त्यांचेबरोबर त्यांचे ज्युनियरही उभे राहिले. काहींनी आपले काळे कोट ठीकठाक केले. ज्युनियर शेवटपर्यंत कानाशी कुजबुज करत होते.

बरचीवालांना संजयचे आदल्या दिवशीचे बोलणे आठवत होते. त्यांची नजर कोर्टात फिरत होती.

यू वील नॉट एबल टू हिअर इट!

यू वील नॉट एबल टू हिअर इट!

कोर्ट-ऑफिसरने दोघा वकिलांकडे पाहून सबमिशनला सुरुवात करण्याचे संकेत दिले. जेरबाई ट्रस्टचा वकील बोलू लागला.

यू वील नॉट एबल टू हिअर इट!

यू वील नॉट एबल टू हिअर इट!

बरचीवालांना अचानक कानात कोणीतरी ओरडून सांगत होते. बरचीवाला समोर पाहत होते. त्यांना आता जेरबाई ट्रस्टचा वकील काय बोलतो आहे, ते ऐकू

येत नव्हते.

व्हर्टीगो!

नो!

समोर अंधारल्यासारखे झाले. बरचीवालांनी खुर्चीचे हात घट्ट पकडले. 'कोणी आपल्याला उचलत तर नाही?' समोर कालचाच तो ऑफिसर. पोलीस ऑफिसर. अंगठा वर करून पाहत होता. निश्चलपणे. बरचीवालांनी सर्व कोर्टभर नजर फिरवली. सर्व जण आपआपल्या व्यापात होते. बरचीवालांना आपण या सर्वांपासून दूरदूर जात आहोत, असे वाटले. त्यांनी आपल्या शरीराकडे पाहिले.

व्हॉट इज धीस?

यू वील नॉट एबल टू हिअर इट!

यू वील नॉट एबल टू हिअर इट!

ओ गॉड!

मी जिवंत आहे का?

येस!

बरचीवाला बोलायचा प्रयत्न करत होते, परंतु त्यांच्या तोंडातून शब्द बाहेर पडेनात. डोके गच्च धरावे, तर त्यांचे डोकेही दुखत नव्हते. डोळे चोळावेत, तर डोळ्यांना सर्व दिसत होते.

व्हॉट इज धीस?

बरचीवालांनी मनाचा हिय्या करून बाजूला पाहिले. दगडोजी शांतपणे बसले होते. ते बरचीवालांकडे पाहतच नव्हते. बरचीवालांना राग आला. 'व्हॉट ब्लडी फूल! सिनियर पाहतो आहे आणि ही व्यक्ती खाली मान घालून नॉव्हेल वाचत बसली आहे!' त्यांनी शेजारी पाहिले. कोर्टाचा शिपाईही शांतपणे उभा होता.

यू वील नॉट एबल टू हिअर इट!

यू वील नॉट एबल टू हिअर इट!

बरचीवाला ताडकन उभे राहिले. त्यांनी दोन्ही हात डायसवर ठेवले. कसेतरी पुढे होऊन बोलले.

कोर्ट इज अॅडजर्नड!

बरचीवाला पाठीमागे धडपडत दरवाजातून आत गेले. न्यायमूर्ती दगडोजी लहाने शांतपणे उठले. खाली वाकून त्यांनी सर्वांना अभिवादन केले आणि ते पाठोपाठ निघून गेले.

सर्वांना धक्का बसला. कोर्टाचे कामकाज पुढे ढकलले गेले. कामकाज पुढे ढकलले, कारण कोणासही कळले नाही.

बरचीवाला चेंबरमध्ये आले. पाठोपाठ न्यायमूर्ती दगडोजीही आले.

"डियर फ्रेंड, व्हॉट हॅपन्ड?"

"तुम्ही शाला डायसवर बसता. सबमिशन ऐकण्याच्या ऐवजी, कोर्टाच्या बिझनेसमध्ये लक्ष द्यायच्या ऐवजी नॉव्हेल वाचत बसता मि.दगडोजी!"

"जस्टीस दगडोजी लहाने!" न्यायमूर्ती दगडोजींनी शांतपणे ठसक्यात म्हटले.

"तुम्हाला साला सरकारने जज कसं बनवलं? तुम्हाला साला सबमिशन ऐकता येत नाही. जजमेंट ड्राफ्ट करता येत नाही. अंग्रेजीबी येत नाय."

"मि.बरचीवाला, म्हणून तर मी तुमच्याबरोबर बसतो. चीफच्या आदेशाने."

"आम्ही शाला डोका फोड फोड फोडून लँडमार्क जजमेंट द्यायचं आणि तुम्ही हिंदू जॉईंट फॅमिलीतील कोपार्सनरसारखा मलिदा खायचा!" बरचीवालांच्या मनातील राग उफाळून वर आला.

बरचीवाल्यांनी कपाळावरील घाम पुसला आणि घटाघटा पाणी प्याले.

"परंतु तुम्ही कोर्टाचं कामकाज का पुढं ढकललं?"

"तो साला ऑफिसर..... !" बरचीवाला एकदम गप्प बसले.

बरचीवालांनी चेंबरमध्ये सगळीकडे पाहिले. हात, डोके, डोळे चाचपून पाहिले. हलवून पाहिले.

"ओ गॉड!"

बरचीवालांच्या डोळ्यासमोर कालचा प्रसंग झर्रकन आला आणि तो ऑफिसरही. बरचीवालांचा विश्वास बसेना. 'आपण डायसवरून केस टाकून चेंबरमध्ये आलो!' पुन्हा एका तासाने कोर्टात जाण्याचा विचार त्यांच्या मनात आला. मात्र,

यू वील नॉट एबल टू हिअर इट!

यू वील नॉट एबल टू हिअर इट!

बरचीवालांनी कोर्टाच्या ऑफिसरकडून निरोप पाठवला. बरचीवालांची तब्येत ठीक नसल्याने कामकाज पूर्ण दिवसभरासाठी पुढे ढकलण्यात आले.

■

दरवाजावरची बेल वाजली, तसे स्वत: बरचीवाला पुढे आले. त्यांनी दरवाजा उघडला. दारात संजय उभा होता.

"कम इन! कम इन!!"

संजय आत आला. त्याने सॅल्यूट केला.

"तुम्ही शाला पोलीस ऑफिसर आहात की भूत? आज खरंच आम्हाला कोर्ट ॲडजर्नड करावा लागला."

"सर, परिस्थिती गंभीर आहे. आम्हाला नाइलाजाने तो प्रकार करावा लागला."

"माझ्या जिंदगीमध्ये शाला आम्हाला असा अनुभव नाही मिलाला." बरचीवाला पुढे आले. त्यांनी संजयच्या दंडाला धरले आणि त्याला स्टडी रूममध्ये नेले.

बरचीवालांची स्टडी रूम सुसज्ज होती. एका कोपऱ्यात कॉम्प्युटर, फॅक्स मशिन होते. बरचीवाला खुर्चीत बसले. टेबलच्या पलीकडे संजय बसला. दोघांच्यामध्ये टेबलवर अधांतरी लँप होता.

"तुम्ही काय घेणार? चहा–कॉफी?"

"चहा!"

बरचीवालांनी घंटी वाजवली. आता संजयवर आश्चर्यचकित व्हायची पाळी आली. संजयला वाटले बरचीवाला काहीतरी वेडीवाकडी कृती करतील, परंतु बरचीवालांनी बराच समजूतदारपणा दाखवला.

"तुम्ही देवपूजेला वाजवतात ती घंटी वाजवलीत. बेल नाही!"

"आम्हाला या घंटीचा आवाज चांगला वाटतो ना!"

संजयने असा प्रकार कोठे पाहिला नव्हता.

"पण तुम्ही आज आम्हाला कसंकाय कोर्ट ॲडजर्न करायला लावलं? मी तर चेंबरमध्ये आल्यावर जाम घाबरलो. मला हार्ट ॲटॅक आला की काय असं वाटलं."

"नाही, असा जीवावरचा खेळ नाही आम्ही केला."

"करणी, जादूटोणा असा काही प्रकार होता का?"

"तसंच काहीसं समजा. याबाबत पुन्हा कधीतरी...."

नोकराणीने चहा आणून ठेवला. चहा घेतघेत बरचीवालाने संजयबाबत चौकशी केली.

चहाचा कार्यक्रम संपला.

"चला, सांगा तुमचा प्रॉब्लेम" म्हणत बरचीवालांनी संजयकडे पाहिले.

बरचीवाल्यांच्या चेहऱ्याकडे पाहत संजयने जेरबाई ट्रस्टच्या प्रकरणाला सुरुवात केली.

संपूर्ण प्रकरण बरचीवालांनी शांतपणे ऐकून घेतले.

"कायदा डोळ्यांसमोर ठेवून मी हे सर्व ऐकून घेणारच आहे. लॉ पॉईंट असेल, तर तो मी स्पष्ट करेन. कायद्याच्या कसोटीवर तो पाहीन. बाकी अधिक काही करू शकणार नाही."

"सर, प्रश्न फक्त लॉ पॉईंटचाच फक्त नाही."

"मग?"

"जहागीरदार रिपोर्ट!"

"माझ्यासमोरच्या ब्रीफमध्ये त्याचा कुठेच उल्लेख नाही."

"सर, पर्यावरण आणि समुद्रातल्या महत्त्वाच्या माशांच्या जातींच्या

प्रजननाबाबत महत्त्वाचा रिपोर्ट आहे.''

''जेरबाई ट्रस्ट प्रकरणाशी तो संबंधित आहे?''

''येस सर!''

''तरीही... डॉक्युमेंट मागण्याची गरज दिसून येत नाही.''

''सर, तुम्ही फक्त मागणी करा. रिपोर्ट मिळाल्यानंतर त्याचा संबंध आहे किंवा नाही याबाबत तुम्ही निर्णय घ्या. आमचं काहीच म्हणणं नाही; परंतु या प्रकरणात तो रिपोर्ट तुमच्यासमोर यावा, असं वाटतं.''

''ठीक आहे.''

संजयनी सुस्कारा सोडला. बरचीवालांनी संजयला पुन्हा क्रॉस करण्याचा प्रयत्न केला; परंतु संजयने याबाबत पुन्हा जरूर भेटू, असे आश्वासन दिले. बरचीवालांची उत्सुकता बरीच ताणली होती; परंतु त्यांनी अधिक आग्रह धरला नाही.

■

सकाळी ११ वाजता कोर्ट सुरू होणार होते. साडेदहापासून वकीलमंडळी कोर्टात घाईघाईने बाडबिस्तरा गोळा करून आले होते. न्यायालयाचा कालचाच बोर्ड पुढे चालू ठेवण्यात आला होता. जेरबाई ट्रस्ट प्रकरणाची सुनावणी प्रथम घेण्यात येणार होती. दोन्ही बाजूंचे वकील आपआपल्या साहाय्यकांशी बोलत होते. ज्युनिअर्स कागदपत्र ठीकठाक करत होते. मध्येच दोन्ही बाजूंचे वकील एकमेकांशी हसत हसत बोलत होते. वातावरण खेळीमेळीचे होते. जेरबाई ट्रस्टतर्फे दोघे जण आले होते. तसेच त्यांच्याबरोबर एक चौकड्याचा शर्ट घातलेली, डोळ्यांवर चौकोनी फ्रेमचा चष्मा घातलेली व्यक्ती होती. वैतीच्या बाजूने मालाडच्या भंडारवाड्यातील काही कोळी लोक होते. त्यांचा एक म्होरक्याही होता; परंतु त्यांना केसमध्ये फारसा रस नव्हता. त्यांची काळजी वैतीच्या वकिलांनी घेतली होती. प्रकरण जवळजवळ मागे घेण्याच्या तडजोडीपर्यंत आले होते. फक्त न्यायाधीशांची सहमती आवश्यक होती. दोन्ही बाजूंचा कल तसाच तयार झाला होता. संजय आणि एक हवालदार साध्या ड्रेसमध्ये थोडे उशिरा आले.

कोर्टाच्या शिपायाने 'सायलेन्स' म्हणून आवाज दिला.

पाठोपाठ न्यायमूर्तींच्या खुर्चीमागील पडदा हालला. न्यायमूर्तींच्या शिपायाने पडदा बाजूला धरला. न्यायमूर्ती सॅम बरचीवाला आणि न्यायमूर्ती दगडोजी लहाने पुढे आले. बसण्यापूर्वी त्यांनी सर्वांना वाकून अभिवादन केले. सर्व लोक न्यायमूर्ती बसेपर्यंत उभे होते. न्यायमूर्ती बसताच सर्व लोक जागेवर बसले, तशी थोडी कुजबुज सुरू झाली. आवाज वाढला, तसा शिपायाने पुन्हा 'सायलेन्स'चा पुकारा केला.

न्यायमूर्ती बरचीवालाने कोर्ट–ऑफिसरकडे पाहून मान हलवली. कोर्ट–ऑफिसरने जेरबाई प्रकरण पुकारले. दोन्ही बाजूचे वकील उभे राहिले आणि अशिलांची बाजू मांडण्यास ते तयार असल्याचे सांगितले. बरचीवालांनी मान हलवली.

जेरबाई ट्रस्टचा वकील बोलू लागला.

बरचीवाला खुर्चीचे हात घट्ट धरून बसले होते. 'कालचा प्रसंग पुन्हा तर येणार नाही ना!' त्यांनी कोर्टरूममध्ये सगळीकडे मान फिरवली. संजय न्यायालयात उशिरा आला होता. डोक्यावर कॅप होती. चेहरा झाकला जाईल, अशा रीतीने त्याने ती घातली होती. डोळ्यांवर झिरो नंबरचा चौकोनी फ्रेमचा चष्मा होता. संजय त्यांना एका कोपऱ्यात उभा असलेला दिसला. बरचीवालांनी झटकन नजर फिरवली. शेजारी पाहिले. न्यायमूर्ती दगडोजी लहाने कालचीच नॉव्हेल उघडण्याच्या तयारीत होते. बरचीवालांच्या कपाळावर आठ्या आल्या; परंतु रागाने धुसफुसण्यापलीकडे ते काही करू शकले नाहीत.

जेरबाई ट्रस्टचा वकील मालाडच्या खाडीवरील फिशरीजचे राईट्स ब्रिटिशांनी कसे दिले होते, त्यापासूनची हिस्ट्री सांगत होता. बरचीवाला फक्त 'येस! येस!' म्हणत होते. त्यांची मानही हलत नव्हती. बरचीवालांनी संजयने दिलेल्या माहितीमुळे दोन्ही बाजूंची शपथपत्रे आणि मूळ याचिका कॉर्नर टू कॉर्नर वाचली होती. माहीत असूनही दोघांनी सादर केलेल्या आधारभूत केस लॉ ॲथॉरीटीज स्वतः तपासल्या होत्या. प्रकरण फिशरीजच्या परांपरागत हक्कांबाबत होते. जेरबाई ट्रस्टने ब्रिटिशांनी फिशरीजच्या दिलेल्या हक्काची कागदपत्रे आणि ब्रिटिशांनी केलेल्या transfer of powerनंतर दिलेले फिशरीजचे हक्क कसे अबाधित राहिले होते, याचे कायदेशीर विवेचन दिले होते.

वैतीच्या बाजूने स्थानिक लोकांचे मासेमारीचे परंपरागत हक्क आणि प्रत्यक्षात ते उपभोगीत असलेला कालावधी यांचे प्रतिपादन केले होते; परंतु कागदोपत्री ट्रस्टची बाजू भरभक्कम होती. वकिलांची मोठी फौज त्यांच्या दिमतीस होती; परंतु माणगावकर, वैतीचा वकील 'सुपरशार्क' होता. त्याने एकट्याने भल्याभल्यांना चारी मुंड्या चीत केले होते. जुगलबंदी ऐकावयास मिळेल, अशी अनेकांना अपेक्षा होती; परंतु प्रकरण सुरू होण्यापूर्वीच तडजोडीची कुजबुज कानावर आली. वैतीच्या बाजूलाही हक्कासाठी भांडणारे कोणी नाही म्हटल्यानंतर अनेक ज्युनियर बाहेर गेले होते.

जेरबाई ट्रस्टची बाजू भक्कम असूनही त्यांनी तडजोडीच्या रूपाने भंडारवाड्यातील संबंधित लोकांना काही प्रमाणात भरपाई देण्याचे आश्वासन दिले होते. त्यामुळे वैतीची मंडळी आग्रही राहिली नव्हती; परंतु अगोदर कोर्ट केस मागे घ्या, असा त्यांचा आग्रह होता. याला न्यायालयाने सहमती दिली असती, तर तडजोडीची बोलणी अधिक लवकर झाली असती. मालाडच्या भंडारवाड्यातील लोकांना

न्यायालयीन लढाई नको होती.

जेरबाई ट्रस्टचा वकील खाली बसला. माणगावकर उभे राहिले. त्यांनी जेरबाई ट्रस्टच्या वकिलांनी दिलेल्या भरपाईच्या प्रस्तावाला सहमती दर्शवली. माणगावकर बोलत होते.

मध्येच बरचीवालांनी फिशरीज राईट्सवरून काही प्रश्न माणगावकरांना विचारले. दोन्ही वकील तांत्रिक बाबींना उत्तर देत होते. चर्चा वाढता वाढता पर्यावरणाकडे गेली. दोन्ही वकील माहिती देत होते. मध्येच बरचीवालांनी जहागीरदार अहवालाचा विषय काढला आणि सादर करण्यास सांगितले. काय बोलावे ते माणगावकरांना क्षणभर समजेना. तरीही असले काही सबमिशन दोन्ही बाजूंनी केले नसल्याचे त्यांना समजले.

बरचीवालांनी पुन्हा 'अहवाल सादर करा' म्हणून सांगितले. दोन्ही वकील एकमेकांकडे पाहू लागले. माणगावकर तर थरथरू लागले. त्यांच्या कपाळावर घर्मबिंदू आले. घाईघाईने खिशातून रुमाल काढून ते तोंड पुसू लागले. दोन्ही हातात डोके धरून जेरबाई ट्रस्टचा वकील मटकन खाली बसला.

वैतीच्या वकिलाने कसेतरी आपले बोलणे संपवले.

'शांतता! पिनड्रॉप सायलेन्स!'

कोणीच काही बोलेना.

बरचीवालांनी पुढची केस पुकारण्याची सूचना केली.

दोन्ही बाजूंचे वकील आपल्या सहकाऱ्यांसह घाईघाईने बाहेर पडले. पाठोपाठ प्रत्येक वकिलांचे अशीलही बाहेर पडले. जेरबाई ट्रस्टचे लोक रागारागाने फणफणत होते.

दुसऱ्या दिवशी सकाळच्या वृत्तपत्रातील ती बातमी सर्वांच्याच दृष्टीने मोठी बातमी होती. वैतीचे वकील माणगावकर यांचा खून झाला होता. खुनाचे कारण समजले नव्हते. तपास सुरू होता. माणगावकरांना रात्री दहाच्या सुमारास गोळ्या घालून फोर्टमधील ऑफिसमध्येच मारण्यात आले होते.

बरचीवालांचे संरक्षण वाढवण्यात आले होते, परंतु त्याची वाच्यता करण्यात आली नव्हती. संजयच्या म्हणण्यात बरचीवालांना तथ्य असल्याचे जाणवले. जहागीरदार-रिपोर्ट विचारात घेणे आवश्यक होते.

■

घोडबंदर रोडवरील बोरवाडीजवळच्या हायवेवरील त्या पोलला 'काळा पोल' का म्हणतात, याचे नेमके कारण कोणाला माहीत नव्हते. पूर्वी बसची सोय नव्हती, तेव्हा आजूबाजूच्या वाड्यावस्तीवरील लोक दिवसभर हायवेवरून जाणाऱ्या ट्रक-

लॉरीकरता थांबत. काहींचे म्हणणे तिथे काटेरी बाभळीच्या झाडाचा एक सरळसोट पोलसारखा उभा बुंधा होता, तर काहींचे म्हणणे तिथे काळ्या मुंग्यांचे मोठे उभे वारुळ होते. आता फक्त एक सिमेंटचा पोल होता. मात्र काळा नव्हता आणि त्याचा वापर कशासाठीही होत नव्हता. ना वीज मंडळाच्या लाईटसाठी ना टेलिफोनसाठी! लोकही आता तेथे थांबत नव्हते. कारण बसस्टॉपही बराच पुढे होता. ठाण्याच्या दिशेला.

स्वच्छ निरभ्र आकाशातील स्फटिकाप्रमाणे चांदण्यांचे पुंजके आपला वेधक प्रकाश फेकत होते. त्या नयनमनोहारी आकाशातील प्रकाशात पृथ्वीवरील काळेकुट्ट महाजाल दबत होते. ठाणे, वसई बाजूच्या क्षितिजावरील संधिप्रकाश रात्र प्रकाशमान करण्याचा प्रयत्न करत होता. संजय एका कपारीवरील दगडावर थंड वारा अंगावर घेत बसला होता. एकटाच. हायवेवरून भरधाव वेगाने गाड्या धावत होत्या. हेडलाईटच्या प्रकाशाचा प्रखर झोत कराटेपटूप्रमाणे उभा–आडवा फिरत होता.

संजयला फार वेळ बसावे लागले नाही. रंग न ओळखता येणारी एक कार काळ्या पोलजवळ आली आणि बेफिकिरीने बाजूच्या शेतात घुसली.

संजय गाडीच्या मागून आला. त्याच्या एका हातात पिस्तूल होते. जर्मन बनावटीचे लुगर. दुसऱ्या हाताने त्याने दरवाजा उघडला आणि आत पाहिले.

"नमस्ते हरिहर!"

हरिहरने हातानेच बसावयाच्या जागेकडे बोट दाखवले,

"आपल्या या खास भेटीबाबत कोणालाही पूर्वकल्पना दिलेली नसावी. काय?"

"मी ठरल्याप्रमाणे एकटाच आलो आहे. इन्स्पेक्टर, पाठीमागच्या डिकित पाच बॅग्ज आहेत. प्रत्येक बॅगेत एक कोटी रुपये आहेत. या प्रकरणातून बाजूला हो."

"तर तुमची किंमत पाच कोटी आहे हरिहर."

"मी कोण आहे तुला माहीत आहे."

पिस्तूल मानेजवळ ठेवत संजय पुढे झाला.

"मी जर आत्ता गोळी घातली तर?"

"मला मारणं एवढ सोपं नाही आणि मला मारून काही फायदाही होणार नाही."

हरिहर आता आपले बूड हलवत पाय पसरून बसला. त्याचे दोन्ही हात गाडीच्या स्टिअरिंगवर होते.

"इन्स्पेक्टर, मी राजकारणातला माणूस. आमचे मार्ग वेगळे. आमचे नियम वेगळे. राजकारणात, स्पर्धेत हे सर्व नियम पाळावे लागतात. महत्त्वाकांक्षा पुरी करताना सर्व प्रकारच्या परिस्थितीला तोंड द्यावे लागते."

"खरं आहे." संजय हरिहरला मध्येच तोडत म्हणाला.

"राजकीय माणसाला स्पर्धा आहे. सत्तेसाठी स्वार्थ आहे. आमच्यासारखं तुम्हालाही बक्षिसासाठी झगडावं लागतं. उच्च पदांसाठी झगडावं लागतं. तुमचे मार्ग नोकरशाहीतल्या आमच्यासारख्यांशी समांतर आहेत. कधीकधी आम्हीही एकमेकांच्या उरावर बसतो. समोरासमोर येतो. रस्ते क्रॉस होतात. आजच्यासारखं. बरोबर?"

"इन्स्पेक्टर, माझ्या नादी लागू नको. कोणत्याच राजकीय पार्टीत नाही असं आत्मघातकी पथक माझ्या पार्टीत आहे. तुला ते सोडणार नाहीत."

"हरिहर, माणसाला वाचवायचं असेल, तर अमावस्या, पौर्णिमा आणि ग्रह आणि नक्षत्र यांची स्थिती पाहतात आणि मग अनेक डॉक्टर मंडळी ऑपरेशन करतात. चौर्यकर्म, जारण–मारण, मनुष्यवध करतानाही लोक मूळ, कृतिका, आश्लेषा वगैरे या नक्षत्रांच्या स्थितीचा विचार करतात असं ऐकलं आहे. आता या वेळी कृतिका नक्षत्र चालू आहे. अशा वेळी मनुष्य हत्येसारखं केलेलं कृत्य यशस्वी होतं. लाभदायक होतं. खेड्यातले अशिक्षित लोक याला कातवड म्हणतात. कारण ते कोयत्याप्रमाणे आहे. विषारी. विखारी."

संजय दूरवरून येणाऱ्या गाड्यांच्या हेडलाईटच्या प्रकाशाकडे टक लावून बोलत होता.

हरिहर गप्प बसला.

"हरिहर, एक वर्षापूर्वी ठाण्याच्या जेलमध्ये गेम करण्यासाठी कुकरी गँगच्या लोकांना सुपारी दिली होती."

"हो, दोघांना उडवण्याची सुपारी दिली होती. आमच्याशी गद्दारी करण्याचा प्रयत्न करत होते."

"नाही हरिहर. त्या वेळी दोन नाही, तिघा जणांना उडवलं होतं."

"याच प्रकारचं हत्यार वापरलं होतं." संजयने खिशातून शस्त्र बाहेर काढलं. कुकरी गँगचं ते खास हत्यार होतं. ते न्हाव्याच्या वस्तऱ्यासारखं होतं, परंतु चार इंचाच्या काचेचं नळीत बसवता येण्याजोगं होतं. हे ब्लेड काचेच्या नळीत बसवलं की, ती बाटली कुकरी गँगचे लोक गुदद्वारात ढकलून ठेवत. काम करायच्या वेळी टॉयलेटमध्ये जाऊन चार्जर बाहेर काढायचा. गेम करून पुन्हा चार्जर ठेवून द्यायचा.

"हरिहर, तिसरा मेला तो जेलमधला कैदी नव्हता. कैद्याच्या वेषातला माझा सहकारी होता. रमाकांत फणसे. आम्ही एकाच बॅचचे, एकाच कॉलेजमधले, एकाच हायस्कूलमधले, एकाच शाळेतले, एकाच गल्लीतले, एकाच इमारतीतले."

"हरिहर, तू ऐकतोस ना?"

संजय आतापर्यंत गाडीच्या काचेतून हायवेकडे पाहत होता. एकदम मान वळवून त्याने हरिहरकडे पाहत म्हटले.

हरिहरच्या डोळ्यांत प्रथमच भीतीची लहर निघून गेली. अनवधानाने त्याने दरवाजाच्या मुठीकडे हात नेण्याचा प्रयत्न केला.

संजयने हरिहरचे डोके पकडले आणि त्याची मान तिरकी केली. तोपर्यंत चार्जरमधून वस्तरा बाहेर आला होता. खाटक्याने कोंबडीची मान वाकवावी तशी संजयने हरिहरची मान तिरकी वाकवली आणि हरिहरच्या श्वास नलिकेवरून वस्तरा फिरवला. स्वरयंत्राच्या बरोबर अर्ध्या भागावरून.

संजय बाहेर आला. त्याचे काम झाले होते. हातात मोजे तसेच ठेवून त्याने पाठीमागील डिकी उघडली. पाचही बॅग्ज त्याने बाहेर काढल्या. आपल्या गाडीत नेऊन रिकाम्या केल्या आणि रिकाम्या बॅग्ज पुन्हा हरिहरच्या गाडीत ठेवल्या.

संजयने हायवेवर गाडी वळवली आणि ठाण्याच्या दिशेने सुसाट सोडली. थंडगार हवेने संजयच्या चेहऱ्याला फटकारले, परंतु संजयच्या चेहऱ्यावरील रेषही विचलित झाली नाही. गाडीच्या हेडलाईटच्या प्रकाशात समोरचा हायवे न्हाऊन निघत होता.

दुसऱ्या दिवशी बहुतेक सर्व वृत्तपत्रांनी हरिहरच्या मृत्यूची बातमी दिली होती. राष्ट्रीय, राज्यस्तरीय, स्थानिक सर्व वृत्तपत्रांनी ठळक बातमी दिली होती. त्याबरोबर मृत्युलेखही होता. तो एक सन्मान होता. हरिहरच्या वधाचा राजकीय पार्टीने कडक निषेध नोंदवला होता. चौकाचौकातून निषेधाचे बोर्ड लागले होते. हरिहरचा हसरा फोटो, हार घातलेला; सगळीकडे दिसत होता.

राज्यातील मुख्य शहरांतून हरिहरच्या कार्यकर्त्यांनी बंदची हाक दिली होती. लोकांनी घाबरून घराबाहेर न पडणे पसंत केले होते. अत्यावश्यक सेवा सोडल्यास सर्व काही बंद होते. शाळा, कॉलेज, दुकाने, ऑफिसेस, सरकारी कार्यालये, हॉटेल, रेस्तराँ, चहा-वडापावच्या गाड्या, टपऱ्या संपूर्ण बंद होत्या. सार्वजनिक वाहतूकव्यवस्था पूर्ण ठप्प झाली होती. कार्यकर्त्यांच्या झुंडीच्या झुंडी सकाळपासून स्टेशनपर्यंत धावत होत्या. सर्वांना सक्तीने घराच्या उंबऱ्याच्या आत राहण्याचा इशारा देत होत्या.

परगावहून आलेले लोक एस.टी. स्टँड, रेल्वे स्टेशनवर बसून राहिले होते. टॅक्सी, खाजगी वाहने, रस्त्यावरून नाहीशी झाली होती. ज्यांचे रोजचे पोट दररोजच्या मेहनतीवर चालत होते, त्यांना उपाशी बसावे लागले होते. कोणीही उलटा ब्र काढू शकत नव्हता. सर्व राजकीय पक्षांनी वधाचा निषेध केला होता.

पोलीस आणि निमलष्कराच्या तुकड्या शहरात दाखल झाल्या होत्या, परंतु त्यांना बघ्याची भूमिका घ्यावी लागत होती. दुपारपर्यंत संपूर्ण मुंबई-ठाणे परिसरात

स्मशानशांतता पसरली होती.

मुंबई-ठाणे पोलीस कायदा व सुव्यवस्था राखण्याकरता अनेक ठिकाणांवर नाकेबंदी आणि गस्तीद्वारे प्रयत्न करत होते. अतिसंवेदनशील भागातील लोकांच्या हालचालींना नियंत्रणात ठेवावे लागत होते. ठाणे पोलीस आयुक्तांना विशेष पत्रकार-परिषद घेऊन गुन्हेगारांचा तपास लवकरात लवकर केला जाईल; गुन्हेगार शोधून काढला जाईल याबाबत निवेदन द्यावे लागत होते. आयुक्तांनी घोडबंदर रोडवरच्या काळ्या पोलला भेट दिली होती.

हरिहरचा मृतदेह गोरेगावच्या त्याच्या बंगल्याच्या दारात खास दर्शनासाठी ठेवण्यात आला होता. अंत्ययात्रा संध्याकाळी काढण्यात आली. त्या वेळी सर्व राजकीय पक्षांच्या पुढारी, कार्यकर्त्यांनी हजेरी लावली होती. हरिहरकडे भावी राष्ट्राध्यक्ष म्हणून पाहिले जात होते. देशाच्या सर्व कानाकोपऱ्यांतून निषेध, शोकसंदेश येऊन थडकत होते.

हरिहरचा उजवा हात बुक्क याने याचा बदला घेण्याची शपथ घेतली होती. वधाची कार्यपद्धती पाहून कुकरी गँगच्या लोकांनी वध केला असावा, असा सकृतदर्शनी संशय व्यक्त करण्यात आला होता.

कुकरीची सगळी माणसे जीव मुठीत धरून गायब झाली होती. म्होरक्याने खास निरोप पाठवून या गेममध्ये हात नसल्याचे सांगितले होते, परंतु यावर विश्वास ठेवण्याच्या स्थितीत बुक्क आणि त्याचे कार्यकर्ते नव्हते. सर्व जण कुकरीचे लोक शोधत होते. कुकरी गँग पूर्ण खलास झाली होती.

पोलीसविभागातील सर्व अधिकारी आणि पोलीस हरिहरच्या वधामुळे निर्माण झालेल्या तणावामुळे कायदा आणि सुव्यवस्था सांभाळण्यात गुंतले होते. होमगार्ड आणि निमलष्करी दलाच्या तुकड्या शहरात दाखल झाल्या होत्या. लष्कराला पाचारण करायचे का, या नाजूक विषयावर पोलीसदलाचा टॉप ब्रास आणि शासन यांच्यात खल सुरू झाला होता. बैठकांची मालिका सुरू झाली होती.

विश्रांती नाही.

संपूर्ण शहरावर स्मशानकळा उतरली होती. या सर्वाला अपवाद फक्त पोलीस इन्स्पेक्टर संजय!

नुकत्याच झालेल्या मोठ्या कारवाईमुळे संजयला सुट्टी देण्यात आली होती. संजय मुक्त होता. संपूर्ण शहरात दंगा-धोप्याचा, जाळपोळीचा धुमाकूळ होता; परंतु गिरगावातील त्या चाळीत?

सदानंदाच्या घरी दिवाळी अवतरली होती. संपूर्ण इमारत सजवली होती. रोषणाई होती. पताकांच्या माळा, आंब्याच्या डहाळ्या, झेंडूच्या फुलांच्या मोठ्यांच्या मोठ्या माळा! सुवासिक फुलांच्या पाकळ्यांचा, अत्तरांचा सडा शिंपडण्यात आला

होता. मोठमोठ्या आकर्षक रांगोळ्या काढण्यात आल्या होत्या.

जेजेचे विद्यार्थी सुशोभिकरणात सहभागी झाले होते. अस्मिताच्या खास आग्रहास्तव कॉलेजच्या मुलांची चित्रकलाकृती अनेक ठिकाणी दर्शनी भागावर लक्ष वेधून घेत होती. त्यांनी त्या इमारतीच्या भिंतीवर काढलेल्या कलाकृती आता कधीच पुसल्या जाणार नव्हत्या. त्या कलाकारांच्या कलाकृती होत्या. गिरगावकरांनी कधी पाहिली नसेल अशी सजावट होती. इमारतीला झळाळी आली होती.

सदानंदाच्या घरी खास पूजाविधी चालला होता. पाहुणेही अनेक होते; परंतु त्यातही सर्वांचे लक्ष होते, सर्वांचे आकर्षण होते, इन्स्पेक्टर संजय आणि अस्मिता!

सदानंदाचे पॅरालिसिसचे दुखणे पूर्णत: निघून गेले होते. सदानंद सर्वसामान्यांप्रमाणे धडधाकटपणे उभे राहून चालत होते. सदानंदांचे नातेवाईक, गिरगावातील आजूबाजूचे सर्व ओळखीचे लोक हा चमत्कार पाहण्यासाठी आले होते. संजयलाही सदानंदकडे पाहून अक्षरश: धक्का बसला होता. संजयने सदानंदाचा पॅरालिसिस पाहिला होता. सर्पराज महाराजाच्या बंधनातून मुक्तता म्हणजे काय, हे तो प्रत्यक्ष डोळ्यांनी पाहत होता.

पूजेला बसण्यापूर्वी सदानंद आणि त्यांची बायको वयाने मोठी असूनही संजयच्या पाया पडले होते. त्या दोघांना गदगदून आल्याचे पाहून त्यालाही कंठ दाटून आल्यासारखे झाले होते; परंतु या सर्वांच्या मागचे कर्मयोगी गुरुमणी होते. गुरुमणींच्या चरणी सर्व नतमस्तक झाले.

गुरुमणींचा चेहरा तसाच होता– शांत, तजेलदार! चेहऱ्यावर अधिकाराची किंवा गर्वाची कोणतीही भावना दिसून येत नव्हती.

सर्वांच्या चेहऱ्यावर उत्साह होता, आनंद होता.

संजयच्या मोबाईलचा आवाज झाला. संजय मोबाईलवर बोलत होता. संजयचा चेहरा गंभीर झाला. अस्मिता संजयच्या गंभीर चेहऱ्याकडे उत्सुकतेने पाहत होती.

संजयने मोबाईलवरचे बोलणे संपवले.

"काय झालं?" अस्मिता. "कोण होतं?"

संजय अस्मिताच्या प्रश्नांच्या भडीमाराने गोंधळून गुरुमणींकडे पाहू लागला. गुरुमणींच्या चेहऱ्यावर खोचक स्मित होते. संजय हिरमुसला.

"कमिशनर साहेबांचा फोन होता."

"कशासाठी?"

गुरुमणींकडे पाहत संजय म्हणाला, "त्यांनी माझ्याकडे नवीन प्रकरण सोपवलं आहे."

"कसलं?"

"हरिहर मर्डर केस?"

"काय?"

"हो!"

"एकंदरीत शेवटचा पडदा टाकण्याचं काम तुम्हालाच करावं लागणार काय?"

गुरुमणी निर्विकारपणे संजयकडे पाहत म्हणाले.

राज्यशासन त्या वेळी खास आदेशाने हरिहर मर्डर केसच्या तपासाची सूत्रे इन्स्पेक्टर संजयकडे सोपवत होते. हरिहर मर्डर केस सुरू झाली. ती कधीच बंद झाली नाही. गुन्हेगारही मिळाला नाही.

म्हादू वैती, जहागीरदार, डॉ.कटियार, माणगावकर, हरिहर यांच्या हत्येनंतर जेरबाई ट्रस्ट सैरभैर झाली. झिपऱ्याने पन्नालालशी बोलणी सुरू केली. पन्नालाल खूपच अडचणीत आला होता. झिपऱ्याचा प्रस्ताव अखेर त्यांना मान्य करावा लागला. पन्नालालला सौदा महाग पडला.

■ ■ ■